மா சே துங்

ஒரு மனிதர், கடவுளல்லர்

மா சே துங்

ஒரு மனிதர், கடவுளல்லர்

குவான் யான்சி

தமிழில்: மிலிட்டரி பொன்னுசாமி

பாரதி
புத்தகாலயம்

MAO ZEDONG ORU MANITHAR, KADAULALLAR

QUAN YANCHI

Translated by : **MILITARY PONNUSAMY**

First Published : September, 2011 | Second Print: October, 2014

Originally Published by Foreign Languages Press, Beijing, China,1992
under the title of 'MAO ZEDONG MAN, NOT GOD' 'By: Quan Yanchi

Published by

BHARATHI PUTHAKALAYAM

7, Elango Salai, Teynampet, Chennai - 600 018

Email: bharathiputhakalayam@gmail.com | www.thamizhbooks.com

மா சே துங் - ஒரு மனிதர், கடவுளல்லர்
குவான் யான்சி

தமிழில்: மிலிட்டரி பொன்னுசாமி
முதல் பதிப்பு: செப்டம்பர், 2011 | இரண்டாம் அச்சு: அக்டோபர், 2014

வெளியீடு:

பாரதி புத்தகாலயம்

7, இளங்கோ சாலை, தேனாம்பேட்டை, சென்னை - 600 018
தொலைபேசி : 044 24332424, 24332924, 24330024

விற்பனை நிலையங்கள்

7, இளங்கோ சாலை, தேனாம்பேட்டை, சென்னை - 600 018.

அருப்புக்கோட்டை: *கதவுஎண் 49 A/4 மெயின் ரோடு, தெற்கு தெரு - 9994173551*

ஈரோடு: *39: 39 ஸ்டேட் பாங்க் சாலை - 9245448353*

கரூர்: *நாரத கானசபா அருகில் (TNGEA OFFICE) - 9442706676*

காரைக்குடி : *12, 2 வது தெரு, கம்பன் மணிமண்டபம் பின்புறம் - 9443406150*

கும்பகோணம்: *352, ரயில் நிலையம் எதிரில் - 9443995061*

குன்னூர்: *N.K.N வணிக வளாகம் பெட்போர்ட்*

கோவை: *77, மசக்காளிபாளையம் ரோடு, பீளமேடு - 8903707294*

சிதம்பரம்: *22A / 18B தேரடி கடைத் தெரு, கீழவீதி அருகில் - 9994399347*

செங்கல்பட்டு: *1 D ஜி.எஸ்.டி சாலை - 044 27426964* | ***சேலம்:*** *15, வித்யாலயா சாலை*

தஞ்சாவூர்: *காந்திஜி வணிக வளாகம் காந்திஜி சாலை - 9655542400*

திண்டுக்கல்: *பேருந்து நிலையம் - 9942331105, 9976053719*

திருச்சி: *வெண்மணி இல்லம், கரூர் புறவழிச்சாலை - 9994289492*

திருநெல்வேலி: *நவஜீவன் டிரஸ்ட் வளாகம், 48-B/10, அம்பை ரோடு, வீரமாணிக்கபுரம் - 9442149981*

திருப்பூர்: *447, அவினாசி சாலை - 9486105018* | ***நெய்வேலி:*** *பேருந்து நிலையம் அருகில், - 9443659147*

திருவண்ணாமலை: *முத்தம்மாள் நகர்* | ***திருவல்லிக்கேணி:*** *48, தேரடி தெரு - 9444428358*

திருவாரூர்: *35, நேதாஜி சாலை - 9442540543* | ***நாகர்கோவில்:*** *699 கே.பி.ரோடு R.V.புரம் - 9443450111*

பழனி: *பேருந்து நிலையம் அருகில் - 7010760693* | ***விருதுநகர்:*** *131, கச்சேரி சாலை - 0456 2245300*

பாண்டிச்சேரி : *கிழக்கு கடற்கரைச்சாலை, இலாசுப்பேட்டை, 9486102777*

பெரம்பூர்: *52, கூக்ஸ் ரோடு - 9444373716* | ***மதுரை:*** *37A, பெரியார் பேருந்து நிலையம் - 045 22324674*

மதுரை: *சர்வோதயா மெயின்ரோடு* | ***வேலூர்:*** *பேஸ் III, சத்துவாச்சாரி - 9442553893*

வடபழனி: *பேருந்து நிலையம் எதிரில் அடையார் ஆனந்தபவன் மாடியில் - 9444476967*

நினைத்த நூல்கள்... நினைத்த நேரத்தில்...

thamizhbooks.com   8778073949

அச்சு : பிரிண்டெக், சென்னை - 5

ஆங்கில பதிப்பாசிரியர் குறிப்பு

மா சே துங்: மனிதர், கடவுளல்ல என்கிற நூல் மாவோவின் மெய்க்காப்பாளராக பல ஆண்டுகள் பணிபுரிந்தவரான லீயின் கியாயோவின் நினைவு கூர்தல்களை அடிப்படையாகக் கொண்டது, மாவோ அவரிடம் இந்தவொரு வேண்டுகோளை விடுத்தார், "எனது குடும்பத்தில் நடைபெறுகிற நிகழ்வுகள் மற்றவர்களுக்கு ரகசியமாக இருக்கலாம், அது உனக்கு ரகசியமல்ல," என்றவர், மேலும் கூறுகிறார், "ஆனால் நான் உயிருடன் இருக்கும் வரை என்னைப் பற்றி எழுதாதே; நான் இறக்கும் வரை காத்திரு; பிறகு நீ எழுதும் பொழுது அது உண்மையாக இருக்கும்படி பார்த்துக்கொள்"

இது ஒரு உலகப் புகழ்பெற்ற ராஜதந்திரியைப் பற்றிய ஒளிவு மறைவற்ற புத்தகம், ஒரு கணவர், தந்தை, சக தோழர், ஒரு விவசாயியின் மகன் என்கிற வகையில் மாவோவின் சிந்தனைகளைப் பற்றிய ஒரு உண்மையான பதிவாகும். சுவாரசியமான நிகழ்வுகளில் இது, அந்தத் தன்நிகரற்ற தேசத் தலைவரின் மகிழ்ச்சி, சோகம் நிறைந்த தருணங்களைக் காட்சிப்படுத்துகிறது. இந்தப் புத்தகத்தில் இடம் பெற்றுள்ள ஏராளமான விஷயங்கள் இது வரை வெளிப்படாத விஷயங்களாக இருப்பதால் மாவோவைப் பற்றி எழுதப்பட்ட இதர அனைத்து நூல்களை விடவும் புத்துணர்வூட்டுகிற வகையில் மாறுபட்ட கண்ணோட்டத்தை வாசகர் களுக்கு இது வழங்குவதாக இருக்கும். இந்த மகத்தான மனிதரைப்பற்றி மேலும் கூடுதலாக அறிந்துகொள்ள விழையும் எவருக்கும் இந்தப் புத்தகம் ஏமாற்றமளிக்காது.

இப்புத்தகத்தை மேலும் சிறப்பிக்கும் வகையில் சில புகைப்படங்கள் முதன் முதலாக வெளிப்பட்டிருக்கின்றன.

நூலாசிரியரைப் பற்றி:

குவான் யான்ச்சி சைஃபெங் என்னுமிடத்தில் 1945, நவ. 26 அன்று பிறந்தார். அவர் ஹோஹ்ற ஹோட்ல் துவக்க, இரண்டால் நிலை கல்வி கற்றார், இயற்கை அறிவியலில் மிகுந்த ஆர்வம் கொண்ட ஒரு தலைசிறந்த மாணவராகத் திகழ்ந்தார். 1970ல் பெய்ஜிங் பாலிடெக்னிகல் இன்ஸ்டிடியூட்டில் பட்டம் பெற்ற பிறகு ராணுவத்தில் இணைந்தார். தன்னுடைய வயதின் முப்பதுகளில் எழுதத் துவங்கினார். புத்தகங்களில் அவருக்கிருந்த பேரார்வமும், கூர்ந்து கவனிக்கும் தன்மையும், நுண்ணறிவும், செழுமை மிக்க வாழ்வனுபவமும், பரந்த நண்பர்கள் வட்டமும், மிகவும் முக்கியமாக ஒரு குழந்தையின் தேடல் ஆர்வத்தை தன்னுள் உயர்ப்புடன் வைத்துக் கொண்ட திறனும், ஒரு எழுத்தாளன் என்கிற முறையில் அவரை வெற்றியாளராக்கியது.

குவான் யான்ச்சி சீன எழுத்தாளர்கள் சங்கத்தின் உறுப்பினருமாவார்.

முன்னுரை

லீயின் கியாவோ மாசேதுங் கிற்காகப் பதினைந்து வருடங்கள் பணிபுரிந்தார், முதலாவதாக சாதாரண மெய்க்காவலராகவும், பின்னர் ஒரு பிரிவின் தலைவராகவும், அதற்கு பின்னர் மெய்க்காவலர்களின் துணைக் கமாண்டராகவும், இறுதியில் மாவோவின் மெய்க்காவல் படை பிரிவின் கமாண்டராகவும் பணிபுரிந்தார். மாவோ அவரிடம் ஒரு தடவை கூறினார், "எனது குடும்பத்தில் நடப்பவை மற்றவர்களுக்கு ரகசியமானவை களாக இருக்கலாம், அது உனக்கு ஒன்றும் ரகசியமல்ல," என்றவர் தொடர்ந்து கூறினார்," ஆனால் நான் உயிருடனிருக்கும் வரை என்னைப் பற்றி எழுதாதே; நான் இறக்கும்வரை காத்திரு; பிறகு நீ எழுதும் பொழுது உண்மையுடன் எழுது." 1962-ல் லீ, மாவோவிடமிருந்து விடைபெறும் பொழுது மாவோ அவரிடம் சொன்னார், "உனக்குப் பிறகு வேறு யாரையும் மெய்க்காவல்படைக் கமாண்டராக வைத்துக் கொள்ளப் போவதில்லை. இவ்வளவு நீண்ட காலம் உன்னை இருக்க வைத்துக் கொண்டதற்குக் காரணம் நாம் ஒருவொருக்கொருவர் நன்றாகப் பழகியது தான். நீ போனதற்குப் பிறகு உனக்குப் பதிலாக நான் வேறு எவரையும் அமர்த்துப் போவதில்லை." ஆகவே மாவோவின் மெய்க்காவல் படைக்குத் தலைமை தாங்கியதில் கடைசியானவர் லீதான்.

லீயின் நண்பன் என்கிற முறையில் அவருடைய நம்பிக்கையைப் பெற்றிருந்த நான், மாவோவைப் பற்றிய கேள்விப் பட்டியலொன்றை அவருக்கு அனுப்பியிருந்தேன், ஆனால் அவற்றுக்கு அவர் பதிலளிப்பார் என்பதில் எனக்கு அவ்வளவு உறுதியேதுமிருக்கவில்லை. அவற்றில் சில மாவோவின் விருப்புகள், விருப்பற்றவை, அச்சங்கள், மற்றும் மாவோ கோபப்பட்டுச் சிடுசிடுத்ததையோ அல்லது யாருடனாவது சச்சர விட்டத்தையோ லீ பார்த்திருக்கிறாரா- போன்ற கேள்விகளுக்குப் பதிலளிப்பதில் அவருக்கு தர்ம சங்கடமாகக் கூட இருக்கலாம், இருந்த போதிலும், இந்தக் கேள்விக்கான பதில்களை அறிவதில் எனக்கிருந்த ஆர்வத்துடன் மக்களுமிருக்கிறார்கள் என்று நான் நம்பினேன்.

எவ்வாறாகினும், நான் நினைத்தது தவறாகிப் போனது. என்னுடைய கேள்விகளுக்குப் பதிலளிக்கும் முகமாக மாவோவின் மெய்க்காவல் படையின் முன்னாள் கமாண்டர் எந்த விதத்தயக்கமுமின்றி தன்னாலியன்ற அளவுக்குத் தான்கேட்கக் கேட்க எனது மனச்சித்திரத்தில் மாவோவின் பிம்பம் மேலும் கூர்மையானதாக மேலும் உயிரோட்டம் கொண்டதாக முழுமை பெற்றது, இந்த நாடு ஈன்றெடுத்த மனிதர் களிலேயே மகத்தான மனிதர் மாவோ தான் என்கிற எனது நம்பிக்கை மேலும் வலிமை பெற்றது.

எனது கேள்விகளை லீயிடம் மட்டும் நான் முன் வைக்கவில்லை. நான் கண்ட நேர்காணல்களில் நாட்டின் பல்வேறு பகுதிகளில் இன்று பணியாற்றிக் கொண்டிருக்கும், மாவோவிடம் ஏதாவது ஒருசமயத்தில் பணிபுரிந்த இதர பல டஜன் கணக்கானவர்களிடம் கண்ட நேர்காணல்களுமடங்கும். எனது கேள்விகளுக்கு லீயை விட எந்த விதத்திலும் குறையாத உற்சாகத்துடன் அவர்கள் பதிலளித்தார்கள், ஆனால் என் கேள்விக்குப் பதில் அளித்தவர்களில் லீ தான் முக்கியமானவராக விளங்கினார்.

வயது முதிர்ந்த காலத்தில் தங்களது பல்வேறு அனுபவங்களை நினைவு கூர முயலும் மற்றெந்தப் பழுத்த, புரட்சியில் பங்கேற்ற வீரர்களையும் போலவே நபர்கள், நிகழ்வுகள், கால நேரங்கள், இடங்கள் ஆகியவற்றைப் பொருத்து லீயும் தவறிழைத்திருக்கலாம். இருந்த போதிலும், வாசகர்கள் இந்தப் புத்தகத்தில், வரலாற்றுக்கு மாபெரும் மனிதனொருவர் அளித்திருக்கும் மகத்தான பங்களிப்புகளின் உண்மையான பதிவினைக் காண்பார்கள்.

பொருளடக்கம்

நான் எவ்வாறு மாவோவின் மெய்க்காப்பாளனானேன்

மாசேதுங் என்னைத் தன்னுடைய மெய்க்காப்பாளனாக ஆக்கியது ஏன் என்பதை ஒரு சில சொற்களில் விளக்கி விடுவது இயலாத காரியம். அவருடைய இந்தத் தேர்வுக்கு இட்டுச் சென்ற எல்லாவிதக் காரணிகளுக்கும் மத்தியில், அந்தப் பணியை எப்பொழுதுமே விரும்பவில்லையென்கிற உண்மைதான் ஒருவேளை மிகவும் முக்கியமானதாக இருந்திருக்கும். எந்த ஒரு பொருள் எட்டுவதற்கு மிகவும் கடினமானதாக, இருக்கிறதோ அது ஈர்ப்பை மேலும் கூட்டிவிடும் போலிருக்கிறது. இதற்கு மாவோ, ஒரு மகத்தான மனிதனாக இருந்தபோதிலும், அவரும் ஒரு மனித ஜீவன் தானே. ஒரு விதிவிலக்கல்ல. இவ்வாறு அவரைப் பற்றிப் பேசுவது ஒருவேளை முறையற்றதாக இருக்கக் கூடும்; ஆனால், எப்படியாகினும் நடந்தது அதுதான்.

1947-ல் வசந்தகால கொண்டாட்ட விழாவுக்குப் பின்னர் உடனடியாக 1946-49 காலகட்ட சீன விடுதலை யுத்தத்தின் பொழுது நான் சூ-என்-லாயின் மெய்க்காவல் படையில் இணைந்தேன். இது, சோமிங்டாங், கம்யூனிஸ்ட்டுகளுக்கிடையிலான யுத்தம் இறுதி முடிவை எட்டிக் கொண்டிருந்த கால கட்டத்தில் நடந்தது. சியாங்-கை-ஷேக்கின் பிரிய சீடரான ஜெனரல் ஹூ-ஸோங்-நான் தலைமையின் கீழ் 2,30000 வீரர்களைக் கொண்ட தலை சிறந்த சேனையொன்று வடக்கு ஷான்சி பிரதேசத்தின் விடுதலை செய்யப்பட்ட பிரதேசத்தின் மீது ஒரு தாக்குதலைத் துவங்கியிருந்தது. எதிரியின் இந்தத் தாக்குதலின் காரணமாக கம்யூனிஸ்டு கட்சியின் மத்தியக்குழு யேனானை விட்டு வெளியேறிய பின்னர், பிரதேசத்தின் அந்தப் பகுதியில் கொரில்லா யுத்த முறையில் பொருத்தத் தொடங்கியது.

மத்தியக் குழுவின் அலுவலகத்திலிருந்து பல நூற்றுக் கணக்கானவர்களாகிய நாங்கள் மஞ்சள் நதியை ஆகஸ்ட் 18 சமயத்தில் அடைந்தோம். வடக்கு ஷான்சியில் நடந்த யுத்த கால கட்டம் முழுவதிலுமே அது தான் மிகக் கடுமையான காலகட்டம். எங்களை நெருக்கித் துரத்துவதற்காக ஏழு பிரிகேட் படைப்பிரிவுகளை ஜெனரல் லீயூ கன் அனுப்பியிருந்தான், சுய்-பீ யிலிருந்து மை-ழீ, அங்கிருந்து ஜியாசியின் நாட்டுப்புறம், பிறகு மஞ்சள் நதிவரை அவைகள் எங்களைப் பின் தொடர்ந்துவந்தன.

பல நாட்கள் இடைவிடாமல் கொட்டிய பேய்மழை. எங்களை எலும்புவரை ஊறவைத்துவிட்டது. நதிபொங்கிப் பெருக்கெடுத்து ஓடியது, அதன் கர்ஜனை பல மைல்களுக்கும் அப்பால் கேட்டது. மாவோ மோசமான மனநிலையிலிருந்தார், அது நாங்கள் எதிர் கொண்டிருந்த கடுமையான நிலைமையினாலல்ல, மாறாக நாங்கள் மஞ்சள் நதியைக் கடக்கப் போவதாக உலவிய வதந்திகளால்தான். மாவோ என்ன சொல்கிறாரோ அதில் உறுதியாக இருப்பார்; எதிர்ப்பு வந்தால் அவர் என்றுமே விட்டுக் கொடுக்கக் கூடிய மனிதரல்ல அல்லது மனதை மாற்றிக் கொள்ளபவருமல்ல அவர் சொல்லியிருந்தார், “ஹு ஷோங்நான்- ஐத் தோற்கடிக்காமல் நாம் மஞ்சள் நதியைக் கடக்கப் போவதில்லை. ஹுவின் சேதனை இப்பொழுது சியாங்-கை-ஷேக்கின் நேரடிக் கட்டுப்பாட்டிலிருக்கும் பொழுதும், அதை இன்னும் செயலிழக்கச் செய்ய வேண்டி இருக்கிறது. எங்களது குதிங்கால்களைத் தொடர்ந்து ஏழு பிரிகேட்படைப்பிரிவுகள் துரத்திவந்து கொண்டிருக்கும் பொழுதும் நதியின் மறுபக்கத்திற்குக் கடந்து செல்வதென்பது மாவோவைப் பொருத்தவரை கேள்விக்கே இடமில்லை. அதுவுமில்லாமல், கோமிங்டானுடனான வாழ்வா சாவா என்று போராடிக் கொண்டிருக்கிற செஞ்சேனைக்கும் மக்களுக்கும் அப்போது ஷான் ஷீ ஒரு வலிமையின் சின்னமாக இருந்து கொண்டிருந்தது; “வடக்கு ஷான் ஷியில்சேர்மன் மாவோ இருக்கும் வரையில்” என்ன வந்தாலும் சரி, அவர்கள் தொடர்ந்து போராடிக் கொண்டிருப்பார்கள்.

எங்களுக்கு முன்னாலிருந்த அந்த நதிப் பிரிவு மஞ்சள் நதியல்ல, மாறாக ஜியாலு என்றழைக்கப்படுகிற நதி, எனவே அது மஞ்சள் நதியைக் கடப்பதாகாது ஜியாலுவைத்தான் கடப்பதாக விருக்குமென மாவோவிடம் சூ-என்-லாய் சாதுர்யமாக சுட்டிக்காட்டினார். ஆனால் அது மாவோவைத் தேற்றுவதாக இருக்கவில்லை, ஏனெனில் நாங்களிருந்த இடத்தில் அது மஞ்சள் நதியினுள் கலந்து கொண்டிருந்ததுடன், உள்ளூர் வாசிகள் அதை ‘மஞ்சள் நதியின் கிளை’ என்றழைத்தார்கள்.

நாங்களிருந்த சூழ்நிலையில் வேறுமாற்று வழியேதுமில்லாததால் ஜியாலு நதியைக் கடப்பது என்று இறுதியாக முடிவு செய்யப்பட்டது. எங்களுக்குப் பின்னாலிருந்த குன்றுகளை எதிரிபிடித்திருந்தான், அவர்களின் தோட்டாக்கள் எங்களுடைய தலைகளுக்கிடையில் பாய்ந்து சென்று எங்களுடைய கால்களின் கீழிருந்த சேற்றில் பதிந்து கொண்டிருந்தது. எதிரியை முன்னேற விடாமல் தடுப்பதற்கு வெறும் மூன்று கம்பெனிப்படைப் பிரிவுகள் தான் இருந்தன, அதுவும் வெகு தொலைவிலிருந்தன. மத்தியக் குழு அலுவலகத்திலிருந்த எங்களை ஒரே ஒரு படைக்கம்பெனிதான் பாதுகாத்துக் கொண்டிருந்தது. மாவோவிற்கு ஒரே ஒரு பிளாட்டூன் மெய்க்காவலர் படைப்பிரிவுதானிருந்தது, அதற்கு யான்- சாங்ளின் தலைவராகவிருந்தார். எதிரி தாக்கமுற்பட்டால், அவர்களின் பல ஆயிரம் பேர்களுக்கெதிராக நாங்கள் ஒரு நூறு

பேர்களுக்கும் சிறிதுஅதிகமானவர்கள் தான் இருந்திப்போம். நாங்கள் ஆற்றைக் கடப்பதற்குப் பொறுப்பாக, அன்று மத்தியக் குழுவின் செயலாளராக இருந்த ரென் பிஷி இருந்தார். ஆனால் ஆற்றைக்கடப்பது அவ்வளவு எளிதாக இருக்கவில்லை. பொங்கியெழுந்த நதி பெரும் கர்ஜனையுடன் பாய்ந்து சென்று கொண்டிருந்தது, அதன் கோபுர அலைகள் மொத்த உலகத்தையுமே மூழ்கடித்து விடுவது போலிருந்தது. வெள்ளாட்டின் தோலிலான படகுகள் நீரில் இறக்கப்பட்டதுமே தலை கீழாகக் கவிழ்ந்தது, சருகுகளைப் போல் தூக்கி வீசப்பட்டு ஆக்ரோஷமான விரைவு வெள்ளத்தில் மறைந்து போயின.

இந்த பயங்கரமான நதிக்கும், பல பத்தாயிரக் கணக்கான, துரத்தி வருகின்ற எதிரிகளுக்குமிடையில் சிக்கிக் கொண்டது, மிகுந்த கள அனுபவம் கொண்ட படை வீரனான எனக்கே கொஞ்சம் அச்சமேற் பட்டதைத் தவிர்க்க முடியவில்லை. மாவோ கவலையுடன் காணப் பட்டாலும், அவருடைய சமன் நிலை அப்படியே இருந்தது. அவர் இரண்டு விரல்களைத் தூக்கி, ஒன்றோடொன்று அழுத்தி வைத்துக் கொண்டு, “எனக்கு ஒரு கிகரெட் கொடு” என்றார்.

அதை அவர் உரக்கச் சொல்லவில்லையென்றாலும், அவரோடு அணிவகுத்துச் சென்று கொண்டிருந்த எங்கள் மத்தியில் அது இடிபோல் முழங்கியது. “அவருக்கு ஒரு சிகரெட் தாருங்கள், சீக்கிரம், தோழர் டெஷெங் ஒரு சிகரெட்டை விரும்புகிறார்”.

“தோழர் டெஷெங் ஒரு புகை கேட்கிறார்!”

“ஒரு புகை!” ஒரு புகை!” ஒரு புகை!”

மாவோ வடக்கு ஷான்ஷியில் போரிட்டுக் கொண்டிருந்த பொழுது அவருடைய புனைப் பெயர் ‘லீ டெஷெங்’ அவருடைய மோசமான உடல்நிலை காரணமாக அவர் புகைப்பிடிப்பதை சில காலமாக நிறுத்தியிருந்தார், ஆகவே அவருடைய மெய்க்காவலர்கள் எவரும் சிகரெட் எதையும் வைத்திருக்கவில்லை. அந்த தொடர்ச்சியாகக் கொட்டுகிற மழையில் தெப்பமாக நனைந்து விட்டிருந்த எங்களிடம் இவ்வாறு சிகரெட் கேட்கப்படுமென்று யார் கனவு கண்டிருக்க முடியும்?

ஒரு பாறையின் மீது அமர்ந்த மாவோ இன்னும் தனது விரல்களை உயர்த்திவைத்திருந்தார். தான் இன்னும் காக்க வைத்திருப்பதைக் கண்ட அவர், எங்கே என்னுடைய சிகரெட்” என வெடித்துக் கர்ஜித்தார்.

தோழர் டெஷெங் கோபமடைந்துவிட்டார். உடனடியாக நாங்களெல்லாம் சிகரெட் இருக்கிறதாவென்று எங்களுடைய பாக்கெட்டுகளில் தேடத் துவங்கினோம். அப்பொழுது படைவரிசையின் கீழ்ப்பகுதியில் படபடப்புடன், பேசிக் கொண்டது காதில் விழுந்தது, அதே சமயம் ஒரு சளசளத்துக் கொண்டிருந்த கும்பல் புடை சூழ மாவோவின் குதிரைக் காப்பாளர் ஒளி வீசும் களிப்பான முகத்துடன் வந்து சேர்ந்தார். எவ்வளவு வரவேற்கத்தக்க காட்சி! அந்தக் குதிரைக்

காப்பாளர் ஒரு மஞ்சள் எண்ணைத் துணியில் சுற்றி வைக்கப்பட்டிருந்த தீக்குச்சிகள், சிகரெட்டுகள் சகிதம் நின்றார்.

சூ-என்-லாய் உத்தரவிட்டிருந்தபடி ஒரு லேசான, பருத்திவைத்துத் தைத்த இரட்டை அடுக்கு கொண்ட மெத்தையை மாவோவுக்கு மேல் விரித்துப் பிடித்தனர்.

இன்னும் ஆழ்ந்த சிந்தனையுடனிருந்த மாவோ, சிகரெட்டைப் பற்றவைத்தார். அதன் புகையை ஆழமாக உள்ளே இழுத்தவர், அது எரிவதைப் பார்த்துக் கொண்டிருந்தார். பிறகு அவர் அப்படியே மூச்சை அடக்கினார். உடனே அந்த சிகரெட்டிலிருந்து எழுந்த புகை மேலேழுந்து செல்வதை நாங்கள் அண்ணாந்து பார்க்கத் தொடங்கினோம். பீரங்கிகளின் பெருத்த முழக்கங்களைக் கேட்க முடிந்தது. ஆனால் மாவோ அதைக் கவனிக்கவில்லை போல் தோன்றியது. அவருடைய புருவங்களிடையில் ஒரு ஆழமான பள்ளம் கோடிட்டது. பிறகு அவருடைய மூக்குத் துவாரங் களிலிருந்தும், பற்களுக்கிடையிலிருந்தும் புகை மூட்டங்கள் வெளியேறின, அவை முழுமையாக வெளியேறுவதற்கு முன்னதாக திரும்பவும் உஸ்ஸென்ற ஓசையுடன் உள்ளே இழுத்துக் கொள்ளப்பட்டன.

ஒரு நொடியோ அல்லது ஒரு யுகமோ என்று தோன்றிய காலத்திற்குள் சிகரெட் ஒரு சிறிய துண்டாகஎரிந்து போனது. மாவோ திடீரென்று அந்தப் பாறையின் மேலிருந்து எழுந்தார், பழி வெறியுடன் அந்த சிகரெட் துண்டைத் தூக்கி வீசிய அவர் பூமியே அதிரும் குரலில், “நாம் மஞ்சள் ஆற்றைக் கடக்கப் போவதில்லை,” என்றார்.

அந்த நதி கிளைவிட்ட ஓரத்தில், அவருடைய எட்டுகள் உறுதியாக இருக்க, அவசரமேதுமின்றி மாவோ திரும்பவும் தமது நடையைத் தொடர்ந்தார். அவரிடம் அவருடைய மெய்க்காப்பாளர் ஓடி வந்தார், ஆனால் அவரை மாவோ எரிச்சலுடன் நிறுத்திவிட்டார். அவர், தனியாக, எதிரியின் அடர்த்தி மிக்க துப்பாக்கிகளை எதிர்கொண்டு, நாங்கள் பல நூறுபேர்கள் பின் தொடர, நடந்தார். இதுபோன்ற ஒரு மோதலில், தோட்டாக்களின் மழை பொழிவதிருக்கட்டும், எதிரிப்படையினரின் ஒரேஒரு தோட்டா சரித்திரத்தின் திசை வழியையே மாற்றியிருக்கும். ஆனால் ஏதோ ஒரு அற்புதம் நிகழ்ந்ததைப் போல, ஒரு மேட்டின் பின்னர் மறைகின்றவரை ஒரு சில நூறு அடிகள் எதிரியின் துப்பாக்கிகளுக்கு நேர் முன்பாக நடந்து கடந்து மாவோ செல்லும் வரை ஏனோ அலைகள் மௌனமாக இருந்துவிட்டன....

“டுமீல்!”

எதிர்பாராத விதமாக ஒரு துப்பாக்கி வெடித்துவிட்டது போலவோ அல்லது மா-சே-துங்கிற்கு மரியாதை செலுத்தும் வேட்டு போலவோ அது இருந்தது. பின்னர், ஏதோ தூக்கத்திலிருந்து தடாலென்று எழுந்தவர்களைப் போல எதிரித்துருப்புகள் சுடத்தொடஙகின, அதன் பெருத்த ஓசை காற்றை நிரப்பியது.

இதுபோன்ற எதிரிகளுடனான அதிசயிக்கத்தக்க மோதல்கள் வடக்கு ஷான்ஷியில் திரும்பத்திரும்ப மூன்று, நான்கு முறைகள் யுத்த காலத்தில் இடம் பெற்றன.

இந்த துப்பாக்கி சத்தங்களைக் கண்டு கொள்ளாத மாவோ சற்று ஓய்வெடுக்க அமர்ந்தார், அமர்ந்தவர் பெய்ஜிங் ஓ ராவி பாடப்படும் ஒரு பாடலின் சில வரிகளைப் பாட ஆரம்பித்துவிட்டார்.

இந்த ஓய்வுக்குப் பிறகு மாவோ ஒரு குன்றின் மேலேறினார். பாதி வழியிலிருந்த, எழுபதிலிருந்து எண்பது வீடுகளிருந்த ஒரு கிராமத்தில் நின்றார். தண்ணீரோ மரங்களோ பெரிதாக ஒன்றும் காணப்படாத ஒரு கிராமம் அது. அங்கு மழைவேண்டி பிராத்தனை செய்வதற்கென வெள்ளை டிராகன் என்றழைக்கப்படுகிற ஒரு கோயில் இருந்தது. அந்த கிராமத்திற்கு மாவோ வந்தபொழுது பெரும் மழைப்பொழிவும் உடன் நிகழ்ந்ததால் அந்த கிராம மக்கள் மாவோவை அந்த டிராகனின் அவதாரம் என்று எடுத்துக் கொண்டனர். குன்றின் கீழே லியூ கன்-னின் படைகள் திறந்த வெளியில் தற்காலிக முகாம் அமைத்துத் தங்கின, அவர்களது கனப்பு நெருப்புகள் கண்ணுக்கெட்டிய தூரம் வரையில் நிறைந்து காட்சியளித்தன. அந்த இரவு அந்தக் குன்றின் மேல் தூங்கினார்; மழை கொட்டிக் கொண்டிருக்கையில் அவர் பலத்த குறட்டையிட்டார்.

அடுத்த நாள், ஆகஸ்ட் 19 அன்று மே ஜிலாங், வாங் டோங்ஜிங் ஆகியோர் என்னைக் கூப்பிட்டனுப்பினர். அப்பொழுது மத்தியக் குழுப் படைப்பிரிவின் தலைமை அலுவலக அதிகாரியாக யே-ஜிலாங்கும் அவருடைய உதவியாளராக வாங்கும் இருந்தனர். கிராமத்திலிருந்த குகைவீட்டின் (குன்றுகளின் அல்லது மலை முகடுகளின் ஓரங்களில் குடைந்து அமைக்கப்பட்ட குகை வீடுகள் வடக்கு ஷான்சி பிரதேசத்தில் சர்வசாதாரணமாகக் காட்சியளிக்கும்.) முன் புறம் நாங்கள் சந்தித்தோம்.

யே பேசும் பொழுது எடுத்த, எடுப்பிலேயே விஷயத்திற்கு வந்துவிடுவார், "உனது பணியில் ஒரு மாற்றம் செய்யப்பட்டிருக்கிறது" என்றவர், "நீ மாவோவின் மெய்க்காவலனாகப் பணிபுரிய வேண்டுமென நாங்கள் விரும்புகிறோம். இத்தனை வருடங்களாக மெய்க்காப்பாளனாகப் பணிபுரிந்திருக்கிறாய், நல்ல அனுபவமும் உனக்கு உண்டு," என்றார்.

"இந்தப் பணிமாற்றம் செய்யப்பட்டிருப்பதன் பொருள் உன்னை நாங்கள் நம்புகிறோம்" என்பது தான். இந்த முடிவை எட்டுவதற்கு முன் நாங்கள் வெகுவாக ஆலோசனை செய்தோம், என்று கூறிய வாங், தங்களுடைய இந்த அரசியல் முடிவின் முக்கியத்துவத்திற்கு அழுத்தம் தரும் வகையில், "இது ஒரு பெருமையளிக்கும் பணி முக்கியத்துவம் வாய்ந்ததும் கூட. இந்த நம்பிக்கையை நீ வீணாக்கிவிடக் கூடாது," என்று மேலும் சேர்த்துக் கூறினார்.

அவர்களுடைய இந்த முடிவைப் பற்றி நான் என்ன நினைக்கிறேன் என்பதைக் கூறத் தயங்கிய நான், தலையைத் தொங்க விட்டுக்

கொண்டேன். நேற்றைய தினம் தான் திடீரென்று ஒரு கோபத்தில் தனது மெய்க்காப்பாளரான யான் யோன்ஷெங் என்பவரை மாவோ டிஸ்மிஸ் செய்திருந்தார். எனது பதினோறாவது வயதில், பத்து வருடங்களுக்கு முன்பு, படையில் சேர்ந்திருந்த நான், முதலில் ஒரு எடுபிடி ஆர்டர்லியாகவும், பிறகு ஒரு கார்டாகவும், இப்பொழுது மெய்க்காப் பாளராகவும் பணிபுரிந்திருந்தேன், எனவே அவர்களுடைய இந்த முடிவு எனக்கு ஆச்சரியமெதையும் தரவில்லை. ஆனால் படையில் என்னைப் போல இத்தனை காலம் பணி புரிந்திருந்தவர்களெல்லாம் லெப்டினன் கர்னல் அல்லது கர்னல் அளவில் அதிகாரிகளாகியிருந்தனர்.

“அப்புறம், நீ என்ன சொல்கிறாய்,” என்றார் யே. அதுவொரு வழக்கமான கேள்விதான். ஆனால் நான், “முடியாது, அவருடைய மெய்க்காப்பாளனாக இருக்க என்னால் முடியாது, நான் மெய்க்காப் பாளனாக நீண்ட நாட்களாக இருந்துவிட்டேன்.” என திடீரென்று உளறிக்கொட்டிவிட்டதை உணர்ந்தேன்.

இப்படியொரு பதில் வருமென்று எதிர்பார்க்காத அவர்கள் சற்றுத் திகைப்படைந்தவர்களாகவும், தர்மசங்கடப்படுபவர்களாகவும் தோன்றினார்கள். மறுப்புத் தெரிவிப்பதில் சறறு அதிகமாகச் சென்று விட்டேனென்பதை உணர்ந்து கொண்ட நான், “ஆனால், இதுதான் கட்சியின் முடிவு என்றால் நான் இதற்கு உடன்படுகிறேன்” என்று கூறினேன்.

யே, சற்று நிம்மதியடைந்தவராக, “நீ சொல்வதைக் கேட்பதில் எனக்கு மகிழ்ச்சி, இந்தப் புதிய கடமைக்கு நீ தகுதியானவன் தான் என்பதை நிரூபிப்பாய் என்று நான் நம்புகிறேன்,” என்றார்.

புருவங்களை வெறித்துக் கொண்ட வாங், “உனது பணியை இன்றே நீ துவங்கலாம். இந்த விஷயத்தில் ஒரு இறுதி முடிவு எடுக்கப்படும் வரையில் இது ஒரு தற்காலிகமான ஏற்பாடுதான் என்று சொன்னார்.

மா-சே-துங்கின் அருகில் இவ்வாறு தான் நான் கொண்டுவந்து சேர்க்கப்பட்டேன். படை அணிவகுத்துச் சென்று கொண்டிருந்த ஒரு நாள், மாவோவிற்கும், சூஎன்லாய் ஆகியோருக்கிடையில் தான் நான் சென்று கொண்டிருந்தேனென்றாலும் அன்று முழுவதும் மாவோ என்னிடம் ஒரு வார்த்தை கூடப் பேசவில்லை, என் பக்கம் பார்க்கக் கூட இல்லை. எனக்குச் சந்தேகமாகி விட்டது. “எங்களிடையே நடைபெற்ற அந்த உரையாடலை யே, வாங் ஆகியோர் சேர்மனிடம் சொல்லியிருக்க வேண்டும், அதைக் கேட்டதும் சேர்மன் என்னிடம் கோபம் கொண்டிருக்க வேண்டும்,'' என்று எனக்கு நானே சொல்லிக்கொண்டேன். என் மனதிலிருப்பது என்னவென்றறியாத அவர்கள், எதற்காகப் பேசும் சிரமத்தை எடுத்துக் கொண்டு மூச்சை வீணாக்க வேண்டுமென்று நினைத்திருக்கக் கூடும்.

அந்த மழையில், அந்த மலையில், தடுமாறி விழுந்தெழுந்து இறங்கும்படி நாங்கள் விரட்டிச் செல்லப் பட்டோம். அந்த

மலையடிவாரம் வரை நதி ஏறியிருந்தது, நீந்தத் தெரிந்தவர்கள் வாங் டோங்ஜின்னின் வழிகாட்டுதலில் அந்த நதியின் மீது ஒரு பாலத்தை அமைத்துக் கொண்டிருந்தார்கள். துரத்திவந்த துருப்புகள் மலையுச்சியை அடைந்துவிட்டன, அவர்களுடைய துப்பாக்கிகளின் வெடியோசை எங்களுக்குக் கிலியை ஏற்படுத்தத் தொடங்கியது.

வீரர்கள் பாலம் கட்டிக் கொண்டிருந்த இடத்தைப் பார்த்ததன் பின்னர் அலுவலக அதிகாரி லியூவிடம் மாவோ சொன்னார், "அவர்கள் இதைக்கட்டி முடிப்பதற்கு சற்று நேரமாகும் போல் தெரிகிறது. ரேடியோ டிரான்ஸ்மீட்டரைத் தயார் செய்"

ரேடியோ வேலை செய்ய ஆயத்தமான பிறகு, ஒரு அதிசயம் போல எங்களிடையே அமைதி திரும்பிவிட்டது, முன்னதாக எங்களைக் கவ்விப் பிடித்திருந்த கவலைபறந்துவிட்டது. நாங்கள் பரப்பிப் பிடித்திருந்த காட்டன் மெத்தை விரிப்பிற்குக் கீழே அமர்ந்திருந்த மாவோ, யுத்தக் களங்களிலிருந்து வந்திருந்த தந்திகளைப் படித்துவிட்டுத் தனது கட்டளைகளை பென்சிலால் எழுதியவர் பல்வேறு களச்சேனைகளின் தலைமையகங்களுக்கு அவற்றை ரேடியோ மூலம் அனுப்பி வைப்பதற்காக லியூவிடம் தந்தார்.

இரைந்து கொண்டுவந்த சிலபகை விமானங்கள் எங்களது தலைகளுக்கு மேல் வட்டமிட்டன. மலையடிவாரத்தில் பாதுகாப்பாகப் பதுங்கிக் கொள்ளும்படி நாங்கள் மாவோவைக் கேட்டுக் கொண்டோம், ஆனால் அவரோ தான் படித்துக் கொண்டிருந்த தந்திகளிடமிருந்து கண்களை அகற்றாமலேயே, தனது பென்சிலால் மேகங்களுக்கிடையில் மறைந்து கிடந்த மலைஉச்சியைச் சுட்டிக்காட்டியபடி சொன்னார், "அவர்கள் கொல்லப்படுவதை விரும்புவார்களா என்ன?

என்ன செய்ய வேண்டுமென்பது உங்களைவிட அவர்களுக்கு நன்றாகத் தெரியும்," அவர் சொன்னது போலவே, அந்த விமானங்கள் கீழே கரணமடிக்கவுமில்லை தங்களுடைய குண்டுகளை வீசவுமில்லை, சிறிது நேரம் வட்டமடித்தபின்னர் அவை ஏமாற்றத்துடன் திரும்பிப் பறந்துவிட்டன.

பாலம் இப்பொழுது தயாராகிவிட்டது. பெரும் பாறைகளில் இறுகக்கட்டப்பட்ட தடித்த கயிறுகள் சேற்றில் புதைந்தவாறு இரு கரைகளுக்கும் நீண்டுகிடந்தன. கீழே நதியில் பாறைக்குவியல்கள் கிடந்தன. நதியின் இரண்டு பக்கங்களிலுமிருந்த வீடுகளின் கதவுகள் கயிறுகளின் மீதும், பாறைக்குவியல்களின் மீதும் போடப்பட்டிருந்தன. இடுப்புவரை ஆடைகளைக் களைந்திருந்த குழுக்குழுவான படை வீரர்கள் வேகமாக நீரோட்டத்தில் காலத்தின் தாங்கு தூண்களாக நின்று கொண்டிருந்தனர். நதியை அடைந்த மாவோ நின்றார். அந்தத் தூண்களைக் கண்டதும் அது மாவோவின் மனதைத் தொட்டுவிட்டது போலும் அவரது கண்கள் கசிந்தன. அவரது தோள்களுக்குப் பின்னால் பார்வையை வேகமாக வீசிய அவர், பின்னாலிருந்தவர்களிடம் கூறினார்,

"தோழர்களே, முதலில் நீங்கள் கடந்து செல்லுங்கள்" தோழர்கள் ஒரு குரலில் உரத்துச் சொன்னார்கள், "நீங்கள் முதலில் செல்லுங்கள், தோழர்டெஷெங்".

"நீங்கள் முதலில் செல்லுங்கள் தோழர் டெஷெங்" 'தூண்களும்' இதில் இணைந்து கொண்டனர்.

ஆனால் மாவோ விடவில்லை வலியுறுத்தினார். கரைகளிலும், நதியிலுமிருந்தவர்கள் நகர மறுத்தார்கள், தங்களது வேண்டுகோளைத் திரும்பவும் வைத்தனர், " நீங்கள் முதலில் கடந்து செல்ல வேண்டுமென நாங்கள் விரும்புகிறோம், தோழர் டெஷெங்" அவர்கள் ஒரு சில நூறு பேர்கள் தான், ஆனால் அவர்களது குரல்கள், பள்ளத்தாக்கினால் பன்மடங்கு பெருக்கப்பட்டு ஒலித்த அவர்களது குரல்கள் ரத்தத்தைக் கொதிக்க வைக்கக் கூடிய அளவுக்கு வலிமையாக இருந்தது. அப்பொழுது பாலத்திலேறிய சூயென் லாய், இந்த முனையிலிருந்து அந்த முனைக்கு நடந்து சென்று திரும்பவும் இந்த முனைக்கு வந்து, அதனுடைய பாதுகாப்புத் தன்மையை உறுதி செய்து கொண்ட பிறகு, மாவோவிடம் சென்று மெல்லிய குரலில் சொன்னார், "தோழர்கள் உங்களுக்கு முன்னதாகப் போகப் போவதில்லை, தோழர் சேர்மன், நதிக்குள்ளிருக்கும் வீரர்களை குளிர் அடித்து விடுவதற்கு முன்னதாக நாம் பாலத்தில் ஏறிக் கொள்ளலாம், வாருங்கள்".

குரல்கள் ஓங்கியொலிப்பது தொடர்ந்தது. நதிக்குள்ளிருந்தவர்களையும், கரையில் இருந்தவர்களையும் ஒரு பார்வை பார்த்தார். பிறகு தான், அதன் பிறகு தான் என் முகத்தை முழுமையாகப் பார்த்தார். உடனே எனது முகம் சிவந்து போனது. தோழர்கள் தங்களது வேண்டுகோளை உரத்து ஒலித்துக் கொண்டிருந்த பொழுது விளங்கிக் கொள்ள முடியாத ஒரு அவமான உணர்வு என்னைச் சூழ்ந்து கொண்டது, இருந்து, நான் தவறாகப் புரிந்து கொள்ளப்படுகிறேன் என்கிற உணர்வு ரகசியமாக என்னை ஆட்கொண்டது.

நான் உடனடியாகப் பின் தொடர மாவோ பாலத்தின் மீது ஏறினார். கொந்தளித்துக் கொண்டிருந்த நதியைக் கடந்து நாங்கள் நடந்தோம்.

ஒரு நாள் யாங்ஜியா யுவான் சியில் நாங்கள் முகாமிட்டிருந்தோம். பாதுகாப்புப்பிளாட்டூன் தலைவர் யான் சேங்ளினும் சிலமெய்க்காவலர் களும் எங்களது ஆடைகளை உலர வைப்பதற்காக நெருப்பு மூட்ட முயன்று கொண்டிருந்தனர். மாவோ ஒரு 'காங்' (பாரம்பரியமாக சுட்ட களிமண்ணால் கட்டப்பட்ட, ஒரு உயரமான மேடை போன்ற படுக்கை, அது அடுப்பிலிருந்து வரும் புகை போக்கியினூடாக வரும் புகையினால் சூடுபடுத்தப்படும், அது கடுமையான வடக்கத்திய பணிக்காலங்களின் பொழுது அதன் மேல் அமர்ந்திருப்பவர்களுக்கு கதகதப்பை அளிக்கும்.) மீது சம்மணமிட்டு அமர்ந்து கொண்டு ஒரு எண்ணை விளக்கின் வெளிச்சத்தில் ஒரு ராணுவ வரைபடத்தை ஆராய்ந்து கொண்டிருந்தார்.

விறகு பற்றியெரியாத அளவுக்கு ஈரமாக இருந்ததால், எதிரேயிருப்பவர் கூட, புலப்படாத அளவுக்கு அடர்த்தியான புகையைக் கக்கியது. மாவோ பலமாக இருமினார், புகையில் பொங்கிய கண்ணீரைத் துடைத்துக் கொண்டே யான் என்னிடம், “சுத்தமான காற்றுக்கிடைக்க தோழர் டெஷெங்கை வெளியே கூட்டிச் செல், சீக்கிரம்,” என்று சத்தம் போட்டார். நானும் இருமிக் கொண்டிருந்தேன். ஒரு காலைக் ‘காங்-கின் மீதும் மறுகாலை தரையில் வைத்துக் கொண்டு படுக்கையிலிருந்து மாவோ இறங்குவதற்கு உதவ முற்பட்ட நான், “வாங்க, கொஞ்சம் சுத்தமான காற்றைப் பெறலாம் தோழர் டெஷெங், புகை போனதற்குப் பிறகு வரைபடத்திற்குத் திரும்பலாம்” என்றேன்.

மாவோ எனது கைகளைத் தள்ளிவிட்டார். அந்த வரைபடத்தில் மேலும் சில குறிகளையிட்ட மாவோ, ‘காங்’கின் மேலிருந்து உதவியேது மில்லாமலேயே இறங்கினார். தனது வழியெல்லாம் இருமிக்கொண்டு தானே வெளியேறினார்.

மழை நின்றுவிட்டது; மறைகின்ற மேகங்கள் ஒளிவீசும் விண்மீன்கள் பதித்த வானத்தை வெளிக்காட்டியது. மாவோ நின்றார், காற்றில் ஒரு ஆழ்ந்த மூச்சைஉட்சுவாசித்தவர், இருமி சளியை வெளியேற்றினார். புகையால் திரண்ட கண்ணீரைத் துடைத்தவர் முன்வாசலில் தேங்கிக் கிடந்த சிறு, நீர்குட்டைகளுக்கிடையில் வழிபார்த்துக் கொண்டு மெதுவாக நடைபோட்டார். நான் அருகிலேயே பின் தொடர்ந்ததை அவர் கேட்டிருக்க வேண்டும், எனினும் அவர் பின்புறம் திரும்பவில்லை. எங்களுக்கிடையிலிருந்த தவறான புரிதல் மிகவும் பெரிது போலும்... சோகம் என்னைத் திணறவைத்தது.

மாவோ திடீரென நின்றார். வானத்தைப் பார்த்துக் கொண்டே என்னிடம் மெதுவாகக் கேட்டார். “உன் பெயரென்ன?”

நான் திகைத்துப் போனேன். மாவோ, கடைசியாக இதோ என்னிடம் பேசிவிட்டார்! சுதாரித்துக் கொண்ட நான் அட்டென்ஷனிலிருந்து கொண்டு பதிலிறுத்தேன், “என்னுடைய பெயர் லீ யின் கியோவோ, தோழர் சேர்மன்”

“ லீ-யின் (வெள்ளி)- கியாவோ (பாலம்)” அல்லவா” என்று கூறிய மாவோ இன்னும் வானத்தையே பார்த்துக் கொண்டிருந்தார். “ஆனால் அது ஏன் ஜின் (தங்கம்) கியாவோஆக இருக்கக் கூடாது? எந்த ஊரிலிருந்து வருகிறாய்”

“ஹே பே- மாகாணத்திலுள்ள ஆன் பிங் கிராமம்”.

“உன்னுடைய பெற்றோர்கள் என்ன செய்கிறார்கள்?”

“எனது தந்தை ஒரு விவசாயி. வயல்களில் வேலை. அதிக வேலையில்லாத சமயங்களில் கொஞ்சம் தானிய வியாபாரம் செய்வார். எனது தாயார் இல்லத்தரசி, ஆனால் வயல்களில் வேலை அதிகமாக இருக்கும் பொழுது அவரும் அதில் சேர்ந்து கொள்வார்.”

"எனது குடும்பம் பெரிதும் எனது குடும்பத்தைப் போலவேயிருக்கிறது. உனது பெற்றோர்களில் நீ யாரை அதிகம் நேசிக்கிறாய்? அம்மாவையா, அல்லது அப்பாவையா?"

"எனது தாயாரை அதிகம் விரும்புகிறேன். எனது அப்பாவின் மூளை சுறுசுறுப்பானது, கணக்கு வழக்கெல்லாம் நன்றாகப் போடுவார், ஆனால் முன் கோபி, நிறையக்குடிப்பார். நாங்கள் ஒரே மாதிரியான உணவை உண்பதில்லை. அவர் பணியார தோசை உண்ணுகையில் பாக்கியிருக்கும் நாங்கள் கரடுமுரடான சோள பண்களை உண்போம். அவர் சிறிய தவறுகளுக்கெல்லாம் மற்றவர்களை அடித்துவைப்பார். எனது தாயார் அன்புள்ளம் கொண்ட பெண்மணி. அவர் மற்றவர்களை அன்போடு நடத்துவார். நான் அவரைக் கூடுதலாக விரும்புகிறேன்."

"உனது குடும்பத்தைப் பற்றி நீ கூடுதல் சொல்லச்சொல்ல நான் உன்னை கூடுதல் நெருக்கமானவனாக உணர்கிறேன். உனது தாயார் புத்தமதத்தவராக இருக்க வேண்டும்."

"அது உங்களுக்கு எப்படித் தெரியும்?"

"அவர் கருணையுள்ளம் கொண்டவரென்று சொன்னாயல்லவா. பௌத்தர்களெல்லாமே அப்படித்தானிருப்பார்கள். அவகள் கருணையுணர்வு கொண்டவர்கள்"

நான் அசந்து போனேன். எத்தனையோ அரசியல் உரைகளுக்குப் பிறகு, மாவோ சொன்ன இவையெல்லாம் என்னை வியப்பில் ஆழ்த்தியது. உடனடியாக எங்களுக்கிடையிலிருந்ததாக நான் உணர்ந்திருந்த தொலைவு மறைந்துபோனது, அத்துடன் என்னிடமிருந்த பெரும்பாலான தயக்கமும், இறுக்கமும் போய்விட்டது. தாழ்ந்த குரலில் நான் கேட்டேன், "உங்களுடைய தாயாரும் பௌத்தர்தானே"?

"நானும் எனது தாயாரைத்தான் அதிகம் விரும்புகிறேன். ஆமாம், அவரும் பௌத்தர் தான், தங்கமான இதயம் படைத்தவர். நான் சிறுவனாக இருக்கும் பொழுது வழிபடுவதற்காக என்னைக் கோவில் களுக்கு அழைத்துச் செல்வார். ஆனால், நான் ஆளான பிறகு வழிபடு வதை விட்டுவிட்டேன். நீ எவ்வளவு தான் கடுமையாக வழிபட்டாலும் அது மக்களின் வேதனையை நீக்கி விடுவதில்லை"

"வழிபடுவதை விட கிளர்ந்தெழுவது மேலானது?"

"நன்றாகச் சொன்னாய்" அதை ஒத்துக் கொண்டு தலையை அசைத்த மாவோ தனது நடையை மீண்டும் தொடர்ந்தார். மறுபடியும் நின்ற அவர், என்னைப் பார்த்துக்கேட்டார், "சரி, நீ என்னுடைய மெய்க்காப்பாளனாக இருக்க விரும்புகிறாயா?"

அந்த கணத்தில் எனது இதயம் துடிப்பதை நிறுத்திவிட்டிருக்க வேண்டும்: நான் முழு ஊமையாகிப் போனேன். எனது தலையைக் குனிந்து கொண்டேன். நான் என்ன சொல்ல வேண்டும்? மாவோ எனது விருப்பமின்மையை அறிந்திருக்க வேண்டுமென்பதை எல்லா

அறிகுறிகளும் காட்டின. உண்மையை மறைத்து ஒரு வேடதாரியாகி விடுவதைவிட, உண்மையைக் கூறிவிட்டு அதனால் வரும் துன்பத்தை அனுபவிப்பது மேலென்று நான் முடிவெடுத்துவிட்டேன்.

"நான் விரும்பவில்லை," என்று எனது பதிலை முணுமுணுத்தேன்.

அமைதி, தாங்க முடியாத அமைதி. என்ன வாழ்நாளிலேயே இதுபோல் புகலற்றவனாக என்றுமே உணர்ந்ததில்லை. எனது வாய்க்குள் இந்த பதிலை யாரோ ஒருவர் வைத்துவிட்டது போலவும் அதை நான் இயந்திரத் தனமாக ஒப்புவித்துவிட்டது போலவும் தோன்றியது.

அமைதியை உடைத்த மாவோ சற்றுச் சிரமப்படுகிற குரலில் சொன்னார், "அப்படியா, சரி எதுவாகிலும், என்னிடம் நீ உண்மையைச் சொன்னது பாராட்டுக்குரியது; அது எனக்குப் பிடித்தது. ஆனாலும் எனக்காகப் பணிபுரிய நீ ஏன் விரும்பவில்லை என்பதை என்னிடம் சொல்வாயா?"

"நான் இந்த வேலையை நீண்ட காலமாகச் செய்து வருகிறேன். 1938ல் நான் படையில் சேர்ந்ததிலிருந்து நான் வெறும் எடுபிடியாக மட்டுமே இருந்து வருகிறேனேயல்லாமல் வேறு எதுவாகவுமிருக்கவில்லை. நான் போரிடும் வீரனாக இருக்க விரும்புகிறேன்."

"அது சரி, ஒரு 'முப்பத்தி எட்டுக்காரன்' இன்னும் ஒரு காவலாளி; பெரிய முன்னேற்றம் எதுவுமில்லை என்று தான் சொல்ல வேண்டும். ஓ, அதுதான் காரணமா? உதாரணத்திற்கு என்னிடம் சேர்வதை விட நீ சூயென் லாயிடமே இருந்துவிட விரும்புகிறாயா.... ஜப்பானிய ஆக்கிரமிப்பாளர்களுக்கெதிரான ஒரு முழுவீச்சிலான யுத்தத்திற்குச் சீனா எழுச்சி கொண்டபோது நடைபெற்ற 1938-ன் புரட்சியில் இணைந்து கொண்டவர்தான் ஒரு 'முப்பத்தி எட்டுக்காரர்' என்பவர்.

"அய்யோ! நான் அந்த அர்த்தத்தில் சொல்லவில்லை" என்று உரத்து ஆட்சேபித்து பொழுது எங்கே நான் தவறாகப் புரிந்து கொள்ளப் படுவேனோ என்கிற அச்சத்தில் எனக்கு வியர்க்கத் தொடங்கிவிட்டது. "போரில் களம் காண வேண்டுமென்பது தான் என்றுமே எனது விருப்பமாக இருந்து வந்திருக்கிறது. சில காலமாக சூயென் லாயிடம் பணிபுரிந்திருக்கிறேன், நான் என்ன விரும்புகிறேனென்பது அவருக்குத் தெரியும். நிலைமை மேம்படும் பொழுது என்னைப் போக விடும்படி அவரிடம் கேட்பது எனக்குச் சுலபமாகவிருக்கும். நான் உங்களிடம் வந்து சேர்ந்தவுடனேயே என்னைப் போக விடும்படி உங்களை நான் எவ்வாறு கோர முடியும்?"

"நான் உன்னைப் போகவிடமாட்டேனென்பது உனக்கெப்படித் தெரியும்?"

" நீங்கள்.... நீங்கள் மாற்ற விரும்புவதில்லை"

என்னது? நான் மாற்றங்களை விரும்புவதில்லையா? யார் அப்படிச் சொன்னது?" "யார் சொன்னார்களென்பதை விடுங்கள். உங்களிடமுள்ள அந்தப் பழைய குதிரைக்கு மாற்றாக அதைவிட நல்ல குதிரையை நீங்கள்

விரும்பவில்லை. எதுவெல்லாம் உங்களுக்குப் பழக்கமாகி விடுகிறதோ- உங்களுடைய இந்த உடைகள், அந்த எழுதுகிற தூரிகைகள், மைக்கூடு, டீக் குவளைகள்-அவற்றுடன் நீங்கள் உணர்வுப்பூர்வமாக ஒன்றிவிடுகிறீர்கள், அவற்றிற்குப் பதிலாகப் புதியவைகளை மாற்றிக் கொள்ள மறுக்கிறீர்கள், இத்தனைக்கும் புதியவைகள் அவற்றைவிட மேம்பட்டவைகளாக இருக்கின்றன. நீங்கள் இப்பொழுது பயன்படுத்திக் கொண்டிருக்கும் இந்த வில்லோ மரக் கைத்தடியை எடுத்துக் கொள்ளுங்கள். அது ஒரு சாதாரண மரக் கைத்தடி தானே, இல்லையா? சன் சென்குவோ தன்னுடைய சாமான்களை சுமந்து செல்வதற்குப் பயன்படுத்தியது தானே அது. அவர் யேனானை விட்டுச் செல்லும் பொழுது அதை உங்களுக்குக் கொடுத்துவிட்டுப் போனார். இப்பொழுது அதை விட்டு வேறொரு தடியைப் பயன்படுத்த நீங்கள் மறுக்கிறீர்கள். அன்றைக்கு அது விழுத்த போது அதை விட்டு வேறொரு புதிய தடியைப் பெற்றுக் கொள்வதை விட்டுவிட்டு அதையே திரும்பவும் எடுத்துவரச் செய்தீர்கள். ஒரு மரத்தடியைப் பிரிவதை வெறுக்கும் நீங்கள் சுவாசிக்கிற ஒரு மனித உயிரை, அவரின் சேவைகளுக்குப் பழகிப் போய் விட்டால், அவரைப்போக விட உங்களுக்கு மனம் ஒப்புமா?

"ஹஹ், ஹா, ஹா" எனச் சிரித்த மாவோ, "நீ என்னை நன்றாகக் கூர்ந்து கவனித்திருக்கிறாய், இல்லையா? எப்படியோ, உன்னை எனக்குப் பிடித்திருக்கிறது. எனக்காகப் பணிபுரிய வேண்டுமென விரும்புகிறேன். நான் என்ன செய்யலாம்? யாராவது ஒருவர் சமரசம் செய்துகொள்ள வேண்டியது தான்," என்றார்.

"அப்படியானால் அது நானாகத்தான் இருந்தாக வேண்டும்."

"இல்லை, அது உனக்கு நியாயமானதாக இருக்காது. நாம் இரண்டுபேருமே சமரசம் செய்து கொள்ளுவோம்," என்று சொன்ன மாவோ, என்னைக் காரியார்த்தமாகப் பார்த்துக் கொண்டே தொடர்ந்தார், " புரட்சியின் யதார்த்தம் புரிந்து கொள்ளப்பட வேண்டும். நீ எனக்குப் பணிபுரிந்தால், நம்மிருவரிடையிருக்கும் வேறுபாடு வேலைப் பிரிவினையில் மட்டும் தானிருக்கும், ஏனென்றால் நாமனைவரும் மக்களின் பணியாளர்கள். நீ எனக்குப் பணிபுரிந்தால், என் மூலமாக நீ மக்களுக்குப் பணிபுரிவாய். ஆனால் யதார்த்த உண்மையை உனக்குப்புரிய வைக்கும் முயற்சி மாத்திரம் போதுமானதாக இருக்காது. நீ ஒரு 'முப்பத்தியெட்டுக்காரன்' ஆனால் இன்னும் ஒரு மெய்க்காப் பாளனாகத்தானிருக்கிறாய், பணி மூப்பு அடிப்படையில் மூத்தவன் ஆனால் பதவியில் வெகு கீழே இருக்கிறாய். நான் உன்னை ஒரு தலைவனாக்குகிறேன்: நீ என்னுடைய மெய்க்காப்பாளர்களின் ஒரு குழுவின் தலைவனாக இருப்பாய்," என்றார், சிறிய இடைவெளிக்குப் பிறகு, தனது விரல்களை ஒன்று சேர்த்துப் பிடித்துக் கொண்டு சொன்னார்,"நீ என்னிடம் ஆறு மாதங்களுக்குக் கடன் அடிப்படையில் பணிபுரிய வேண்டும், நீ என்ன சொல்கிறாய்?" என்றார்.

பலமாகத் தலையை ஆட்டி ஒத்துக் கொண்டு நான், "மிகவும் நல்லது" என்றேன். "நல்லது. போய் யே ஷிலாங்கிடம் பேசு; அவர் என்னைப் பற்றி மேலும் சொல்லுவார்," என்று கூறிய மாவோ, கையை அசைத்து என்னை விடுவித்து விட்டு, நானில்லாமலேயே குகை வீட்டுக்குத் திரும்பிப் போய்விட்டார். எங்களுடைய இந்த உரையாடலுக்கு முன்னதாக, அவரிடம் வேலை பார்ப்பதில் எனக்கிருந்த விருப்பமின்மை அவரிடம் எடுத்துச் சொல்லப் பட்டதாகவும், அவருடைய உத்தரவுக்காகக் காத்திருந்தவர்களிடம், "வேறு எந்த ஆட்களையும் தேடிப்போக வேண்டாம். இவன் தான் எனக்கு வேண்டும்; என்று தனது உத்தரவை முழங்குவதற்கு முன்னதாக, ஒரு கனம் ஆச்சரியத்தில் ஆழ்ந்து விட்டதாகவும் நான் பின்னர் தெரிந்து கொண்டேன்.

என்னுடைய விருப்பமின்மை எவ்வளவு தானிருந்த போதிலும், என்னுடைய பணியில் எனது இதயத்தையும், ஆன்மாவையும், அர்ப்பணித்து ஈடுபட்டேன். பணியைப் பொருத்தவரை புரட்சி எனக்கு ஒரு ஆழ்ந்த கடமையுணர்வைப் புகட்டியிருந்தது. சோம்பல் என்பது நானறிந்திராதவொன்று, எனக்கு வெறுமனேயிருப்பது இயலாத ஒன்று. பத்தாண்டுகாலம் ஆர்டர்லியாகவும், பாதுகாப்பாளனாகவும் பணிபுரிந்திருந்த நான் ஒரு குறிப்பை அறிந்து கொள்வதில் என்றும் தவறியதில்லையென்பதுடன் நான் யாருக்குப் பணிபுரிந்தேனோ அவர்களின் நோக்கங்களைப் புரிந்து கொள்வதில் நல்ல தேர்ச்சி பெற்றிருந்தேன். ஆகையால் மாவோவின் வழிமுறைகளுடன் பரிச்சய மாகிக் கொள்வதற்கு அதிக காலம் பிடிக்கவில்லை. நான் என்ன செய்ய வேண்டுமென அவர் விரும்புகிறாரோ ஒரு குவளை தேநீர், உணவு, புத்தகங்கள், பேனாக்கள் அல்லது அவரைக் காண வந்தவர்களுக்கு அனுமதி மறுப்பது- எதுவாகட்டும் அவருடைய கண்களில் வெளிப்படும் பாவங்களைக் கண்டே என்னால் சொல்ல முடிந்தது. சில சமயங்களில் இந்தக் குறிப்பறிதல்களில்லாமலேயே அவர் விரும்பினாரோஅந்தப் பணிகளைச் செய்ததும் உண்டு. இது மாவோவை எந்த அளவுக்கு மகிழ்ச்சியடைய வைத்ததென்றால், பல சமயங்களில் எனது கைகளின் பின் பக்கம் தட்டிக் கொடுத்துக் கொண்டே, "நாம் நன்றாக இணைந்து செல்கிறோம். பணிகளைச் செய்யும் வழிமுறைகளைக் கண்டறிவதில் நீ மிகச் சிறந்தவன்" என்பார்.

ஆகவே, நான் எதை முன்னனுமானித்திருந்தேனோ அது உண்மையாகிவிட்டது: என் மீதான பிரியத்தை வளர்த்துக் கொண்ட மாவோவுக்கு என்னைப் போகவிட மனமில்லை.

1948 பிப்ரவரியில் ஒருநாள், மத்தியக் குழுவின் முன்னணிப் போர்முனை அலுவலகம் அமைந்திருந்த யாங்ஜியா கூ-வில் நான் மாவோவிற்குத் தேநீர் கொண்டு சென்றேன். அவர் அந்த குகை வீட்டினுள் முன்னும் பின்னும் நடந்து கொண்டிருந்தார், அவர் ஏதோ ஒரு மிக முக்கியமான விஷயத்தைப் பற்றிச் சிந்தித்துக் கொண்டிருந்தது

போல் தோன்றியது. அவருக்கு இடையூறாக இருக்கக் கூடாது என்பதற்காக ஓசையின்றி மேஜை மீது தேநீரை வைத்த நான் வெளியே செல்லச் சத்தமின்றித் திரும்பினேன். “யின் கியாவோ” எனக்குப் பின்புறமிருந்து அவர் என்னை அழைப்பதைக் கேட்டேன். “இப்பொழுது போக வேண்டாம். நான் உன்னிடம் பேச விரும்புகிறேன்”

பின்னால் திரும்பிய நான், “சொல்லுங்கள் தோழர் சேர்மன்?” என்றேன்.

“ இன்று தேதி பத்தொன்பது,” தனது விரல்களை ஒவ்வொன்றாகமடக்கிய மாவோ, “ஆகஸ்ட், செப்டம்பர், அக்டோபர்,...... இது பிப்ரவரி 19, நீ வந்ததிலிருந்து இன்றுடன் ஆறு மாதங்கள் முடிகிறது”....... என்னைப் பார்த்துக் கொண்டே குரலைத் தாழ்த்திய அவர் தயக்கத்துடன் கேட்டார், “இன்னும் நீ என்னை விட்டுப் போக விரும்புகிறாயா?”

இரண்டு கடமைகளுக்கிடையில் அல்லாடிய நான், தலையைக் குனிந்து கொண்டேன், ஆனால் அவரிடம் உண்மையைச் சொல்லிவிட முடிவெடுத்துவிட்டேன், “ஆமாம், நான் போக விரும்புகிறேன்.”

அவரது கண்களில் வெளிப்பட்ட ஏமாற்றம் என்னைத் துன்புறுத்தியது, “ஆனால், நீங்கள்....”

மாவோ தனது கைகளைக் கொண்டு ஒரு பலமான அசைவைச் செய்தார், “வேண்டாம், நாம் பின்பற்றி ஒழுக வேண்டிய நமது ஒப்பந்தமிருக்கிறது. நான் கொடுத்த வாக்கை என்றும் மீறியதில்லை,” என்றார்.

நான் அவரை விட்டு அகலவில்லை. “சரி இப்பொழுது என்னைப் போகவிட முடிவு செய்துவிட்டீர்கள். உங்களுடைய கடமை முடிவுக்கு வந்துவிட்டது. தேவையானால், நமக்குள் இன்னொரு ஒப்பந்தம் செய்து கொள்ளலாம்,” என்று கூறினேன்.

புன்னகைத்த மாவோ, “அருமை, இன்னுமொரு ஒப்பந்தம் செய்து கொள்வோம். மறுபடியும் அதை ஒரு ஆறுமாதங்களுக்கு வைத்துக்கொள்வோம். இன்னும் ஆறு மாதத்திற்கு எனக்கு நீ உதவுவாய், ஹூ ஜோங் நானை நான் தோற்கடிப்பதை நீ பார்க்கப் போகிறாய்,” என்றார்.

இது நடந்து முடிந்ததற்குப் பிறகு வெகு சீக்கிரத்திலேயே ஜெனரல் பெங் டே ஹூயாய் மாவோவுக்கு ஒரு செய்தியனுப்பினார், அதில் ஹூ-ன் சேனையுடைய ஐந்து பிரிகேட்களை யீ சுவான் பகுதியில் ஒழித்துக் கட்டிவிட்டதாகவும், கோமிங்டாங்கின் 29-வது சேனையின் தளபதி லீ சான் சண்டையில் கொல்லப்பட்டுவிட்டதாகவும் தகவல் தெரிவித்திருந்தார்.

1948 ஆகஸ்ட்டில் நாங்கள் சிபெய்ப்போவில் இருந்தபொழுது மாவோ என்னிடம் சொன்னார், “நான் நமது இரண்டாவது ஒப்பந்தத்தின் இறுதிக் கட்டத்தை எட்டிவிட்டோம், யின் கியாவோ.

ஆனால் சியாங்காய் ஷேக்கை நான் தோற்கடிப்பதை நீ பார்க்கும் வகையில் உன்னை இன்னும் 6 மாதங்களுக்கு கடனாக என்னுடன் வைத்துக் கொள்ள விரும்புகிறேன்."

நான் சொன்னேன், "தோழர் சேர்மன், கடனைப்பற்றி மறந்துவிடுங்கள். நான் உங்களை விட்டுப் போகப் போவதில்லை. எனது வாழ்நாள் முழுவதும் உங்களுடனேயஇருக்க விரும்புகிறேன்"

நானொன்றும் பொய்யுரைத்துக் கொண்டிருக்கவில்லை. அவருடைய மெய்காப்பாளனாக கடன் என்கிற வகையில் நான் பணிபுரிந்து வந்துகொண்டிருந்த கால கட்டத்தில், பெரும் ஞானமும், மனித சக்திக்கு அப்பாற்பட்ட மன வலிமையும் ஆற்றலும் கொண்ட ஒரு மனிதன் வரலாறு படைத்துக் கொண்டிருப்பதைப் பார்க்கும் பேறு எனக்குக் கிடைத்திருந்தது. மனிதர்களின் ஆத்மாவைக் கிளர்ந்தெழச் செய்த நாட்கள் அவை. அவருக்குச் சேவை செய்ய எஞ்சியுள்ள எனது வாழ்நாள் முழுவதையும் மிகுந்த விருப்புடன் நான் கழிக்க எண்ணிடும் வண்ணம் மாவோவின் தனிப்பட்ட வசீகரமும், பண்பும் அவர் பால் என்னை ஈர்த்து விட்டது.

1953-ல் மாவோவின் மெய்க்காவல் படையின் துணைத் தளபதியாகி விட்டேன். ஒருநாள் பாதி விளையாட்டாகவும், பாதிக் காரியார்த்தமாகவும் என்னிடம் அவர் சொன்னார். "இப்பொழுது நீ ஒரு அதிகாரி,யின் கியாவோ, காவல் பணிக்கு இனிமேல் நீ வர வேண்டியிருக்காது, அதனால் நாம் ஒருவரையொருவர் அரிதாகவே சந்திப்போம். ஆனால் அது எனக்குப் பிடிக்கவில்லை. இன்னுமொரு விஷயத்தில் நாம் ஒப்பந்தம் செய்துகாள்வோம், வா. வாரம் இருமுறை நீ காவல் பணிக்கு உன்னையே நியமித்துக் கொண்டாயானால் நான் உன்னை அடிக்கடி அதிகமாகப் பார்க்க முடியுமல்வா,"

"ஒத்துக் கொள்கிறேன், என்றேன் நான்."

1956-ல் நான் மாவோவின் மெய்க்காப்பாளர் படைப்பிரிவின் தளபதி ஆக்கப்பட்ட பின்னர், நானே அவரை மேலும் நன்றாகக் கவனித்துக் கொள்வதற்கென, வாரமிருமுறை காவல் பணிக்கு வருவதைத் தொடர்ந்தேன்.

1962-ல் ஒருநாள், மாவோவிடமிருந்து விடைபெற்று கொண்டு டியான்ஜின்-ல் பணி புரியச் செல்வதற்கு முன்பாக, அவரைக் காணச்சென்றேன். அவர் வழக்கம் போலத் தன்னுடைய படுக்கையில் சாய்ந்து கொண்டு ஆவணங்களைப் படித்துக் கொண்டிருந்தார், ஒரு கம்பளிக்குப் பின்னாலிருந்த தலையணை மீது அவருடைய தலை சாய்ந்திருந்தது. நான் சத்தமெழுப்பாமல் கதவுக்கருகில் சென்று, அவர் தனது வேலையை முடிக்கும் வரை காத்திருக்கலாமென்று நினைத்துக் கொண்டு நின்றுவிட்டேன். உடனே அவர் "உள்ளே வா யின் கியாவோ," என்றழைப்பதைக் கேட்டேன். நான் அங்கிருப்பதை எவ்விதம் அறிந்தார்.

நான் இருப்பதை அவர் உணர்ந்திருக்க வேண்டும், அல்லது, யாரோ சொல்வார்களே, அதுபோல் அவருடைய ஆறாவது உணர்வு சொல்லியிருக்க வேண்டுமெனநான் யூகித்துக் கொண்டேன்.

அவருடைய படுக்கையினருகில் நின்று கொண்டிருந்தேன். அவர் எனது கைகளைத் தனது கைகளில் வைத்துக்கொண்டு எனது கைகளின் பின்பக்கம் மென்மையாகத் தட்டிக் கொடுத்தார். நாங்கள் மௌனமாக ஒருவரை யொருவர் பார்த்துக் கொண்டிருந்தோம். முதலில் நான் தான் அழத் தொடங்கினேன், உடனே மாவோவின் கன்னங்களில் கண்ணீர் உருண்டோடத் துவங்கியது. விம்மிக் கொண்டே நான் கூறினேன், "எனக்கு வருவதற்கு விருப்பமில்லாத பொழுது என்னைக் கடனாக வரவழைத்துக் கொண்டீர்கள். இப்பொழுது உங்களை விட்டுப் பிரிய விரும்பாதபொழுது நீங்கள் என்னை விரட்டுகிறீர்கள். எனக்கு விஷயத்தைக் கடினமாக்குகிறீர்கள், இல்லையா?"

"நீ போவதைப் பார்க்கையில் எனக்கும் அதேபோல் சோகமாகத்தானிருக்கிறது" என்று கண்ணீருடன் மாவோ பெருமூச்செறித்தார், "வருடத்தில் சில தடவைகள் தான் எனது குழந்தைகளை நான் பார்க்கிறேன். ஒவ்வொரு நாளும் நான் பார்த்தது உன்னைத்தான், ஆகவே என்னுடைய குழந்தைகளைக் காட்டிலும் நீதான் எனக்கு நெருக்கமானவன். ஆனாலும், உன்னுடைய எதிர்காலத்தைப் பற்றி நான் சிந்திக்க வேண்டியிருக்கிறது. உன்னுடைய பணியில் உயர்வடைவதைப் பலி கொடுத்துவிட்டு நான் உன்னை இங்கே வைத்துக் கொள்ள முடியாது. மெய்க்காவல் படையின் தளபதி என்கிற முறையில் நீ உயர்ந்த இடத்தில்தானிருக்கிறாய், அந்த இடத்தில் வெறும் ரெஜிமென்டல் கமாண்டர் அந்தஸ்தில் தானிருப்பாய், உனக்கு அதைவிட உயர்ந்த பதவிக்குத் தகுதி பாத்தியம் இருக்கிறது...."

"ஆனால், அதைப்பற்றி எனக்குக் கவலையில்லை. நான் உங்களை விட்டுப் போக விரும்பவில்லை," என நான் உரக்க அழுகையிலிறங்கி விட்டேன்.

மாவோ தனது கரங்களுக்குள் இழுத்துக் கொண்டார், என்னை இறுக அணைத்துக் கொண்டு உரக்கக் கதறினார். "நான் இறந்த பிறகு யின் கியோவோ, எனது கல்லரைக்கு வர மறந்து விடாதே..... ஒவ்வொரு வருடமும்."

இதேபோல் அவர் அழுது கொண்டே போனால் அவருடைய உடல் நலத்திற்குத் தீங்கு ஏற்பட்டுவிடும் என்று அச்சமடைந்த நான், எனது கண்ணீரை அடக்கிக்கொண்டு, அவரை அமைதிப்படுத்த முயன்றேன், ஆனால் முதல் ஒன்றிரண்டு வார்த்தைகளை நான் கூறியும் கூறாமலும் இருக்கையிலேயே நான் பெரும் ஓசையுடன் விம்மியழத் தொடங்கிவிட்டேன். சில நாட்கள் கழித்து, கண்களில் நீர் வழிய, நான் மா-சே-துங்-இடம் விடை பெற்றுச் சென்றேன்.

ஒரு சவால் என்றால் அதை அனுபவித்து மகிழும் மாவோ

மாவோவின் பண்பில் ஒரு தலை தூக்கி நிற்கும் குணமென்பது, அவருடைய எழுத்துக்கள் சாட்சியமளிப்பது போல, ஒரு சவாலைச் சந்திக்கத் தயாராக இருப்பது தான். கோமிங் டாங்கிடமிருந்து வந்த சவால்களை எப்பொழுதுமே ஒரு அங்குலம் கூட விட்டுத் தராமல் எதிர் சவால்களை விட்டு அவர் எதிர் கொண்டார். எனக்குத் தெரிந்தவரைதன் வாழ்நாள் முழுவதும் வெற்றியாளராகவே விளங்கிய மாவோ, தனது பகைவர்களால் அமுக்கப்பட்டுவிட்ட உணர்வுக்கு ஒரு போதும் இடமளித்ததில்லை, தனக்கெதிராகத் திரண்ட கனத்த தடைகளின் முன்னிருந்து ஒரு போதும் பின்வாங்கிடவில்லை. அவர் என்ன செய்தாலும் சரி, முழு வெற்றியைத் தொடாமல் விட்டதில்லை.

கோமிங்டானுடனான யுத்தம் முழுமையிலும், எதிரியை எதிர்கொள்ளும் போது வரும் அபாயத்தை சந்திக்கும் பொழுதெல்லாம் மகத்தான வீரத்தை வெளிப்படுத்தினார். அவர்களிடத்தில் அவர் காட்டிய இகழ்ச்சியென்பது, தனது சொந்த வலிமையிலிருந்த நம்பிக்கையிலிருந்தும், அவர்களது அழிவு நிச்சயம் என்பதில் அவருக்கிருந்த உறுதிப்பாட்டிலிருந்தும் எழுந்ததாகும். இத்தகைய நம்பிக்கையும் உறுதிப்பாடும் அவரை அடிக்கடி பல அசாதாரண காரியங்களைச் செய்ய வைத்தது.

1947-ல் தீபத்திருவிழாவுக்குப் பின்னர் விரைவிலேயே ஐந்து வெவ்வேறு பாதைகளிலிருந்து ஹூ-வின் 2,30,000 துருப்புகள் எல்லைப் பகுதிகளை நோக்கி முன்னேறத் தொடங்கின. சியான் பகுதியில் பாராசூட் துருப்புகள் யேனான் மீது ஒரு எதிர்பாராத தாக்குதலைத் தொடுக்க ஆயத்தமாகிக் கொண்டிருந்தன.

எதிரித்துருப்புகள் பிரும்மாண்டமான அளவு குவியத் தொடங்கிய தகவலை உளவு, அறிக்கையிலிருந்து பெற்ற ஜெனரல்பெங் டெஹுவாய், யேனான் விமானதளத்தில் ஒரு தற்காப்பு ரெஜிமெண்டை நிறுத்திவிட்டு, யேனானை விட்டு எவ்வளவு விரைவாக வெளியேற முடியுமோ அவ்வளவு விரைவாக வெளியேறும்படி மாவோவைக் கேட்டுக் கொண்டார்.

மாவோ மறுத்துவிட்டார். பெங்-இடம் அவர் சொன்னார், "வெளியேறுவதில் கடைசி ஆள் நானாகத்தானிருக்கும், அத்துடன் ஹூவின் படைகள் எப்படியிருக்கின்றன என்பதை நான் பார்க்க விரும்புகிறேன்."

மெய்க்காவலர் படையிலிருந்த நாங்கள் இந்த வார்த்தைகளைப் பற்றிக் கேள்விப்பட்டபோது அவற்றை அப்படியே எடுத்துக் கொள்ள வில்லை. ஆனால் ஜெனரல் பெங் வேறுவிதமாகச் சிந்தித்தார்.கண்டிப்புடன் எங்களைப் பற்றி அவர் சொன்னார், “சேர்மன் என்ன நினைக்கிறாரோ எப்பொழுதுமே அதைத்தான் கூறுவார், தன்னுடைய சொந்தப் பாதுகாப்பை அவர்பொருட்படுத்தமாட்டார், ஆனால் ஒன்று சொல்லுகிறேன் கேட்டுக் கொள்ளுங்கள், கட்சி வேறு விதமாக நினைக்கிறது, நீங்களும் அதேபோல எண்ண வேண்டும். இந்த விஷயத்தில் தான் நினைத்ததைச் சாதித்துக் கொள்ள அவரை அனுமதிக்கக் கூடாது. தேவையானால் அவரைத் தூக்கிக் கொண்டு போய் விடுங்கள்.”

இதற்குப் பின் வெகு சீக்கிரமே ஜெனரல் பெங் சொன்னது சரியாகப் போய்விட்டது, அதிலிருந்து மாவோ தனது கோரிக்கைகளில் எவ்வளவு பிடிவாதமாக இருக்க முடியுமென்பதைத் தெரிந்து கொண்டோம்.

மார்ச் 13 அன்று ஹூவின் துருப்புகளில் பதினான்கு பிரிகேடுகள், இரண்டு திசைகளிலிருந்து யேனான் மீதுஒரு ஆவேசமான தாக்குதல் களைத் தொடங்கின. நாள் முழுவதும் ஐம்பது பகை விமானங்கள் அலையலையான தாக்குதலை நடத்தின. நாங்கள் மாவோவை வெளியேறி விடும்படி கேட்டுக் கொண்டோம், ஆனால் ஒவ்வொருமுறையும் தான் முன்னதாக என்ன சொன்னாரோ அதையே திரும்பவும் கூறினார், “ஹூவின் துருப்புகள் எவ்வாறு தோற்றமளிக்கின்றன என்பதை நான் பார்க்க வேண்டும்.”

மாவோவின் குகை வீட்டின் வாசலில் ஒரு குண்டு வெடித்த பொழுது பூமி அதிர்ந்தது. அந்த குண்டு வெடித்த பொழுது மாவோ ஒருகையில் தேநீர்க் குவளையுடன், மறுகையில் ஒரு பென்சிலால் வரைபடத்தின் மீது அடையாளமிட்டுக் கொண்டிருந்தார். குகை வீட்டை இருளடைய வைத்திருந்த, புகை கலைந்த பிறகு, கையில் குவளையை எடுத்தக் கொண்டு வரை படத்தின் முன் நின்று கொண்டு, அதில் தனது துருப்புகளின் நடமாட்டத்தைக் குறிப்பிடும் புள்ளிகளையும் கோடுகளையும் பென்சிலால் வரைந்து கொண்டு மாவோ இன்னும் நின்று கொண்டிருப்பதைப் பார்க்க முடிந்தது. அவரது குவளையிலிருந்து ஒரு சொட்டுத் தேநீர்கூட தரை மீது சிந்தியிருக்கவில்லை. அந்த குண்டு வெடித்துச் சிதறியதன் அதிர்ச்சியிலிருந்து இன்னும் முழுமையாக மீண்டிராத எங்களை, மாவோவின் அமைதி நிறைந்த தோற்றம் அசத்திவிட்டது.

வாசலில் கிடந்த ஒரு குண்டுச்சிதறல் பாகத்தை எடுத்து மெய்க்காவலர் படையின் அலுவலதிகாரி அதை மாவோவிடம் காண்பித்துக் கொண்டே சென்னார், “மயிரிழையில் தப்பிவிட்டோம். தோழர் சேர்மன், நீங்கள் உடனடியாக ளியேறியாக வேண்டும்,”

அந்த உலோகத் துண்டைக் கையிலெடுத்து, அதை எடை போட்டுப் பார்த்த மாவோ, புன்முறுவலுடன் சொன்னார், “நீங்கள் இதிலிருந்து இரண்டு சமையல் கத்திகள் செய்யலாம்”.

16-ந் தேதி பிற்பகலில் சூ என்லாய், பெங் டெஹூவாய் ஆகியோருடன் மாவோ யுத்தத்தைக் குறித்து விவாதித்துக் கொண்டிருந்தார். ஒரு வாரத்திற்கு முன்பாக நடைபெற்ற (படைக்கான) ஆளெடுப்புக்கான அணி திரட்டில் ஏராளமான துப்பாக்கிகளையும் சிவப்புக் குஞ்சம் வைத்த ஈட்டிகளையும் ஏந்திக் கொண்டு தங்களது உச்ச ஸ்தாயியயில், எல்லைப் பகுதிகளைக் காப்பதற்கான தங்களது உறுதியை வெளிப்படுத்த உரத்த முழக்கங்களை எழுப்பிய பங்கேற்பாளர்களைக் குறிப்பிட்டு மாவோ சொன்னார், “மக்கள் இப்பொழுது எழுச்சியுற்றுவிட்டதால், அவர்கள் ஒரு சூறாவளியின் வலிமையுடன் போரிடுவார்கள்....”

மாவோ இதைக் கூறி வாய்மூடும் முன்னர் பகை விமானங்கள் போட்ட கனத்த குண்டுகளில் இரண்டு முன் கதவுக்கு அருகில் வெடித்துச் சிதறின, அவைகளின் அதிர்வலைகள் எல்லா ஜன்னல்களின் பலகைகளையும் சிதறடித்ததுடன் அந்தக் குகை வீட்டைக் குலுக்கியது. நாங்கள் அதற்குத் தயாராக இல்லாதபொழுது இந்தத் தாக்குதல் வந்தது. வெடிப்பிற்குப் பிறகு நாங்கள் வீட்டிற்குள் நுழைந்த பொழுது மாவோ தனது ஆடைகளின் மீது படிந்திருந்த மண்ணைத் தட்டி விட்டுக் கொண்டே புன்சிரிப்புடன் சொன்னார், “இந்த வெடிப்பின் அதிர்வலைகளெல்லாம் ஒன்றுமே கிடையாது; அது என்னை நிலை தடுமாற வைக்கக் கூட முடியவில்லை. ஆனால் நாம் கிளப்பப் போகும் புயல் பயங்கரமாக இருக்கும். அது அவர்களை வேருடன் பிய்த்து எறிந்துவிடும்.” இதைக் கேட்ட சூயென்லாயும், பெங்கும் மனதார வாய்விட்டுச் சிரித்தனர்.

அதே நாள் மாலையில் போரின் வளர்ச்சிப் போக்கைக் குறித்து அறிக்கை தாக்கல் செய்ய வந்த அதிகாரிகள் மாவோவை யேனானை விட்டு வெளியேறுமாறு வேண்டுவதில் தாங்களும் இணைந்து கொண்டனர். தனது கையால் ஓர் அசைவைக் காட்டிய மாவோ மேஜை மீது மெதுவாகத் தாளமிட்டபடி சொன்னார், “இதைப்பற்றி மேலும் நான் கேட்கப் போவதில்லை. இங்கிருந்து வெளியேறுவதில் கடைசி ஆளாக நான் தானிருப்பேன்; நான் ஏற்கனவே இதை உங்களிடம் சொல்லிவிட்டேன்.”

அப்பாழுதுதான் மாவோவின், “நான் ஏற்கனவே இதை உங்களிடம் சொல்லிவிட்டேன்,” என்கிற சொற்களின் முழு அர்த்தம் எங்களுக்குப் பிடிபட்டது, ஜெனரல் பெங் ஏன் அவ்வளவு பதட்ட மடைந்தார் என்பதும் புரிந்தது.

18-ந் தேதியன்று மாலைக் கருக்கலில் வாங் ஜென் மாவோவைச் சந்திக்க வந்தபொழுது, தென் கிழக்கிலிருந்து பலத்த பீரங்கை வெடியோசையைக் கேட்க முடிந்தது; எதிரிப் படைகளின் பிரதான துருப்புகளுக்கு முன்னதாக வரும் முன்னோடிப் படைப்பிரிவு வூஜியா ஜாவோயுவானை எட்டிவிட்டது.

கனத்த, துரிதமான காலடிச் சத்தத்தைக் கேட்க முடிந்தது, உடனே ஜெனரல் பெங் தோன்றினார். ஜெனரல் பொறுமையற்ற, படபட

வென்று பேசக்கூடிய ஒருவர் தான் என்றாலும் இதுபோல பதட்டத்துடன் ஓடக் கூடியவரல்ல.. மூச்சிறைக்க அவர் கர்ஜித்தார். இங்கே சேர்மனை இழுத்துப் பிடித்து வைத்திருப்பது எது? கிளம்புங்கள். இப்பொழுதே! ஒரு நிமிடம் கூடத் தாமதம் கூடாது!

எல்லாத் தோழர்களும் அபாயத்தை உணர்ந்தார்கள். மவோவின் அறைக்குள் ஒரு காவலர் அனுமதியில்லாமல் நுழைந்தார். "ஜெனரல் பெங் கோபத்துடனிருக்கிறார், தோழர் சேர்மன், தயவு செய்து உடனடியாகப் புறப்படுங்கள்," என்று கூறினார் அவர்.

கிளம்பவதற்காக வாங் ஜென் எழுந்தார், "இவ்வளவுதான் உங்களிடம் நான் சொல்ல விரும்புகிறேன், தோழர் சேர்மன். நீங்கள உடனடியாகப் புறப்பட வேண்டும்."

இவ்வாறு அவசரப்படுத்துவதில் சூயென் லாயும் சேர்ந்துகொண்டார், "புறப்பட இதுதான் நேரம் தோழர் சேர்மன்."

மாவோ அலட்டிக் கொள்ளாமல் நாற்காலியிலேயே அமர்ந்திருந்தார். அவர் கேட்டார்," எல்லாத் தோழர்களும் சென்று விட்டார்களா?."

"ஆம், வெகு நேரத்திற்கு முன்பாகவே", கவலையுடன் பலகுரல்கள் ஒலித்தன.

"சிவிலியன்கள்?"

"அவர்களும் தான். அனைவரும் சென்று விட்டனர்"

"அப்படியானால் நல்லது" மன நிறைவுடன் கூறிய மாவோ, "எனது உணவைக் கொண்டு வாருங்கள்"

அவர் கிளம்ப வேண்டிய வேளையில் சாப்பிடக் கேட்கிறார்! எங்களைக் கிலி பிடித்தாட்டியது. அப்போது தான் மாவோ தான் தான் கடைசி ஆளாகப் போவேன், ஹூவின் துருப்புகளை பார்த்தாக வேண்டுமென்று கூறியது திடீரென உறைத்தது.

இப்பொழுது எதிரிகளின் துப்பாக்கிகள் சுடும் ஓசை தெளிவாகக் கேட்டது, அதற்கு வலுச்சேர்க்கும் விதமாக கையெறி குண்டுகளின் வெடிப்புகளும் மேலும் மேலும் உரத்துக் கொண்டே போனது. இது எங்களை பயங்கரமாக நடுநடுங்க வைத்தது. பயணத்தின் போது பயன் படுவதற்காக உணவை கேண்டீன் பெட்டியிலிட்டு வைத்திருந்தோம்; இப்பொழுது திரும்பவும் அதை வெளியே எடுத்து அவசர அவசரமாக மாவோவின் முன் வைக்க நேரிட்டது. மாவோ மிக விரைவாக உண்பவர் என்பது அறியப்பட்ட ஒன்று தான்; ஆனால் அன்று அவர் தாராளமாக நேரம் எடுத்துக் கொண்டார், அது எங்களுக்கு மேலும் நடுக்கத்தைக் கூட்டியது.

"ஹூவின் துருப்புக்கள் எப்படித் தோற்றமளிக்கிறார்கள்" என்பதைப் பார்த்தாக வேண்டுமென அவர் மனதில் உறுதி பூண்டுவிட்டதைப் போலத் தோன்றியது.

சூயென்லாய் வேண்டுகோள் விடுத்ததையொட்டி ஜெனரல் பெங் அங்கு வந்து சேர்ந்தார். ஒரு காலை அறைக்குள்ளும் மற்ற காலை வெளியிலும் வைத்தபடி, "எதற்காகக் காத்திருக்கிறீர்கள் தோழர் சேர்மன்? நீங்களே கண்ணால் காண வேண்டிய அளவுக்கு அந்த நாசமாய்ப் போன துருப்புகளிடம் அப்படியென்ன விஷேசம் கொட்டிக்கிடக்கிறது? உங்களுக்காக நமது வீரர்கள் அதைப் பார்த்துக் கொள்வார்கள். நீங்கள் உடனடியாகக் கிளம்பியாக வேண்டும்! இப்போதே!"

மாவோ அந்தக் கிளர்ச்சியுற்றிருந்த ஜெனரலைப் பார்த்துவிட்டு, பிடிவாதத்துடன் தனது உணவை உண்ணுவணைத் தொடர்ந்தார். ஒரு கனம் மாவோவின் கைகளிலிருந்து உணவுண்ணும் மூங்கில் குச்சிகளை வெடுக்கெனப் பிடுங்கிவிடுவார் போலத் தோன்றியது, ஆனால் தன்னைக் கட்டுப்படுத்திக் கொண்டார். திடீரென்று திரும்பிய அவர் காவலர் களையும், செயலாளர்களையும் கடுமையாக உறுத்துப் பார்த்தவர் முழங்கினார், "எதற்காகக் காத்திருக்கிறீர்கள்? சாமான்களையெல்லாம் வெளியே எடுத்து வையுங்கள்."

மேஜை மீதிருந்த பொருட்களையெல்லாம் செயலாளர்கள் பரபரவென்று காலிசெய்தார்கள். வெளியே கார் என்ஜின்கள் உறுமிக் கொண்டிருந்தன. முகத்தைச் சுளித்த மாவோ, "அறையைச் சுத்தமாகக் காலி செய்யுங்கள். ஆவணங்கள் எதுவும் விட்டுச் செல்லப்பட்டு விடக் கூடாது. நாம் கொண்டு செல்ல முடியாத புத்தகங்களை ஒழுங்காக அடுக்கி வையுங்கள். மார்க்சிய லெனினியத்தைப் பற்றிய இந்தப்புத்தகங்கள் ஹூவின் துருப்புகளுக்கு நன்மை பயக்கக் கூடும்" என்றார்.

மாவோ தனவு உணவுக் குச்சிகளைக் கீழே வைத்தார், அந்தவெற்று அறையை ஒரு சுற்றுப் பார்த்தார், மௌனமாக வெளியே சென்றார். வெளியே எங்கள் ஒவ்வொருவரையும் பார்த்தார், தனது கரங்களைப் பின்னால் கட்டிக் கொண்டு அந்தப் பகோடாவை (பௌத்த ஆலயம்) நீண்ட நேரம் உற்று நோக்கினார். பிறகு தனது உதடுகளை உள்ளிழுத்து எச்சிலை தொண்டைக்குள் அழுத்திவிழுங்கினார், முழங்கி, ஒளி உமிழ்ந்து கொண்டிருந்த பீரங்கிகளிலிருந்துதென்கிழக்கு நோக்கித் தனது கண்களைத் திருப்பினார். அத்திசையில்வெகு நேரம் பார்த்துக் கொண்டிருந்தார். இகழ்ச்சியை வெளிக்காட்டும் இரண்டு மடிப்புகள் அவருடைய வாயின் ஓரங்களில் தோன்றின. சூயென்லாய் மற்றும் சுற்றியிருந்தவர்களிடம் சொன்னார், "ஹூவின் துருப்புக்கள் எப்படித் தோற்றமளிக்கின்றன என்பதைக் காண விரும்பினேன், ஆனால் ஜெனரல் பெங் என்னை அதற்கு விடவில்லை. அவருடைய வீரர்கள் எனக்காக அதைச் செய்வார்களென்று என்னிடம் கூறிவிட்டார். என்னால் அவரைப் புண்படுத்துவது இயலாத காரியம், எனவே நான் ஒத்துப்போக வேண்டியதாயிற்று".

மாவோ நடந்து தனது ஜீப்பை அடைந்தார். அதில் ஏறுவதற்கு முன்னதாக அவர் எங்களைத் திரும்பிப் பார்த்தார், ஒரு உரத்த குரலில்

அறிவித்தார், "வண்டியில் ஏறுங்கள் தோழர்களே, நாம் மீண்டும் திரும்பி வருவோம்."

ஒரு வருடம் கழித்து "இதை நான் முன்னே சொல்லியிருக்கிறேன்" என்கிற மாவோவின் வார்த்தைகள் சூயென்லாய்க்கு ஒரு பிரச்சனையை உருவாக்கியது.

யிச்சுவானில் நடைபெற்ற போரில் எதிரியின் ஐந்து பிரிகேடுகள் துடைத்தெறியப்பட்டதுடன் 29வது சேனையின் எதிரி 'கமான்டரும்' கொல்லப்பட்டுவிட்டார், (இந்தப் போர் மாவோவே தயாரித்த திட்டத்தின் படி மேற்கொள்ளப்பட்டது) நாட்டின் இதர பகுதிகளையும் போலவே வட மேற்கிலிருந்த நமது துருப்புகளும் ஒரு எதிர்த் தாக்குதலை நடத்தத் தொடங்கிவிட்டன. யேனானைத் திரும்பவும் கைப்பற்றுவது என்பது ஒரு குறுகிய கால இடைவெளியில் நடந்து முடிந்துவிடும், ஆனால் ஒட்டுமொத்த யுத்த சூழ்நிலை மஞ்சள் நதியின் கிழக்குப்பகுதியிலுள்ள ஒரு இடத்திற்கு மாவோ செல்வது பொருத்தமாக இருக்குமென்கிற வகையில் அமைந்திருந்தது, அங்கு இருந்து கொண்டு யுத்த நடவடிக்கைகளை இன்னும் சிறப்பாக அவரால் இயக்க முடியும்.

தன் வழியில் செல்லவிட்டால், தான் முன்னரே கூறியிருந்தது போல மாவோ யேனானுக்குத் திரும்பியிருப்பார். மாவோ நதியைக் கடப்பதை உறுதிசெய்யும் விதத்தில் சூயன்லாயும், ரென்பிஷியும் கவனமாகத் திட்டங்களை வகுத்திருந்தனர். பல்வேறு சந்தர்ப்பங்களில் பல்வேறு பொருள்படும் "நான் முன்னரே இதைச் சொல்லியிருக்கிறேன்" என்று மாவோ கூறியிருப்பதை அவர்கள் நினைவு கூர்ந்தார்கள், அவ்வாறு ஒருமுறை அவர் கூறும்பொழுது 'ஹுசோங்நாணை நான் தோற்கடிக்கும் வரை நான் நதியைக் கடக்க மாட்டேன்" என சூளுரைத்திருந்திருந்தார். மாவோவின் வழிமுறைகளுடன் முழுமையாகப் பரிச்சயப்பட்டிருந்த சூயென்லாய், இணங்க வைக்கப் பேசுவதில் உயர்ந்த சாதுர்யம் உடையவரும் கூட, அவர், "யிச்சுவானில் நமக்குக் கிடைத்த வெற்றி ஹுவின் தோல்வியென எடுத்துக் கொள்ளப்படலாமா" என்கிற கேள்வியுடன் மாவோவிடம் ஒரு உரையாடலைத் துவக்கினார்.

"அது ஒரு வரலாற்று உண்மை, அதை யாராலும் மாற்ற முடியாது" என மாவோ பதிலிறுந்தார். இவ்வாறு அந்த வாய்ப்பை சிக்கென்ற பற்றிக் கொண்ட சூயென்லாய், "ஹுவைத் தோற்கடிப்பதற்கு முன்பு நதியைக் கடக்கப் போவதில்லையெனக் கூறியிருந்தீர்கள். இப்பொழுதுஅது வரலாறு. இறுதி வெற்றியைக் கைக் கொள்வதற்காக நிர்வாகக் குழுவுடன் முன்னணி மற்றும் பின்புலக் குழுக்கள் இணைந்து கொள்ள வேண்டும்", என்று கூறினார்.

"நாம் வடக்கு ஷான்ஷியை விட்டுப் புறப்பட வேண்டுமன்று நீங்கள் கூறுகிறீர்களா?" என்று சூயென்லாய் அதைக் கூறுவதற்குள் முந்திக் கொண்டு மாவோ கேட்டார்.

அதற்கு உடன் படுவது போல் தலையை அசைத்துக் கொண்டு உடனே சூயென்லாய், "அதேதான், வடக்கு ஷான்ஷியில் மத்தியக் குழு இருக்க வேண்டியிருந்ததன் நோக்கம் நிறைவேறிவிட்டது. இப்பொழுது, மிகவும் சௌகரியமாகவும், வலுவாகவும் யுத்த நடவடிக்கைகளைக் கட்டுப்படுத்த வாய்ப்பாகவுள்ள ஒரு களத்திற்கு நாம் மாறிச்செல்ல வேண்டியது அவசியம்" என்றார்.

இதனால் தான், யேனானுக்குத் திரும்பிச் செல்வதற்கு மாறாக, நதிக்குக் கிழக்கேயுள்ள ஷிபைப்போவுக்கு மாவோ சென்றார்.

சூழ்நிலைமைகள் எங்களுக்கு மிகமிகக் கடினமாக இருந்த ஒரு சமயத்தில் வடக்கு ஷான்ஷியை விட்டு வெளியேறுவதற்கு மறுத்ததற்கான இரண்டு காரணங்களை மாவோ குறிப்பிட்டது எனக்கு நினைவிருக்கிறது. அவர் சொன்னார், "நதியை நான் கடக்கு வேண்டுமெனக்கோரும் பல தந்திகளை நான் பெற்றிருக்கிறேன். யுத்த நடவடிக்கைகளைத் திட்டமிடுவதை தொந்தரவேதுமற்ற ஒரு இடம் சுலபமாக்கிவிடுமென்பது உண்மைதான், ஆனால் நான் மாறுப்பட்ட கருத்தைக் கொண்டிருக்கிறேன். யேனானில் பத்து வருட காலங்கள் நான் அமைதியாக வாழ்ந்து கொண்டிருந்தேன். எதிரி இங்கே முன்னேறிவருகிற கணமே நான் இங்கிருந்து வெளியேறிவிடுவதென்பது வடக்கு ஷான்ஷி மக்களுக்கு நான்புற முதுகைக் காட்டுவதாகிவிடும், பிறகு திரும்பவும் அவர்கள் முகத்தில் விழிக்க முடியாத அளவுக்கு அவமானகரமாகிவிடும். அவர்களோடு இங்கேயே தங்கிவிடுவதென்பதை நான் தேர்வு செய்துவிட்டேன், ஹூ சோங் நானை நான் தோற்கடிக்கும் வரை மஞ்சள் நதியைக் கடக்கமாட்டேன். நான் இநங்கிருந்து வெளியேறாததிற்கு இன்னுமொரு காரணம் உண்டு. ஹூவின் சேனை 2 லட்சத்திற்கும் அதிகமாக இருக்கும். அது வேளையில்நாம்வெறும் 20 ஆயிரம் வீரர்கள் மட்டுமே கொண்டிருக்கிறோம். இது 10க்குஒன்று என்கிற விகிதாச்சாரத்தைக் காட்டுகிறது. ஆனால் இதர யுத்த களங்களை அதனுடன் ஒப்பிடும் பொழுது, பெரிய வேறுபாடு என்று ஒன்றுமில்லை, ஆகையால் இங்குள்ள சூழ்நிலைமை அவற்றை விட மேம்பட்டதாகவேயிருக்கிறது. ராணுவ விவகாரங்களைப் பொருத்த வரை கட்சி என்னிடம் பொறுப்பை ஒப்படைத்திருக்கிறது, அவ்வாறிருக்கையில் என்னைத்தவிர வேறு யார்இங்கிருக்க முடியும்? விடுவிக்கப்பட்ட பகுதிகளில் சமீபத்தில்தான் நமது படைசக்திகள் யுத்தத்தில் முன்கையெடுக்கத் தொடங்கியுள்ளன. வடக்கு ஷான்ஷியில் நானிருக்கும் பொழுது ஹூவின் துருப்புகளை வேறு எங்கும் செலுத்துவதற்கு முன்பாக சியாங்கே ஷேக் இரண்டு முறை சிந்திப்பார். இப்பொழுது "வடமேற்கின் நாயகன்" இங்கே கட்டுண்டு கிடப்பது, இதர யுத்த களங்களிலிருக்கும் நமது துருப்புகளின் மேலிருக்கும் நெருக்குதலை சிறிது மட்டுப்படுத்தும்".

யேனானை விட்டுச் சென்ற பிறகு, மத்தியக் குழு, சாவோலின் கூ-வில் ஒரு கூட்டத்திற்கு அழைப்பு விடுத்தது. அந்தக் கூட்டத்தில் அரசியல்

தலைமைக் குழுவின் தற்போது இடம் வகிக்கும் ஐந்து உறுப்பினர்களான- மாவோ, சூயென்லாய், சூட்டே, லியூ ஷாவோகி, ரென்-பைஷி ஆகியோரின் பொறுப்புகள் தெளிவாக வரையறுக்கப்பட்டது. மாவோ அந்தக் கூட்டத்தில் சொன்னார், "கட்சி செய்ய வேண்டிய பணிகள் பல உள்ளன, அவற்றில் மிகவும் முக்கியத்துவம் வாய்ந்தது சியாங்-கை-ஷேக்கின் 'கோமிங்டாங்' ராணுவப் படைகளின் மிக உயர்ந்த தலைமைத் தளபதி. சுப்ரீம் கமாண்டர்-ஆக்கிவிட்டது, அதில், ராணுவ நடவடிக்கைகளைக் கட்டுப்படுத்தும் பணியில் சூயென்லாய் உதவுவார்.

விடுதலை யுத்த காலமுழுவதும் நான் மாவோவுக்கும் சூயென்லாயுக்கும் மிக அருகாமையிலேயே இருந்தேன். நான் நினைவு கூர்கிற வரையிலும் மாவோ, சூயென்லாயின் உதவியுடன், ஒட்டுமொத்த முக்கியத்துவம் வாய்ந்த கேந்திரமுடிவுகளுக்குப் பொறுப்பாக இருந்தார் என்பது மட்டுமல்ல, அத்துடன், பல்வேறு யுத்தகளங்களில் ஏதேனுமொரு குறிப்பிடத்தக்க முக்கியத்துவம் வாய்ந்த ராணுவ நடவடிக்கைகளில் ஏறத்தாழ அனைவரையுமே, விதி விலக்கில்லாமல், அவற்றின் கடைசி விபரம் வரை மாவோ மற்றும் அவருடைய உதவியாளர் சூயென்லாய் ஆகியோரால் திட்டமிடப்பட்டவையே.

வாங் சென்-னிடம் மாவோ ஒருமுறை சொனனார், "நான் எங்கிருந்தாலும் சீனாவின் இதர பகுதிகளுடன் நேரடியாகத் தொடர்பை பரிமாரித்துக் கொள்வேன். அதனால் தான் நான் யேனாவில் இருந்த பொழுது வெளியுலகில் என்ன நடந்து கொண்டிருக்கிறது என்பதை எனக்கு நானே தெரிந்து வைத்துக் கொண்டிருந்தேன்". உண்மையில் சீனாவின் எந்தவொரு பகுதியிலும் ஏதேனுமொரு ராணுவ நடவடிக்கை நடந்து கொண்டிருக்கிற தென்பதன் பொருள் ரேடியோ ஆபரேட்டர் களுக்குக் கூடுதல் பணிச்சுமையென்று பொருள்.

லியவோக்சி- ஷென்யாங் நடவடிக்கை வடகிழக்கில் நடந்தபொழுது மாவோ, எனக்குத் தெரிந்தவரை அங்கிருந்த நமது படைகளுக்கு மொத்தம் எழுபததி ஏழு தந்திச் செய்திகளை அனுப்பினார், அந்தப் படைகள் பனிரெண்டு பல்வேறு நாட்டுப்புறங்களிலும், முப்பத்தியேழு வேறுவேறு நகரங்களிலும் கிராமங்களிலும் நிலை கொண்டிருந்தன. அந்த ஒவ்வொரு செய்தியையும் ஏதோ ஒரு புதினம் எழுதுவதுபோல அமைத்து, தானோ எழுதினார்; அதில் சுருக்கமான வரையறுப்புகளைக் குறிப்பிட்டுவிட்டு விரிவான விபரங்களைத் தருவார், அதிலொன்றில் ஒரு பெரும் தாக்குதல் நடத்தப்போகும் தருணத்தில் இறைச்சியின் இருப்பு தீர்ந்து விட்டால் குதிரைகளைக் கசாப்பு செய்துவீரர்களுக்கு வழங்கும்படி அவர் கூறியிருந்த ஆலோசனையும் உள்ளடங்கியிருந்தது.

வடக்கு ஷான்ஷியில் முதல் ஆறு மாதங்கள் மாவோக்கு வெகு கடுமையானதாக இருந்தது. அந்தக் காலகக்ட்டத்தில் அவர் இடைவிடாத பயணத்திலிருந்தார்; 12 வெவ்வேறு பிரதேசங்களிலும் 37 வேறுவேறு

நகரங்களிலும், கிராமங்களிலும் அவர் தங்கியிருந்தார். ஹுவின் துருப்புகளில் நான்கு, ஏழு, அல்லது ஒரு டஜனுக்கும் மேற்பட்ட பிரிகேடு பிரிவுகள் அவரைத் துரத்தி வராத நாட்களே இல்லையெனலாம். அவர் ஸ்தல்ல மட்டத்தில் போரிடுவதற்கான ஒரு யுத்தத்தை நடத்த வேண்டியிருந்தது. மாத்திரமல்ல அதே சமயத்தில் ஒரு தேசவிடுதலை யுத்தத்தையும் நடத்த வேண்டியிருந்தது. இதை சீனாவிலிருந்த, மற்ற எவரும் சமாளித்திருக்க முடியும் என்று எனக்குத் தோன்றவில்லை.

'லீடர்கள்' என்கிற தனது புத்தகத்தில் ரிச்சார்ட் நிக்சன் மிகச் சரியாகவே குறிப்பிட்டிருப்பது போல- ஒரு சமாதான காலத்தலைவரை விடவும் ஒரு யுத்த காலத்தலைவர் வழக்கமாகக் கூடுதல் புகழ் பெறுவார், ஏனெனில் ஒரு யுத்தத்தில், அது தன்னகத்தே கொண்டிருக்கும் அதிசயமான நிகழ்வுகள் ஒரு பகுதியென்றால், மறுபகுதி, அந்தத் தலைவரின் குணாதிசயங்களை மதிப்பீடு செய்வதை யுத்த காலச் சவால்கள் சுலபமாக்கிவிடுகிறது என்பது தான்.

நாங்கள் ஒரு சமயம் ஒரு சிறிய மலை கிராமத்தில் முகாமிட்டோம். நாங்கள் வந்து சேர்ந்த உடனேயே யுத்தகளங்களின் ராணுவ வரைபடங்களை விரித்தோம். வெகுவிரைவில் வரை படங்கள் எல்லாப் பக்கங்களிலும் காணப்பட்டன, சுவர்கள், காங் மேஜைகள், வீட்டிலிருந்த ஊறுகாய் ஜாடிகளின் மீது கூட இருந்தன. யுத்த களங்களிலிருந்து நீரோடைபோன்று தந்திச் செய்திகளை அலுவலக அதிகாரிகளும், செயலாளர்களும் உள்ளே கொண்டு வந்த வண்ணமிருந்தனர், ஒவ்வொருமுறையும், அவர்கள் வெளியேறியபொழுது செய்தியனுப்பப்பட வேண்டிய மாவோவின் உத்தரவுகளுடன் சென்றார்கள்.

எதிரிகள் தங்களுடைய ரேடியோ -அலை கண்டுபிடிக்கும் சாதனத்தின் மூலம் எங்களுடைய இருப்பிடத்தைத் தெரிந்து கொண்டார்கள். விரைவிலேயே லியூகானின் நான்கரை பிரிகேடுகள் எங்களை நோக்கி வெஞ்சினத்துடன் முனனேறின. எங்களுடைய குதிரைச் சாரணர்களின் அறிக்கைகள் தலை தெறிக்கிற வேகத்தில் வந்து கொண்டிருந்தன: எதிரி 30 லீ தொலைவிலிருக்கிறான்" எதிரி இங்கிருந்து 20லீ வரை முன்னேறிவிட்டான், எதிரி இங்கிருந்து 10 லீ தொலைவு நிலைக்கு வந்துவிட்டான்". "எதிரி இப்பொழுது 10 லீ தொலைவுக்கும் குறைவானதொலைவிலிருக்கிறான்'......

(1லீ = அரைக்கிலோ மீட்டர் தொலைவு)

மனதில் முக்கியமான விஷயங்கள் ஓடிக் கொண்டிருக்கிற நேரங்களில் தான் குறுக்கீட்டுக்குள்ளாவதை மாவோ வெறுத்தார். ஆனால் பகைவன் வெகுவேகமாக முன்னேறி வந்து கொண்டிருந்தானதால் காவலர் களிலொருவர் பலமுறை அவரிடம் குறுக்கீடுகள் செய்து எதிரி முன்னேறி வருவதை அவருக்குத் தெரிவிக்க நேர்ந்தது. மூன்றாவது முறை அவர் அவ்விதம் குறுக்கீடு செய்த பொழுது மாவோ தனது பொறுமையை இழந்துவிட்டார். ராணுவ வரைபடங்கள் பரப்பி வைக்கப்பட்டிருந்த

மேஜை மீது ஓங்கிக் குத்திய அவர், 'இதென்ன 8 அல்லது 10 லீ விவகாரம்? எனக்காக 96 லட்சம் சதுர கிலோ மீட்டர்கள் காத்துக் கிடக்கின்றன. உன்னை நீக்கியாயிற்று. இங்கு இனிமேல் உனது தேவையில்லை", என்று கத்தினார்.

ஷாஜியா டியான் யுத்தத்தின் பொழுது, அங்கிருந்து 20 லீ க்கும் குறைவான தொலைவிலிருந்த லியாங் ஜியாச்சாவில் நாங்கள் தங்கியிருந்தோம். யுத்த நடவடிக்கைகளை சூவின் உதவியுடன் மாவோ தயாரித்திருந்தார்.

போர் துவங்குவதற்கு முன்னதாக ஜெனரல் பெங்கிற்குத் தனது உத்தரவுகளைப் பிறப்பித்த பிறகு யாங்ஜியா யுவான் சியிலிருந்து லியாங் ஜியாச்சாவிற்கு மாவோ முன்னேறிச் சென்றார். இந்தப் போரின் முடிவு வடக்கு ஷான்ஷி யுத்தத்திற்குப் பெரும் முக்கியத்துவம் வாய்ந்ததாக இருந்ததால் அதை மாவோ முழுமையான அக்கரையுடன் கவனித்து வந்தார். லியாங்ஜியாச்சாவுக்கு வந்தவுடனேயே மாவோ ஜெனரல் பெங்குடன் தொலைபேசியில் தொடர்புகொண்டு அவருக்கு விபரமான உத்தரவுகளை, பதுங்கு குழிகள் தேவைப்பட்டால் அவற்றை எங்கே தோண்டுவது என்பது உள்ளிட்டவைப் பிறப்பித்தார்.

தொலைபேசியைக்கீழே வைத்த மாவோ என்னைக் கேட்டார், "குடிப்பதற்கு ஏதாவது இருக்கிறதா, யின் கியாவோ?"

மாவோ அப்படியொன்றும் குடிப்பவரல்ல; ஒரு கோப்பை 'வைன்' குடித்தாலே போதும் அவரது முகத்தைச் சிவக்க வைப்பதற்கு, ஆகவே அரிதாகவே அவர் குடிப்பார்; அதற்கு விதி விலக்கு தூக்க மாத்திரை தீர்ந்துவிட்டால் தான், ஒரு டம்ளர் அவரைக் கிறுகிறுக்க வைக்கும், மூன்று டம்ளர் அவரைத் தூக்கத்தில் ஆழ்த்திவிடும். அது எரிசாராயமாக இருக்க வேண்டுமென்பதில்லை; சிவப்பு வைன் அல்லது பிராந்தி போதும் அந்த வேலையைச் செய்வதற்கு அல்லது ஒரு போரைத்திட்டமிடும் பொழுதோ அல்லது நடத்தும் பொழுதோ, அந்த சமயங்களில் பல இரவுகள் தொடர்ந்து கண் விழித்திருக்க வேண்டுமென்பதற்காக எடுத்துக் கொள்வார். வைன் ஒன்று மாவோவுக்குப் புத்துணர்வூட்டும் அல்லது தூங்க வைத்துவிடும், அது அதன் தரத்தைப் பொறுத்தது. இப்பொழுது சில நாட்களாகவே அவருடைய தூக்க மாத்திரைகள் தீர்ந்து விட்டதால், அவருக்காக நிறைய (குடி) பானங்களை நான் சேமித்து வைத்திருந்தேன்.

"இருக்கிறது, ஸ்பிரிட் கொண்டுவரவா?" என்றேன்.

"ஸ்பிரிட் எதுவும் வேண்டாம்" தலையை வேண்டாமென அசைத்த மாவோ "அந்தப் பயல், சோங்சாங் (கோமிங்டாங் ஜெனரல்) அதன் (ஸ்பிரிட்) சுளீரென்ற சுவைக்கு ஈடானவன் அல்ல" என்றார்.

"அப்படியென்றால் சிவப்பு வைன்?"

சிறிது யோசித்த பிறகு வேண்டாமெனத் தலையை அசைத்த மாவோ,

"இது பிரதான சக்திகளுக்கிடையில் நடக்கப் போகிற ஒரு போராக இருக்கப் போகிறது," என்றவர், "எதிரி ஒரு பக்கமும் நதி மறு பக்கமும் இருக்கக் கூடிய ஒரு சிறிய துண்டு நிலப்பகுதியில் நடக்கக் கூடிய ஒரு போராக இது இருக்கும், ஆகவே விவகாரம் நமக்குக் கடினமாக இருக்கும் என்றார். பிறகுஒரு சிறிய மௌனத்திற்குப் பிறகு கேட்டார், "ஏதாவது பிராந்தி வைத்திருக்கிறாயா?"

"இருக்கிறது, இறக்குமதிச் சரக்கு"

"சரி பிறகென்ன, பிராந்தியே கொடு" என்றவர், பிராந்தியின் வலிமையை எதிர்கொள்ளுமளவிற்குத் திறம் கொண்டவனா என்று கேட்டு சோங் சாங்கின் தலையில் தட்டிக் கேட்பதுபோல, வரைபடத்தில் சிவப்பு அம்புகளால் சூழப்பட்ட நீல வட்டங்களை தனது விரல்களால் தட்டினார்.

வரைபடத்தினருகில் பிராந்தியை வைத்த நான், ஒரு பாக்கெட் சிகரெட்டையும், ஒரு தீப்பெட்டியையும் பாட்டிலை அடுத்துவைத்தேன், பாட்டிலுக்கு மறுபக்கம் இரண்டு எண்ணெ விளக்குகள் மூன்று மெழுகுவர்த்திகள் ஆகியவை வரிசையாக நின்றன. ஒரு கேன்வாஸ் மேடை நாற்காலி டேபிளின் முன்பாக வைக்கப்பட்டிருந்தது. போர் துவங்க இருக்கிற ஒவ்வொரு சமயத்திலும் மாவோவுக்குத் தேவையான இந்தப் பொருட்களைத் தயார்செய்து வைத்துவிடுவேன். மற்ற சமயங் களைப் போலவே இப்பொழுதும் மாவோ தொலை பேசிக்கருகாமையிலேயே இருந்தார். முன்னணிப் படிவரிசை அழைக்காத நேரங்களில், யுத்தகளங் களிலிருந்து வந்த தந்திச் செய்திகளைப் படிப்பார், சுவர்களிலும் ஊறுகாய் ஜாடிகளையும் மறைத்துக் கொண்டிருக்கும், கிழக்கத்திய, வடகிழக்கத்திய சீன வரைபடங்களை ஆராய்வார், அல்லது தந்தி வாக்கியங்களை அமைப்பார். தொலைபேசியில் பேசும் பொழுது வடக்கு ஷான்ஷியின் வரைபடத்தையும் பார்த்துக் கொண்டிருப்பார். சிந்திக்கக் கூட இயலாத அளவுக்கு மிகவும் களைத்திருக்கும் பொழுது, தனது சிந்தனையைத் தூண்டிவிடுவதற்காக பல மடக்குகள் பிராந்தியை உறிஞ்சுவார்.

அதன் கூடவே சங்கிலித் தொடராகப் புகைப்பது, குவளை மாற்றிக் குவளை தேநீர் குடிப்பது, தேயிலைகளை மெல்லுவது, விழுங்குவதுமாக இருப்பார். ஷாஜியாடியான் யுத்தம் மூன்று பகல்களும், இரண்டு இரவுகளும் நீடித்தது, அவ்வளவு காலமும் அந்த அறைக்குள்ளேயே மாவோ அடைந்து கிடந்தார். ஒரு சிமிட்டு நேரம் கூட அவர் உறங்க வில்லை. ஐந்தரைப் பாக்கெட் சிகரட்டுகளையும் டஜன் கணக்கான கோப்பைகள் தேநீரையும் குடித்துத்தீர்த்தார். ஏராளமான அளவு தடவைகள் அவர் சிறுநீர் கழித்ததால்நாங்கள் அதன் எண்ணிக்கையைத் தவறவிட்டு விட்டோம். ஆனால், ஒரு தடவை கூட மலங்கழிக்கவில்லை. போர் முடிவை நெருங்குகையில் சோங் சாங்கின் 36 வது டிவிஷன் செயலிழக்க வைக்கப்பட்டதுடன், ஆறாயிரத்துக்கும் கூடுதலான எதிரித்

துருப்புகள் சிறைப்பிடிக்கப்பட்டனர். ஜெனரல் பெங்கிற்குச் சமர்ப்பணம் செய்யப்பட்ட பனிரெண்டு படவரிகளை மாவோ எழுதினார், அது சொன்னது, "எதிரியை இவ்விதம் புறமுதுகிடச் செய்வது நமது மகத்தான ஜெனரல் பெங் டெ ஹுவாயைத் தவிர வேறுயாராக இருக்க முடியும்? இதை எழுதி முடித்தவுடன், மேஜை மீது பாதிக்கும் மேல் நிறைந்திருந்த பிராந்திப் பாட்டிலைத் தூக்கியவர், சொன்னார், "இந்த மது, தவறானது."

இவ்விதமாகத்தான் மாவோ சவால்களைச் சந்தித்தார்; இவ்வாறு தான் அவர் ஒரு யுத்தத்தில் போரிட்டார். அவர் பல்வேறு சமயங்களில் ஒரு சவாலை எதிர்கொள்ளும் விதம், ஒரு ஹுனாளியன் சவால்விடும் எதிரிகளை சந்திக்கும் பொழுதெல்லாம் கூறும்பழ மொழியை நினைவுக்குக் கொண்டு வருகிறது, "இந்த அலட்டலெல்லாம் என்னை அசைக்காது"

மாவோ வெஞ்சினத்துடன் சிகரெட் துண்டை எறிந்துவிட்டு, உரத்த குரலில், "நாம் இந்த நதியைக் கடக்கப் போவதில்லை," என்று கூறியது எவ்வாறு, நதிக்கரையில், லியூகான் துருப்புகளின் துப்பாக்கிகள் தன்னைக் குறிவைத்துக் கொண்டிருக்கையில் உறுதியான எட்டுவைத்து எவ்விதம் நடந்து சென்றார் என்பனவற்றைக் குறித்து நான் ஏற்கனவே வர்ணித்திருக்கிறேன். ஆனால் அதை நான் முழுமையாகக் கூறிமுடிக்க வில்லை, அடுத்து நடந்தது இதுதான்:

வெள்ளை டிராகன் கோவில் இருநத குன்றை மாவோ நெருங்கிக் கொண்டிருந்த பொழுது, அவருடனிருந்த அலுவலக அதிகாரி லியூவிடம் ரென் பைஷி கூறினார், "பின்னாலிருக்கும் வீரர்களிடம் நாம் தங்கியிருந்ததன் தடயங்களையெல்லாம் அழித்துவிடும்படி சொல்," என்று சொன்னார். குன்றின் மீது எத்தனித்த மாவோ, ரென் சொன்னதைக் கேட்டுப் பின்னால் திரும்பினார்.வில்லோ மரக் கைத்தடியை குன்றின் அடிவாரத்தில் புற்கள் மண்டிய சரிவில் ஊன்றிக் கொண்டு சொன்னார், "அதென்ன முட்டாள் தனம்! மா-சே-துங் இங்கிருந்து தான் குன்றின் மீது ஏறினார் என்கிற வாசகங்களுடன் ஒரு அறிவிப்புப பலகையை ஊன்றுங்கள்". தோழர்கள், "நமது தடயங்களை அழித்துவிடுவது நல்லது. எதிரி நமக்கு நேர் பின்னால் இருக்கிறான்," என ஆட்சேபித்தனர். மாவோ கோபமாகக் கூறினார், "இருந்தாலென்ன? அந்தப் பலகையை நடு! அந்த லியூ எதற்காகவாவது லாயக்கானவனா இல்லையா என்று பார்ப்போம்"

மாவோ குன்றின் பாதி வரை ஏறியிருப்பார்,குன்றின் அடிவாரத்தில் சில வேட்டுச் சத்தங்கள் கேட்டது. நின்று விட்ட மாவோ தனதுவைக்கோல் தொப்பியால் விசிறிக் கொண்டே கேட்டார், "எதிரி வந்து விட்டானா என்ன?" இதைச் சொல்லிக் கொண்டே, தொடர்ந்து மேலே ஏறிச் செல்ல மறுத்துவிட்டு, ஒரு கல்லின் மீது உட்கார்ந்து கொண்டார். "ஆற்றின் மறுகரையிலிருந்த நமதுபொதுமக்கள் துணை

ராணுவப்படையினர் சுட்ட சத்தம் தான் அது, இப்பொழுது அவர்கள் தவறாகத் தாங்கள் சுட்டுவிட்டதைத் தெரிந்து கொண்டார்கள்" என்கிற தகவலை நமது வேவுகர்கள் கொண்டு வந்து சேர்த்த பிறகு தான், "அப்படியானால் அபாய மொன்றுமில்லை, அல்லவா, சரி, போவோம் வாருங்கள்," என்று சொல்லிக் கொணடே அந்தக் கல்லின் மேலிருந்து எழுந்தார்.

அது தான் மாவோ, தனது எதிரிகளைத் துரும்பாகக் கொள்கிற, ஒரு அங்குல இடம் கூட விட்டுக் கொடுக்காத ஒரு மனிதர். மேம்பட்ட சக்திகொண்ட படையை வைத்துக் கொண்டு ஒரு வருட காலமாகத் தனது காலடியையே லியூகான் துரத்திக் கொண்டிருந்தது மாவோவை சினம் கொள்ள வைத்தது. ஒரு வருடத்திற்குப் பிறகு, யிச்சுவான் போருக்காக மாவோவிடம் உத்தரவுகளைப் பெற்றுக் கொண்டிருந்த ஜெனரல் பெங் கேட்டார், "இந்த நாய் லியூ கானை உங்களுக்கு உயிரோடு வேண்டுமா, பிணமாகவா?" மாவோ பதிலிறுத்தார், மூன்று சாம்சங்களின இன்பியல் நமக்குச் சொல்கிறது. எதிரி எவ்வளவு பாதுகாப்பில் வைக்கப்பட்டிருந்தாலும், தனது சட்டைப் பையிலிருந்து ஏதோ ஒரு பொருளை எடுப்பது போல ஒரு போரின் பொழுதும் எதிரிப் படைத்தளபதியின் தலையை ஜெனரல் சேங்-யீடே அநாயசமாக கொண்டு கொணர்வார்." ஜெனரல் பெங் இதற்கிணங்கப் பதில் சொன்னார், "லியூகானின் தலையை நீங்கள் பெறுவீர்கள், தோழர் சேர்மன்" அதேபோல யிச்சுவான் போரில் லியூ கொல்லப்படுவதை ஜெனரல் பெங் உறுதி செய்தார். ஒரு தற்செயல் நிகழ்வு போல கிபி 25-220 கால கட்டத்திலிருந்த கிழக்கத்திய ஹான் வம்ச ஆட்சியின் இறுதிக் கட்டத்தில் வீர நாயகனாக விளங்கிய ஒரு தளபதியான சேங்-யீடே உடன் தளபதி பெங்கை ஒப்பிடுவது செஞ்சேனையில் வழக்கமாக இருந்தது.

சில வெளிநாட்டவர்கள் மாவோவை ஆதிக்க குணம் கொண்டவர் என வர்ணிப்பது வழக்கம். ஒரு வேளை அவர்கள் சரியாகக் கூட இருக்கலாம், ஆனால் அந்த வார்த்தையின் பொருள், அதை யார் கூறுகிறார்களென்பதைப் பொறுத்து மாறுபடும். ஒரு வேளை மாவோவின் அடங்காமை, புகழ் பெற்ற சோவியத் எழுத்தாளர் மாக்சிம் கோர்க்கியின் சொற்களில் கூறுவதானால், "புயல் இன்னும் வன்மையாக வீசுவதைக் காண வேண்டுமென்கிற பேரார்வத்தின் காரணமாக விளைந்திருக்கலாம்.

இந்த உவமையை நான் எடுத்தாள்வதற்குச் சிறந்த காரணங்களிருக்கின்றன. யுத்தத்தின் கடினமான சோதனைகளிலிருந்து மாவோ வெற்றியாளனாக வெளிப்பட்டார், அவற்றில் கொரிய யுத்தமும் அடக்கம்.

சமாதான காலத்தில் இதுபோன்ற சோதனைகளை மாவோ எவ்விதம் எதிர்கொண்டார்? அவரை எதிர்கொண்ட சில சோதனைகள் மிகவும் பரபரப்பானவைகளாகும், அவற்றை அவர் கையாண்ட விதம் அவருடைய குணாம்சத்தையும், வீரதீரப் பண்புகளையும் மேலும்

சிறப்பாகப் பிரதிபலித்தது.

மாவோ கேட்டுக் கொண்டபடி 1955ல் நான் விடுமுறையில் சென்றேன். அவருடைய மெய்க்காவல் படை உறுப்பினர்கள் சீனாவின் எல்லாப் பகுதிகளிலிருந்தும் வந்தவர்களாவர், ஒவ்வொரு நிர்வாகப் பிரதேசத்திலிருந்தும் ஒவ்வொருவர் என இருக்கும், அவர்கள் ஒவ்வொருவராக விடுப்பில் அனுப்பப் படுவார்கள், அது அவர்கள் குடும்பத்துடன் திரும்பவும் இணைவதற்கு மட்டுமேயல்ல, அவர்களுடைய நாட்டுப்புறங்களில் நிலைமை எவ்வாறிருக்கிறது என்பதைத் தெரிந்து கொண்டு அவற்றைக் குறித்து மாவோவிடம் உண்மையான அறிக்கைசெய்வதற்கும் வகை செய்தது.

நான் திரும்பி வந்த பிறகு நான் கண்டது கேட்டது அனைத்தையும் உள்ளது உள்ளவாறு அப்படியே மாவோவிடம் கூறினேன். ஒரு சில பாராட்டு வார்த்தைகளை அளித்துவிட்டு அவர் சொன்னார், “அடுத்த இரண்டுமாதங்களுக்கும் எனக்குத் தொந்தரவு எதுவும் வருவதை நான் விரும்பவில்லை. கிராமப்புறங்களின் கூட்டுறவு இயக்கத்தின் மீது கவனம் செலுத்தப் போகிறேன். நான் என்னைச் சந்திக்க வருபவர்களைக் காணப்போவதில்லை.”

அந்த மாதங்களில் அவருடைய எழுத்து மேஜையில் கட்டுக்கட்டமான தாள்கள் நிறைந்து காணப்பட்டது; அவை ஆவணங்களல்ல, பிழைதிருத்தப்பட்ட இறுதி நகல்கள். தனது அறைக்குள் அடைந்து கொண்டு இரவு முழுவதும் அதிகாலை வரை எழுதிக் கொண்டேயிருந்தார். பிற்பகலில் சில மணி நேரங்கள் உறங்குவார், எழுந்தவுடன் மீண்டும் வேலையிலிறங்கிவிடுவார். சுமார் இரண்டு வாரங்கள், அவருக்கு நான் தேநீர் கொண்டுவந்த பொழுது என்னிடம் ஒரு வார்த்தை கூடப் பேசவில்லை. என்னை நிமிர்ந்தும் பார்க்கவில்லை. அவர் வெளிப்படை யாகக் களைத்தும், படபடப்புடனும் காணப்பட்டார், ஒரு இலக்கை எட்டக்கூடிய தருணத்தில் வழக்கமாக அவர் இருக்கக் கூடிய நிலை அதுதான்.

ஒரு கோடை காலத்தில் மத்தியக் குழு நிர்ணயித்திருந்தபடி, கடலோரத்தில் அமைத்திருந்த கோடை வாசஸ்தலமான பெய்பெய்ஹேவுக்கு கட்சியின் தலைவர்கள் போவதாக இருந்தது. இந்த ஏற்பாட்டைப் பற்றி மாவோவிடம் நான் கூறிய பொழுது அவர் சொனனார், “அருமை. சீனாவில் சோஷலிச நிர்மாணம், கடலில் நீர் உயருகின்ற பருவத்தின் கடல் மட்டத்தின் உயரத்தை எட்டிவிடும், ஆகவே, நாம் போய் அதைப் பார்ப்போம் வா” இவ்வாறு அவர் பேசிக் கொண்டிருக்கும் பொழுது, தனக்கு முன்னால் திடீரென்று விரிகின்ற ஒரு மாயாஜால உலகத்தை அதிசயத்துடன் காண்கின்ற ஒரு குழந்தையின் குதூகலம் அவருடைய கண்களில் ஜொலித்தது; பரந்த, மகோன்னதமான, அற்புதங்கள் நிறைந்த ஒரு உலகம்; எதிர்காலத்திற்கான ஒரு உலகம்- அதனிடம் அவர் ரகசிய ஏக்கங்களை காதோடு குசுகுத்துக் கொண்டிருந்தார். இந்த உலகமொன்றுக்காகத்தான் தன் முழு

வாழ்க்கையையும் அர்ப்பணித்திருந்தார்.

அந்த அழகான காட்சி தந்த கிளர்ச்சி வடிந்து போனது போல் தோன்றிய வெகு நேரத்திற்குப் பிறகு தான், மாவோ தனது எழுத்து மேஜை மீது மலை போலக் குவித்து கிடந்த பேப்பர் கட்டுகளை சுட்டிக் காட்டிக் கொண்டு சொன்னார், "இவைகளையும் கொண்டுவா அவற்றை ஒழுங்காக அடுக்கு.

ஒவ்வொன்றும் ஒரு சதுர மீட்டர் அளவு கொண்ட இரண்டு பெட்டிகள் நிறையப் புத்தகங்களை வைத்திருந்தார்; இன்றைய இளைஞர்கள் அவற்றை மூட்டைப் பெட்டிகள் என அழைப்பார்கள்.அந்தப் பெட்டிகளில்லாமல் என்றும் பயணித்ததில்லை. இந்த முறை புத்தகங்களுக்கு மாறாக அவருடையபேப்பர்களும், கையெழுத்துப் பிரதிகளும் அந்தப் பெட்டிகளில் இருக்கும். நான் அவற்றைப் பிரித்து வரிசைப்படுத்தி அடையாள அட்டைகளை செருகி வைத்தேன். பிறகு அவற்றைப் பெட்டிகளில் கவனமாக அடுக்கினேன். நாங்கள் பெய்பெய்ஹே வந்து சேர்ந்தவுடன், பெய்ஜிங்கில் எழுது மேஜை மீது இருந்தது போலவே இங்குள்ள மேஜை மீதும் அதே வரிசைப்படி, அதே இடத்தில் அதே வகையிலானதாக அடுக்கி வைத்தேன். பல்வேறு மாகாணங்கள், பிரதேசங்களின் கூட்டுறவு இயக்கம் குறித்து அறிக்கைகள் தானவை. இன்று அவைகளின் மத்தியில், வெற்றி போதையில் மிதந்தவர்களால் மிகைப்படுத்தி எழுதப்பட்ட தலை சிறந்த படைப்புகளை ஒருவர் காணலாம். ஆனால் அந்த சமயத்தில் நான் அதைப் புரிந்து கொள்ளவில்லை, மாவோவும் அதைக் கவனித்திருக்க மாட்டார் என்று படுகிறது.

எண் 1 நீச்சல் பகுதியிலிருந்த எங்களது இல்லம், பாப்ளர் மரத்தோப்பிற்குள் அமைந்திருந்த ஒரு சிறிய ஒற்றை மாடிக் கட்டிடம். சோங் நான் ஹெய்-ல் வசித்தது போலவே இங்கும் கிழக்குக் கோடி அறையில் மாவோ இருந்தார்; அவர் எங்கு வசித்த போதிலும் இது போன்றே இந்தப் பக்கமாக இருப்பதைத்தான் விரும்புவார். நாங்கள் இங்கு தங்கிய வரையிலும், நீச்சல் இடைவேளை தவிர மற்ற சமயங்களில் மாவோ தனது பெரும்பாலான நேரங்களை எழுதுவதில் செலவிட்டார்; லியூ ஷாவோகி, சூயென்லாய், சூட்டே ஆகியோரைத்தவிர வேறெவரையும் சந்திக்க அனுமதிக்கவில்லை.

அப்பொழுது தான் மாவோவைப் பற்றிய மற்றுமொரு விஷயத்தைத் தெரிந்து கொண்டேன். ஒரு ஆழ்ந்த உணர்ச்சிப் பெருக்கு தன்னைக் கவ்வியிருக்கும் பொழுது, அவர் இடைவிடாமல் எழுதிக் கொண்டிருப்பார், அவரது பேனா தாள்களின் மீது விரைந்து ஓடிக் கொண்டிருக்கும்; அந்த உணர்வுப் பெருக்கு வார்த்தைகளாக வடிவம் பெற முடியாத அளவுக்கு மீறிப் போகும் பொழுது, அவர் திடீரென்று எழுந்து, கடலுக்குச் சென்று அலைகளுடன் போரிடுவார்.

ஒரு நாள் காற்றுப்புயல் சீறிக் கொண்டிருந்தது. வெப்பம் மறைந்து

விட்டது, வானம் அடர்ந்த, கருமேகங்களால் இருண்டு போனது, விரிந்த வான் பரப்பில் அவை உருண்டு திரண்டு ஓடிக் கொண்டிருந்தன. காற்று ஊளையிட்டது, கடல் கர்ஜித்தது, இடி முழங்கியது, மழை சாட்டையைப் போல் சுழன்றடித்தது, ஒரே சமயத்தில் உணர்வு கொப்பளிக்கும், ஆன்மாவைக் கிள்ளும், வெறிகொண்ட, கிலி கொள்ள வைக்கிற கர்ண கடூரமான ஒரு பேய்க் கூச்சல் மொத்த உலகத்தையும் நிறைத்தது. அந்த ஓசை மாவோவின் மீது தனது தாக்கத்தைச் செலுத்திவிட்டது போலும். ஜன்னல்களின் வழியாக வெளியே பார்ப்பதற்க்கு கவலைப்படாமல் அவர் எழுதிக் கொண்டேயிருந்தார், அவர் எழுத எழுத அவருடைய வேகம் கூடிக் கொண்டே போனது, அவருடைய மார்பு லேசாக விம்மியெழுந்தது. பின்னர் திடீரென்று, அவருக்கு ஒரு பைத்தியக் காரத்தனமான விபரீத எண்ணம் அவரைப்பிடித்துக்கொண்டது.

தனது பேனாவை மேஜை மீது படாரென்று வைத்தார், தனது இருக்கையிலிருந்து சடாரென எழுந்த அவர், "யின் கியாவோ, வா, நீந்தப் போகலாம்," என்றார்.

என்னை மின்னல் தாக்கியிருந்தால் தேவலாம் போல் தோன்றியது, என்னது? நீந்... நீந்தப் போகலாமாவா? இந்தச் சீற்.... சீற்றத்திலா?" நான் ஏதோதூக்கத்தில் உளறுபவனைப் போலிருந்திருக்க வேண்டும்.

எதிர்பாராத மெல்லிய ஒரு புன்முறுவலுடன், "நீந்துவதற்கு இது ஒரு அருமையான பருவமல்லவா," என்றார் மாவோ, அந்தப் புன் முறுவல் வாயின் ஓரங்களில் வழக்கமாகப் பிடிவாதத்தைக் காட்டும் மடிப்புகளை தோற்றுவித்திருந்தது "நானொன்றும் இறுக்கிக் கட்டிய கால்கள் கொண்ட பெண்மணியல்லவே. இந்தக் காற்று என்னை என்ன செய்துவிடும்," என்றார் அவர். பழைய காலங்களில் சீனப்பெண்கள் பாதங்கள் பெரிதாகிவிடாமலிருக்க (அப்போது தான் அது நளினமான பெண்மைத்தன்மை கொண்டதாக இருக்குமென்கிற நம்பிக்கை) இறுக்கமான காலணிகளை அணிந்து கொள்வார்கள்; பாதங்களை இறுக்கிக் கட்டிய பெண்மணி, என்கிற வாக்கியம் ஒரு தயக்கம் மிகுந்த, அளவுக்குமீறிய எச்சரிக்கையுணர்வு கொண்ட ஒரு மனிதனைக் குறிக்கிற உருவகமாகும்

"நீங்கள் அதைச் செய்யக்கூடாது! சுத்தமாக முடியாது!" என, ஒரு கெட்ட கனவிலிருந்து விழித்தவனைப் போலக் கிலி கண்டு நான் அலறினேன். இரண்டொரு எட்டுகள் வைத்துஅவருக்கு முன்னால் நின்று கொண்டு வழியை மறித்தேன். "பாதங்களைக் கட்டிய பெண்மணி" இந்த வாக்கியத்தைச் சிந்திக்க எது அவரைத் தூண்டியது! "முடியாது, நீங்கள் போகப்போவதில்லை," என நான் ஆட்சேபித்தேன்.

நாங்கள் ஆபத்தானது என்று கருதுகிற விஷயத்தை மாவோ செய்வதிலிருந்து தடுக்கக் கட்சி எங்களுக்கு அதிகாரமளித்திருந்தது; நவீனம், ஸ்தாபிக்கப்பட்ட 1949லிருந்து 'சுதந்திரமாக உலவும் சுதந்திரம்' அனைத்தையும் மாவோ இழந்துவிட்டிருந்தார். பாதுகாப்பு இலாக்காவின்

ஒப்புதலில்லாமல் சோங் நான ஹை-யை விட்டோ அல்லது இருப்பிடத்தைவிட்டோ மாவோ செல்ல முடியாது. இவ்விதமாக காவலர்களையெல்லாம் திரட்டி அவர் முன் ஒரு 'பெரும் சுவர்' ஒன்றை அமைத்தாகிவிட்டது; அவர் எவ்வளவு தான் வன்மையாக ஆட்சேபித்த பொழுதும் சுவற்றிலிருந்து கதவுகள் மூடியே இருந்தன. இதுபோன்ற விவகாரங்களில் நான் யாருடைய பேச்சையும் கேட்பதில்லை, அது மாவோவே ஆக இருந்தாலும் சரி; "சேர்மனுக்குப் பக்கத்தில் இருபத்து நான்கு மணி நேரமும் இருங்கள், அவரை விட்டு ஒரு நொடி கூட விலகியிருக்கக் கூடாது. அவர் மீது கூர்ந்து கவனமிருக்கட்டும். கடலில் நீந்த அவர் விரும்பினால் என்ன விலை கொடுத்தேனும் அவரைத் தடுத்து நிறுத்துங்கள், அவரைப் பாதுகாத்திடுங்களள. எந்தவொரு சூழ்நிலையிலும் அதுபோன்ற ஒரு செயலை அவர் செய்வதற்கு அனுமதிக்கக்கூடாது" என்று எங்களுக்கு ரூவோ ருய்சிங் உத்தரவு பிறப்பித்திருந்தார். அவர் ஒருவர் பேச்சைத்தான் விதிவிலக்காகக் கேட்பேன்.

மாவோ ஒரு அசாதாரணமான ஆற்றல் படைத்த மனிதர். மூன்று அல்லது ஐந்து நாட்கள் தொடர்ந்து கண் விழிப்பது கூட அவருக்கு ஒரு பொருட்டல்ல. வழக்கமாக பாதுகாப்புப் பணியிலிருக்கும் நாங்கள் ஒரு நாளைக்கு நான்கு ஷிப்டுகளில் பணிபுரிவோம். இப்பொழுது அது இருபத்தி நான்கு மணி நேரம் ஒரே தொடர்ச்சியாக ஷிப்ட் ஆக இருந்தது, அப்பொழுது தான் அவரைத் தடுத்து நிறுத்துவதற்குப் போதுமான ஆட்கள் இருப்பார்கள். நாங்கள் அசந்து போகிற நேரம் பார்த்து அவர் நழுவி விடாமலிருப்பதற்காக அவ்வளவு நீண்ட நேரமும் விழிப்பாக இருப்பது, அவரது உளக்கிடக்கை அவரையும் மீறி விடும்பொழுது அவரோடு வாதிடுவதுஎல்லாம் சேர்ந்த இந்தப் பணி களைப்பின் எல்லைக்கே சென்றுவிடக்கூடியதாக இருந்தது.

புயலின் சீற்றம் தணிந்து சூரியன் மறுபடியும் பிரகாசிக்கத் தொடங்கு வதற்கு நீண்ட நேரம் பிடித்தது, நாங்கள் மேலும் பதட்டமடைந்தோம். தனது விருப்பத்தை வலியுறுத்துவதற்கு பிரகாசிக்கும் சூரியன் மேலும் ஒரு சாக்காகிவிடும், அவரைத் தடுக்கும் பணி எங்களுக்கு இன்னும் கடினமாகிவிடும். ஆனால் கடல் மேல் வீசும் காற்று இன்னும் 'ஏழாவது' வேக சக்தியிலேயே, குறைந்த பட்சமேனும், நிலை கொண்டிருந்தது, அலைகளின் பெருக்கமும் இன்னும் அதேயளவுக்குக் கனமாகவேயிருந்தது.

நாங்கள் எதிர்பார்த்தது போலவே நடந்தது; காலை 10 மணிக்குத் தான் நீந்தப் போவதாக அறிவித்தார். உடனடியாக 'பெருஞ்சுவர்' எழுந்தது. இந்த முறை மாவோவின் மருத்துவர் டாக்டர் சூ டாவோ-வின் உதவியையும் சேர்த்துக் கொண்டோம், அவர் புயலுக்குப் பின்னர் ஏன் நீந்தப் போகக்கூடாது என்பதற்கான மூன்று காரணங்களைப் பட்டியலிட்டார். ஒரு அறிவு ஜீவியான டாக்டர் சூ இணங்க வைக்கும் கலையில் எங்களைவிடத் திறமையானவர். ஆனால் அவர் மூன்றாவது

காரணத்திற்குள் போயிருக்கக் கூடாது. மூன்றாவதாக, டாக்டர் தொடர்ந்தார், "புயலுக்குப் பிறகு கடற்கரையில் கிளிஞ்சல்கள் இரைந்து கிடக்கும். அவை கடற்கரையைப் பாதுகாப்பற்றதாக்கிவிடும். உங்கள் பாதங்களில் காயமேற்படலாம், அல்லது நீங்கள் அதன் மேல் தடுக்கி விழக்கூடும். இதுதான் லீவெய் ஹானுக்கு நிகழ்ந்தது; இத்தனைக்கும் அது ஒரு அருமையான நாள், கடல் அமைதியாக இருந்தது, இருந்தும் அவருடைய கால் முறிவதில் போய் முடிந்தது."

அவ்வளவுதான் காரியம் கெட்டுப் போய்விட்டது. டாக்டர் சூவை அச்சுறுத்தும் பார்வையுடன் மாவோ கேட்டார், "யார் தடுக்கி விழுந்தது? லீ-க்கு அதுதான் நடந்ததென்றால் அது அப்படியே எனக்கும் நடந்து தான் தீர வேண்டுமா? நீங்கள் என்ன சொல்கிறீர்களோ அது நீந்துவதற்குப் போகுமாறு என்னை இன்னும் உறுதிகொள்ள வைத்துவிட்டது"

மாவோ கோபத்துடன் எழுந்தார், நாங்கள் உடனே அவருடைய வழியை மறித்து ஒரே வரிசையாக நின்று கொண்டோம். "கடலுக்கு" எனச் சொல்லிக்கொண்டு, அவருக்கு முன்னாள் தடையாக இருந்தது ஒரு மனிதத் தடையல்ல, ஏதோவொரு பரந்த நிலப்பரப்பு போலவும், தனது வழிக்கும் குறுக்கே எதுவுமில்லையென்பது போலவும் மாறாக ஒரு பொது வழிபோலவும் கதவை நோக்கிச் சென்றார். ஒரு உறுதி பூண்ட பார்வையுடன், ஒரு ரயில் இடிமுழக்கம் செய்து முன்னே பாய்வது போல எங்களை நோக்கி நகர்ந்தது எங்களை பீதியில் ஆழ்த்தியது. நாங்கள் முன் கதவை நோக்கி பின்னால் நகர்ந்தோம், கதவை அடைந்தவுடன் எங்களால் வரிசையைப் பராமரிக்க முடியாமல் போகவே, சுக்கு நூறாக நசுக்கப்பட்டு விடாமலிருக்கப் பிரிந்துவிட்டோம்.

எனக்கு வேறு வழியேதும் இருக்கவில்லையாதலால் ஒத்துப்போக வேண்டியதாயிற்று. மெய்க்காவலர்களை உஷார்ப் படுத்திய நான் நீச்சல் அரையாடை, டவல்கள், உயிர்காக்கும் மிதவைகள் மற்றும் ஆல்கஹால் ஆகியவற்றை எடுத்துக் கொண்டு மாவோவுடன் சென்றேன். தனது முதலுதவிப் பெட்டியுடன் டாக்டர் சூவும் வந்து சேர்ந்தார். அதே போல் அவசர உதவி அழைப்பைப் பெற்ற காவல் கம்பெனிப் பிரிவும் வந்து சேர்ந்தது. இந்தச் சிறிய சேனையுடன் மாவோ கடலை நோக்கிச் சென்றார்.

கடலைப் பார்த்தவுடனேயே நான் கதிகலங்கிப் போனேன், பரந்துவிரிந்த அந்தக் கறுப்பு வண்ண நீர் பயங்கரமாகக் கொந்தளித்தது, பல நூறு மீட்டர்கள் அகலம் கொண்ட அதன் பெரும் அலைகள் அச்சமூட்டும் வேகத்தில் அடிவானத்திலிருந்து கரைவரை சுழற்றியடித்தது, அது எழுப்பிய ஓசை, பீரங்கிகள் முழங்குவது போல் அல்லது ஒரு பெரும் காற்றுப்புயல் ஒரு காட்டினூடே புகுந்து சுழற்றுவது போல் அல்லது நூறாயிரக்கணக்கான காட்டு மிருகங்கள் தறிகெட்டு ஓடுவது போல் இருந்தது. பல டஜன் மீட்டர்கள் காற்றில் சவாரி வந்து நுரைகள்,

எங்கள் மீது மழைபோல் பொழிந்தன. இதோ மாவோவை நாங்கள் நெருங்கிவிட்டோம்.

காதில் விழுகிறபடி சுவாசித்துக் கொண்டு, மார்பு விம்ம, சண்டையிலிறங்கப் போகிற ஒரு போர் வீரனின் துச்சம் தனது கண்களில் ஜொலிக்க மாவோ கடலை உறுத்துப்பார்த்தார். சிறிது நேரம் கடலை அளவெடுத்த அவர் தன்னைச் சுற்றியிருந்த காவலர்களை மென்மையாக ஒதுக்கிவிட்டு மௌனமாகத் தனது ஆடைகளைக் களைந்தார். அந்த மௌனம் ஈர்ப்பு மிக்கதாகவும், உதிர்க்கின்ற சொற்களை விடவும் கூடுதல் அழுத்தம் கொண்டதாக இருந்தது, ஒரு போர் சங்கின் ஒலி எவ்விதம் வினையாற்றினருக்குமோ அதேபோல வருவது வரட்டும் என்று அவரைப் பின் தொடருமாறு எங்களைத் தூண்டியது. படபடப்பும் கிளர்ச்சியும் பொங்க, பனிக்கட்டியின் குளிர்ச்சியுடன் எங்கள் மீது வந்து நுரைகள் தெறிக்க எங்களால் எவ்வளவு முடியுமோ அவ்வளவு விரைவாக ஆடைகளைக் களைந்தோம்.

இப்பொழுது அனைவரும் தயார். தனது வாயின் ஓரங்களில் ஒரு மெல்லிய புன் முறுவல் தோன்ற எங்கள் ஒவ்வொருவரையும் பார்த்த மாவோ கேட்டார், “உங்களுக்குப் பயமாக இருக்கிறதா?”

“இல்லை” ஆனால் எங்களுடைய இந்த பதில் ஒரு சேரவோ, உரக்கவோ ஒலிக்கவில்லை. “வர விரும்பவில்லையென்றால் நீங்கள் என்னுடன் வர வேண்டியதில்லை. நீங்கள் கரையிலிருந்துபார்க்கலாம் அல்லது திரும்பிப் போகலாம்,” பின்னால் திரும்பி கடலை நோக்கி செல்ல ஆரம்பித்த மாவோ அமைதியாகக் கூறினார். மாவோ நல்ல தாட்டியான, உயரமான மனிதர், சிறிது உப்பலான அவரது வயிறு அவர் நடக்கும் போது அவரது உடலைச் சற்றுப் பின் நோக்கித் துருத்திக் கொண்டிருக்குமாறு செய்து, நடை தக்கப் பிக்க வென இருக்குமாறு செய்தது.

ஆனால் உடலை அவ்வாறு இருத்திக் கொண்டு அவர் அசையாமல் நின்றுவிட்டாரென்றால், எதுவுமே, எண். 7. சக்தி கொண்ட புயல் கூட அவரை அசைக்க முடியாது. இவ்வாறாக, ஆழமான காலடித்தடங்களை பின்னால் விட்டவராக, கடலை நோக்கி அவர் நடந்து முன்னேறினார். ஒரு கட்டளைக்குச் செவிசாய்ப்பது போல காவலர்களும், மெய்க்காவலர் களும் விரைந்து சென்று மாவோவைச் சூழ்ந்து கொண்டார்கள். ஏழெட்டுக் காவலர்கள் அவருக்கு முன்னால் ஒரு வரிசையாக கடலை நோக்கி ஓடினார்கள், அவருக்குப் பின்னாலும் ஒரு பக்க வாட்டிலும் நாலைந்து பேராக நீளமாக, உறுதியான எட்டுகளில் நடந்தோம்.

மலை உச்சிபோல் உயர்ந்த ஒரு பிரம்மாண்டமான அலை, ஒரு எதிராளியை வரவேற்பது போல எழுந்து மாவோவை நோக்கிவிரைந்தது, மலையின் உச்சியில் மேல் தொடங்குகிற ஆயிரக்கணக்கான பிசாசுகளைப் போல அதன் உச்சியின் வெண்ணிறக் கொப்புகள் பளிச்சிட்டன. பயங்கரமான சக்தியுடன் எழுந்தும், அமிழ்ந்தும், ஒரு அடிபட்ட மிருகம் போல் கர்ஜித்துக் கொண்டு, கடற்கரையை நோக்கி அது பாய்ந்தது.

"துரத்து, அதைத் துரத்து" ஒரு குழந்தையைப் போல் மாவோ கத்தினார். பின் வாங்கிய அலைகளுக்குள் தடுமாற்றத்துடன் நாங்கள் பாய்ந்தோம். பின் வாங்கும் அலை பாதி உள்வாங்கியிருக்கையில், முன்னோக்கி விரைந்து ஒரு அலை மோதி, ஒரு கரும் பச்சை வளைவாக உயரே எழுந்தது, நாங்களறிந்து கொள்வதற்கு முன்னமே அந்த அலை மாபெரும் சக்தியுடன் எங்கள் மீது இறங்கி விழுங்கிவிட்டது. அதைத் தொடர்ந்து வந்த இருளில் நாங்கள் காற்றில் மிதப்பது போன்றே உணர்ந்தோம், ஆனால் உண்மையில் பெரும் நீரினால் நாங்கள் சுருட்டித் தூக்கப்பட்டிருந்தோம்; மணலின் மீது நாங்கள் பொத்தென்று விழுந்த போது கூட என்ன நேர்ந்தது என்பது எங்களுக்கு விளங்கவில்லை.

வெகுதொலைவிலிருந்தும் வெகுஅருகிலுமாக ஒரே சமயத்தில் ஒலித்த ஒரு குரலில், "தோழர் சேர்மன், தோழர் சேர்மன், உங்களுக்கு ஒன்றுமாகவில்லையே, ஒன்றுமாகவில்லையே" என யாரோ சத்தம் போடுவதை நான் கேட்டேன்.

உடனே உணர்வுக்கு வந்த நான்,மாவோ உட்பட அனைவருமே தூக்கி வீசப்பட்டிருப்பதைக் கண்டேன். சடாரென்று உடனே எழுந்த நான் மாவோவிடம் ஓடினேன், "என்ன நடந்தது தோழர் சேர்மன், நீங்கள் எப்படியிருக்கிறீர்கள்," என்றேன்.

எனது கைகளைத்தள்ளிவிட்ட மாவோ,கடற்கரையிலிருந்து எழுந்தார். மணலை துப்பிக்கொண்டு கரையை நோக்கி உருண்டு வந்த அலைகளைப் பக்கவாட்டில் பார்த்துக் கொண்டு, கடலை சுட்டிக் காட்டியபடி, எதிர்பாராத விதமாகச் சொன்னார், "ஒரு சரியான எதிரியென்று நான் அதைத்தான் அழைப்பேன்"

எனது இதயம் சுருங்கியது. யாராவது ஒருவரிடம் ஒரு எதிராளியைக் கண்டு கொணடால் மாவோ அவரைத் தோற்கடிக்காமல் விடமாட்டார்.

நினைத்தது போலவே, அந்த அதிர்ச்சியிலிருந்து நாங்கள் மீள்வதற்கு முன்பாகவே, கொந்தளித்துக் கொண்டிருக்கும் கடலுக்கு அவர் திரும்பிவிட்டார். முதலில் நடந்தது தான் திரும்பவும் நடந்தது. நாங்கள் பாதுகாப்பாக அவரைச் சூழ்ந்து கொண்டோம், அலைகளில் புதைந்தோம், அலைகளால் தூக்கப்பட்டோம், திரும்பவும் பீச்சின் மீது தூக்கி வீசப்பட்டோம்.இது பலதடவைகள் திரும்பத் திரும்ப நடந்த பிறகு நாங்கள் மிகவும் மிரண்டு போய்விட்டோம்; கடலின் கர்ஜனை எங்களைக் களைப்பின் எல்லைக்கே கொண்டுபோய் விட்டது. அவ்வளவு தூரம் களைப்படைந்து விட்ட நாங்கள், எங்களைருகே மாவோ நின்று கொண்டிருந்தபொழுது கூட எழ முடியாமல் பீச்சின் மீது படுத்தே கிடந்தோம்.

மாவோ இருண்ட முகத்துடனிருந்தார். முகத்தைச் சுளித்த அவர் என்னிடம் கேட்டார் "அவ்வளவுதான், அடித்து வீழ்த்தப் பட்டு விட்டீர்களா, யின் கியாவோ?" அது ஏதோ கொஞ்சம் நீர் தானே, லியூ

கான் நம்மீது கட்டவிழ்த்துவிட்ட ஏழு பிரிகேடுகளை விடக்கடுமையானதாக இது இருக்காது. அங்கிருந்த எல்லோரிடமும் பேசினார், "தோற்றுப் போய் விட்டீர்களா," அவரது தோற்றமும் குரலும் சாந்தமாக இருந்தது. "நீங்கள் என்னுடன் இருக்க விரும்பவில்லையென்றால் என்னை விட்டுப் போகலாம்; பிறகு, போரைத் தொடர்வதற்கு நான் இன்னொரு குழுவை உருவாக்கிக் கொள்வேன்"

இதை எங்களால் தாங்கிக் கொள்ள முடியவில்லை. ஓங்கிக் குரலெழுப்பிக் கொண்டு நான் தாவி எழுந்தேன், அதேபோல மற்ற பாதுகாவலர்களும், மெய்க்காவலர்களும் எழுந்தார்கள். தோளோடு தோளாக கரங்களைக் கோர்த்துக் கொண்டு ஒரு ஆப்பு வடிவிலான மனித கேடயத்தை கட்டுமஸ்தான இளம் பாதுகாவலர்கள் உருவாக்கி பாதுகாவலர்கள் உடனடியாகப் பின்வர மாவோவை அழைத்துச் சென்றார்கள். இந்த வடிவில் நாங்கள் கடலுக்குள் சென்றோம். அலைகள் எங்களை நோக்கித் தாவியது, எங்களை வளைத்தது, இருந்தும் நாங்கள் காலூன்றி நின்றோம்; அவை பின் வாங்கிய பொழுது நாங்கள் முன்னேறினோம்; ஊளையிடும் காற்று, இடிபோல் முழங்கும் அலைகள், எங்களுடைய கூச்சல் அனைத்தும் சேர்ந்து கொண்டு வாழ்வா-சாவா போராட்டத்தில ஈடுபட்டிருக்கும் இரண்டு சேனைகளின் போர்க்களம் போல அந்தக் காட்சி கிளர்ச்சியூட்டியது. இவ்விதமாக முன்னேறிய நாங்கள் ஆழ்கடலுக்குச் சென்று விட்டோம். இப்பொழுது மாவோவின் அருகாமையில் நிலைத்திருக்கக் கடுமையாகப் போராடினோம், ஆனால் ஒவ்வொரு தடவையும் மலைகளால் பின்னுக்குத் தள்ளப்பட்டோம். ஏதோ பழி... வாங்குவது போல் கடல் வன்மையாகப் பொங்கியது, ஒரு கணம் மலையுச்சியைப் போல உயர்ந்தது, மறு கணம் அடியாழமற்ற பாதாளத்திற்கு வீழ்ந்தது, அது எங்களை மரண பயத்தினுள் தள்ளியது. தனது கடைசி வேண்டுகோள் போல ஒருவருடைய குரல் ஒலித்தது, "சீக்கிரம், சேர்மனுக்கு ஒரு உயிர்காக்கும், மிதவை வேண்டும், ஒரு உயிர்காக்கும் - மிதவை"

ஒரு அலையின் உச்சியிலிருந்து மாவோ திரும்பிக் கத்தினார், "பயப்பட வேண்டிய தேவையில்லை! இது வெறும் அலைதான்.....". பிறகு அலையின் பள்ளத்திலிருந்து கொண்டு, "சும்மா இரு! உன்னை அது கரைக்குத் தான் இழுத்துச் செல்லும், அடியே இழுத்துச் சொல்லாது..... பின்னர் அலையின் உச்சியிலிருந்து கொண்டு "எவ்வளவு தம் இருக்கிறதென்று காட்டு பார்க்கலாம்."

நீச்சலை முடித்துக் கொண்ட பிறகு, ஷாஜியாடியன் போரில் வெற்றிபெற்றதைக் காட்டிலும் அதிகமான மகிழ்ச்சியுடன் மாவோ தென்பட்டார்.

ஒரு சவால் விடப்பட்டாலோ அல்லது சவால் விட்டாலோ மாவோ என்றுமே துளிக்கூடத் தயக்கத்தைக் காட்ட மாட்டார், மாறாக வெற்றி பெறப் போகும் தன்னம்பிக்கையைத்தான் வெளிப்படுத்துவார். அவர்

அதிசயிக்கத்தக்க வலிமை வாய்ந்தவர். அதே அளவு அதிசயிக்கத்தக்க மன வலிமையும் கொண்டவர். ஒரு வேளை அவரது மனவலிமை ஒரு தவறான மதிப்பீட்டிற்கு இடம் கொடுத்திருக்குமானால், தன்னைச் சுற்றி ஒரு பரந்த சக்திகளை அணிதிரட்டிக் கொண்டு, தனது தன்னம்பிக்கையையும், வளைந்து கொடுக்காத தனது மன உறுதியினாலும் அதன் தார்மீகத்தை நிலை நிறுத்துவார்.

தனது வாழ்நாள் முழுவதும் மாவோ ஒரு வெற்றியாளராகவே திகழ்ந்தார், ஒரு குறிப்பிட்ட அரசியல் விவகாரம் என்கிற ரீதியிலல்ல, மாறாக, எப்பொழுதெல்லாம் ஒரு சவாலை எதிர்கொள்கிறாரோ அப்பொழுதெல்லாம் தனது வீரநாயக இயல்பை வெளிப்படுத்தும் ஒரு மனிதனாக.

குண்டு வீச்சு விமானங்கள் வந்த தருணத்தில்....

மரணத்தின் விழியிலும் மாவோ தனது நிதானத்தை இழந்ததில்லை. துரத்திக் கொண்டு வந்த ஏழு பிரிகேடுகளின் துப்பாக்கிகள் தன்னைக் குறிவைத்துக் கொண்டிருந்த வேளையில் அவைகளுக்கு முன்பாக, அவற்றைக் கடந்து நடந்து செல்லும் பொழுதிலும் கூட அவர் அவ்விதமே நிமிர்ந்து நடைபோட்டார். அந்தத் துருப்புகள் மலையுச்சியில் இருந்ததால் அவர் இன்னும் தொலைவிலிருந்தது தான் மாவோவின் நிதானத்திற்குக் காரணமென்று யாரேனும் சுட்டிக் காட்ட விரும்பினால், இன்னுமொரு சம்பவத்தில் நடந்ததை நான் திரும்பவும் நினைவு படுத்த விரும்புகிறேன்.

மஞ்சள் நதிக்குக் கிழக்கே, ஷான்ஷி- சாஹார்- ஹேபே எல்லைப்பகுதியிலிருந்த புரட்சித் தளத்தை நாங்கள் அடைந்தபிறகு ஷான்ஷி-சாஹார் ஹேபே பிரதேச ராணுவ சேனையின் தலைமை அலுவலகம் இருந்த செங்கனான்-சுவாங்-ல் சுவாங்ல் மாவோ வசித்து வந்தார். மே மாதத்தில் கட்சிச் செயலாளர்களின் ஒரு பத்து நாள் கூட்டத்திற்கு அங்கு அழைப்பு விடுத்தார். அந்தக் கூட்டம் முடிவுற்ற பொழுது, மாவோ நல்ல உற்சாகத்திலிருந்தார். ஓய்வேதும் எடுக்காமல் தா-பை மலைகளில் புரட்சித்தளங்களை நிறுவியிருந்த டெங்-ஜியாவோபிங்-கிற்கு ஒரு நீண்ட தந்தியையும், தேசிய அரசியல் ஆலோசனை மாநாட்டின் கூட்டத்திற்கான ஒரு சுற்றறிக்கையையும் வரைந்தார்.

அந்தச் சுற்றறிக்கையை எழுதி முடித்தபொழுது, விடியத்தொடங்கி யிருந்தது. தன் உடல் தளர்வைப் போக்கிக் கொள்வதற்காக முன்வாசலில் ஒரு நடைபோட்டார். தனது அறைக்குத் திரும்பியதும் தாள்களையும், கையெழுத்துப் பிரதிகளையும் எடுத்துக் கொண்டு “நான் படுக்கைக்குப் போகிறேன், யின் கியாவோ,” என்றார்.

அவருக்கு இரண்டு தூக்க மாத்திரைகளையும், ஒரு குவளை நீரையும் கொண்டு வந்தேன். ஒரு விவசாயியின் பழக்க வழக்கங்களைத் தொடர்ந்து கடைப்பிடித்து வந்த மாவோ உடைகளேதுமின்றித் தூங்குவார். தூக்கம் வருவதற்காக சிறிது நேரம் வாசிப்பார். அன்று காலையில் ஒரு அரை மணி நேரம் செய்தித்தாள்களைப் படித்தவர், அவற்றைத் தலையணைக் கருகில் வைத்துவிட்டு கண்களை மூடினார். அப்படியானால் இரண்டாவது போஸ் தூக்க மாத்திரைகள் தேவையில்லையென்று பொருள். எனவே சத்தமில்லாமல் அறையை விட்டு வெளியேறினேன்.

ஜியாங் கிங், (மாவோவின் மனைவி) மாவோவுக்குப் பக்கத்திலிருந்த சிறிய அறையில் வசித்து வந்தவர் எழுந்து கொண்டார்; அவர் மாறாத பழக்கங்களைக் கொண்டவர். ஜெனரல் நியே ரோங்ஷென், அவரும் எழுந்துவிட்டிருந்தார், தனது காலை நடைக்குப் பிறகு திரும்பிக் கொண்டிருந்தார். அவர் ஜியாங்கைப் பார்த்தவுடன், அவர் ஒவ்வொரு முறையும் அவரைச் சந்திக்கும் பொழுதும் செய்வது போல, கை குலுக்குவதற்காக நின்றார். சிறிது நேரம் அவர்கள் பேசிக் கொண்டபிறகு, நியே தனது அறைக்குச் சென்றார். அவர் மாவோக்குத் தனது அறையைத் தந்துவிட்டு, பின் வரிசையில் ஒரு வீட்டிற்கு மாறியிருந்தார்.

அவர்கள் அப்பொழுது தான் பிரிந்து சென்றிருப்பார்கள், உடனே செங்னான் சுவாங்கிற்கு வடக்கேயிருந்த ஒரு மலையில் விமானத்தாக்கு அபாயச் சங்கு ஒலித்தது. உடனடியாக எனது இதயம் துடிப்பது நின்று போனது. எனது மூச்சை நிறுத்திக் கொள்ளுமளவிற்குக் கலவரமடைந்து போனேன். செங்கனான் சுவாங் பகுதி யேனான் போன்ற பகுதியல்ல. யேனானில், ஷான்ஷ- கன்சு -நிங்ஜியா வான் பரப்பில் எதிரி விமானங்கள் தோன்றிய மறுகணமே, தொலைபேசி மூலம் அவற்றின் வருகை எங்களுக்குத் தெரிவிக்கப்பட்டுவிடும், சைரன் ஒலித்த பிறகு பாதுகாப்பான பதுங்கிடத்திற்குச் செல்லப் போதுமான நேரமிருந்தும், செங்னான் சுவாங் பெய்ப்பிங் (விடுதலைக்கு முந்தையை பெய்ஜிங்கின் பெயர்)க்கு மிக அருகிலிருந்தது, அதைவிடவும் மோசம், சுற்றியுள்ள மலைகளுக்குமேல்வரும் வரை விமானங்கள் பார்வையில் படாது, பதுங்குவதற்கு எங்களுக்கு வெகு சிறிய சமயம் தானிருக்கும். விமானத்தாக்குப் பதுங்கிடம் மாவோவின் அறையிலிருந்து நூறு மீட்டர்களுக்கும் அப்பாலிருந்ததால், மாவோவை அங்கு கொண்டு செல்வதிலேற்படுகிற எந்த விதத்தாமதமும் பெரும் தீங்கை ஏற்படுத்திவிடும் என்று பொருள்.

பயம் என்னைச் செயலற்றவனாக்கிவிட்டது- நான் மாவோவின் அறை முன் சுற்றிச் சுற்றி வட்டமடித்துக் கொண்டிருந்தேன். நான் ஏன் சாதாரணமாக மாவோவை எழுப்பி விமானத் தாக்குப் பதுங்கிடத்திற்கு அழைத்துச் சென்றிருக்கக் கூடாது என்று ஒருவருக்குப் புரியாமல் போகலாம். அது அவ்வளவு எளிமையான விஷயமல்ல. மாவோவுக்கு அவ்வளவு சுலபத்தில் தூக்கம் வராது; தனது நிதானத்தை இழப்பதில் பத்துக்கு ஒன்பது சமயங்களில் அவருக்குத் தூக்கம் வராதது தான் காரணமாக விருக்கும்.

அவர் இப்பொழுது எழுப்பப்பட்டு, பின்னர் விமானத் தாக்குதல் நடைபெறாமல் போகுமானால் ரகளை செய்துவிடுவார். அவருக்குக் கோபம் கட்டு மீறிப்போனால் பார்ப்பதற்கு பயங்கரமாக இருப்பார், உரக்கத்திட்டுவார், "இங்கிருந்து ஓடிப் போய்விடு," நீ நின்று கொண்டேயிரு, அது தான் உனக்குத் தண்டனை,..... என்பார். இது போன்ற மனக்கிளர்ச்சி அவருடைய உடல் நலத்துக்கே கேடாகிவிடும், பல நாட்கள் அவரை சோர்வில் ஆழ்த்தி விடும்.

பாதுகாவல் பிளாட்டூன் தலைவர் யான் சேங்ளின் கால் விரல்களில் ஓசையெழுப்பாமல் என்னை நோக்கி ஓடிவந்தார், ஏதோ வீட்டில் தீப்பிடித்துள்ளது போல் படபடப்புடனிருந்தார். என்கிற போதிலும், கவனமாக, தாழ்ந்த குரலில், என்னிடம் கேட்டார், "நாம் இப்பொழுது என்ன செய்வது? பெரியவரை எழுப்பலாமா?"

மாவோவுடன் நீண்டகாலமிருந்த எங்களின் சிலர் அவரைப் பெரியவர் என்று குறிப்பிடுவதுண்டு.

"ஆனால் அவர் இப்பொழுது தான் தூக்க மாத்திரை எடுத்துக் கொண்டு உறங்கத் தொடங்கியிருக்கிறார்" எனக் கைகளைப் பிசைந்து கொண்டேன்.

"என்னமுட்டாள்த்தனம்! எந்த நொடியிலும் எதிரி விமானங்கள் குண்டு வீசக் கூடும்."

"அவர்கள் போடவில்லையானால் என்ன செய்வது, பிறகு காலம் கடந்துவிடுமே!"

என்ன செய்வதென்பதை நாங்கள் முடிவு செய்யும் முன்னரே மூன்று பகை விமானங்கள் தோன்றி எங்கள் தலைக்கு மேல்வட்டமிடத் துவங்கின. பதுங்கக் கூடத் தோன்றாமல் வாயடைத்துப் போய் உறைந்து நின்றோம். இப்பொழுது நாங்கள் செய்யக் கூடியதெல்லாம் பாதுகாக்க வேண்டிய 'மார்க்டம்' பிரார்த்தனை செய்வதுதான். விமானங்கள் குண்டு வீசாமலிருந்துவிட்டால், எல்லாமே நல்லபடியாகப்போய் விடும், அப்படி விமானங்கள் குண்டு வீசிவிட்டால் எங்கள் வாழ்நாளெல்லாம் களங்கத்துடனிருப்பதைவிட அவை எங்களை முதலில் கொல்லட்டும்....

இரண்டு முறை வட்டமிட்ட அந்த விமானங்கள், பெய்ப்பிங் நோக்கிப் பறந்து சென்று விட்டன. பெரும் சுமையொன்று என் மீதிருந்து அகற்றப்பட்டது போல் நான் பெரும் நிம்மதியடைந்தேன். எனது பிரார்த்தனைக்குச் செவிசாய்த்த மார்க்சிடம் நன்றியுணர்வு பொங்க, நான் மகிழ்ச்சியில் கிட்டத்தட்டக் குதித்திருப்பேன்.

ஆனால் எங்களுடைய நிம்மதியுணர்வு சிறிது நேரமே நீடித்தது, ஏனெனில் புதிய கவலைஎங்களைத் தொற்றிக் கொண்டது. வந்தவை வேவு விமானங்களாகத்தானிருக்க வேண்டும். அவைகளைத் தொடர்ந்து.... குண்டுவீச்சு விமானங்கள்! தாறுமாறாகக் கிடந்த சாமானியமக்களின் வீடுகளைப் போலல்லாமல், பிரதேச சேனைத்தலைமையகம் ஒழுங்கான வரிசையில் அமைந்திருந்தன; அவை, குண்டு வீச்சு விமானங்களுக்குக் கிடையாக இருக்கும் வாத்துக்கள் தான்.

எங்களுடைய சிக்கல் தீர்க்க முடியாததாக விருந்ததால் எங்களை விட உயர்நிலையிலிருந்த ஜியாங் கிங்கிடம் விஷயத்தைத் தள்ளிவிட முடிவு செய்தோம். ஒரு கூட்டம் கூட்டப்பட்டது, அதில் ஜெனரல் நியேவின் செயலர் ஃபான் கலந்து கொண்டார், அதில் மாவோ தொடர்ந்து உறங்கட்டுமெனவும், குண்டு வீச்சு விமானங்கள் வந்த நொடியில்

மாவோவை விமானத்தாக்கு பதுங்கிடத்திற்குத் தூக்கிச் செல்வதற்காக ஒரு தூக்குப் படுக்கையுடன் ஒரு அவசர உதவிப்படை மாவோவின் அறை முன்னர் நிற்பதெனவும் முடிவு செய்யப்பட்டது.

அது காலைச் சிற்றுண்டி நேரம். எங்களை ஒவ்வொருவராக உணவை முடித்துக் கொண்டு வருமாறு கூறப்பட்டது; ஆனால் நாங்கள் யாரும் உணவுக்காக அசையவில்லை; அதுபோன்ற ஒரு நேரத்தில் மாவோவை விட்டு நாங்கள் எப்படிப் போவது?

மலை மீது விமானத்தாக்கு அபாய சைரன் எட்டு மணிக்குச் சிறிது கழித்து மீண்டும் ஒலித்தது. வீணாக்க நேரமேதுமில்லை. "ஜெனரல் பெங் சொன்னதைச் செய்," என யான் சேங்களின் சொல்லி முடிப்பதற்குள் நான் மாவோவின் அறைக்குள் பாய்ந்தேன்.

யேனானை விட்டு நாங்கள் புறப்படுவதற்கு முன்னர் ஜெனரல் பெங், யானிடம், "ஒரு அவசர நிலை யேற்படுமாயின், மாவோவைத் தூக்கிச் சென்று விடுங்கள்; அவருடைய ஆட்சேபங்களைக் கண்டு கொள்ளாதீர்கள்; அவருக்கு ஆபத்து நீங்கியவுடன் விளக்கிச் சொல்லுங்கள். அவர் புரிந்து கொள்வார்," என அறிவுறுத்தியிருந்தார்.

இப்பொழுது மாவோவின் படுக்கையருகே நான் நின்றிருநதேன். "தோழர் சேர்மன், ஒரு ஆபத்தவசரம்...."

"என்னது?" தூக்கம் கலைக்கப்பட்டு எழுந்த மாவோ தூக்கக் கலக்கத்துடனிருந்த கண்களால் என்னைப் பார்த்தார், அவரிடம் சினம் பொங்கியதுபோலத் தோன்றியது. ஆனால் அவர் வேறேதும் சொல்வதற்கு முன், "பகை விமானங்கள் இந்த இடத்தின் மீது குண்டு வீசப் போகின்றன, தோழர் சேர்மன், சில கணங்களுக்கு முன்னதாக மூன்று வேவு விமானங்கள் வந்தன.

இப்பொழுதுதான் விமானத்தாக்கு சைரன் மீண்டும் ஒலித்தது. இந்த முறை குண்டு வீச்சு விமானங்களாக இருக்கப்போகிறது. உடனடியாக விமானத் தாக்குப் பதுங்கிடத்திற்கு வாருங்கள், " என்று கூறிக்கொண்டே அவரைப் படுக்கையிலிருந்து தூக்கினார்.

இப்பொழுது என்ன நடந்து கொண்டிருக்கிறது என்பதை மாவோ தெரிந்து கொண்டார். நாங்கள் அவசர அவசரமாக அவருக்கு உடையணிந்து கொள்ள உதவிக் கொண்டிருந்தபொழுது, அவர் கையை நீட்டிக் கொண்டு சொன்னார், " எனக்கொரு சிகரெட்டைப் பற்ற வை," அடக்கடவுளே! இந்த மாதிரி நேரத்தில் என்னவொரு பழக்கம்! "புகைப்பதற்கு இது நேரமில்லை, தோழர் சேர்மன்," என நான் கத்தினேன்.

முகத்தைச் சுளித்த அவர் கேட்டார், "அவர்கள் இப்பொழுது குண்டு வீசிக் கொண்டிருக்கிறார்களா?"

"ஐயோ! தோழர் சேர்மன், அவர்கள் வந்தவுடன் அவையும் வரும்," பதட்டத்தில் யான் காலைத் தரையில் மிதித்தார், "காலம் கடந்துவிடும், சொன்னால் கேளுங்கள்..."

“முட்டாள்! ஒரு சிகரெட்டைப் பற்றவை'' மாவோ சிறிது எரிசலடைந்துவிட்டது போல் குரல் ஒலித்தது. “சீக்கிரம்! சீக்கிரம்!” இப்பொழுது ஜியாங் கிங் கதவினருகிலிருந்து சத்தமிட்டார், “விமானங்கள் கீழே கரணமடிக்கின்றன! கரணமடிக்கின்றன!” இதைச் சொல்லிமுடிப்பதற்குள் அவருடைய குரல் மட்டும் கேட்டது.

இப்பொழுதுதில்லையென்றால் எப்பொழுதுமில்லை! மாவோவின் கைகளுக்குக் கீழ்புறம் எனது கைகளை நுழைத்தேன், அதே சமயம் யான் ஒரு பருத்திவைத்த ‘ஜேக்கட்’ ஒன்றைப் போட்டார், ஷி குவோருயி-யும், சன் ஷென் குவாவோவும் கைகளைப் பிடித்துக் கொள்ள, பாதி தூக்கிக் கொண்டும், பாதி இழுத்துக் கொண்டும் கதவை நோக்கிச் சென்றோம். கதவை விட்டு நாங்கள் வந்ததுதான் தாமதம் ஒரு கிறீச்சிடும் ஒலியைக் கேட்ட நான் அனிச்சையாகக் குனிந்து, பின்னால் சென்றேன், எனக்கு என்ன வெனப் புரிவதற்கு முன், எனது காலடியிலிருந்த மஞ்சள் பூமி, வன்மையாக அதிர்ந்தது, அதே சமயம் அழுகிய முட்டைகள் வெடிப்பதுபோல பொத் என்ற பலத்த ஓசையைக் கேட்டேன். நாங்கள் உடனடியாக உறைந்து போனோம்.

தூரத்தில் ‘ஓ’ வென்று ஜியாங் கிங் அலறியது கேட்டது. அவருடைய அலறல் என்னை உணர்விற்குக் கொண்டு வந்தது, என்ன நடந்திருக்கிறது என்பதை நான் கண்டபொழுது என் உடல் முழுவதும் பனிபோல் வியர்த்து விட்டது. மாவோவின் அறைக்கு நேர் முன்புறம், எங்களுக்கு எட்டக்கூடிய தூரத்தில் மூன்று குண்டுகள் குவியலாகக் கிடந்தன. நான் கத்தவோ அல்லது ஓடவோ விரும்பினேன். ஆனால் இது எதையும் செய்ய முடியாத அளவுக்கு ஸ்தம்பித்துப் போயிருந்தேன். அடுத்த கணம் நம்ப முடியாத ஒன்று நடந்துவிட்டது.

“அவைகளுக்கு என்ன நேர்ந்தது,'' என்று கேட்ட மாவோ, அவைகளென்னவோ ஒரு தத்துவார்த்த சிந்தனைக்குத் தக்க பொருள்கள் போல உற்று நோக்கினார். அந்த குண்டுகளில் பொருத்தப்பட்ட பொறிகளின் ‘விர்’ என்ற ஒலியால் ஈர்க்கப்பட்டுத் திகைப்புற்ற மாவோ அற்றின் மீது குனிந்து தனது விரலால் தொடப் போனார்....

“குண்டுகள், அவைகளெல்லாம் குண்டுகள்” என்று தன் கால்களால் தரையில் குத்தியபடி ஜியாங் கிங் கிறீச்சட்டார், ஆனால் விமானங்கள் மீண்டும் கீழ் நோக்கிப் பாய்ந்தவுடன், அதீதமாக ஊதிவிட்ட பந்தினைப் போல் மீண்டும் பதுங்கிடத்திற்குள் குதித்தோடி விட்டார். பழுக்கக்காச்சிய ஒரு நெருப்புக் கிளறியால் குத்தப்பட்டது போல் நாங்கள் நால்வரும், “ஓட்டமாக, ஒரே ஓட்டமாக,” என்று கத்தியபடி மாவோவின் கைகளைப் பிடித்துக் கொண்டு பதுங்கிடத்தை நோக்கி வெறித்தவர்கள் போலப் பறந்தோம்.

பதுங்கிடத்தின் நுழைவாயிலுக்கருகில் நின்று கொண்டு ஜெனரல் நியே உன்மத்தம் பிடித்தவர் போலக் கத்தினார், “சீக்கிரம், அவர்கள்

குண்டு வீசப் போகிறார்கள், அவர்கள் குண்டு வீசப்போகிறார்கள்" நாங்களோ, மாவாவோ நின்று போகும்படி, எங்கள் கால்களால் எவ்வளவு வேகமாக முடியுமோ அவ்வளவு வேகமாக நாங்கள் ஓடினோம். இந்தக் களேபரத்தில் அந்த பருத்திவைத்த ஜேக்கட் கிட்டத்தட்ட மாவோவின் முதுகிலிருந்து கழன்றுவிட்டது. ஒரு கையால் அதனுடைய இடத்தில் அதை அழுத்திப் பிடித்துக் கொண்டு மறு கையால் மாவோவின் கையைப் பிடித்துக் கொண்டிருந்தேன். நாங்கள் இன்னும் விரைந்து கொண்டிருந்தோம். நான் காட்டிக் கொண்டிருந்த கோலத்தினால் மகிழ்வற்றுப் போயிருக்க வேண்டும், "என்னை விடு, என்னை விடு, நான் ஓட விரும்பவில்லை," என்று திரும்பத் திரும்ப ஆட்சேபித்தார்.

சுற்றுச் சுவரின் பின் கதவை அப்பொழுதுதான் கடந்திருப்போம். எங்களுக்குப் பின்னால் பலத்த வெடிச்சத்தங்கள் கேட்டது; சுற்றுச்சுவர் மீது வெடி தாக்கியிருக்கிறது. அனிச்சையாக நான் திரும்பிப் பார்த்த பொழுது கரும்புகை விண்ணோக்கி காளான் போல எழுந்து கொண்டிருந்தது.

"எவ்வளவு மடத்தனமானவர்கள் நீங்கள்," மூச்சு வாங்கிய மாவோ, எனது பிடியிலிருந்து விடுவித்துக் கொண்டார், "கட்டிடத்தைத் தான் அவர்கள் குறிவைத்திருக்கிறார்கள். சுற்றுச் சுவரை நாம் தாண்டியவுடன் பாதுகாப்பாகிவிட்டோம். பிறகு ஏன் அவசரப்படவேண்டும்?"

ஆனால் விமானங்கள் திரும்பவும் கீழே பாய யத்தனித்தன. அவருடைய ஆட்சேபனைகளைக் கண்டுகொள்ளாமல் அவருடைய கைகளைப் பற்றிக் கொண்டு இன்னும் வேகமாக ஓடினோம். பதுங்கிடத்தின் வாயிலைச் சரியாக நாங்கள் வந்தடைந்ததும் எங்களுக்குப் பின்னால் இன்னுமொரு வெடிப்புச் சத்தம் கேட்டது. மாவோவை பதுங்கிடத்திற்குள் கொண்டு செல்ல முயன்றோம், அவர் உதறி விடுவித்துக் கொண்டார். நுழைவாயிலில் கூடுதல் பாதுகாப்பாக இருந்ததால் அவரை பலவந்தப்படுத்துவதை நிறுத்திக் கொண்டோம். ஆனால் நாங்கள் சொல்வதை கேட்க வைக்க முயற்சித்தோம்; பதுங்கிடத்திற்குள் போகலாமா, தோழர் சேர்மன்."

மூச்சு வாங்குவதை நிறுத்தி சமநிலையடைந்த மாவோ, "நான் இன்னும் சிகரெட் புகைக்கவில்லையே" என முறையிட்டார்.

பருத்தி ஜேக்கட்டைசரிசெயய யான் அவருக்கு உதவிய பொழுது தான் பற்ற வைத்த ஒரு சிகரெட்டை க் கொடுத்தேன்.

"உள்ளே போகலாமே, தோழர் சேர்மன்," இப்பொழுது ஜெனரல் நியேவும் சேர்ந்து கொண்டார்.

"ஒன்றும் அவசரமில்லை'' என்றார் மாவோ, "இங்கே நல்ல பாதுகாப்பாகத்தானிருக்கிறது. அவர்கள் குண்டு வீசுவதை நான் பார்க்க வேண்டும்".....

அவர் பேசி வாய் மூடவில்லை, விமானங்கள் மீண்டும் கீழே கரணமடித்தன. சுற்றுச் சுவருக்குள் தீ பற்றியெரிந்தது, புகை எங்கும் பரவியது. தலையை ஆட்டிய மாவோ, "இப்பொழுது நான் பார்த்து விட்டேன்,'' என்றவர் பின்னால் திரும்பி பதுங்கிடத்திற்குள் சாவதானமாக நடந்தார்.

விமானங்கள் சென்ற பிறகு சுற்றுச் சுவருக்குள் திரும்பி ஓடிய நாங்கள் முதலில் மாவோவின் அறைக்குத் தான் சென்றோம். வெடிக்காத குண்டுகளின் சுழற்பொறிகள் இன்னும் காற்றில் சுழன்று கொண்டிருந்தன. வெடித்த குண்டுகள் அறைக்குள் ஏராளமான சிதறல்களையும், துண்டு களையும் விசிறியிருந்தன. இரு தெர்மல் குடுவைகள் நொறுங்கியிருந்தன, அதிலிருந்த நீர் தரையில் கொட்டிக்கிடந்தது. இந்த குண்டுகள் மனிதர்களைத் தாக்க வடிவமைக்கப்பட்டவைகளாக இருக்க வேண்டும். சரியான சமயத்தில் அந்த அறையிலிருந்து மாவோவை நாங்கள் தூக்கிச் சென்றிருக்காவிட்டால் என்ன நேர்ந்திருக்கும் என்ற எண்ணம் எங்களுக்கு உதறலை ஏற்படுத்தியது.

இந்த உள்நாட்டு யுத்தத்தை எதிர்த்து ஆயுதத் தொழிற்சாலைப் பணியாளர்கள் பல தடவைகள் இந்த குண்டுகளில் மணலை நிரப்பி வெத்து வேட்டுகளாகச் செய்தனர் என்பதைப் பின்னாளில் நான் தெரிந்து கொண்டேன்.

இந்த விமானத்தாக்குதல் முன்னதாகவே திட்டமிட்டது தான் என்பது தெளிவு. ஜெனரல் நியே ஒரு புலன் விசாரணைக்கு உத்தரவிட்டார், "இது கிரிமினல்களால் தீட்டப்பட்ட சதிதான் என்பது கண்கூடு, அவர்களைப் பிடியுங்கள், அவர்களை பொதுமக்கள் முன் விசாரணை செய்து, சுட்டுத் தள்ளுங்கள்"

பாவோடிங் விடுவிக்கப்பட்ட பிறகு எதிரிகளின் கோப்புகளை ஆய்வு செய்ததில் அந்தக் கிரிமினல்கள் அம்பலப் படுத்தப்பட்டனர், அதுவரையிலும் அவர்கள் பிடிபடாமலேயே இருந்தனர்.

மெங் ஜியான்டே, ராணுவக் கட்டளை மையத்திற்குப் பொருள்களை வழங்கி வந்த பாஃபெங். புகையிலைத் தொழிற்சாலையின் துணை இயக்குனர்- ஒரு கோமிங்டாங் உளவாளி. அவனும், தலைமைக் கட்டளை அலுவலகத்தின் அதிகாரிகள் உணவகத்தின் நிர்வாகியாக இருந்த லியூகாங்வெள் என்பவனும் -இவனை அந்த மெங் தான் பணியில் சேர்த்தவன்- சேங்னான்- சுவாங்கிலிருந்த மத்தியக் குழுவின் தலைவர்களை உணவில் விஷமிட்டுக் கொல்லத் திட்டமிட்டிருந்தார்கள், ஆனால் அந்த வாய்ப்பு அவர்களுக்குக் கிட்டவேயில்லை. பலத்த பாதுகாப்பு ஏற்பாடு காரணமாக, மாவோவுக்குக் கொண்டு வரப்படும் உணவு மெய்க்காவலர்களாக எங்களால் சோதனையிடப்பட்ட பின்னரே மாவோவைச் சென்றடையும். எனவே அவர்கள் வேறொரு சதித்திட்டம் தீட்டினார்கள். பாவோ டிங்-கிலிருந்த எதிரியின் உளவமைப்பிற்கு இவர்கள் தகவல்களைக் கடத்தியதுடன், மாவோ மற்றும்

சேங்னான்-சுவாங்கிலிருந்த இதர கட்சித்தலைவர்கள் குறித்தும் விவரங்களை கோமிங்டான் பாதுகாப்பு பீரோவுக்குத் தந்தார்கள். இந்த அறிக்கைகளெல்லாம் பாவோடிங் உளவாளிகளால் பெய்ப்பிங்கிலிருந்த எதிரியின் உளவு ஸ்தாபனத்திற்கு அனுப்பப்பட்டது. இதன் விளைவு தான் இந்த விமானத் தாக்குதல். அவர்கள் பிடிபட்டபொழுது மெங், லியூ ஆகியோர் ஒரு பொது விசாரணைக்கு உட்படுத்தப்பட்ட பின்னர் சுட்டுக் கொல்லப்பட்டார்கள்.

மாவோவின் பாதுகாப்பு குறித்த கரிசனத்தால், சேங் ஜியாங் (யாங்சே) நதியில் அவர் நீந்திச் செல்வதைத் தடுக்க முயற்சித்த லூவோ ருய்க்கிங் இடம் மாவோ ஒருமுறை கோபமாகக் கூறினார், “அந்த நதியில் மூழ்கிப் போய்விடுவேன் என்பதுதான் உங்களுக்கு ஒரே கவலை, இது என்ன பாதுகாப்புச் சமாதானமெல்லாம்? நீங்கள் உங்களுடைய சொந்த அறையிலேயே குண்டுகளால் கொல்லப்படக்கூடும்.” மாவோ எதைக் குறிப்பிடுகிறார் என்பது உங்களுக்குத் தெரிந்தால் அதனுடன் நீங்கள் உடன்படுவீர்கள்.

‘நீண்ட பயணத்தின்’ பொழுது ஜிங்காங் மலைகளிலும் பின்னாளில் யேனானிலும் பகை விமானத் தாக்குதல்கள் பலவற்றிலிருந்து தப்பித்திருக்கிறார். அவரது மனைவி ஹே ஜிஷென் அதுபோன்ற ஒரு தாக்குதலில் படுகாயமடைந்திருக்கிறார். யேனானில் இருந்து மாவோ வெளியேறுவதற்கு முன்னர் நடந்த விமானத் தாக்குதல் அவருடைய குகை வீட்டின் ஜன்னல் கதவுகளை சிதறடித்ததுடன் கிட்டத்தட்ட நொறுங்கி விழுந்திருக்கும், ஆனால் அதைவிட இந்த சேங்னான் சுவாங் தாக்குதல் மிகக் கடுமையான ஒன்று. நவீனம் நிறுவப்பட்டதற்குப் பிறகு இதுபோன்ற பல தாக்குதல்களுக்கு அவர் உள்ளானார். அவைகளில் இரண்டு தாக்குதல்கள் கடுமையான பின் விளைவுகளைக் கொண்டிருந்தன.

1952ல் ஷாங்காயில் ஒரு மேற்பார்வைப் பயணத்தை மாவோ மேற்கொண்டிருந்த பொழுது கோமிங்டாங் விமானம் தாக்குதல் நடத்தியது. சேங்னான் சுவாங்கில் நடந்த தாக்குதலைப் போலவே இந்தத் தாக்குதலும் எதிரி உளவு ஏஜெண்டுகளின் சதிவேலையென பாதுகாப்புத் துறையினர் சந்தேகித்தனர். ‘பேன் மற்றும் யாங்’ வழக்கு என்றறியப்பட்ட அதன் மிக நீண்ட புலன் விசாரணை, ஷாங்காய் நகராட்சி அரசாங்கத்தின் ஒரு முன்னணி அதிகாரியாகப் பணிபுரிந்த பேன் ஹேன்னியான் என்பவரை தவறாகச் சிறையடைக்கப்பட்டதற்கு இட்டுச் சென்றது. ஒரு தேசத் தலைவர் என்கிற முறையில் கட்சி, ராணுவம், ஒட்டு மொத்த நாடு ஆகியவற்றின் முக்கியமான விவகாரங்களில் மிகவும் ஆழ்ந்திருந்த மாவோ இது போன்ற புலன் விசாரணைகளுக்கு உத்தரவு பிறப்பித்திருப்பார் என்பதற்கான சாத்தியம் அரிதிலும் அரிது. நான் நினைவு கூர்வது போல் 1956ல் ஒரு நாள் மாவோ ஷாங்காயில் நீந்திக் கொண்டிருந்த சமயம், லியூ சாவோகியின் மெய்க்காவலர் பணியிலிருந்து விலகி ஷாங்காயில் பணிபுரிந்து கொண்டிருந்த லீ வியான் ஷென்னைச் சந்தித்தார். மாவோ

அவரிடம் என்ன செய்து கொண்டிருக்கிறீர்கள் என்று கேட்டார்; லீ அவரிடம் தான் 'பான்-யாங்' வழக்கைப் புலன் விசாரணை செய்து கொண்டிருப்பதாகப் பதிலளித்தபோது அந்த வழக்கு எதைப் பற்றியது என்பது குறித்து மாவோவுக்கு எந்த விஷயமும் தெரிந்திருக்கவில்லை.

1958 ஜனவரியில் மாவோ 'நான் நிங்'- லிருந்தார். 18-ந் தேதி காலையில் (இரவு) 1 மணிக்குச் சற்றுப்பின்னர், கோமிங்டாங் விமானங்கள் நேன்நிங் நோக்கி வருவதை ராடார்கள் கண்டுபிடித்தன. அந்தநேரத்தில், பகலில் யோங் நதியில் நீந்திவிட்டு தனது அறையில் வேலையில் ஈடுபட்டிருந்தார். மத்தியக் குழுவின் ஒரு செயல் மாநாட்டில் கலந்து கொண்டு மாவோ நகரத்தில் இருக்கிறார் என்பதை கோமிங்டாங் அறிந்து கொண்டுவிட்டதா? அப்பொழுது மாவோவுடனிருந்த விமானப் படைத்தலைமைத் துணைத்தளபதி ஹேடிங்யீ எச்சரிக்கையடைந்தார். 'நான் நிங்' தனக்கென்று தனியாக ஒரு விமான எதிர்ப்புப் பாதுகாப்பு ஏற்பாட்டைக் கொண்டிருக்கவில்லை. லியூ சூ-விலிருந்து ராணுவ விமான தளத்துடன் 'அவசரகால'த் தொடர்பு கொண்டார், தொடர்ச்சியாக மூன்று இயக்கங்களில் பகை விமானங்களை இடைமறிக்கும்படியும், அது என்ன விலை கொடுத்தேனும் காரியத்தைக் கச்சிதமாக முடித்துவிட வேண்டுமெனவும் அழுத்தம் திருத்தமாக உத்தரவிட்டார்.

அன்று நகரம் இருட்டடிப்புச் செய்யப்பட்டிருந்தது. நாங்களனைவரும் மாவோவின் அறைக்குச் சென்று விமானத் தாக்குப் பதுங்கிடத்திற்குப் புறப்படுமாறு கேட்டுக் கொண்டோம். கையை வீசிய மாவோ சொன்னார், "நான் போகப் போவதில்லை, வேண்டுமென்றால் நீங்கள் போய்க் கொள்ளுங்கள்...."

"உங்களுடைய பாதுகாப்பிற்கு நாங்கள் பொறுப்பாவோம், தோழர் சேர்மன்" "நான் ஜிங் வரும்படி என்னை ஒருமுறை சியாங்காய் ஷேக் அழைத்தார். கேட்டுக் கொண்டபடி நான் சென்றேன். என்ன நடந்தது? ஒன்றுமில்லை. அவர் என்னை என்ன செய்திருக்க முடியும்? அன்றிருந்ததை விட இன்று நான் பாதுகாப்பாக இல்லையென நினைக்கிறீர்களா?" என்று சொன்னவர், என்னைச் சுட்டிக்காட்டி, "போ, எனக்கு மெழுகுவர்த்திகளைப் பற்றவை," எனக் கட்டளையிட்டார்.

"இல்லை, தோழர் சேர்மன், இது எதற்கும் இருக்கட்டுமென்று தான்...." மாவோ பொறுமையிழந்து கொண்டிருந்தார், "போ, போய் மெழுகுவர்த்தியை கொளுத்து. அவர்களுடைய குண்டுகளெல்லாம் என்னுடைய காலடியில் வெடிக்கத்துணிவு வராது. எப்பொழுதேனும் அவற்றைக்கண்டு பயந்திருக்கிறேனா?!"

மெழுகுவர்த்திகள் கொளுத்தப்பட்டன, தான் வாசிப்பதை மாவோ தொடர்ந்தார். அந்தப் புத்தகம் சூ ஷி (சூ-பிரபுகுலத்தின் பாடல்கள்), அதைத்தான் மாவோ மிகவும் ஆழ்ந்து, பேரார்வத்துடன் வாசித்துக் கொண்டிருந்தார்.

மாவோவின் மனதைப் பாதிக்கும் விஷயங்கள்

ஏதாவது ஒன்றை மாவோ பார்க்க விரும்ப மாட்டார் என்றால் அது கண்ணீர் தான். ஒருமுறை மாவோசொன்னார், “ஏழை மக்கள் அழுவதைப் பார்த்தால் என்னால் தாங்க முடிவதில்லை. அவர்களின் கண்ணீரைக்கண்டவுடன் எனது கண்ணீரைக் கட்டுப்படுத்த முடியாமல் போய்விடுகிறது.”

மஞ்சள் நதியை நாங்கள் கடந்த பிறகு ஒரு நாள் சேங்னான் சுவாங்கிலிருந்து ஜி பெய்ப்போவிற்கு மாவோ ஜீப்பில் சென்று கொண்டிருந்தார். அந்த மலைப்பாதையில் பயணிப்பது கடினமாகவிருந்தது. ஒரு ஆழமான நீரோடைப் பள்ளத்தினூடாக நாங்கள் சென்று கொண்டிருந்த பொழுது பாதையின் ஓரத்தில் உயர்ந்த புற்களினிடையில் வழக்கத்திற்கு மாறான ஒன்றைக் கண்டோம். உடனடியாக எச்சரிக்கையடைந்த எங்களது கைகள், துப்பாக்கிகளை நாடின.

அருகில் நெருங்கிய பொழுது, எட்டு, ஒன்பது வயது மதிக்கத்தக்க ஒரு சிறுமி புற்களுக்கிடையில் படுத்திருப்பதையும், முப்பது வயது மதிக்கத்தக்க விவசாயப் பெண்மணி ஒருவர் அருகில் உட்கார்ந்திருப்பதைக் கண்டோம். அந்த இடத்தைக் கார் கடந்து சென்ற பொழுது அந்தச் சிறுமியின் கண்கள் மூடியிருப்பதையும், முகம் ஒடுங்கியிருப்பதையும் பார்த்தோம்; அந்தப் பெண்மணி அருகில் இருந்து அழுது கொண்டிருந்தார். நாங்கள் ஆசுவாசமடைந்தோம்; அந்த சிறுமியாலும், பெண்மணியாலும் எங்களுக்கு எவ்வித ஆபத்துமில்லை. மாவோவின் பாதுபாப்பு ஒன்று தான் எங்களுடைய ஒரே கவலை என்பதால், நிம்மதிப் பெருமூச்சு விட்டோம்.

ஆனால் அந்தக் காட்சி மாவோவை உலுக்கிவிட்டது. பலத்த குரலில், “காரை நிறுத்து,” என மாவோ கட்டளையிட்டார்.

வழக்கமா அவர் இறங்குவதற்கு உதவ நாங்கள் போவோம், ஆனால் அதற்கு முன்னரே மாவோ காரைவிட்டு இறங்கிவிட்டார். நீண்ட எட்டுகளில் அந்தச் சிறுமியையும், பெண்ணையும் நெருங்கிவிட்டார். அந்தச் சிறுமியின் கைகளையும், நெற்றியையும் தொட்டுப் பார்த்த அவர் கேட்டார், “இவளுக்கு என்ன நேர்ந்தது...”

கண்ணீர் தாரை வடிந்த முகத்துடன் அப்பெண்மணி சொன்னார், “அவளுக்கு அகமில்லை.”

“என்ன பிரச்சினை அவளுக்கு”?

“அவளுக்கு சளி பிடித்திருக்கிறது, காய்ச்சலும் அடிக்கிறது என்று டாக்டர் கூறினார். ஆனால் மருந்து வேலை செய்யவில்லை. அவள் காய்ச்சலால் ஜன்னி கண்டிருக்கிறாள். இப்பொழுது அவளால் மூச்சு விடக்கூட முடியவில்லை.... அந்தப் பெண் பலமாக விம்மி அழ ஆரம்பித்தார்.

மாவோவின் கண்களில் கண்ணீர் பொங்குவதைக் கண்டேன். திடீரென்று தலையை ஜீப்பின் பக்கம் திருப்பினார்.

பயணத்தின் போது உடன் வந்திருந்த டாக்டர் சூ “நான் தயார்,” என்றார்.

“வந்து இந்தக் குழந்தைக்கு என்ன பிரச்சனையென்று பாருங்கள்,”.

தனது ஸ்டெதாகோப்பினால் பரிசோதித்த டாக்டர் அவளுடைய உடல் உஷ்ணத்தை அளந்துவிட்டு அந்தப் பெண்ணிடம் நோயைப் பற்றிக் கேட்டார்.

தனது குரல் நடுங்க, கவலை வெளிப்படையாகத் தெரிய, மாவோ கேட்டார், “அவள் உயிர் பிழைப்பாளா”?

“பிழைத்து விடுவாள்”

“நல்லது, அவளைக் காப்பாற்ற என்ன செய்ய வேண்டுமோ, செய்யுங்கள்,” மாவோவின் குரலில் நிம்மதிதென்பட்டது.

“ஆனால், மருந்து...”

“மருந்தேதுமில்லையா,” மறுபடியும் மாவோ கவலையடைந்தார்.

“அப்படியில்லை, ஒரே ஒரு குப்பிதான் மிஞ்சியிருக்கிறது.”

“என்ன அது”

“பென்சிலின்”

“அப்படியானால் அதைப் போடுங்கள்”

அது இறக்குமதி செய்யப்பட்டது, புதிதாக ஒன்றைப் பெறுவது கடினம், உங்களுக்காகக் கூட நான் பயன்படுத்தவில்லை என்கிற அளவுக்கு மிக முக்கியமானது. அதைப் பயன்படுத்தியே தீர வேண்டுமென்ற பரிபூரண அவசியம் ஏற்பட்டால்தான்.....”

“இப்பொழுது பரிபூரண அவசியம் ஏற்பட்டுவிட்டது. தயவு செய்து அவளுக்கு அதைப் போட்டுவிடுங்கள்.”

இவ்வாறு தான், தான் நீண்ட காலம் வைத்திருந்த, பயன்படுத்த மிகவும் தயங்கிய அந்தப் பென்சிலின் குப்பியை டாக்டர் சூ விட்டுத்தர வேண்டியதாயிற்று. இத்தகைய கிருமி நாசினி மருந்துகளை அளவோடு பயன்படுத்தியதால் அவை இன்றைய காலத்தைவிட அன்று நல்ல பயனைத் தந்தன. அந்த ஊசி மருந்தைச் செலுத்திய பிறகு தனது தண்ணீர் பாட்டிலிலிருந்து அந்தச் சிறுமிக்கு கொஞ்சம் நீரைப்புகட்டினார்.

அந்தச் சிறுமி விரைவிலேயே கண்களைத் திறந்து, “அம்மா” என்று பலகீனமாக அழைத்தாள்.

இது உடனடியாக அந்தத்தாயின் கண்களிலிருந்து தாரை தாரையாக கண்ணீரைப் பெருக வைத்தது. சட்டென்று முழந்தாளிட்ட அவர் விம்மிக் கொண்டே மாவோவிடம் சொன்னார், “நீங்கள் தான் புத்தர், ஒரு உயிர் காக்கும் புத்தர்,”

மாவோவின் கண்களில் கண்ணீர் திரையிட்டது. அவர், “இன்னொரு காரில் இவர்களை வீட்டுக்கு அழைத்துச் செல்லுங்கள், டாக்டர்” என்று சொல்லிக் கொண்டே திரும்பினார், “குழந்தையை உங்கள் கவனத்தில் வைத்திருங்கள். அவளுக்கு சரியான பிறகு திரும்பி வாருங்கள்”

இந்த சந்திப்பை நினைவு கூரும் பொழுதெல்லாம் மாவோவின் கண்களில் நீர் சுரந்துவிடும். “அந்தச் சிறுமி இப்பொழுது என்னவானாள் என்று யோசிக்கிறேன்,” என்று கூறுவார். “சிகிச்சைக்கு அவளை இங்கே அழைத்து வந்திருக்க வேண்டுமென்று விரும்புகிறேன்.... என்று சொல்லிக் கொண்டு, “கிராமப்புறங்களில் மருத்துவ சேவையென்பது அறவேயில்லை. விவசாயிகள் நோய்வாய்ப்படும் பொழுது பல டஜன் ‘லீ தொலைவு போக நேரிடுகிறது. அப்படிப் போனாலும் ஒரு டாக்டர் கிடைப்பாரென் பதற்கு உத்தரவாதமில்லை. கிராமப்புறங்களில் டாக்டர்கள் இருப்பதற்கு நாம் ஏதாவது வழிகண்டாக வேண்டும். அவர்கள் விவசாயிகளுக்குச் சிகிச்சையளிக்கக் கடமைப்பட்டவர்கள், ஏனென்றால் உழவர்கள் படைப்பதைத்தான் அவர்கள் உண்டு வாழ்கிறார்கள்,” என்பதையும் அடிக்கடி சேர்த்துச் சொல்லுவார்.

மாவோவைப் பாதிக்கும் இன்னொரு விஷயம் ரத்தம் சிந்துவதைக் காண்பது. “என்ன மடத்தனம் இது” என்று இதை ஒருவர் நம்ப மறுத்து நிராகரிக்கக் கூடும்; அவ்வாறு ஒருவர் இருக்கிறாரென்றால் அது மாவோவாக இருக்க முடியாது. ஒரு தலைமைத் தளபதியாக, நூற்றுக்கணக்கான போர்களில் சிந்தப்பட்ட குருதியால் மன உரம் பெற்றிருக்கக் கூடிய மனிதர் அவர்; எதிரிகளின் மிருகத்தனங்களைக் கண்டு என்றுமே அவர் பின் வாங்கியதில்லை; அந்த மிருகத்தனங்களுக்கு அவருடைய அன்புக்குரியவர்களையும், நண்பர்களையும் பெருமளவில் பலி கொடுத்தவர்.

ஆனால் மாவோ ரத்தம் சிந்துவதை வெறுக்கின்றவர் என்று நான் கூறுவது வேறொரு உணர்வில்!

பெய்ப்பிங்கின் விடுதலைக்குப்பிறகு அங்கு இடம் பெயர்ந்த மாவோ, அங்கிருந்த ‘நறுமணக் குன்றுகள்’ பகுதியில் ஒரு வீட்டில் வசித்து வந்தார். அங்கு பல ஜெனரல்களும் வசித்து வந்தார்கள். பீரங்கிகளின் இடி முழக்கங்களுக்குப் பழகிப் போயிருந்த அவர்களுக்கு அந்த மலைகளின் அமைதிக்கு இன்னும் பழகியிருக்கவில்லை. துப்பாக்கி சுடுதலில் ஊறிப் போயிருந்த பாதுகாவலர்களான எங்களுக்குத் துப்பாக்கி குதிரைகளை ஸ்பரிசிப்பதற்கு நமைச்சலெடுத்தது.

ஆனால் வெகு விரைவிலேயே, அந்த மலை முகடுகளில் ஒரு வெடிச்சத்தம் எதிரொலித்த உடனேயே எங்களுடைய நமைச்சலுக்கு முற்றுப்புள்ளி வைக்கும் ஒரு வழியைக் கண்டு பிடித்துவிட்டோம்; அங்கு ஏராளமான பறவைகளிருந்தன! எனவே, மற்றபடி அமைதியாக இருந்த அந்த மலைகளில் தங்குதடையின்றிச் சுட்டு வேடடையாட ஆரம்பித்துவிட்டோம். அந்த நாட்களில் வன விலங்குகளைக் காப்பதற்கான சட்டமேதும் இருக்கவில்லை, "பசுமை அமைதி" போன்ற இயக்கங்களும் இருக்கவில்லை. இரண்டாவது உலக யுத்தம் அப்போது தான் முடிவுக்கு வந்திருந்தது, சீனாவின் தென் பகுதியில் விடுதலை யுத்தம் இன்னும் தொடர்ந்து கொண்டிருந்தது;

லட்சக்கணக்கான மனித உயிர்கள் தியாகம் செய்யப்பட்டிருக்கையில், ஒரு சில பறவைகளின் உயிர்கள் ஒரு பொருட்டா என்ன?

ஒரு நாள் ஒரு கூட்டத்தில் கலந்துவிட்டு என்னுடன் மாவோ திரும்பி வந்து கொண்டிருந்தார். அந்தக் கிராமப்புற வீட்டின் முன்புறம் மாவோ காரிலிருந்து இறங்கிக் கொண்டிருந்தார், அந்த சமயம் பாதுகாவலர்களில் சிலர், அவர்களெல்லாருமே குறி தவறாத் துப்பாக்கி வீரர்கள், ஊர்க்குருவி வேட்டைக்குப் பிறகு திரும்பிக் கொண்டிருந்தார்கள், வேட்டையாடப்பட்ட ஏராளமான பறவைகளைச் சுமந்தபடி, களிப்புடன் பேசிக்கொண்டு வந்தார்கள்.

மாவோ அந்தக் காவலர்கள் வந்த திசையைப் பார்த்தார், அது ஒரு யதேச்சையான பார்வைதான், ஆனால் அசைவற்று நின்று விட்டார். அவரைக் கண்டவுடன் காவலர்கள் மரியாதை நிமித்தமாகத் தங்களது குரல்களைத் தாழ்திக் கொண்டு நடைவேகத்தைக் குறைத்தனர்.

மாவோவின் புருவங்கள் துடித்தன. மெதுவாக அவைகள் சுளிப்பாக நெருங்கின, வழக்கம் போல அவர் தனது கீழுதட்டைக் கடித்தபடி கேட்டார், "உங்களுடைய கைகளிலிருப்பது என்ன?"

அந்தக் காவலர்களில் ஒருவர், கயிற்றால் கோர்க்கப்பட்டிருந்த அந்தப் பறவைகளைத் தூக்கிப் பிடித்தபடி, "சில ஊர்க்குருவிகள்," என்றார். அவைகளின் உடல்களில் ரத்தம் தோய்ந்து கிடப்பதை என்னால் காண முடிந்தது, அந்தக் காவலர் அவற்றைத் தூக்கிக் காட்டிய பொழுது, ஒரு சொட்டு ரத்தம் தெறித்து மாவோவின் காலடிக்கருகே விழுந்தது.

இறந்துபோன அந்த ஊர்க் குருவிகளின் காட்சியைக் கண்டதும் மாவோவின் முகம் வேதனையால் துடித்தது. அவர் ஒரு அரை எட்டுப் பின் வாங்கினார், கண்களைத்தனது கையால் மூடியபடி சத்தமிட்டார், "அவைகளை எடுத்துக் கொண்டு போய் விடுங்கள், எடுத்துக் கொண்டு போய் விடுங்கள்! அவைகளை நான் பார்க்க விரும்பவில்லை."

அரண்டு போன அந்தக் காவலர் ரத்தம் சொட்டிக் கொண்டிருந்த அந்தப் பறவைகளை அவசர, அவசரமாகத் தனக்குப் பின்னால் மறைத்துப் கொண்டார்.

“யார் உங்களுக்கு அவற்றைக் கொல்வதற்கு அனுமதியளித்தது” என ஒரு ஆழ்ந்த முகச்சுளிப்புடன் மாவோ கடிந்து கொண்டார். நம்மைப் போலவே அவைகளும் வாழ்கின்ற உயிர்கள். அவர்களது வாழ்வின் சிறந்த பருவத்திலிருந்த அவற்றைக் கொல்ல உங்களுடைய இதயம் எவ்வாறு இடம் கொடுத்தது? அவைகள் உங்களுக்குத் துன்பம் தந்தனவா, சொல்லுங்கள் தந்தனவா?”

வேட்டைக்காரர்கள் பேச்சற்றுப் போனார்கள்.

“இப்போதிருந்து வேட்டையேதும் கூடாது. மீண்டும் அதைச் செய்வதற்கு ஒருவரும் அனுமதிக்கப்பட மாட்டார்கள்.”

“சில மூத்த தோழர்கள் இதைத் தொடங்கி வைத்தார்கள். இவர்களும் அதைப் பின்பற்றத் தொடங்கி விட்டனர்,” மாவோவிடம் அமைதியாகக் கூறினேன்.

“மூத்த தோழர்களோ இல்லையோ, இப்பொழுதிலிருந்து ஒருவரும் இந்தப் பறவைகளைச் சுட அனுமதிக்கப்பட மாட்டார்கள். எவராலும் மேற்கொண்டு எந்தப் பறவைகளும் சுடப்படுவதை நான் பார்க்க விரும்பவில்லை என்பதை அவர்களுக்குச் சொல்லுங்கள்.”

இவ்வாறாக, அச்சுறுத்தப்பட்டுக் கிடந்த அந்தப் பறவைகளுக்கு அந்த மலைகள் மீண்டும் ஒரு புகலிடமாகியது, அவைகள் இசைக்கின்ற, சிறகடிக்கின்ற தங்களுடைய குஞ்சுகளைக் கொஞ்சி வளர்க்கின்ற ஒரு புகலிடம்...

1958ல் கிராமப்புறங்களில் மாவோ சுற்றுப் பயணம் மேற்கொண்ட பொழுது, விவசாயிகள், தங்களுடைய பயிர்களில் டன் கணக்கில் ஊர்க்குருவிகள் நாசம் விளைவிப்பதாகப் புகார் செய்தனர்: பயிர்களுக்குள் அவை இறங்கிய கணத்திலேயே ஆயிரக்கணக்கான கிலோ கிராம் தானிய இழப்பு ஏற்பட்டு விடுவதாகக் கூறினார்கள். இந்தப் புகார்களால் வேதனையடைந்த மாவோ, “அழிப்புண்ணிகள், அட, அழிப்புண்ணிகளா,” எனக் கூவினார், தனது கவிதைகளிலொன்றில் ‘எல்லா அழிப்புண்ணிகளையும் ஒழித்துக் கட்டுவது’ குறித்து அவர் சபதமிட்டது போல, எலிகள், பூச்சிகள், கொசுக்கள் ஆகியவற்றுடன் ஊர்க்குருவிகளும் அழிப்புண்ணிகளென முத்திரை குத்தப்பட்டன. பொது மக்களால் ஒழித்துக் கட்ட விதிக்கப்பட்டன.

பின்னாட்களில், மற்ற விஞ்ஞானிகள், ஊர்க்குருவிகளால் எவ்வளவு தீமைகள் விளைகின்றதோ அதேயளவு நன்மைகளும் விளைகின்றது, ஏனெனில் அவனை கம்பளிப் பூச்சிகளையும் இரைகொள்கின்றன என்று கூறினார்கள். இந்தப் புதிய கருத்து, இந்தப் பாவப்பட்ட பறவைகளை ஒழித்துக்கட்டும் தேசந் தழுவிய முயற்சிக்கு முற்றுப்புள்ளியிட்டது.

அனேகமாக 1964ல் நடைபெற்ற ஒரு உரையாடலின் பொழுது நடைபெற்ற ஒருசம்பவம் கூட மறக்க முடியாதது.

சோங் நான் ஹாயில் நடைபெற்ற ஒரு நடன விழாவில் மாவோ கலந்துகொண்டார். ஒரு இடைவேளையின் போது அவர் ஒரு சோபாவில் அமர்ந்து கொண்டிருந்த பொழுது விமானப்படை பாட்டு, நடனக்குழுப் பெண்ணொருவர் வந்து அவருடன் பேச இணைந்து கொண்டார். அந்தக் குழுவினர்களின் வாழ்க்கையைப் பற்றிப் பேசிக் கொண்டிருந்த பொழுது, மாவோ ஆர்வத்துடன் கேட்டார், "பயிற்சி வகுப்புகள் உங்களுக்குக் கடினமானதாகத் தெரிகிறதா?

"ஓ, ஆமாம்," என்று சொன்னார் அந்தப் பெண். பிறகு தனது கண்களை சிமிட்டிக் கொண்டு மேற்கொண்டு சொன்னார், "இந்தப் பயிற்சி வகுப்புகளில் காயம் கூட ஏற்படலாம்." மாவோவுக்குப் புரியவில்லை, "அவ்வளவு மோசமாக இருக்குமா?"

"இருக்கும். டியான்ஜினிலிருக்கும் ஒரு தொழில் முறைக் கம்பெனியின் நடிகர் ஒருவர் சில கரணமடிக்கும் பயிற்சியின் பொழுது ஒரு விபத்திற்குள்ளானதாக நான் கேள்விப்பட்டேன். அவருடைய முழு நீள முதுகுத் தண்டும் பாதிக்கின்ற வகையில் அவருடைய கழுத்தில் அடிபட்டுவிட்டது.....

ஐய்யோ மாவோ முகத்தை நெடித்தார், "போதும், போதும்," ஏதோவொரு சோகமான நிகழ்வை அப்பொழுது தான் கண்டவர் போலவும், அதை மறந்துவிட விரும்புகிறவர் போல ஆழ்ந்த ஒரு மூச்சையிழுத்தார். பிறகு எழுந்து வேகமாக நடந்து பேனார்"

மீண்டும் இசை தொடங்கிய பொழுது அவர் நடனமாடுபவர்களுடன் இணைந்து கொள்ளாமல், ஒரு நாற்காலியில் வேதனை நிறைந்த பார்வையுடன் அமர்ந்திருந்தார்.

தனது உயிருக்காக மன்றாடுபவர்களைக் கண்டாலும் மாவோ அமைதி குலைந்து போவார்.

மாவோ ஒரு விவசாயியின் குடும்பத்திலிருந்து வந்திருந்தாலும், குளிரில் விறைத்துச் சாகக் கிடந்த பாம்பை, தனது நெஞ்சில் சாத்தி சூடுபடுத்தி உயிர் பிழைக்கச் செய்த விவசாயி. அதே பாம்பினால் கடிபட்டு மாண்டதைப் போல என வழங்குகிற ஒரு சீன நாட்டுப் புறக்கதையில் வருகிற விவசாயியை விட நல்ல விவரம் தெரிந்தவர்தான். அவருடைய எதிரிகள், அது ராணுவ ரீதியான எதிரியோ அல்லது அரசியல் ரீதியான எதிரியோவாக இருக்கட்டும், அதில் சியாங்காய் ஷேக்கும் உள்ளடக்கம், அவருடைய கைகளால் இறுதித் தோல்வியைத் தழுவுகின்ற தருணத்தில் எவ்வாரு சூ நாட்டின் பிரபு தனது எதிரிக்கு இறுதி மரண அடி கொடுப்பதைத் தவிர்த்து அவரை உயிருடன் விட்டு வைத்ததால் யுத்தத்தில் தோல்வியடைந்த்தார் என்பதை நினைவில் கொண்டு - தனது இறுதி மரண அடியை மாவோ என்றும் தவிர்த்திருக்க மாட்டார்.

ஆனால் மாறுபட்ட சூழ்நிலைமைகளில், "என்னைக் கொல்லாதீர்கள்" என்கிற கெஞ்சுதல் மாவோவின் மென்மயான பகுதியைத் தொட்டுவிடும்.

நாங்கள் வடக்கு ஷானாஷியில் இருந்த பொழுது வாழ்க்கை மிக மிகக் கடுமையானதாக இருந்தது. அத்தகையதொரு கடுமையை அதற்கு மேலும் தாங்க முடியாது ஒரு பாதுகாவலர் ஓடிப்போய்விட்டார். போரிடும் இருப்புகள் மத்தியிலிருந்து ஒரு ஓடிப்போகிறவனால் ஏற்படக் கூடிய ஆபத்தை விட மெய்க்காவலர்கள் மத்தியிலிருந்து ஓடிப்போகிற ஒருவனால் ஏற்படக்கூடிய ஆபத்து மிகவும் அபாயகரமானது. ஏனெனில், அவன் ஏராளமான ரகசியங்களுடன் தொடர்புடையவன்.

பாதுகாவல் படையினரால் உடனடியாக ஒரு மனித வேட்டை ஏற்பாடு செய்யப்பட்டது, அதன் விளைவாக அவன் பிடிபட்டான். அந்தத் தேடுதல் வேட்டையின் போது நாங்கள் பட்ட கஷ்டங்களும், எங்களது கவலைகளும் அந்த ஓடிப்போக்கியின் மீதான வெறுப்புக்கு எணணெய் வார்த்தது, கைகளைப் பின்னால் கட்டிக் கொண்டுவரப்பட்ட அவன் மீது பழி தீர்த்துக் கொள்ள நாங்கள் துடித்தோம்.

“அந்த வேசி மகனை அடித்துச் சக்கையாக்குங்கள்”

“இந்த நாய் மகனைச் சுட்டுக் கொல்லுங்கள்,'

இந்தச் சினம் கொண்ட வார்த்தைகள் மாவோவிற்குக் கேட்டது. குகை வீட்டைவிட்டு அவர் வெளியே வந்தவர், அந்த ஓடிப்போக்கி தன்னிடம் அழைத்து வரப்படுவதைக் கண்டார். அந்தக் குற்றவாளி ஒரு இளைஞன். அவன் பரிதாபமாக, அச்சத்தால் நடுங்கிக் கொண்டு அவனது குழந்தை முகம் சவம் போல வெளுத்து, கண்ணீர்த் தாரைபடிந்து, உடைகள் கிழிந்து, அழுக்கடைந்து காட்சியளித்ததான். அவனது சாவைக் கோரி எழுந்த கூக்குரல்களைக் கேட்டவுடன், உடைந்து போய் பலமாக அழ ஆரம்பித்தான்: “என்னைக் கொல்லாதீர்கள்! தயவு செய்து வேண்டாம்! நானொன்றும் காட்டிக் கொடுப்பவனல்ல! நான் வீட்டுககுப் போகத்தான் விரும்பினேன்'' உங்கள் கருணைப் பிச்சையைக் கேட்கிறேன்!”

துரோகிகளையும், ஓடிப்போக்கிகளையும் எவ்வளவு தான் வெறுப்பவராக இருந்தபோதிலும், அந்த இளம் ஓடிப்போக்கியின் பரிதாபமான கோலத்தைக் கண்டதும், மாவோ வேதனையுடன் தனது புருவங்களை நெறித்துக் கொண்டு கண்களில் நீர் திரள, “அவனை விட்டு விடுங்கள், இப்பொழுதே,” என உரத்த குரலில் கூறினார்.

“ஆனால் அவனொரு ஓடிப் போக்கி”!

“ஒரு நாறிப் போன மிருகம்”!

“அவனா ஒரு நாறிப்போன மிருகம்?” தனது புருவங்கள் இன்னும் நெறிந்திருக்க மாவோ சொன்னார், “அவன் இன்னும் ஒரு சிறுவன்தான். அவிழ்த்து விடுங்கள் அவனை. இதுபோல அவனைக் கிலிப்படுத்தாதீர்கள்!”

அதிகாரிகளில் ஒருவருக்கு இது பிடிக்கவில்லை. இதுபோன்ற ஒரு கடுமையான குற்றவாளியைத் தண்டிக்காமல் விட்டுவிடுவதா? ஒரு

ராணுவத்திற்குக் கட்டுப்பாடென்பது இன்றியமையாதது," என ஆட்சேபித்தார்.

"உங்கள் ஒருவருக்குத் தான் ராணுவத்தைப் பற்றி ஏதேனும் தெரியுமெனக் கூறுகிறீர்களா?" இப்பொழுது மாவோவின் குரலில் சமாதான பாவம் தொனித்தது, "அவன் இன்னும் ஒரு பையன், புரட்சிகர அணிகளுக்குப் புதியவன். இதுபோன்று கடுமையான வாழ்க்கையை அவன் இதுவரை வாழ்ந்ததில்லை. அது அவனுக்கு மிகவும் தாங்க முடியாததாகி, வீட்டு ஏக்கம் பிடித்துக் கொண்டது. நீங்கள் அவனை சிறையில் பூட்டி வைத்தால் அவனது வீட்டு ஏக்கம் இன்னும் அதிகரிக்காது என்பது உங்களுக்கு உதிக்கவில்லையா? அவன் ஒன்றும் துரோகியல்ல; அவன் அறியாச் சிறுவன். அவனை விட்டுவிடுங்கள். அவனை நன்றாகச் சாப்பிட வைத்தால் வீட்டைப் பற்றி நினைக்க மாட்டான். இதை நீங்கள் ஒத்துக் கொள்கிறீர்களல்லவா?"

நான் பார்த்த வரை, மாவோ இரக்கமுள்ள ஒரு மனிதர், ஒரு உறுதிமிக்க புரட்சியாளராக இருப்பதைப் போலவே மென்மையான உணர்வுகளுக்கும் இடம் கொடுக்கும் தன்மை படைத்தவர்; அவர் எவ்வளவு உருக்குப் போன்ற மன உறுதி கொண்டவரோ அவ்வளவு கருணையுள்ளமும் கொண்டவர்.

கண்ணீருடன் மாவோ

“நான் அவ்வளவு எளிதாக அழுவதில்லை,” மாவோ ஒருமுறை ஹே ஷ னென் இடம் சொன்னார், “ஆனால் ஏழை மக்கள் அழுவதைக் கண்டால் என்னால் தாங்கிக் கொள்ள முடிவதில்லை. அவர்களுடைய கண்ணீரை நான் காணும் பொழுது எனது கண்ணீரை என்னால் கட்டுப்படுத்த முடிவதில்லை. எனது பணியாளர்கள் என்னை விட்டுப்பிரியும் பொழுது நான் சோகமாகிவிடுகிறேன்; அவர்கள் போவதைப் பார்ப்பதை என்னால் தாங்கிக் கொள்ள முடிவதில்லை. அவர்களில் கொல்லப்பட்ட பொழுது, அவர்களது மரணத்தை எண்ணி அழுதேன். எனது பழைய குதிரைகளிலொன்று இறக்கிற பொழுது அல்லது என்னுடைய பேனாக்களிலொன்று தேய்ந்து விடும் பொழுது அதை மாற்ற மனம் இடங்கொடுப்பதில்லை. சூயீசூவில் நான் இருந்த பொழுது நீங்கள் ஒரு காயத்தின் காரணமாக இறந்து கொண்டிருக்கிறீர்கள் எனக் கேள்விப்பட்ட பொழுது நான் அழுதேன்.”

இதைச் சொன்ன பொழுது மாவோ ஒளிவு மறைவின்றிச் சொன்னார், அதற்கு பதினைந்து வருடங்களாக அவருடைய மெய்க்காவலனாக இருந்த என்னுடைய அனுபவங்களே சாட்சி.

மாவோ ஒரு வலுமிக்க மனிதர், தனது சொந்த துர்பாக்கியங்கள் எவ்வளவு துயரமிக்கதாக இருந்த போதும் மாவோ அதற்காகக் கண்ணீர் விட்டதில்லை. கொரிய யுத்தத்தின் பொழுது கொரியாவில் தனது மகன் இறந்து போனது எவ்வளவு தூரம் அவருடைய மனதைப் பாதித்த தென்றால், அவருடைய பசியுணர்வை இழந்தார், தூங்க முடியவில்லை; வெறுமனே சோபாவில் தனிமையாக அமர்ந்து கொண்டு சங்கிலித் தொடராக புகைபிடித்துக் கொண்டிருப்பார். ஆனால் அழவேயில்லை. அவருடைய கண்களில் சோகம், ஏக்கம், கோபம் இருந்தது, ஆனால் கண்ணீர் இருக்கவில்லை, ஒரு சொட்டு கூட இல்லை.

ஆனால் இதன் பொருள் அவர் அழுததேயில்லை யென்பதல்ல; அழுதிருந்தார், சத்தமாகக் கூட அழுதிருக்கிறார். அதுபோன்ற நிகழ்வுகள் மூன்றிற்கு நான் சாட்சி, அவற்றை நான் என்றுமே மறக்கமாட்டேன்.

“பிரபு தனது மனைவியிடமிருந்து விடைபெறுகிறார்” என்கிற பெய்ஜிங் ஒபெரா மாவோவிற்குப் பிடித்தமானவைகளிலொன்று. கெய்ஜீயாவில் எதிரிப்படைகள் தன்னைச் சூழ்ந்திருப்பதை அந்தப்பிரபு காண்கிறார். எதிரியின் சுற்றிவளைப்பிலிருந்து தனது கணவர் எளிதாக உடைத்துக் கொண்டு வெளியேறுவதற்காக தன்னுயிரை மாய்த்துக்

கொள்கிறார். உடைத்துக் கொண்டு வெளியேறி வூஜியாங் நதியை அடையும் அந்தப் பிரபு தான் வென்றிருக்க வேண்டிய யுத்தத்தில் கேவலமாகத் தோல்வியுற்றதால் அவரும் தற்கொலை செய்து கொள்ளுகிறார். சியாங்காய் ஷேக் தோற்கடிக்கப்படுவதற்குச் சற்று முன்னரும், தோற்கடிக்கப்பட்டதற்குச் சிறிது பின்னதாகவும் இந்த ஒபெராவைப் பலமுறை மாவோ பார்த்தார்; அதில் சில தடவைகள் கட்சியின் முன்னணித் தலைவர்கள் அனைவரையும் அந்த நாடகத்திற்கு அழைத்துச் சென்றார். நான் முன்னதாகவே கூறியுள்ளது போல, மாவோ பெரிதும் மனமிளகும் தன்மை படைத்தவர்.

தாங்கள் மறுபடியும் ஒருவரையொருவர் பார்க்கப்போவதில்லையென உணர்ந்து கொண்ட பிரபுவும் அவரது மனைவியும் சோகத்தில் மூழ்கிவிடும் பொழுது மாவோ தனது கண்களைச் சிமிட்டி கண்ணீரைத் திரும்பவும் உள்ளேயே அடக்க முயல்வார். ஒரு முறை, என்னுடைய கோட் பொத்தான்களிலொன்றை தனது விரலால் அழுத்தியபடி கரகரத்த குரலில் என்னை எச்சரித்தார், “அந்தப் பிரபு செய்தது போல் ஒரு போதும் செய்து விடாதே; நமக்கெல்லாம் இது ஒரு பாடமாக இருக்கட்டும்”.

மாவோ பழங்கால நாடகங்கள், பெய்ஜிங் ஒபெரா ஆகியவற்றின் ஒருவிசிறி. சூழ்நிலைமைகளுக்கேற்ப அவருக்குப் பிடித்தமானவைகள் மாறும். வடக்கு ஷான்ஷியில் அவர் போரிட்டுக் கொண்டிருந்த பொழுது அவருக்குப் பிடித்தமானவைகளாக இருந்தவை “பாதுகாப்பற்ற பெரு நகரம்,” “அம்புகளைக் கடன் வாங்குதல்” ஆகிய இரண்டும் தான்.

அவைகளை எந்த அளவுக்கு அவர் விரும்பினாரென்றால், அதில் வரும் பாடல்களை அடிக்கடி அவர் பாடுவதைக் கேட்கலாம் என்கிற அளவுக்கு இந்த இரண்டு ஒபெரா இசை நாடகங்களும் கி.பி. 220-280 காலங்களில் தங்களுக்குள் பகைமை பாராட்டிய மூன்று ராஜ்யங்களின் கதைகளை அடிப்படையாகக் கொண்டவை. பாதுகாப்பற்ற பெருநகரம், நாடகத்தில் வெய் ராஜ்யத்தின் சைமா யீ ‘ஷீ’ ராஜ்யத்தின் மா-சு-விடமிருந்து ஜியெட்டிங்-ஐக் கைப்பற்றிய பிறகு ஜி-செங் நோக்கி முன்னேறுகிறார். சூ ராஜ்ஜியத்தின் சுயூ ஜி-லியாங்-கிற்கு சைமா யீ நெருங்கிக் கொண்டிருந்ததைத் தெரிவித்த பொழுது தன்னைத் தற்காத்துக் கொள்வதற்குக் கூடுதல் படைகளை உள்ளே கொண்டுவருவதற்கான காலம் கடந்துவிட்டிருந்தது. நகரம் வீழ்வதைத் தடுப்பதற்கு நகர மதில் மேல் அமர்ந்து கொண்டு யாழ் இசைத்துக் கொண்டு தான் கவலையற்றிருப்பதாகப் பாசாங்கு செய்கிறார். நகரத்தினுள் தம் மீது ஒரு மறைந்திருந்து திடீர் தாக்குதல் நடக்கக் கூடுமென ஐயமுற்ற சைமா யீ பின் வாங்குமாறு உத்தரவிடுகிறார். இது நகரத்தின் தற்காப்பை வலுப்படுத்த சுயூஜி-லியாங் கிற்குப் போதுமான அவகாசத்தையளிக்கிறது. ‘அம்புகளைக் கடன் வாங்குதல்’ என்பது சியூஜி-லியாங் கைப் பற்றிய மற்றுமொரு கதை. யாங்சே நதியின் மேல், காவோகாவோவுக்கும், லியூ

பெய், சன்குவான் ஆகியோரின் கூட்டுப் படைகளுக்குமிடயில் ஒரு மூடுபனி சூழ்ந்த இரவில் நடந்த 'சிபி' யுத்தத்தில், போர்ப்பறைகளின் முழக்கத்துடன் காவோவின் படகுப்படைகளின் மீது ஒரு படகுத் தாக்குதல் நடத்துவது போலப் பாவனை காட்டுகிறார் சுயூஜி லியாங், அந்தப் படகுகளில் வைக்கோலால் செய்யப்பட்ட பொம்மைகள் வைக்கப்பட்டிருந்தன. அத்தாக்குதலை உண்மையென நினைத்த காவோ அம்புகளைக் கொண்டு எதிர்த்தாக்குதல் நடத்தும்படி உத்தரவிடுகிறார். விரைவிலேயே அந்த பொம்மைகள் சுயூகி-யின் கூட்டுப் படைகளுக்கு மிகவும் தேவைப்பட்ட அம்புகள் நிறைந்து கனத்துவிடுகின்றன.

லியாவோ ஷி- ஷென்யாங், பெய்ப்பிங்- டியான்ஜின், ஹுவாயி ஹை பகுதிகளில் நடைபெற்ற மூன்று முக்கியமான போர் நடவடிக்கைகளை இயக்கிக் கொண்டு க்சிபெய் போவில் மாவோ இருந்த பொழுது தன்னை ஆசுவாசப்படுத்திக் கொள்வதற்கு இந்த இரண்டு ஓபெராக்கள் பதிவு செய்யப்பட்ட இசைத்தட்டுகளைத்தான் கேட்டுக் கொண்டிருப்பார். மற்றுமொரு பெய்ஜிங் ஓபராவின் பாட்டுக்களை பாட மாவோ விரும்புவது 'கதாநாயகர்களின் சந்திப்பு' என்கிற ஒபெரா, அது சுயூஜி லியாங், சூயூ ஆகிய இரு ராஜ தந்திரிகளின் அறிவாற்றல், சமயோசிதம் ஆகியவை பற்றியது- 'சிபி' யுத்தம் நெருங்கிய பொழுது கூட்டுப் படைகளின் தலைமைத் தளபதிகளான அவர்கள் போர்த்திட்டங்களை வகுக்கும் பொழுது தங்களுக்குள்ளிருக்கும் அறிவுக் கூர்மையை ளிப்படுத்தப் போராடுவார்கள்.

மாவோ பெய்ஜிங்கிற்கு இடம் பெயர்ந்த சமயத்திலும், நவசீனம் நிறுவப்பட்டதற்குப் பிறகு சில ஆண்டுகளும், பிரபு தனது மனைவியிட மிருந்து விடை பெறுகிறார்', என்கிற ஒபெரா அவருக்குப் பிடித்தமானதாக இருந்தது. 1953-54 கால கட்டத்தில் வெள்ளைப் பாம்புத் தேவதையின் கதை' என்பதை பலமுறை பார்த்தார். இது, ஒரு பாம்பு தேவதை ஆயிரம் வருடங்கள் தவமிருந்த பிறகு இந்தப் பௌதீக உலகில் வாழ்வதற்காக மனித உருவம் பூண்டு வந்து சூ ஷியான் மீது காதல் கொள்கிறது, அவரை மணம் புரிந்து கொள்கிறது. நிலப்பிரபுத்துவத்தின் சின்னமாக விளங்கிய ஒரு பௌத்த துறவியான ஃபா ஹை அதற்குத் தண்டனையாக அதை ஒரு அடைக்கப்பட்ட பௌத்த கோவிலில் (பகோடா) என்றென்னறக்குமாக சிறையிட்டு விடுகிறார். என்கிற சீனப் புராண கதையைத் தழுவியது. இந்த ஒபெராவில் விரியும் துயரமான கதை மாவோவைக் கண்ணீர் சிந்தவும், மூக்கை உறிஞ்சவும் வைக்க ஒரு போதும் தவறியதில்லை.

1958-ல் ஷாங்காயில் மாவோ சுற்றுப் பயணம் மேற்கொண்டபொழுது ஒருமுறை ஷாங்காய் கம்யூனிஸ்ட் கட்சிக்குழுவின் மூத்த தலைவர்கள், ஒருமாலை நேர விருந்தாக எந்த ஒபெரா நிகழ்ச்சியைப் பார்க்க விரும்புகிறார் என்று கேட்டனர். சிறிது நேரம் யோசித்த அவர்பதில் சொன்னார், "வெள்ளைப் பாம்பு தேவதையின் கதை என்று நினைக்கிறேன்."

அந்தப் பொழுது போக்கு விருந்து நிர்ணயிக்கப்பட்ட இரவு, ஷாங்காய் அரசு அலுவலர்களின் விடுதி அரங்கிற்குள் மாவோ வந்து சேர்ந்த பொழுது, பார்வையாளர்கள் எழுந்து நின்று கைதட்டி வரவேற்றார்கள். அவரை முன் வரிசை இருக்கைக்கு அழைத்துச் செல்லும் பொழுது அந்த வரவேற்பை ஏற்கும் விதமாக மாவோ அவர்களை நோக்கிக் கையசைத்தார்.

கட்சியின் உயரதிகாரிகளின் முன் என்றுமே சம்பிரதாய சடங்கு பாராட்டாத மாவோ, தன்னைப்போலவே முன் வரிசையில் அமர வைக்கப்பட்டிருந்த ஷாங்காய் கட்சிக் குழுவின் உயர் மட்டத்தோழர்கள், அரசாங்கத் தோழர்கள் ஆகியோரிடம் வழக்கமாகப் பரிமாறிக் கொள்ளும் சம்பிரதாய வாழ்த்துரைகளில்லாமலேயே தனது இருக்கைக்கு நடந்து சென்றார். அமர்வதற்கு முன்னதாகப் பார்வையாளர்களை நோக்கி மீண்டுமொரு முறை கையசைத்தார்.

அந்த வரிசை துணியுறைகள் கொண்ட மிருதுவான ஒற்றை இருக்கைகளைக் கொண்டதாக இருந்தது. ஒரு 24 மணிநேர மெய்க்காப்பாளர் மாவோவுக்கு அருகிலேயே இருக்க வேண்டுமென்பது விதிக்கப்பட்டுள்ளதால் அவரை அடுத்த இருக்கையில் நான் அமர்ந்தேன். மாவோ பெரு வயிறு கொண்டவர்; அவர் அமர்ந்தவுடன், மிகவும் இறுக்கமாகி அசௌகரியப்படுத்தி விடக் கூடாதென்பதற்காக வழக்கம் போல அவருடைய இடுப்பு பெல்ட்டைத் தளர்த்திவிட்டேன்.

மாவோ அமர்ந்தவுடன் நிகழ்ச்சி தொடங்கிவிட்டது.நான் பற்ற வைத்த ஒரு சிகரெட்டைப் புகைத்துக் கொண்டு அந்த மிருதுவான சோபாவில் அவர் சௌகரியமாக அமர்ந்திருந்தார். மாவோ ஆழ்ந்து கேட்பவர்; தனது முழு கவனத்தையும் நிகழ்ச்சியில் செலுத்துவதற்காக, சிகரெட்டை முழுமையாகப் புகைக்காமல் அணைத்துவிட்டார். அவரைப் போன்ற பெரும் புகைப்பிடிப்பாளர் மீண்டும் சிகரெட்டுகள் எதுவும் கேட்கவில்லை, அது வழக்கத்திற்கு மறாக இருந்தது. இசைத் தட்டுக்களைக் கேட்கும்பொழுது அவர் விரல்களால் தாளமிடுவார், சில சமயங்களில் கூடவே பாடுவார். ஆனால் ஒரு ஓபெராவைக் கவனித்துக் கொண்டிருக்கும் பொழுது அவர் அமைதியாக, அசைவற்று, கவனமே உருவாக, கதையின் போக்கிற்கேற்ப பாவங்கள் மாற, அமர்ந்திருப்பார். ஒரு கணம் அவருடைய கண்கள் களிப்புடன் ஒளிவீசும், அல்லது உணர்ச்சியலை வீசும், அடுத்த கணம் ஆழ்ந்த வருத்தத்துடன்காட்சியளிப்பார். அந்த இரவும் அதேபோல் தானிருந்தது. சூ ஷியன், வெள்ளைப் பாம்புப் பெண், ஆகியோருடைய உணர்வோடு ஒன்றிப்போய் விடுகிறார் போலும், அத்துடன் வெள்ளைப் பாம்பு தேவதையின் பணிப்பெண்ணான- அதுவும் மனித வடிவிலிருக்கும் இன்னுமொரு பாம்புத் தேவதைதான் - சியாவோ கிங்கை அவளுடைய இரக்க உணர்வு, வீரம், அறிவாற்றல் ஆகியவைகளுக்காக மாவோவின் நன்மதிப்பைப் பெற்ற அந்தப் பணிப்பெண் வேதனையின் உணர்வுடனும்

ஒன்றிவிடுகிறார் போலும்! அந்த நிகழ்ச்சி முழுவதிலும் ஏதேனும் ஒரு காட்சி சிறப்பாக அமைந்துவிட்டால் தாளமிட்டுப் பாராட்டுவதில் பலமுறை அவர்தான் முதல் ஆளாக இருந்தார்.

வில்லன், துறவி ஃபா ஹாய் தோன்றிய பொழுது மாவோவின் முகம் தொங்கிப் போனது; கொஞ்சம் பதட்டமாகக் கூட இருந்தார், அவருடைய தாடை சற்றே கீழிறங்கியது, அவருடைய கீழுதடு விட்டு விட்டுத் துடித்தது; அந்தத் துறவியின் மீதேற்பட்ட ஆழ்ந்த வெறுப்புடன் தனது பற்களை நற, நறவெனக் கடித்தார்.

இறுதியாக உச்ச கட்டமும் வந்துவிட்டது: தனது கணவனிருந்து வெண்பாம்பு தேவதை பிரிக்கப்படுகிறாள், இனி கணவரை அவள் பார்க்கப் போவதே இல்லை. முந்தைய அனுபவங்களிலிருந்து அடுத்து என்ன நடக்கப் போகிறதென்பது எனக்குத் தெரியும். மாவோவை யதார்த்த உலகத்திற்கு திரும்ப வைப்பதற்காக இரண்டுமுறை இருமிப் பார்த்தேன். ஆனால் நான் மிகவும் தாமதித்துவிட்டேன்; இப்பொழுது யதார்த்தத்திற்கும் கற்பனைக்குமிடையிலான எல்லை மாவோவைப் பொருத்தவரை மறைந்து விட்டது. அவரது மூக்கு விடைக்கத் தொடங்கி விட்டது. கண்கள் குளமாகிவிட்டது, கன்னங்களில் கண்ணீர் அருவிபோல் வழிந்து மார்பின் மீது பெரும் திவலைகளாக் கொட்டத் தொடங்கி விட்டது.

எனது கவலை அதிகரித்தது; சுற்றிலும் ஏராளமானவர்கள் இருந்தார்கள். பார்வையாளர்களை ஓரக்கண்ணால் பார்த்தேன், யாருடைய கவனத்தையும் ஈர்த்துவிடக்கூடாதென்று எனது இருக்கையில் அசையாதிருந்தேன். அதிர்ஷ்ட வசமாக மேடையின்மேல் நடைபெற்றுக் கொண்டிருந்த காட்சிகளில் அவர்கள் ஆழமாகக் கட்டுண்டு கிடந்ததால், மேடைக்கு வெளியே நடந்து கொண்டிருந்த இந்தக் குறு நாடகத்தைக் கவனிக்கவில்லை.

ஆனாலும் விரைவிலேயே மாவோவின் அசைவுகள் கவனத்தைத் தொங்கின. அவருடைய கண்ணீர் முகத்தில் வழிந்தோடத் தொடங்கியது. மூக்கு அடைத்துக் கொண்டதால் சத்தமாக சுவாசித்துக் கொண்டிருந்தார். அருகிலமர்ந்த ஷாங்காய் நகரக்குழுத் தோழர்கள் இந்த விநோதமாக ஒலிக்கின்ற சத்தத்தின் பக்கம் பார்க்கத் தொடங்கினர்.. அந்தப் பார்வைகள் குறுகிய காலம் கொண்டவைகளாக இருந்த போதிலும் என்னைப் பாதிக்கப் போதுமானதாக இருந்தது. தலைவரின் கௌரவமான தோற்றத்தைக் காண்கின்ற என்னுடைய கடமையில் நான் தோற்றுக் கொண்டிருந்தேன். நான் மீண்டுமொரு முறை இருமினேன், ஆனால் அது நிலைமையை மேலும் மோசமாக்கியது. இது மாவோ செய்கையைத் தடுப்பதற்கு பதிலாக மேற்கொண்டும் பார்வைகளை ஈர்த்தது. எனவே மேற்கொண்டும் முயற்சிப்பதை நிறுத்திக் கொண்டேன். கண்களையும், மூக்கையும் துடைத்தவாறு அழ ஆரம்பித்துவிட்டார், அந்த சூழ்நிலையில் நடப்பதை அதன் போக்கில்

போக விடுவதைத் தவிர்த்து எனக்கு வேறு வழியேதுமிருக்கவில்லை. அப்பொழுது நான் விரும்பியதெல்லாம் அந்த நிகழ்ச்சி முடிவுக்கு வர வேண்டுமென்பதாகத்தானிருந்தது, உண்மையில் அது முடிவை நெருங்கிக் கொண்டுமிருந்தது, அந்தத் துறவி வெண்பாம்பு தேவைதைக்குகோவிலுக்குள் அமைக்கிற தண்டனையை விதித்துக் கொண்டிருந்தார்.....

அப்பொழுது எதிர்பாராத ஒன்று நடந்துவிட்டது.

திடீரென்று கோபத்தில் வெடித்த மாவோ, தனது கனத்த கையை சோபாவின் கைப்பிடி மேல் ஓங்கிக் குத்தியவாறு, தனது இருக்கையிலிருந்து குதித்தெழுந்தவாறு முழங்கினார், "புரட்சி! கிளர்ச்சி! அது ஒன்று தான் பதில்!"

இதுபோன்ற ஒரு நிகழ்வுக்கு நான் தயாராக இருக்கவில்லை. தனது இடுப்பு பெல்ட் தளர்த்தப்பட்டிருந்ததால் அவர் எழுந்து நின்றவுடன் அவருடைய கால்சட்டை கீழே இறங்கிவிட்டது. தார்க்குச்சியால் குத்தப்பட்டவனைப் போல நான் அவரிடம் பாய்ந்து கால்சட்டையைக் கையில் பிடித்து மேலே இழுத்துவிட்டேன். அவமானமும், அச்சமும் சூழப்பட்டிருந்த என்னுடைய இயக்கம் தாறுமாறாக இருந்தது, அவருடைய பெல்ட்டை இருக்கிய எனது கைகள் நடுங்கின. இந்த சம்பவம் என்னைக் குற்ற உணர்ச்சியில் ஆழ்த்தியது, அது என்னிடம் நீண்டகாலம் நீடித்திருந்தது.

ஆனால் அதற்காக என் மீது பழி சுமத்தவில்லை; என்ன நடந்தது என்பதைக் கூட அவர் உணரவில்லை. அவர் மேடைக்கு நடந்து சென்று கொண்டிருந்த போது கூட அவர் அந்தக் கதையில்தான் ஆழ்ந்திருந்தார். பார்யைாளர்கள் பாராட்டிக் கை தட்டிய பொழுது தான் அவர் தன்னுணர்வடைந்து கைதட்டலில் கலந்து கொண்டார். நான் நிம்மதியடைந்தேன்; மாவோ யதார்த்த உலககிற்குக் கொண்டு சேர்க்கப்பட்டார்.

நான் நினைவு கூர்கிறேன், சியாவோ கிங் வேடத்தில் நடித்த பெண்ணின் கைகளை மாவோ குலுக்கிய பொழுது, அவருடைய கையை தனது இரண்டு கைகளிலும் பிடித்திருந்தார். ஆனால் வெண் பாம்பு தேவதை, அவளுடைய கணவர் ஆகியோருடன் கை குலுக்கிய பொழுது ஒரே ஒரு கையைத்தான் பயன்படுத்தினார்.

அந்தத் துறவியை ஏறிட்டும் பார்க்கவில்லை!

மாவோ தனது இதயத்தை எப்பொழுதுமே கைகளில் ஏந்தியவாறு இருப்பார். அடுத்ததாக ஒன்றல்ல, பல சந்தர்ப்பங்களில் மாவோ அழுவதை நான் பார்த்திருந்தது குறித்துச் சொல்லப்போகிறேன். இந்த சம்பவங்களெல்லாம் ஒன்றுக்கொன்று தொடர்புகொண்டவை, ஏனெனில், வெண்பாம்பு தேவதையின் கதையில் வரும் மாற்றங்களைப் போலவே தொடங்குகின்ற, பல ஆண்டுகள் நீண்டிருந்த, ஆழமான ஊன்றிப் போயிருந்த, சிக்கலான சமூக மாற்றங்களைப் பிரதிபலிக்கின்றன;

உதாரணமாக "மூன்று செம்பதாகைகள்" என்றழைக்கப்பட்ட சோஷலிச நிர்மாணத்திற்கான ஒரு பொதுமையான நிலை என்கிற கோட்பாடு, முன்நோக்கிய மாபெரும் பாய்ச்சல், மக்கள் கம்யூன் ஆகியவை ஒன்றிணைந்து சீனாவின் முகத்தோற்றத்தை மாற்றுவதற்கான ஒரு தேசிய உந்து சக்தியாக விளங்கின.

இந்த தேசிய இயக்கத்தின் முழுமையான வரலாற்றுடன் எனக்குப் பரிச்சியமில்லை என்பதால் எனது நினைவுகளில் அவை துண்டு, துண்டாகவே இருக்கின்றன; நான் காண நேர்ந்த அல்லது காதில் கேட்ட நிகழ்வுகள் தான் அவை.

1955, மே 14 அன்று, ஒரு நீச்சலுக்குப் பிறகு ஷோங்னான் ஹே-யிலிருந்த காவல்படையினரைச் சந்தித்த மாவோ, அவர்களெல்லாம் நல்ல காவலர்களாக, நல்ல மாணவர்களாக, நல்ல சமூக புலன் விசாரணையாளர்களாக இருக்க வேண்டுமென்று தான் விரும்புவதாகக் கூறினார். சமூகப் புலன் விசாரணை அணுகு முறை, அதன் முக்கியத்துவம், விசாரணையாளர்களின் மனப்பாங்கு குறித்து விரிவாகப் பேசினார். அவர்கள் விடுப்பில் வீடு செல்கிற பொழுது தங்களது சொந்த மாவட்டங்களின் நிலைமை எவ்வாறிருக்கிறதென்பதைத் தெரிந்து கொண்டு அவர்கள் பணிக்குத்திரும்பியதும் அவற்றின் மீதான அறிக்கையைத் தாக்கல்செய்ய வேண்டுமெனக் கூறினார்.

மாவோவின் மெய்க்காவலர் படைப்பிரிவின் உறுப்பினர்கள், மாவோவின் வேண்டுகோளுக்கிணங்க நாடு முழுவதிலிருந்தும், ஒவ்வொரு நிர்வாகப் பிரதேசத்திலிருந்தும் ஒரே ஒருவர் என்கிற முறையில் வந்தவர்கள், அதன் மூலம் அந்தந்தப் பகுதிகளில், அதிலும் குறிப்பாக கிராமப்புறங்களில், உண்மை நிலைமைகள் எவ்வாறிருக்கின்றன என்கிற தகவல்களை அவர் தொடர்ந்து பெற்றுக் கொண்டிருக்க முடியும். ஒவ்வொரு முறையும் ஒரு காவலர் விடுப்பு முடிந்து திரும்பியதும் அவரை அழைத்து தான் கண்டறிந்ததை விவரிக்குமாறு மாவோ கேட்டுக்கொள்வார், அந்த அறிக்கைகளில் திருத்தங்களையும், குறிப்புகளையும் எழுதுவார்.

1957-ன் பிற்பகுதிக்கும் 1958-ன் துவக்க காலத்திற்கும் இடைப்பட்ட காலத்தில் சில பகுதி கிராமப்புறங்களில் ஏழைகளுக்கும், செல்வந்தர் களுக்கும் இடையிலான இடைவெளி அதிகமாகவும், எதிரெதிர் துருவமயமாதல் ஏற்பட்டிருப்பதாக வந்த வாய்வழித்தகவல்கள் பலவற்றை மாவோ கேட்டார். இந்தத் தகவல்கள் ஒவ்வொன்றும் மாவோவை வெளிப்படையாகப் பாதித்ததுடன் அவைகளுக்கான விடையைத் தேடும்படி செய்தன.

1957 டிசம்பர் மாத சமயம், மெய்க்காவலர்களில் ஒருவரான மா வெய், வீட்டிலிருந்து திரும்பிய பொழுது ஒரு 'பன்' கொண்டு வந்திருந்தார். பிரதானமாக தவிட்டினால் செய்யப்பட்டிருந்த அது கருப்பாகவும், கடிப்பதற்குக் கடினமாகவும் இருந்தது. "இதைத்தான்

அங்கே கிராமப்புறங்களில் விவசாயிகள் உண்கிறார்கள், எனனை நம்புங்கள்” என்றார் மா.

அந்த ‘பன்’னைக் கண்ட மாவோ ஆடிப்போனதைக் காண முடிந்தது. அவர் உடனே புருவத்தை நெறித்துச் சுறுக்கினார். அவர் பன்னைக் கையிலெடுத்து பொழுது கைகள் நடுங்கின. அதிலிருந்து சிரமப்பட்டு ஒரு துண்டை முறித்து தனது வாயினுள் வைத்தார். அதை அவர் மெல்ல ஆரம்பித்தது தான் தாமதம். அவருடைய கண்களில் கண்ணீர் பொங்கியது, முதல் கடியை விழுங்கியவுடன் உண்மையிலேயே கண்ணீர் முகத்திலிருந்து கொட்டத் துவங்கியது.

“சாப்பிடுங்கள், நீங்கள் அனைவரும், ஆளுக்கொரு கடி கடித்துப் பாருங்கள்,” என்று கூறிய மாவோ அந்தத் துண்டுகளை ஒரு சுற்று எல்லோருக்கும் தந்தார். அவர் பயங்கரமாக துயருற்றிருந்தார். மூச்சிறைக்க, அவர் உரக்கச் சென்னார். “சாப்பிடுங்கள், அதுதான் உழவனின் உணவு, நாம் உண்பதைப் பயிரிடும் உழவனின் உணவு....”

மிகுந்த சிரமத்துடனும், தயக்கத்துடனும் நாங்கள் உண்டோம். மாவோ, கண்கள் தளும்ப எங்களைப் பார்த்தவர், தனது உணவைத் திட்டமிடும் சத்துணவு நிபுணரைக் குறிப்பாகப் பார்த்தார். நிபுணர் சிபாரிசு செய்யும் சத்து மிகுந்த உணவு வகைகளை மாவோ ஒரு போதும் உண்பதில்லை; தீட்டப்படாத தானியங்களால் செய்யப்படும் வீட்டுணவு போன்றவற்றைத்தான் வழக்கமான உணவாகக் கொள்வார். ஒருமுறை கைக்குத்தல் அரிசி, தினையரிசி ஆகியவற்றால் சமைக்கப்பட்ட உணவிலிருந்த தட்டினைத் தட்டிக்கொண்டே மாவோ சொன்னார், “சீனா விலிருக்கும் ஒவ்வொரு விவசாயிக்கும் இதுதான் உணவு என்றாகிற பொழுது, நாம் மகிழ்ச்சியடையலாம்.”

அன்றைய தினம் மாவோ மதிய உணவோ இரவு உணவோ எடுத்துக் கொள்ளவில்லை. அவருடைய காலை உணவு நடு இரவிலும், மதிய உணவு அடுத்த நாள் காலையிலுமாக இருக்கும். இப்பொழுது அவர் படுக்கைக்குப் போகும் நேரமாகிவிட்டிருந்தது. அவருக்கு நான் உடலை நீவிக் கொண்டிருக்கும் பொழுது அந்த விஷயம் இன்னும் அவரை வாட்டிக் கொண்டிருக்க, என்னிடம் திகைப்புடன் கொன்னார் “நம்முடையது ஒரு சோஷலிச சமூகம், சீன விவசாயிகளுக்கு முரட்டு ரொட்டி இன்னும் உணவாக இருக்கக்கூடாது. அவர்கள் அதையே உண்டு கொண்டிருக்க கூடாது..... பிறகு ஒரு நீண்ட இடைவெளிக்குப் பிறகு மேலும் கூறினார், “நாம் அது குறித்து ஏதாவதுசெய்ய வேண்டும், நாம் செய்தாக வேண்டும். சோஷலிசம் விரைவாக முன்னேறுவதற்கு என்ன வழி?.”

அதற்குப் பிறகு பல நாட்களுக்கு, “நாம் ஏதாவது செய்தாக வேண்டும்,” என்கிற வாக்கியத்தை அவர் திரும்பத் திரும்பக் கூறிக் கொண்டிருப்பதைக் கேட்டேன். அவ்விஷயத்தைக் குறித்து மத்தியக் குழுவின் முக்கிய தோழர்களுடன் அவர் விவாதித்தார்.

1958, ஜனவரி 28- அன்று, "முழு வேகத்துடன் முன்னேறுங்கள், இலக்கை உயர்த்துங்கள், இன்னும் 15 வருடங்களில் மகா பிரிட்டனை எட்டிப் பிடிப்போம்" என்கிற முழக்கத்தை தேசிய விவகாரங்களின் உச்ச மாநாட்டின் நீட்டிக்கப்பட்ட அமர்வில் மாவோ எழுப்பினார்.

அந்த வருடம் மார்ச்சில், செங்டுவில் நடந்த ஒருமாநாட்டில் அந்த கோஷத்தின் பொதுமையான நிலைபாட்டினை அவர் தொடுத்தளித்தார்: "முழுவேகத்துடன் முன்னேறு இலக்கை உயர்த்து, சோஷலிசத்தைக் கட்டுவதில் இன்னும் அதிகமான, விரைவான, மேம்பட்ட கூடுதல் பொருளாதார விளைவுகளை வென்றெடுங்கள்"

இரண்டு மாதங்களுக்குப் பின்னர், மே மாதத்தில், இந்தப் பொதுமைப் படுத்தப்பட்ட நிலைபாடு கம்யூனிஸ்ட் கட்சியின் எட்டாவது தேசிய காங்கிரசின் இரண்டாவது அமர்வில் நிறைவேற்றப்பட்டது.

இந்த மாநாடு மாவோவிற்கு மிகுந்த உற்சாகத்தை ஊட்டியது. அவர் என்னிடம் சொன்னார், "சீனா ஒரு ஏழை நாடு, ஆனால் சோஷலிசக் கட்டமைப்பை நாம் கொண்டிருக்கிறோம். இதர நாடுகளின் மக்களை விட சீன மக்கள் மேம்பட்ட வாழ்க்கையை வாழ்வார்கள்.

ஒரு நாள் சோங் நான் ஹெய்யில் ஒரு விருந்தாளியை வழியனுப்பிவிட்டு மத்தியக் குழுவின் ஒரு முன்னணித்தோழருடன் மாவோ திரும்பி வந்து கொண்டிருந்தார். நான் வழக்கம்போல அவருக்குப் பின்னால் நடந்து கொண்டிருந்தேன். அவர்கள் லேசான மனத்துடன், அவ்வப்போது பீறிடும் உற்சாகத்துடன் உரையாடிக் கொண்டிருந்தார்கள். "அவர்கள் அதை முன்நோக்கிய ஒரு மாபெரும் பாய்ச்சல் என்று அழைக்கிறார்கள். அவ்விதம் அதை முன்வைப்பது ஒரு நயமாகத் தெரிகிறதென்று நான் நினைக்கிறேன்," என்று மாவோவிடம் அந்த முன்னணித் தோழர் கூறினார்.

"முன்னோக்கிய-மாபெரும்-பாய்ச்சல்" என்று சொன்னவாறே மாவோ அவரைப் பார்த்தார்.

"ஆம் அவர்கள் தொடங்குகின்ற ஒரு இயக்கமது. இன்றைய பீப்பிள்ஸ் டெய்லியில் வந்திருக்கிறது" என்றார் அந்தத் தோழர்.

"நான் அதைப் பார்க்கவில்லையே" என்று கூறிய மாவோ என் பக்கம் திரும்பி "அந்தப் பேப்பரை எடுத்துவா, யின் கியாவோ," என்றார். பிறகு அந்த முன்னணித் தோழர், முன்னோக்கிய பெரும் பாய்ச்சல் குறித்து விவரித்ததைத் தொடர்ந்து கேட்டுக் கொண்டிருந்தார்.

அந்தச் செய்தித்தாளை அவரிடம் அந்தத் தோழரே எடுத்துத் தந்தார். அந்தக் கட்டுரையைப் படித்த பிறகு அந்தப் பேப்பரின் மீது தனது கருத்தைக் குறித்து வைத்தார், அது, "நன்றாகக் கூறப்பட்டது" என்று நினைக்கிறேன்.

1958-ல் இ மத்தியக் குழுவின் மற்றொரு தோழர் ஹேனான் மாகாணத்தின் கிலியிங் பகுதியிலிருந்த ஒரு மக்கள் கம்யூனைப் பற்றிச்

சுருக்கமாகக் கூறிவிட்டு சேர்மன் அங்கே போய்ப்பார்ப்பது பயன் தருவதாக இருக்கும் என்று ஆலோசனை தெரிவித்தார். அதன்படி மாவோவும் அங்கு சென்றார். அந்தப் பயணம் முழுவதும் அந்த முன்னணித் தோழரும், அந்த மாகாண கட்சி செயலரும் மக்கள் கம்யூன் என்கிற புதிய அமைப்பின் மேன்மையைக் குறித்து மாவோவிடம் ஓதிக் கொண்டேயிருந்தனர். மாவோ, திருப்தியுடன் காட்சியளித்த மாவோ, மிகுந்த ஆர்வத்துடனும், அவர்களுடைய வர்ணனை பிடித்தமாக இருந்த நேரங்களில் அருமை, அருமை.... என்று சொல்லிக் கொண்டும் கேட்டுக் கொண்டிருந்தார். ஒரு இடத்தில் அவர்களில் ஒருவரை அவர், "மக்கள் கம்யூன் ஒரு நல்ல விஷயம் தான்," என்று சொல்லிக் கொண்டு இடைமறித்தார். அவர்களுடைய பேச்சைக் கேட்ட நானும் கூடக் கிளர்ச்சியுற்றேன் என்பதை ஒத்துக் கொண்டுதானாக வேண்டும்.

அந்த சமயத்தில் தனக்கான சிறப்பு ரயிலில்தான் மாவோ தங்கியிருந்தார். மிகக் குறைந்த அளவு உறக்கமே தேவைப்படுகிற மனிதரவர். அவர் உறங்கிக் கண் விழித்தவுடன் முதலில் செய்கிற காரியம் சிகரெட் பிடித்துக் கொண்டு, அடர்த்தியான தேநீரைக் குடித்துக் கொண்டும் அன்றைய செய்தித்தாள்களைப் படிப்பது தான். இவ்வாறு, தான் படுக்கையை விட்டு எழுவதற்கு முன்பு ஒரு மணி நேரம் செலவிடுவார். சிறப்பான நிகழ்வுகள் இருக்கும் சமயங்கிளல் தவிர இவ்வழக்கத்தை மாற்றிக் கொள்வதில்லை. இன்றைய தினம், அவர் தலைப்புகளை ஒரு பார்வை பார்த்துக் கொண்டிருந்தபோது அவர் பார்த்த ஏதோ ஒன்று அவரைத் தூக்கி வாரிப் போட்டது. ஒரு சத்தத்தை வெளிப்படுத்திய அவர் படுக்கையை அறைந்து கொண்டு சொன்னார், "ஓ, முடியாது, இதை அவர்கள் எவ்விதம் பிரசுரித்தார்கள்."

திடுக்கிட்டுத் திரும்பிய நான், படுக்கையிலிருந்த பைஜாமாவுடன் குதித்த அவர், "அவக்கேடானது! இது அவக்கேடானது," என்று சொல்லிக் கொண்டு பேப்பரை ஓங்கி அறைந்ததைக் கண்டேன்.

செய்தித்தாள் தலைப்பு அறிவித்தது, "மக்கள் கம்யூன்கள் அருமையானவை" அந்தப் பயணம் முழுவதும் எங்களுடன் வந்த சின் ஹுவா செய்தி நிறுவனத்தின் நிருபருடைய கைங்கர்யம் தானது. மாவோ இதைச் சொன்ன போது கேட்ட அவர் அதைப்பற்றிய கதையொன்றை அன்றே அனுப்பிவிட்டார் அதை மறுதினச் செய்தித்தாள் பிரசுரித்துவிட்டது.

"இதை அரசியல் தலைமைக் குழு விவாதிக்கவில்லையே," மாவோ வெளிப்படையாகவே அதிர்ந்து போயிருந்தார், சுற்றிச் சுற்றி வட்டமாக நடந்து கொண்டு, "அவக்கேடு" என்று சொல்லிக் கொண்டேயிருந்தார்.

எதிர்பார்த்தது போலவே இந்தப் பேப்பர் செய்திக்கு ஆட்சேபனைகள் எழுந்தன. சில முக்கியமானவர்களை சமாதானப்படுத்தும் முறையில், "இதற்காக என்னைத்தான் குற்றம் சொல்ல வேண்டும், அந்தப் பயணத்தின் பொழுது வாய் தவறிவிட்டது. எல்லாப் பழியையும் அந்த நிருபரின் மீது நாம் சுமத்தக் கூடாது," என மாவோ விளக்கமளித்தார்.

மாவோவின் சொற்கள் பொது மக்களிடம் சென்றுவிட்ட நிலையில், இப்பொழுது ஏதாகிலும் செய்தாக வேண்டியிருந்தது. விரைவிலேயே பெய்டாய்ஹே-யில் நடைபெற்ற விரிவாக்கப்பட்ட அரசியல் தலைமைக் குழுக் கூட்டத்தின் கவனத்திற்கு இந்த விவகாரம் கொண்டு செல்லப்பட்டது. மக்கள் கம்யூன் அமைப்புக்கு ஆதரவாக அந்தக் கூட்டம் ஒருமித்த முடிவுக்கு வந்தது, அது பொதுமக்களுக்கு அறிவிக்கப்பட்டது.

அந்தக் கால கட்டத்தில் அனைத்து மட்டங்களிலுமிருந்து முன்னணித் தோழர்கள் அனைவரும் சீனாவில் சோஷலிசம் தழைத் தோங்க வேண்டுமென்கிற தங்களுடைய ஆர்வத்திற்கு உண்மையான வர்களாக இருந்தார்களென்பதை இங்கே சுட்டிக் காட்டியாக வேண்டும். ஒருவேளை அவர்கள் சற்றுப் பொறுமையிழந்து போயிருந்திருக்கலாம், ஆனால் அவர்கள் எதிர்காலத்தைப் பற்றிய பெருங்கனவுகள் கொண்டவர்களாக இருந்தார்கள், சீனா விரைவில் வலிமை வாய்ந்த தாகவும் செழிப்பாகவும் உருவெடுக்குமென்ற பெரும் நம்பிக்கையுடன் காலத்தை எதிர்த்துப் பணிபுரிந்து கொண்டிருந்தார்கள். இது போன்றவொரு சாதனையை நிகழ்த்துவதற்கான அனுபவத்தைக் காலம் செல்லச் செல்லப் பெற்றுவிடுவோம் என்கிற நம்பிக்கையை அவர்கள் கொண்டிருந்தார்கள்.

வூ ஹான் பகுதியில் ஒரு ஆய்வுப் பயணம் மேற்கொண்ட பொழுது, மற்றுமொரு முன்னணித் தலைவர் அனைவருக்குமான பொது உணவு விடுதிகளை ஏற்படுத்துகிற ஒரு யோசனையை மாவோவின் மீது திணிக்க முயன்றார். அதைப்பற்றி ஒரு அறிக்கையைத் தலைவரின் வேண்டு கோளின்படி ஹுபெய் மாகாணத்தின் கட்சிக்குழு துணைச்செயலாளர் அந்த அறிக்கையை வரைந்து தந்தார். அதைப்படித்த மாவோ சுற்றுக்குவிட அனுமதியளித்தார். இதே சமயம் ஹேனான் மாகாணத்தின் கட்சிக் குழுச் செயலாளர் உருக்குத் தொழில், விவசாயம், நெடுஞ்சாலைக் கட்டமைப்பு, பொது உணவு விடுதிகள் ஆகியவற்றை மேம்படுத்துவதற்கு முழு வீச்சிலிறங்குமாறு அழைப்பு விடுத்தார்.

இந்தப் புதிய முயற்சிகளைப் பற்றிய அறிக்கைகளைப் பெற்றுக் கொண்டிருந்த மாவோ, நான் நினைவு கூர்கிறவரை ஒருமுறை கருத்துக் கூறும்போது சொன்னார், “இந்தத் தோழர்கள் தங்களது அறிக்கையில் கூறுபவை ஊக்கமளிப்பதாகவுள்ளது. பெங்டேஹுவாய் தான் ஒரே ஒரு விதிவிலக்கு. என்னை வந்தடைந்த அவருடைய அறிக்கைகள் எதிலுமே நேர்மறையானதாக இருப்பதெதையும் நான் காணவில்லை.”

இந்தத் தோழர்களின் உத்வேகம், முன்முயற்சி, துணிவு- சிந்தனை, செயல் ஆகியவற்றை மாவோ விரும்பினார், அவர்களுக்கு ஆதரவளித்தார். தன் பங்கிற்கு அவருடைய ஆதரவு அவர்களுடைய உத்வேகத்தையும், துணிவையும் இன்னும் கூடுதலாக்கியது. 1958-ன் இறுதியில் கட்சியின் கொள்கையை, “மூன்று செம்பதாகைகளும், மூன்று நெடிய ஆயுட்களும்” கட்சியின் உயர்மட்ட அதிகாரி ஒருவர் உருவகப்படுத்தினார். மக்களின்

மகத்தான வளாகம், (கிரேட் ஹால் ஆஃப் தி பீப்பிள்) அறை எண். 18-ல் நடைபெற்ற மத்தியக் குழுக் கூட்டத்தில் இந்தக் கொள்கைகள் முதன் முதலாக வெளியிடப்பட்டது. "மூன்று செம்பதாகைகள், மூன்று நெடிய ஆயுட்கள்" பற்றிய திருத்தி இறுதி செய்யப்பட்ட கட்டுரைகளின் நகல்கள் ஒரு உயர்மட்ட கட்சி அதிகாரியினால் கொண்டு வரப்பட்டு மேடைக்கருகில் காட்சிப் படுத்துப்பட்டது. அவற்றைப் பார்வையிடக்கூடிய அரசியல் தலைமைக்குழு உறுப்பினர்களிடம் இந்தக் கொள்கைகள் நிகிதாகுருஷ்சேவின் தலைமையிலிருந்த சோவியத் யூனியனின் திருத்தல்வாதக் கோஷ்டிக்கு ஒரு பதிலடியாகுமென அந்த முன்னணித் தோழர் வர்ணித்தார்.

1959-ல் கட்சிக்குள் பிளவுகள் தோன்றியிருப்பதாக மாவோ ஐயப்படத் தொடங்கினார், அவருடைய கவலை பெருகியது. என்ன நடந்து கொண்டிருக்கிறதென்பதைத் தெரிந்து கொள்ள விரும்பினார். ஆனால் அது அவருக்கு அவ்வளவு எளிதாக இருக்கவில்லை. அது ஏன் என்பதை நான் பிற்பாடு விளக்குகிறேன். இப்பொழுது நான் கூற முடிவது இதுதான்: நாங்கள் நகருக்கு இடம் பெயர்ந்த பிறகு பாதுகாப்புக் காரணங்களினால் மாவோவின் நடமாட்டங்கள் கட்டுப்பாடு செய்யப் பட்டிருந்தன. அவருடைய அனைத்துப் பயணங்களுக்காகவும் வகுக்கப் பட்ட திட்டங்களை அவர் கவனமாகப் பின்பற்ற வேண்டியிருந்தது. அவருடைய கோபமிக்க ஆட்சேபணைகளையும் தாண்டி அத்தகைய கட்டுப்பாடுகள் என்றும் தளர்த்தப்படவேயில்லை. மத்தியக் குழுவின் ஒரு முடிவின்படி அவர் வான் வழியில் பயணிப்பது தடை செய்யப்பட்டிருந்தது.

1959-ல் ஒரு தேசந்தழுவிய ஆய்வுப் பயணத்தின் பொழுது அவர் மறுபடியும் ஹேனானுக்குச் சென்றார். ஒரு உண்மை கண்டறியும் கூட்டத்தில் பங்கேற்றவர்களிடம், "பொது உணவு விடுதிகள் எவ்வாறிருக்கின்றன. அவை நல்ல நிலையில் நடக்கின்றனவா? என்னிடம் உண்மையைச் சொல்லுங்கள் நீங்கள் உண்மையைத்தான் கூற வேண்டுமென விரும்புகிறேன்," என்று திரும்பத் திரும்பக் கேட்டுக் கொண்டார். அந்தக் கூட்டத்திலிருந்தவர்களெல்லாம் அந்த விடுதிகள் மிகவும் விரும்பப்படு கின்றன என்று மாவோவிடம் கூறினார்கள். அவைகளின் சிறப்புகளைச் சுட்டிக் காட்டிய அவர்கள், அந்த விடுதியில் தயாரிக்கப்படு வதாகச் சொல்லி சில ரொட்டித் துண்டுகளை அவரிடம் காட்டினார்கள், அவை தான் அந்த கேண்டீன்களில் வழங்கப்படும் முக்கிய உணவு என்றும் சொன்னார்கள். அந்தத் துண்டுகளில் ஒன்றை முறித்த மாவோ ஒவ்வொருவருக்கும் ஒரு துண்டை வழங்கினார். எனக்குக் கிடைத்த துண்டு சுவையாக இருந்தது. அந்த உணவால் திருப்தியடைந்த மாவோ சொன்னார், "இந்த மாதிரியான உணவை சீனாவிலுள்ள அனைத்து விவசாயிகளுக்கும் இந்தப் பொது உணவு விடுதிகள் வழங்க முடிகிற தென்றால், அவைகள் உண்மையிலேயே நல்லவைகள் தான்."

ஆனாலும் அவருடைய சந்தேகங்கள் நீடித்தன. திடீர் சோதனைகள் அல்லது அறிவிக்கப்படாமல் செல்வது ஆகியவைகளின் மூலம் கிராமப் பகுதிகளில் நிலைமை எவ்வாறிருக்கிறது என்பதைத் தன் கண்களாலேயே அவர் காண விரும்பினார். விரைந்து கொண்டிருக்கும் தனது ரயிலில் இருந்தபடியே ஒரு தொலைவில் தெரிந்த ஒரு கிராமத்தைச் சுட்டிக்காட்டி என்னிடம், “ரயிலை நிறுத்தச் சொல். அந்த கிராமத்தை ஒரு பார்வை பார்க்க விரும்புகிறேன். அங்கே வேக வைத்த பன்றிக் குழம்பு கேட்கப் போகிறேன், அவர்களிடம் இருக்கிறதா இல்லையாவென்று பார்க்கப் போகிறேன்,” என்று கூறி என்னைத் திகைக்க வைத்தார். உள்ளூர் அதிகாரிகளிடம் தொலைபேசியில் உடனடியாகத் தொடர்பு கொண்ட நான் எங்களது வருகைக்குத் தயாராக இருக்கும்படி கேட்டுக் கொண்டேன். மாவோ வந்து சேர்ந்த பொழுது வேக வைத்த பன்றிக் குழம்பு தயாராக இருந்தது; அவர் வறுத்த முழுப்பன்றி வேண்டுமென்று கேட்டிருந்தாலும் ஏமாற்றமடைந்திருக்க மாட்டார்.

1959ன் கோடை காலத்தில் இதற்கு மேலும் இயலாதென்கிற அளவுக்கு பொருளாதார நிலைமை மோசமடைந்துவிட்டது. முன்னோக்கிய பெரும்பாய்ச்சல், மக்கள் கம்யூன்கள் ஆகியவற்றைக் குறித்து மத்தியக் குழுவில் பிளவு ஏற்பட்டிருந்தது. ஜூன் இறுதியில் மாவோ ஷிவோ ஷானிலிருந்து லூஷான் மலைக்கு வந்தார். நிலைமையை மதிப்பிடுவதற்காக அவர் ஒரு கூட்டத்திற்கு அழைப்பு விடுத்தார். காரசாரமான விவாதத்திற்குப் பிறகுநிலைமை மிக அருமையாக இருக்கிறது, எதிர்காலம் பிரகாசமாக இருக்கிறது, ஆனால் ஏராளமான பிரச்சனைகளிருக்கின்றன எனும் முடிவிற்கு வந்து அக்கூட்டம் முடிவுற்றது.

ஜூலையின் பிற்பகுதியில் அக்கூட்டத்தின் இறுதி அமர்வில் மாவோ உரையாற்றினார். மேடையில் அரசியல்தலைமைக் குழுவின் நிலைக்குழுவினர் அமர்ந்திருந்தனர், அதன் இதர உறுப்பினர்கள் முதல் வரிசையிலும், அதற்குப் பின் வரிசையில் மத்தியக்குழுவும் அமர்ந்திருந்தது. கூட்டம் துவங்குவதற்கு முன்னதாக மாவோ பார்வையாளர்களை ஆய்வு செய்தார்; அவர் அனைவருமே இருக்கிறார்களா என்பதைத் தெரிந்து கொள்ள விரும்புவது போலத் தோன்றியது. ஆனால் அவர் பெங்டேஹாய் இருக்கிறாரா என்பதைத் தான் பார்த்தார் என்பது எனக்குத் தெரியும். பெங் மாவோவிடம் அளித்த ஒரு அறிக்கையில் புதிய கொள்கைகளைப் பற்றிய தனது ஆட்சேபனைகளைத் தெரிவித்திருந்தார். துவக்கத்தில், விவாதத்தின் போதுஅவற்றை முதலாளித்துவ ஊசலாட்டத்தின் வெளிப்பாடு என்று அழைத்ததோடு நிறுத்திக் கொண்ட மாவோ, அவை பெங்கின் தனிப்பட்ட கருத்துக்கள் என்றுதான் எடுத்துக் கொண்டார். இப்பொது, அவரால் பெங்கைக் கண்டுபிடிக்க முடியாததால் ஏமாற்றமடைந்த அவர், “மார்ஷல் பெங் இங்கில்லையா,” என்று கேட்ட பொழுது, அந்த ஜெனரல் அமர்ந்திருந்த இடத்தை நான் சுட்டிக் காட்டினேன். எதிர்பார்த்ததுபோல அவர்

முன்வரிசையில் இருக்கவில்லை, ஆனால் புதிதாக மழிக்கப்பட்டுப் பளபளத்த தலையுடன்* அவர் பின்வரிசை ஒன்றில் அமர்ந்திருந்தார். தனது கீழுதட்டைக் கடித்துக் கொண்ட மாவோ எதுவும் சொல்லவில்லை; அவர் மகிழ்வற்றிருப்பது போலத் தோன்றியது.

மாவோவின் உரையில் தாக்குதலுக்கு உள்ளான பிரதா இலக்காக 'இடதுசாரிவாதம்' இருந்தது. அவர் சில முன்னணி அதிகாரிகளை அவர்களுடைய அவசர புத்தி, அதிமிகைப்படுத்துதல் ஆகியவற்றைக் கடுமையாக விமர்சித்தார், அதில் சில சமயங்களில் வன்மையான சொற்களைப் பயன்படுத்தினார். ஆனாலும் அந்தத் தோழர்கள் பால் இன்னமும் பரிவு காட்டியதுடன் அவர்களைப் பாதுகாக்கவும் முற்பட்டார்' ஒரு கட்டத்தில் அவர் சூ டேயின் பக்கம் திரும்பி, "பொது உணவுக் கூடங்கள் அகற்றப்பட வேண்டியதுதான், ஆனால் அனைத்தையுமல்ல. உங்களுக்கு இந்தக் கேன்டீன்களைப் பிடிக்காமலிருக்கலாம், ஆனால் இவ்விஷயத்தில் நாம் சிறிது மாறுபட்ட கருத்துக்களைக் கொண்டிருக் கிறோமென அஞ்சுகிறேன்" என்று கூறினார்.

இடது சாரி வாதத்தை விமரிசனம் செய்த பிறகு அவர் வலதுசாரிக் கண்ணோட்டங்கள் என அழைத்தவை குறித்து, குறிப்பாக தோழர் பெங் டெ ஹுவாயின் கருத்துக்களைக் குறித்து சில துரதிர்ஷ்டவசமான கருத்துக் கூறினார். அவர் சரியானவறறையும், தவறானவற்றையும் சரிசமமாகக் குற்றம் கூறிக் கொண்டு கத்தியின் மேல் நடப்பவரைப் போல எனக்குத் தோன்றினார். அதில் ஒரு கட்டத்தில் அவர் சொன்னது மிகவும் வழக்கத்திற்கு மாறானதாக எனக்குப்பட்டது. அவர் சொன்னார், "ராணுவம் இனிமேல் என்னை விரும்பவில்லையென்றால் நான் கிராமப் பகுதிக்குச் சென்று கொரில்லாக்களை உருவாக்குவேன்; ஒரு புதிய ராணுவத்தை எழுப்புவேன்."

அந்தக் கூட்டம் முடிவுற்றதும், பங்கேற்பாளர்களில் சிலர் அங்கேயே இருந்துவிட்டனர். முதலில்வெளியேறியவர் பெங் டெஹுவாய் தான்; கோபத்தை அடக்கிக் கொண்டு சென்றார் போலப்பட்டது. மாவோ அவரைப் பின்னாலிருந்து அழைத்தார். ஆனால் ஒன்று மாவோவின் குரல் காதில் விழுந்திருக்காது என்பதாலோ அல்லது அவரைக் கண்டு கொள்ளாமலோ பெங் சென்றுவிட்டார்.

மாநாட்டு வளாகத்திலிருந்துவெளியே வந்த மாவோ அதுஅமைந்திருந்த சரிவிலிருந்து கீழே வந்து கொண்டிருந்தார். அவருடன் மத்தியக்

---

* இது ஒரு அவமானத்தின் அடையாளம். இது, எதிர்புரட்சியாளர்கள், வர்க்க எதிரிகள் முதலாளித்துவப் பாதையாளர்கள், திருத்தல்வாதிகள், தீய சக்திகள் என நிந்திக்கப்பட்டவர்களை அவமானப்படுத்தி கேவலப்படுத்துவதற்காக கலாச்சாரப்புரட்சி காலகட்டத்தில் அடிக்கடி பயன்படுத்தப்பட்டது. அத்துடன் சீனாவில், இது நடைமுறை குற்றவாளிகளின் மீது பராம்பரியமாக பிரயோக்கப்பட்டு வந்தது.

குழுவின் நான்கு முன்னணித் தலைவர்களும் இருந்தனர். கீழே வரும்பொழுது அவர்களிலொருவர் சிறுநீர் கழிக்கப் பிரிந்து சென்றார், அதே சமயம் பின்புறம் திரும்பிய பெங் டெஹுவாய் சரிவின் மேல் ஏறித் திரும்பி வரத் தொடங்கினார், அவர் மாநாட்டு வளாகத்திற்கு எதற்காகவோ திரும்பிக் கொண்டிருந்தது போலத் தோன்றியது. இருவரும் நேரெதிராகச் சந்தித்துக் கொண்டார்கள்.

நடப்பதை நிறுத்திய மாவோ, “மார்ஷல் , நாம் சிறிது பேசலாமா?” என்றார். செவேலென முகம் சிவந்த பெங், கைகளை தலைக்கு மேல் உயர்த்தி வீசிக்கொண்டு, “பேசுவதற்கென்ன இருக்கிறது? ஒன்றுமில்லை,” என்று கோபமாகக் கூறினார். “அமைதியாக இருங்கள். நாம் ஏதாவது குறித்து ஒத்துப் போகவில்லையென்றால் நாம் அதைப்பற்றி அமைதியாகப் பேசலாம்,” என்றார் மாவோ.

மாவோவைக் கடந்த பெங், அவருடைய அழைப்பை தன்னுடைய கையை வீசி நிராகரித்துவிட்டு, “பேசுவதற்கு என்ன இருக்கிறது? ஒன்றுமில்லை....!” என்று உரத்த குரலில் சொன்னார்.

தனது முகம் சிவக்க, பெங் மேலே நடந்து சென்றார்.

மாவோ திகைத்துப் போனார். தனது கீழுதட்டைக் கடித்துக் கொண்ட மாவோ சரிவின் கீழ் செல்வதைத் தொடர்ந்தார். இந்த மகிழ்வற்ற உரையாடல் மத்தியக் குழுவின் பல முன்னனித் தோழர்களின் முன்னிலையில் நடைபெற்றது.

மாவோ தன்னுடைய அறைக்குத் திரும்பியதும், வீடு திரும்பும் பயணத்திற்குத் தயாராகும்படி எங்களிடம் சொன்னார். ஆனால் சில முன்னணித் தோழர்கள் விஷயத்தை அத்துடன் விட்டுவிடத் தயாராகவில்லை. பெங்குடனான சர்ச்சைக்கு இறுதித் தீர்வு கண்டு போவதில்லையென ஆலோசனை கூறினார்கள். மாலையில் நாங்கள் புறப்படப்போவதில்லையென என்னிடம் தெரிவிக்கப்பட்டது; மத்தியக் குழுவின் அசாதாரணக் கூட்டம், பிளீனம், ஒன்று நடக்க இருந்தது, அது பொருளாதார நிலைமையைக் குறித்து விவாதிப்பதற்காகவல்ல, மாறாக பெங் உடனான சர்ச்சைக்குத் தீர்வு காண்பதற்கு முந்தைய கூட்டத்தில் கலந்து கொள்ளாத மத்தியக் குழு, அரசியல் தலைமைக் குழு உறுப்பினர்கள் விரைவில் வந்து சேர்ந்தார்கள்; அவர்களில் லின் பியோவோவும் இருந்தார்.

அந்தக் கூட்டத்தில் கடுமையான சொற்கள் பரிமாறிக் கொள்ளப் பட்டன; அந்தக் கூட்டத்தில் கலந்து கொள்ளாமல், தனதுஅறையிலிருந்த மாவோவுக்கு கேட்கும் அளவுக்கு அவர்கள் உரத்துப் பேசினார்கள், அதன் விளைவாக அவரால் உறங்க முடியவில்லை. என்ன நடந்துகொண்டிருக்கிறது என்பதை அறிந்து வருமாறு மாவோஎன்னிடம் சொல்லியனுப்பினார், அந்தக் கூட்டம் நடந்து கொண்ட இடம் வரை நான் ஓடிச் சென்றேன். அங்கு கூட்டத்தில் பங்கேற்றவர்கள் பெங்

உடன் சச்சரவிட்டுக் கொண்டிருப்பதை நான் கண்டேன். அந்தக் காட்சியை நான் விவரித்த பொழுது கோபமுற்ற மாவோ அதற்கான தனது அறிவுரைகளை எழுதினார்.

பிளீனரி அமர்வின் பொழுது அரசியல் தலைமைக் குழு உறுப்பினர்கள் மாவோ தங்கியிருந்த கட்டிடத்தில் பலமுறை கூடினார்கள். அவர்களுடைய விவாதங்கள் பெங்கின் கட்சி வரலாற்றை ஜிங்காங் மலைகளில் இருந்த, வெகு பின் நோக்கிய நாட்கள் வரை துருவிச் சென்றன. லின் பியாவோ பெங்கின் மீது தொடர்ந்து அவர் கீழ்ப்படியாமலும், ஒத்துழைக்காமலும் இருந்து வந்ததாகக் குற்றம் சாட்டினார். அப்பொழுது தான் ஜெனரல் மீதான அவர்களுடைய குற்றச்சாட்டு முன்னோக்கிய பாய்ச்சல், மக்கள் கம்யூன் ஆகியவற்றோடு மட்டும் தொடர்புடையதாக இருக்கவில்லை செஞ்சேனைக்கால, கொரிய யுத்த காலம் வரைக்கும் கூட பின்னோக்கிச் சென்றுள்ளது என்பதை நான் தெரிந்து கொண்டேன். அவர்கள் வந்தடைந்த முடிவானது, ஜெனரலானவர், "முப்பது சதமானம் ஒத்துழைப்பும் எழுபது சதமானம் ஒத்துழையாமையும் கொண்டவராக இருந்திருக்கிறார் என்றிருந்தது. அரசியல் தலைமைக் குழுவின் ஒரு முடிவின்படி தேசியப்பாதுகாப்பு அமைச்சர் பொறுப்பிலிருந்தும், ராணுவக் கமிஷனின் துணைச்சேர்மன் பொறுப்பிலிருந்தும் பெங் டெஹுவாயை நீக்குவதென்றும், ஆனால் அரசியல் தலைமைக்குழு உறுப்பினராவும் அரசாங்கத்தின் துணை முதல்வராகவும், வருவாயிலும், மரியாதையிலும் எவ்வித மாற்றமுமின்றித் தொடர்வார் என்றும் தீர்மானிக்கப்பட்டது.

நாங்கள் பெய்ஜிங் திரும்பிய பிறகு ஒரு நாள் பெங் டெஹுவாய் மாவோவின் வசிப்பிடத்திற்கு தானே வருகை தந்தார். அவர் ஜுக்சியாங் நூலகத்தின் மின் கதவு வழியாக நுழைந்து வந்திருந்தார். மழுங்கச் சிரைக்கப்படாமல், இப்பொழுது நன்றாக தலை நிறைந்த முடியுடனிருந்தார். வேர்மட்டப் பணிக்குச் செல்லத்தன்னை அனுமதிக்குமாறு கேட்டுக் கொண்டார். அதற்கு அவருக்கு வயதுகடந்துவிடடது, அத்துடன் அது அவருடைய பாதுகாப்பிற்குப் பிரச்சனை ஏற்படுத்திவிடும் என்று கூறி அவருடைய கருத்தை மாற்ற மாவோ முயற்சித்தார், அதற்குப் பதிலாக மேலும் கூடுதலாக வாசிப்பில் ஈடுபடும் ஆலோசனை சொன்னார். ஆனால் அவர் வலியுறுத்தவே, மாவோ இறுதியில் அதற்கு ஒப்புதலளித்தார்.

கண்மூடித்தனமான செயல்பாடுகள், யதார்த்த உண்மையைக் கண்டு கொள்ளாமை ஆகியவற்றுடன் 1958-ல் மலிந்து கிடந்த மனப்பாங்குகள் ஆகியவற்றைத் தொடர்ந்து வந்த இயற்கைப் பேரழிவுகள் ஆகியவற்றினால் 1959க்கும் 1961க்கும் இடைப்பட்ட காலத்தினால் ஆழ்ந்த பொருளா தாரச்சிக்கலில் சிக்கிய சீனாவில் தேசமுழுவதும் பட்டினி சூழ்ந்தது.

1959ன் இறுதிப் பகுதியில், கிராமப்புறத்தில் தங்களது விடுமுறையைக் கழித்துவிட்டு வந்த மெய்க்காவலர்கள் சிலர் -அவர்கள் அங்கு உள்ள

நிலைமைகளை ஆய்வு செய்திருந்தனர்-தவிட்டினாலும், காட்டு இலைகளாலும் தயாரிக்கப்பட்டிருந்த ரொட்டிகளைத் தங்களுடன் எடுத்து வந்திருந்தார்கள். அவைகளைக் கண்ட மாவோ அதிர்ந்து போனார். நடுங்கும் கைகளால் அவற்றைப் பிய்த்து மாவோ எங்களுக்கு அந்தத் துண்டுகளைத் தந்தார். "உண்ணுங்கள், இதைத்தான் விவசாயிகள் உண்கிறார்ள். நாமும் உண்ணுவோம்" என்றார்.

என்னுடைய துண்டினை வாயில் வைத்த நான் வெகு நேரம் மென்று பார்த்தேன், அதை விழுங்குவது கடினமாகவிருந்தது. சுவையைப் பொருத்தவரை இதற்கும் ஹேனானில் நான் தின்ற ரொட்டிக்கும் எட்டாத தொலைவிலிருந்தது. மா வெய் வீட்டிலிருந்து கொண்டு வந்த ரொட்டியையும், "நாம் இதைப்பற்றி ஏதாவது செய்ய வேண்டும்," என்று மாவோ சொன்னதையும் நான் நினைத்துப் பார்த்தேன்.

ஒரு முழு ரொட்டியையும் மாவோ தேர்ந்தெடுத்தார். அவர் முதல் கடியைக் கடித்தவுடனேயே அவரது கண்கள் சிவந்து போயின, அது தொண்டைக்குள் அடைத்துக் கொள்ளாமல் இருப்பதற்காக அவர் மேற்கொண்ட முயற்சியில் அவருடைய குரல் வளை முடிச்சு மேலும் கீழும் ஏறியிறங்கியது; அவர் இரண்டாவது கடி கடிக்கையில் அவருடைய கண்ணிமைகள் கண்ணீரால் நனைந்துவிட்டது, மூன்றாவது கடியின் பொழுது அவர்முகத்தில் கண்ணீர்த்தாரைகளால் நிறைந்துவிட்டது.

மாவோ அழுதார், கொடிய வேதனையால் குதறியெடுக்கப்படும் ஒருவரைப்போல சத்தமில்லாமல் அழுதார், அந்த கணத்தில், அவருடைய மனதில் மின்னலாடியது. விவசாயிகளின் துயரங்கள் மட்டுமல்ல, அவர் ஹேனானில் உண்ட ரொட்டியைப்பற்றியும், ரயில் பாதையின் ஓரத்தில் அவருக்குத் தரப்பட்ட வேகவைத்த பன்றி இறைச்சியைக் குறித்தும் ஒரு தலைவர் என்கிற முறையில் அவர் என்ன சாதித்திருக்க வேண்டும் என்பது குறித்தும் தனது இலட்சியங்களுக்கும் கொடூரமான உண்மை யதார்த்தத்திற்குமிடையிலுமிருந்த இடைவெளியைப் பற்றிய எண்ணங்களும் ஓடியிருக்க வேண்டும் என்று நான் நம்புகிறேன்....

துன்பம் மிகுந்த அந்த மூன்று வருடங்களில் மிகவும் மோசமானது 1960ம் வருடம் தான். ஏழு மாதங்கள் மாவோ இறைச்சியைத் தொடவில்லை. பல தடவைகள் அவரது உணவாக ஒரு தட்டுப் பண்ணைக்கீரையும் அதே அளவு பசலைக்கீரையுமே அவருடைய ஒரு நாள் பணியை ஓட்டுவதாக இருக்கும். நான் அவருடைய உடலை பிடித்து (மசாஜ்) விடும் பொழுது எனது கைகளின் அழுத்தத்தால் கணுக்காலைச் சுற்றி இருக்கும் சதைப் பகுதியில் பள்ளமேற்படும், அவைகள் நீண்டநேரம் அப்படியே இருக்கும். அது நீர்க்கோர்ப்பு. "கொஞ்சமாகப் பன்றியிறைச்சி சாப்பிடுங்கள் தோழர் சேர்மன், கட்சிக்காகவும், மக்களுக்காகவும் கொஞ்சமாகவது சாப்பிடுங்கள்," என்று பல தடவைகள் அவரிடம் சூ என் லாய் மன்றாடினார். இதற்குத் தலையை அசைத்துக் கொண்டு மாவோ பதில் சொல்லுவார், "நீங்களும்

பன்றியிறைச்சி உண்பதில்லையல்லவா? அது இல்லாமலேயே நாம் அனைவரும் வாழ்வோம்." சன் யாட்-சென்னின் விதவை மனைவியார் சூங்சிங்லிங் தொலைதூர ஷாங்காயிலிருந்து மாவோவுக்காகவே ஒரு வலைப்பை நிறைய நண்டுகளைக் கொண்டு வந்தார். அதை அவர் மாவோவிடம் எடுத்துச் சென்றார். அவரிடமிருந்த மரியாதை காரணமாக மாவோ அதை ஏற்றுக் கொண்டார், ஆனால் அவர் போன பிறகு அந்த நண்டுகளை காவலர்களுக்குத் தந்துவிட்டார்.

1960-ன் கடைசியில் ஒரு நாள் படுக்கையிலிருந்து எழுந்தபிறகு மாவோ எதுவும் உண்ணவில்லை, ஆனால் சங்கிலிப் புகை மட்டும் புகைத்துக் கொண்டார். ஆஷ்டிரே' கிட்டத் தட்ட நிறைந்துவிட்ட பொழுது பணியிலிருந்த மெய்க்காவலர் ஃபெங்-யாவோசாங்கிடம் மாவோ சொன்னார், "ஷீ லாங், யின் கியாவோ காவோ ஷீ, ஜிங்ஷியான், லின்கே, டோங்ஜிங் ஆகியோரிடம் இன்று இங்கு வந்து என்னுடன் 'டின்னர்' சாப்பிடுமாறு சொல்".

அந்த டின்னரில் இறைச்சி, வைன் போன்றவை (திராட்சை ரசம்) இல்லை, ஆனால் சற்றுக் கூடுதல் எண்ணை, உப்பு ஆகியவற்றுடன் சமைக்கப்பட்டிருந்தது. மாவோ தனது உணவுக் குச்சிகளை உணவு வகைகளில் கொண்டு சென்றவர் அதிலெதையும் தொடாமல் கீழே வைத்துவிட்டார். எங்கள் ஒவ்வொருவரையும் ஒரு பார்வை பார்த்தார், நாங்களும் எங்களது குச்சிகளைக் கீழே வைத்துவிட்டோம்.

"நமது மக்கள் தற்பொழுது பெரும் பேரழிவுகளால் வதைபட்டுக் கொண்டிருக்கிறார்கள். என்ன பிரச்சனை இருக்கிறது என்பதை நீங்கள் கண்டுணர்ந்து, அவற்றை நீங்கள் எனக்குத் தெரிவிக்க வேண்டுமு" என்று தன ஆழ்ந்த குரலில் மாவோ மெதுவாகக் கூறினார். சிறிது இடைவெளிக்குப் பிறகு அவர் தொடர்ந்தார், " மக்கள் கம்யூன்களும், பொது உணவு விடுதிகளும் (கேன்டீன்) வெற்றிகரமாகச் செயல்படுகின்றனவா, மக்கள் என்னென்ன புகார் கூறுகிறார்கள் என்பதை நீங்கள் கண்டறிய வேண்டும். கண்டறிந்தவற்றை குறித்து அறிக்கை தாக்கல் செய்யுங்கள்." புரிந்து கொண்ட நாங்கள் தலையை அசைத்தோம்.

பிறகு என்னையும், யே ஷலாங் ஆகிய இருவரையும் சுட்டிக் காட்டி, "நீங்கள் ஷான்போங் சென்று எவ்வளவு தெரிந்து கொள்ள முடியுமோ அவ்வளவு தெரிந்து வாருங்கள்." என்றார். "சரி, தோழர் சேர்மன்," அதை ஏற்றுக் கொள்வதாகத் தலையை ஆட்டினோம்.

ஃபெங் யாவோ சாங் பக்கம் திரும்பிய மாவோ, "இவர்களோடு சேர்ந்துபோக விரும்புகிறாயா, ஃபெங்?" என்று கேட்டார்.

"கண்டிப்பாக" எனப் பதிலிறுத்தார் ஃபெங்.

"நல்லது" என்று தலையை அசைத்துக் கொண்டு சொன்னார் மாவோ. பிறகு எங்களனைவரையும் உள்ளடக்கி ஒரு பார்வையை வீசியவர்,

கண்டிப்பான பார்வையுடன், தனது கண்கள் உக்கிரமாக ஒளிவீச, "உண்மையைச் சொல்லுங்கள், போலித்தனம் கூடாது" என்று எச்சரித்தார், "எதையும் மறைக்கக் கூடாது, எந்த ஏமாற்று வேலையும் ஆகாது".

ஃபெங் அன்றிரவு பணியில் தொடர்ந்து இருந்தார். பின்னர் அவர் எங்களிடம் சொன்னார், படுக்கை நேரத்திற்கு முன்னதாக அவர் மாவோவிற்கு மஸாஜ் செய்து கொண்டிருந்த பொழுது, ஆழமாகப் பாதிக்கப்பட்டிருந்த மாவோ மீண்டும் அழுதிருக்கிறார். ஃபெங் உடைய கூற்றுப்படி பெங்கின் முதுகில் கை வைத்தபடி கண்ணீர் மல்க மாவோ கூறியிருக்கிறார், "நான் கவலையடைந்துள்ளேன். அவர்கள் என்னிடம் ஏராளமான பொய்களைக் கூறியிருக்கிறார்கள். எனது வருகைகளுக்குத் தயாராக இருந்திருக்கிறார்கள். ஆனால் உங்களால் அங்குள்ள உண்மைகளைக் கண்டுபிடிக்க முடியும்; அதைத்தான் என்னிடம் நீங்கள் சொல்ல வேண்டுமென விரும்புகிறேன்?......

அன்றிரவு மாவோவால் தூங்க முடியவில்லை. படுக்கையிலிருந்து எழுந்த அவர் எங்கள் ஏழு பேருக்கும் சுவான் (தூரிகை, மை கொண்டு ஓவிய வடிவசீன எழுத்துக்களை எழுதுவதற்கென்று தயாரிக்கப்பட்ட ஒரு விசேஷமான மென்மையான பேப்பராகும்.) பேப்பரில் பென்சிலால் ஒரு கடிதம் எழுதினார், அதில் எங்களை ஷான் போங் போக வேண்டாமென்றும், அதற்குப் பதிலாக கப்பல்களில் வந்திறங்கிய நிவாரண தானியங்களால் நிலைமை சற்று மேம்படத் தொடங்கியிருந்த ஷின்யாங் நிர்வாகப் பகுதிக்குப் போக வேண்டுமென்றும், அது பட்டினியால் நாங்கள் வாடாமலிருக்க உதவுமென்றும் எங்களுக்குச் சொல்லியிருந்தார். முடிவாக அவர் எழுதியிருந்தார், "இந்த வருடம் எனக்கு அறுபத்தியேழு வயது ஆகிவிட்டது, ஒரு 'வயதாகிப் போனவன்'; எதிர்காலம் உங்களுக்காக ஏராளமான நம்பிக்கைகளைத் தாங்கி நிற்கிறது. டிசம்பர் 26 எனது பிறந்தநாள்" ஒப்பம் மா-சே-துங், டிசம்பர் 26, 1960.

அடடா! அவருடைய பிறந்த நாளை நாங்கள் மறந்து போய்விட்டோம்! வழக்கமாக ஒவ்வொரு வருடம் நாங்கள் அதைக் கொண்டாடுவதைப் போல, அதிலும் குறிப்பாக நாங்கள் வடக்கு ஷான் ஷியில் இருந்த பொழுது ஆரவாரத்துடன் கொண்டாடியிருந்ததைப் போல, கொண்டாடு வதற்கு அவருடைய அனுமதியை நாம் கேட்டுப் பெற்றிருக்கலாம்!

பெங் டெஹுவாய் உண்மையைக் கூறிய பொழுது மாவோவினால் பொறுத்துக்கொள்ள முடியவில்லை, ஆனால் அவருடைய மெய்க்காவலர் களான எங்களுடன் அவர் முழுதும் வேறுவிதமாக நடந்து கொண்டார். ஒருமுறை, தனியார் நிறுவனங்கள் நாட்டுடமையாக்கப்பட்டுக் கொண்டிருந்த சமயம் அவருடைய மெய்க்காவலர்களில் ஒருவரான டியான் யுன்யூவிடம்- யுன்யூவின் தாத்தா ஒரு ஓர்க் ஷாப் சொந்தமாக வைத்திருந்தார், தந்தை ஒரு பேக்டரித் தொழிலாளியாக இருந்தார்- "உனதுதாத்தா கூட்டுரிமைக்கு மாறுவதற்கு எதிராக இருக்கிறார், உனது தந்தை முழுமையாக ஆதரிக்கிறார். நீ என்ன சொல்கிறாய்? நீ யாருடைய

பக்கம்," என்று மாவோ டியான் தனது தாத்தாவுடன் உடன்படுவதாகக் கூறியபொழுது, "அரசியல் வேறுபாடுகளுக்கு அப்பாற்பட்டு, நீ என்னிடம் உண்மையைக் கூறியதற்காக நான் உன்னை விரும்புகிறேன். நாம் ஒருவொருக்கொருவர் நன்றாகப் பழகலாம்."

1951க்கும் 1956க்கும் இடைப்பட்ட காலத்தில் சீனாவின் கிராமப்புறத்தில் தனியுடமையை ஏறத்தாழ முழுமையாக சோஷலிஸ கூட்டுரிமையாக மாற்றிவிட்ட கூட்டுறவு இயக்கத்தின் பொழுது, கிராமப் புறத்திற்குவிடுப்பில் சென்றுவிட்டுத்திரும்பிய நான், மாவோவிடம் என்னுடைய வாய் வழி அறிக்கையில் புகார் கூறினேன், "ஒரு கதிரடிக்கும் களத்தில் விவசாயிகளை மாவட்ட ஊழியர்கள் ஒன்று கூட்டி அவர்களிடம் 'சியாங்காய் ஷேக்கைப் பின்பற்றவும், தனிவுடமையை ஆதரிக்க விரும்புகிறவர்கள் அந்தப் பக்கம் அடியெடுத்து வையுங்கள், சேர்மன் மாவோவைப் பின்பற்றவும், கூட்டுறவு முறையை ஆதரிக்கவும் விரும்புகிறவர்கள் இந்தப்பக்கம் அடியெடுத்து வையுங்கள்' என்று சொன்னார்கள். இது வலுக்கட்டாயந்தானே, இல்லையா? மாவோ சொன்னார், "இதை என்னிடம் சொன்னதற்காக உனக்கு நன்றி." சொன்னவர் ஹேபே மாகாணத்தின் கட்சிக் கமிட்டிக்கு, இதுபோன்ற அதீதமாக எளிமைப் படுத்துவது, பிரச்சனைகளில் வலுக்கட்டாயத்தைப் பிரயோகிப்பது போன்றவற்றை விமர்சித்து ஒரு கடிதம் எழுதிவிட்டார்.

இவ்வாறாக, நாங்கள் எழுவரும் ஹேனான் மாகாணத்தின் சின் யாங் பகுதிக்குச் சென்றோம். அங்கு ஆறு மாதங்கள் செலவிட்டோம். நாங்கள் திரும்பி வந்தவுடன், பொதுக் கேன்டீன்கள், கூறப்படுவது போலவே மிகவும் மோசமாகவோ இருக்கின்றன என்று நாங்கள் கண்டது கண்டபடி மாவோவிடம் உண்மையைத் தெரிவித்துவிட்டோம். மறுபடியும் ஒரு ஆறுமாதங்கள் விவசாயப் பணிகளில் ஈடுபடுவதற்காக நாங்கள் ஜியாங்ஷி மாகாணத்திற்குச் சென்ற சமயம் மத்தியக் குழு இந்தக் கேன்டீன்களை மூடிவிடும்படி உத்தரவிட்டுவிட்டது.

புதிய பணியில் சேர்வதற்காக டியான் ஜின்-ஐ விட்டுப் புறப்படுவதற்கு முன்னதாக மாவோவிடம் விடை பெற்ற நாளுக்குத் திரும்ப என்னை அனுமதியுங்கள். நான் ஏற்கனவே சொன்னது போலவே, மாவோ தனது கைகளால் எனனை இறுகக் கட்டிப் பிடித்துக் கொண்டார்; அவர் எனது முதுகில் தட்டிக் கொடுத்துக் கொண்டே சத்தமாக அழுதார், அவருடைய கண்ணீர் என்னுடைய கண்ணீருடன் கலந்தது.

பிறகு, கடைசி முறையாக அவருடைய தலையை மசாஜ் செய்து விடுவதற்கு விருப்பம் தெரிவித்தேன்.

மாவோவின் மூளை அளவு கடந்த சிந்தனைச் சுமையால் அடிக்கடி களைப்படைந்துவிடும்; மசாஜ் அவருடைய தலையின் ரத்த ஓட்டத்தை மேம்படுத்தி மன அழுத்தத்தைக் குறைத்துப் புத்துணர்ச்சியூட்டிவிடும்.

அவருடைய தலைமுடிக்குள் சீப்பை நுழைத்து முன்புறத்திலிருந்து பின்புறம் வரை கவனமாக வாரிவிட்டேன். அவ்வாறு நான் செய்து

கொண்டிருக்கையில் எனது கண்களில் நீர் திரையிட்டுப் பார்வையை மறைத்தது.

மூன்று பிரதான ராணுவ போர் இயக்க நடவடிக்கைகள் முடிவுக்கு வந்த சமயத்தில் நிகழ்ந்த சம்பவங்கள் எனது மனதில் வெள்ளமெனப் புகுந்தன. ஒரு நாள், மாவோ எந்த அளவு உற்சாகம் பீறிட இருந்தாரோ அதே அளவு களைப்படைந்துமிருந்தார், தனது நாற்காலியில் பின்புறம் சாய்ந்தவாறே என்னிடம் நிம்மதியான குரலில் சொன்னார், "அழகாக, மெதுவாக என் முடியை வாரிவிடு, கியாவோ. நன்கு ஓய்வெடுக்கும் நேரமிது".

எனது உற்சாகமும், சந்தோஷமும் மாவோவை விட ஒன்றும் குறைவானதாக இருக்கவில்லை. ஒரு சீப்பை எடுத்துக் கொண்டு நான் சொன்னேன், "இந்த முறை உண்மையிலேயே மிகவும் மெதுவாக சீவி விடப்போகிறேன் தோழர் சேர்மன், அதன் மூலம் விட்டுப்போன தூக்கத்தை நீங்கள் எட்டிப் பிடிக்க முடியும்."

மாவோவின் தலைமுடி அடர்த்தியாக, வலுவாக, கருகருவென மின்னிய காலமொன்று இருந்தது. முன்புறத்திலிருந்து பின்புறம் வரை தலை முடிக்குள் சீப்பு நகரும் பொழுது அதன் பற்களுக்குகிடையே முடி கற்றை கற்றையாக எழும். சீப்பின் அசைவுடன் அது எழுவதையும் விழுவதையும் நான் ரசித்துக் கொண்டிருந்த பொழுது ஏதோவொன்று எனது கவனத்தை ஈர்த்தது. நான் மறுபடியும் குனிந்து, முன் நெற்றியின் ஓரத்தில் இருந்த முடிக்குள் சீவிய பொழுது அதை கவனமாக ஆய்வு செய்தேன், அவ்விதம் செய்தவன். "ஐய்யய்யோ, தோழர் சேர்மன், உங்களுடைய முடி நரைக்க ஆரம்பித்துவிட்டது," என்று ஒரு அலறல் போட்டுவிட்டேன்.

அந்தத் தருணத்தை சுவைத்து அனுபவித்துக் கொண்டிருந்த மாவோ, எனது குரல் கேட்டுச் சிறிது அசைவது போலத் தோன்றியது. தனது புருவங்களை மெதுவாக நெறித்த மாவோ "இம்," என்று ஒரு ஆழ்ந்த பெரு மூச்செறிந்தார்.

"அதைப் பிடுங்கி விடவா?" என்று கேட்டேன்.

சிறிது மௌனத்திற்குப் பிறகு, தனது கீழுதட்டைக் கடித்த மாவோ, "சரி, செய்" என்றார். அந்த நரை முடியை கவனமாகப் பிரித்தெடுத்து, எனது விரல்களுக்கிடையில் பிடித்துக் கொண்டு வெளியே இழுத்து எடுத்துவிட்டேன். அதை மாவோவிற்குக் காட்டுவதற்கு முன் தவறான ஒன்றை நான் எடுத்துவிடவில்லையென்பதை உறுதிசெய்து கொண்டேன். கண்ணிமைக்காமல் மாவோ அதைப் பார்த்தார், தனது புருவங்களை மெதுவாகத் தளரவிட்டார். புன்னகைத்தபடி முணுமுணுத்தார், "பிரயோஜனமான வேலைதான்."

பிற்பாடு, இதைக் கேள்விப்பட்ட என்னுடைய மனைவி என்னை உண்டு இலலையென ஆக்கிவிட்டார், "என்ன துணிவிருந்தால் நீ சேர்மன் தலையிலிருந்து பிடுங்கியிருப்பாய்.

அந்த சம்பவம் ஏதோ நேற்று முன் தினம் தான் நடந்தது போல எனது நினைவில் பசுமையாகவும், தெளிவாகவும் பதிந்திருக்கிறது. அந்தக் கருமையான கற்றை முடி மறைவதற்கு ஒருசில ஆண்டுகளே பிடித்தன; இப்போது சீப்பின் வழியாக வந்து கொண்டிருப்பதெல்லாம் உயிரற்ற, நரைத்த, அடர்த்தியற்ற முடிதான்; ஓர நெற்றிப் பொறிகளில் முடி இன்னும் அடர்த்தியாகத்தான் வளர்கிறதென்றாலும் அதில் கிட்டத்தட்ட பாதி நரைத்துவிட்டது. அந்த மூன்று வருடக் கடின காலத்தில் மாவோ வெளியே தெரிகிற அளவுக்கு மூப்படைந்துவிட்டார். இப்பொழுது நிலைமைகள் நல்ல காலம் நோக்கித் திரும்பியிருக்கின்றன, ஆனால் இந்த அளவு துன்பப்பட்டதெல்லாம் தேவைதானா?

“நான் உங்களைப் பிரிந்து சென்ற பிறகு உங்கள் நலத்தை நல்ல விதமாகப் பார்த்துக் கொள்ளுங்கள் தோழர் சேர்மன்,” கண்ணீர் மல்க நான் சொன்னேன், “உங்கள் தலைமுடியில் பெரும்பாலானவை நரைத்துவிட்டன. நீங்கள் கடுமையாக உழைத்துக் கொண்டிருக்கிறீர்கள்...

ஒரு நீண்ட மௌனத்திற்குப் பிறகு மாவோ தனது இமைகளை உயர்த்தினார், அது அவருடைய கண் ஓரங்கள் சிவந்திருந்ததைக் காட்டின, “நான் இப்பொழுது வயதான ஒரு மனிதன். நான் இறந்த பிறகு, எனது கல்லறைக்கு நீ வருடம் ஒருமுறை வர வேண்டுமென்று விரும்புகிறேன்.”

என்ன பதில் கூற முடியும் என்னால்? நான் போகத்தான் போகிறேன், ஆனால் அவர் நீண்ட காலம், நீண்ட வாழ்க்கை வாழ வேண்டுமென எவ்வளவு தூரம் நான் ஏங்கினேன்!

விஷயத்தை மாற்றிய நான் கேட்டேன், “எனக்காக ஏதாவது எழுதுவீர்களா தோழர் சேர்மன்”.

நான் புதிதாகக் கவிதைகள் ஏதும் எழுதவில்லை, ஆனால் பழையது ஒன்று உனக்காக இருக்கிறது. ஞாயிறன்று இங்கே வா, குடும்பத்தையும் அழைத்துவா, நாமெல்லாம் சேர்ந்து புகைப்படம் எடுத்துக் கொள்ளலாம்.....”

தனது கையெழுத்துடன், அவர் எனக்காக நகலெடுத்த கவிதை, “நீண்ட பயணம்” ஒரு பெரிய கோப்பில் அது எழுதப்பட்டிருந்தது; அதில் காலியாக இருந்த இடங்களில், பிற்பாடு மத்தியக்குழு உறுப்பினர்களில் சில முன்னணித் தோழர்களின் கையெழுத்துகளாலும் குறிப்புகளாகவும் நிரப்பப்பட்டிருந்தன. கோப்பின் மறுபக்கம், எனது வேண்டுகோளுக்கிசைந்து சீனாவின் தலை சிறந்த சில ஓவியங்களால் தீட்டப்பட்ட ஓவியங்களிலிருந்தன. நான் டியான் ஜின் வந்தடைந்த பிறகு ஹேபே மாகாணத்தின் கட்சிக் குழுவின் முதல் செயலாளர் அதைப் பார்த்துவிட்டுத் தருவதாக வாங்கிச் சென்றார். சில சமயம் சென்றபின்னர் அவரிடம் நான் அதைப்பற்றிக் கேட்ட பொழுது அதைத் தொலைத்து விட்டதாகக் கூறினார். அந்தக் கோப்பை பிறகு நான் மீண்டும் காணவேயில்லை.....

கோபத்தில் மாவோ

மாவோ காரியார்த்தமானவொரு மனிதர், ஆனால் நல்ல நகைச்சுவையுணர்வு கொண்டவர். எப்பொழுதாவதுகோபத்தில் வெடித்து விடுவார். ஆனால் அது அடிக்கடி நிகழாது. நான் கவனித்தவரை, அவர் நல்ல மன நிலையில் இருக்கும் பொழுது அவர் எல்லாவற்றையுமே சகஜமாக எடுத்துக் கொள்வார், தவறுகளைக்கூட; ஒருவர் தவறிழைத்து விட்டாரென்றால் அந்தக குற்றவாளி அந்தத் தவறை மறந்துவிட வேண்டுமென்பதறகாக அவரிடம் அன்பாக, விளையாட்டாகக் கூட பேசுவார். ஆனால் பல இரவுகள் அவர் தூங்காமலிருந்திருந்தாலோ அல்லது அவருடைய மனம் இறுக்கமடைந்திருந்தாலோ கதை முற்றிலும் மாறுபட்ட ஒன்றாக இருக்கும். அந்த சமயத்தில்தான் அவர் எளிதாக எரிச்சலடைபவராக இருப்பார்.

யுத்த காலத்தில், தலைவர்களெல்லாம் விதிவிலக்கில்லாமல் மோசமான மனநிலை கொண்டவர்களாகத் தானிருப்பார்கள்; இது குறிப்பாக ராணுவத்தளபதிகள் விஷயத்தில் மிகவும் உண்மையாகப் பொருந்தும்; அவர்கள் தங்களுடைய ஆட்களை கெட்ட வார்த்தைகளால் திட்டுவார்கள், பல நாட்கள் அடைத்து வைப்பார்கள், கன்னங்களில் அறைவார்கள்; ஓரிரண்டு சாட்டையடிகள் கூடத் தருவதுண்டு. அவர்களெல்லோரைக் காட்டிலுமே மிகவும் மென்மையானவர் மாவோ. தவறிழைத்தவர்களை நிற்க வைப்பது தான் அவரளிக்கும் தண்டனைகளிலேயே மிகப்பெரிய தண்டனை.

மாவோ கோபத்தில் வெடிக்கிற சம்பவங்களில் பத்துக்கு ஒன்பதில் தூக்கம் சம்பந்தப்பட்டிருக்கும். இது யான் நான், சிபெய்ப்போ ஆகிய இருஇடங்களிலும் நடந்தது; அவர் தூக்கத்திலிருந்து எழுப்பிவிடப்பட்டால் அந்தக் கோபத்தைக் காவலர்கள் மீது காட்டுவார். இதற்காகக் காவலர்களை அவர் நிற்க வைத்த கடைசி முறை அவர் பெய்ஜிங் நறுமண மலைகளில் வசித்து வந்த பொழுதுதான் என்பது எனது நினைவுக்கு வருகிறது.

தென் சீனத்தில் செஞ்சனை முன்னேறிக் கொண்டிருந்த பொழுது அதை வழிநடத்திக் கொண்டும், அரசியல் கலந்தாய்வு மாநாட்டுக்கான தயாரிப்புகளில் ஆழ்ந்து போயும் மூன்று, நான்கு நாட்கள் அவர் தூக்கமில்லாமலிருந்தார். பலமுறை அவரைத் திரும்பத்திரும்ப வேண்டிக்கொண்ட பிறகு தான் அவர் படுக்கைக்குச் சென்றார். அவரது மூளையிலிருந்த அழுத்தத்தைக் குறைத்துத் தூங்க வைப்பதற்கு இரண்டு 'டோஸ்' தூக்க மாத்திரைகள் தேவைப்பட்டது.

அவர் மெதுவாகக் குறட்டை விடும்வரை காத்திருந்தேன். நான் அங்கிருந்து போவதற்கு முன் காவலாளியிடம் எச்சரித்தேன், "மிகுந்த கவனத்துடனிரு. சேர்மன் தூங்கத் தொடங்கிவிட்டார்"

அந்த எச்சரிக்கையின்படி நான் என்ன கூறினேனென்றால் மூங்கில் கம்புகளில் சிவப்புத் துண்டுத் துணிகளைக் கட்டிப்பறவைகள் கூட வீட்டினருகில் வராமல் பார்த்துக் கொள்ள வேண்டுமென்பது தான். ஆகவே, அங்குள்ள குளியலறையில் குளியல் தொட்டி பொருத்தும் வேலையைச் செய்து கொண்டிருந்த தொழிலாளர்களிடம் காவலாளி கூறினார், "நிறுத்துங்கள், நிறுத்துங்கள், சேர்மன் தூங்கிக் கொண்டிருக்கிறார்".

தான் செய்து கொண்டிருக்கும் பணியைத் தாமதப்படுத்தக் கூடாததாக இருந்தாலும் கூட ஒரு கீழ்ப்படிதலுள்ள விவசாயியைத் தடுத்து நிறுத்த இந்த உத்தரவே போதுமானதாக இருந்திருக்கும். ஆனால் நகரங்களிலிருக்கும் தொழிலாளர்களின் கதையே வேறு, அவர்கள் வயிறு நிறைந்திடும் பொழுதுவேலைசெய்வார்கள்; களைப்படைந்தால் தூங்குவார்கள்; தூக்கமின்மை என்பது அவர்கள் அறிந்திராத ஒன்று. எனவே அவர்கள் "கொஞ்ச நேரம் தான், அதற்குள் எங்கள் வேலையை முடித்து விடுவோம்," என்று சொல்லிவிட்டு இன்னும் வேகமாக வேலை செய்யத தொடங்கி விட்டார்ள்.

அந்தக் காவலாளிக்கு என்ன செய்வதென்று புரியவில்லை. அவர் விவசாயிகளிடம் கொஞ்சம் கறாராக இருக்க முடியும், என்ன இருந்தாலும் அவர்கள் சீனாவின் முன்னணி வர்க்கத்தின் உறுப்பினர்கள், அவர்களை விவசாயிகளைப் போல அவரால் எப்படி நடத்த முடியும். தனது விவசாயப் பின்னணியை உணர்ந்திருந்த அவர், அவர்களிடம் கடுமையாக நடந்துகொள்வதற்கு முன்னதாக இரண்டுமுறை யோசிக்க வேண்டியிருந்தது.

அவருடைய இந்தத் தயக்கம் அவரைப் பெரும் சிக்கலில் மாட்டிவிட்டது. தொட்டியின் மீது ஈயக்குழாய் மோதி வாசலில் பெரும் சத்தம் கிளம்பிவிட்டது. காவலாளி அரண்டு போனார், மெய்க்காவலர் களைக் கிலி பிடித்துக் கொண்டது. என்ன நேரப்போகிறது என்பதையறி யாமல் தொழிலாளர்கள் நிம்மதியாக வேலையில் மூழ்கியிருக்க, இவர்கள் மூச்சை அடக்கிக் கொண்டு மாவோவின் எதிர்வினை என்னவாக இருக்குமோ என்கிற அச்சத்துடனிருந்தார்கள்.

சடாரென்று கதவு திறந்தது, மேலாடை எதையும் போட்டுக்கொள்ளாமல் வந்த (உள்ளாடையுடன்) மாவோ வெளியே வாசலைநோக்கி நடந்தார். மிகவும் தொய்வடைந்தும், எரிச்சலுடனும், உள்ளுக்குள் ஆத்திரம் பொங்கவும்,பார்ப்பதற்கு அச்சமூட்டுவராகவும், பார்க்கப்பார்க்க வேதனை ஏற்படுத்துபவராகவும் காட்சியளித்தார்.தனது புருவங்களை நெறித்துக் கொண்டு அந்தக் காவலரை சோர்வுடன் பார்த்தார். பிறகு

அவரைக் குற்றம் சுமத்துவதுபோல விரலை நீட்டி, “உனக்கு உதை கிடைப்பது பொருத்தமாக விருக்கும்” என கர்ஜித்தார்.

காவலர் உடனே காலை அடித்துச் சேர்த்து ‘அட்டென்ஷனில்’ நின்றார். மாவோ தூங்க முயன்றது தோல்வியுற்றதால் அடைந்த கோபத்தையும் ஏமாற்றத்தையும் கட்டுப்படுத்தத் தன்னாலியன்ற வரை முயற்சித்தவாறு மூச்சு வாங்க நின்றார். அவர் முகம் வெளுத்து, கண்ணோரங்கள் சிவந்து காட்சியளித்தார். தனது கீழுதட்டைக் கடித்தபடி சற்றே தணிந்துவிட்ட குரலில் சொன்னார், “ராணுவக் கட்டுப்பாட்டின்படி போக வேண்டியிருக்கிறதே, எனவே நான் உன்னை அடிக்கவோ, திட்டவோ போவதில்லை, ஆனால் சிறிது நேரம் நீ அட்டென்ஷனில் நின்றாக வேண்டும். சூரியன் உன்னைப் பார்த்துக் கொள்ளும்.”

எந்த ஆட்சேபமும் செய்யாமல் அந்தக் காவலர் வெய்யிலில் அப்படியே அட்டென்ஷனிலேயே நின்றார்.

இன்னும் கோபமாகவேயிருந்த மாவோ, “நான் எழுந்திருக்கும் வரை அங்கேய நில்,” என்று கூறியபடி தனதுஅறைக்குத் திரும்பி நடந்தார்.

அந்தத் தண்டனையைக் காவலரால் தாங்கிக் கொள்ள முடியாது என்று பயந்த நான் ஜியாங் க்விங்கின் உதவியை நாடினேன். ஜியாங் காவலரைப் போகும்படி கூறியபோதும் அவர் மறுத்துவிட்டார். தூங்க முடியாமல் மாவோ தவிப்பதைக் கண்ட ஜியாங் அவருடைய அறைக்குள் நுழைந்து காவலாளியை விட்டுவிடும்படி அவரிடம் கேட்டுக்கொண்டார். கதவு வழியாக வெளியே பார்த்த மாவோ உரத்த குரலில் சொன்னார், “இப்போதைக்கு நீ போகலாம், ஆனால் நீ ஒரு சுய விமர்சனத்தை எழுதப் போகிறாய், அதில், நான் தூங்கிக் கொண்டிருப்பது தெரிந்தும் இவ்வாறு ஒரு சப்தத்தை உண்டாக்கினாய் என்பதை விளக்க வேண்டும்.”

பிற்பாடு இந்த நிகழ்விற்கு மாவோ வருந்தினார். எங்கள் முன்னர் அவர்சுய விமர்சனம் செய்து கொண்டார். சில சமயங்களில் நீங்கள் தவறுக்குப் பொறுப்பாளிகளாக இருக்கிறீர்கள், சில சமயங்களில் நான் பொறுப்பாளியாக இருக்கிறேன்.அந்தக் காவலர் சுய-விமர்சனம் செய்து கொண்டார், எனவே நானும் செய்து கொள்ள வேண்டும்,” என்று கூறிய மாவோ, “நான் விரும்புவதெல்லாம் நன்றாகத் தூங்க வேண்டுமென்பதுதான். நீங்கள் தொடர்ச்சியாக நான்கு இரவுகள் உட்கார்ந்து வேலை செய்கிறீர்கள். பிறகு ஒரு சிமிட்டு தூங்குவதற்கு முன்னதாகவே திரும்பவும் எழுப்பிவிடப் பட்டால் உங்களுக்குக் கோபம் வராதிருந்திருக்குமா?இதை ஆட்களுக்குத் தெரியப்படுத்துங்கள், அதை எனக்கு எதிராகக் கொள்ள வேண்டாமென அவர்களுக்கு எடுத்துச் சொல்லுங்கள், அப்பொழுது தான் அவர்கள் தங்களது பணியைச்செய்வதற்கு இடையூறில்லாமலிருக்கும்.” என்றார்.

கோபமே அடையாத ஒருமனிதன் கொண்டாடப்படுவதற்குத் தகுதியற்றவராகவே இருப்பார். இதைத்தான் வாழ்க்கையிலிருந்து

கற்றுக்கொண்டேன். மாவோவிடம் பணி புரிந்தவர்களெல்லாம் சமீபத்தில் தான் மறுபடியும் ஒன்று கூடினோம், அப்பொழுது நாங்கள் அவருடன் இருந்த காலங்களை நெகிழ்ச்சியுடன் நினைவு கூர்ந்தோம். மாவோ கடும் கோபம் அடைந்த தருணங்கள்தான் மிகவும் இனிமையானவை, ஏனென்றால், அப்பொழுது தான் அவர் அவராகவேயும் எங்களுக்கு மிக நெருக்கமானவராகவும், நேசத்திற்குரியவராகவுமிருந்தார். இதுபோன்ற ஒவ்வொரு நிகழ்வும் தூக்கத்துடன் தொடர்பு கொண்டிருப்பதை மகிழ்ச்சி கலந்த ஆச்சரியத்துடன் நாங்கள் கண்டுகொண்டோம். எனது நினைவிற்கு உடனடியாக வருகின்ற அதுபோன்ற சம்பவங்கள் பல இதோ கீழே வருகிறது:

நாங்கள் பெயதாய் ஹே-யிலிருந்தோம். மாவோ இரண்டு பகல்கள் மூன்று இரவுகள் தொடர்ச்சியாக எழுதிக் கொண்டிருந்தார். மூன்றாவது நாள் காலையில் இறுதியாக அவர் படுக்கைக்குச் சென்றார். பணியிலிருந்த மெய்க்காவலர் லீ லியான் சேங்அவருடைய கால்களை மசாஜ் செய்துவிட்டு, வெகு நேரம் எதிர்பார்த்த அவருடைய குறட்டைச் சத்தம் கிளம்புவதற்குள் மூன்று முறை தூக்க மாத்திரைகளைக் கொண்டு வந்து தந்திருந்தார். மாவோ குறட்டைவிடும் விதத்துடன் மெய்க்காவலர்களாக இருந்த எங்களுக்குப் பழகிவிட்டிருந்தது.இதர நாட்களைப் போலவே அன்றும், மெல்லிய விசில் போல மர உச்சிகளில் வசந்தகாலத் தென்றல் குசுகுசுப்பதுபோல அது ஆரம்பமானது. அதன் ஒலிஸ்தாயி மெதுவாகக் கூடத் தொடங்கியது, கடல் அலைகள் முன்னேறுவதும், பின்வாங்குவதும் போல அதுஅறைக்குள் ஒலியை நிரப்பியது. பிறகு திடீரென்று அது ஆழ்ந்து நீண்டு முழங்கத் தொடங்கியது.அந்தமுழக்கம் மறைந்து சீரான சுவாசம் தொடங்கியவுடன் படுக்கையிலிருந்து அலுங்காமல்இறங்கிய லீ, மெதுவாக, மிக மெதுவாக, விரல் நுனிகளால் கதவை நோக்கிக் கள்வனைப்போல் நகர்ந்தார்.

ஒரு ஒளிக் கற்றை லீயின் கவனத்தை ஈர்த்தது. திடுக்கிட்ட அவர் சுற்றிலும் பார்த்தபொழுது ஜன்னல்சட்டத்தின் வழியாக சூரிய ஒளி நுழைந்து பிரகாசமாக விழுந்து கொண்டிருப்பதைக் கண்டார். இன்னும் ஒரு மணி நேரத்திற்கு முன்பாகவே அந்த ஒளிக்கற்றை மாவோவின் மீது விழும்....

அது கோடைகாலம். ஜன்னல் திரைச்சீலைக்குப்பதிலாக, ஒளியைத் தடுப்பதற்கும் காற்றோட்டத்துக்குமாக ஒரு மரத்தாலான மறைப்பு பொருத்தப்பட்டிருந்தது. அதன் முன் நின்று லீ, தனக்குள், ‘இது மரத்தாலானது,இந்தத் திரை மரத்தாலானது, கடவுளே என்னைக் காப்பாற்று’ என்று சொல்லிக் கொண்டு, தனது மூச்சை அடக்கி வைத்துக் கொண்டு அதை கீழே இறக்கத் தொடங்கினார். அதைக் கொஞ்சமாக இறக்கிக் கொண்டு அது சப்தமெழுப்பாமலிருக்கும்படி பார்ததுக் கொண்டார். ஆனால் மேற்கொண்டும் மூச்சை அடக்கிக் கொள்ள முடியாத அளவுக்கு மிகவும் மெதுவாக இறக்கிக்

கொண்டிருந்தார். இன்னும் ஒரு அடிதானிருந்தது, அதற்கு மேல் 'தம்' கட்ட முடியாததால் வாயைத்திறந்து சத்தமாக மூச்சை உள்ளிழுத்தார். அப்பொழுது அவர் என்ன நடக்கக் கூடாதென மிகவும் அஞ்சினாரோ, அது நடந்துவிட்டது.

அந்த மரத்திரை தடாலெனக் கீழே விழுந்துவிட்டது. அதனால் ஏற்பட்ட ஒலி ஒரு தெருவில் ஏறபட்டிருந்தால் கவனத்தை ஈர்த்திருக்காது, ஆனால் அந்த அமைதியான அறையில் இடிபோல எதிரொலித்தது. உடனடியாக சீரான குறட்டை ஒலி நின்று போனது, தனதுஇதயம் மீண்டும் துடிக்கத் தொடங்குவதற்கு முன்னதாகவே தனக்குப் பின்னால் சினமும், எரிச்சலும் கொண்ட ஒரு குரல், "யாரது? என்ன நடந்தது" என எழுந்ததை லீ கேட்டார்.

டக் கெனத் திரும்பியாலீ, திகிலுடன் பார்த்தார்.

"என்ன நடந்தது, பதில்சொல்," மாவோ படுக்கையில் எழுந்து உட்கார்ந்திருந்தார். தன்னுடைய கண்கள் ரத்தச் சிவப்பாக இருக்க, நெஞ்சு தூக்கிப் போட மாவோ லீயை விழித்துப்பார்த்தார்.

"நான்....நான் ஜன்னலை மூடிக் கொண்டிருந்தேன்....."

"அதை ஏன் முன்னரே மூடவில்லை முட்டாள்? வெளியே போ. இங்கு பணியில் நீ இருப்பதை நான் விரும்பவில்லை! போய் வெளியே நில்."

உத்தரவுப்படி லீ நடந்து கொண்டார். ஐந்து நிமிடங்களுக்குப்பிறகு மாவோ தனதுதலையை வெளியே நீட்டி, நீ இப்போது போகலாம். இனிமேல் நீ இங்கு தேவையில்லை. போ, என்னிடம் யின் கியாவோவை அனுப்பு, "இன்னும் இழையோடிய கோபத்துடன் லீயிடம் சொன்னார்.

தொங்கிய முகத்துடன் லீ எனது அலுவலகத்திற்கு வந்தார். என்ன நடந்ததென்று அவர் என்னிடம் சொன்னபிறகு, நான் உடனடியாக மாவோவின் படுக்கையறைக்குச் சென்றேன். சோர்வுடனும், களைப்புடனும் நாற்காலியில் அமர்ந்திருந்தார்.

திரும்பவும் அவரை படுக்கைக்குப் போகச் சொல்வதால் பலனேதுமில்லையென்றுணர்ந்தேன்; இன்னும் சிறிது நேரம் வரை அவரால் மீண்டும் உறங்க முடியாது.

அவருடைய முடியை வாரிவிடத் தொடங்கினேன்; அதுஅவரை ஆசுவாசப்படுத்தி அமைதியடையச் செய்யும். மாவோ கையை உயர்த்தி, "இப்பொழுது பரவாயில்லை. நீ இப்பொழுது போகலாம். நான் லீயுடன் பேச விரும்புகிறேன்னு சொல்." என்று கூறுவதற்கு நீண்ட நேரமானது.

லீ உள்ளே நுழைந்த பொழுது மாவோ படுக்கையில் சாய்ந்தபடி புகைத்துக் கொண்டு ஆவணங்களைப் படித்துக் கொண்டிருந்தார்.

மாவோ தனது கரகரப்பான குரலில், "நம்மிருவருக்குமே கஷ்டம் தான். நீயொரு தவறு செய்துவிட்டாய், ஆனால் நான் செய்தது

அதைவிடவும் மோசம். நான் அது போல் மூர்க்கத்தனம் காட்டியிருக்கக் கூடாது," என்றார்.

ஆனால் தவறு என்னுடையது தான் தோழர் சேர்மன்... லீ விம்மினார்.

"என்னைப் பழி சொல்லாதே. நீ பேசும் விதம் என்னை நீ பழி சொல்வது போலிருக்கிறது. இத்தனை வேலைகளும், எவ்வளவோ விஷயங்கள் எனது மனதிலும் இருக்கும் பொழுது, தூக்கம் அவ்வளவு எளிதாக வருவதில்லை, அதன் விளைவாக நான் மோசமான மனநிலையை அடையும் பொழுது, என்னை நானே அவ்வளவு நன்றாகக் கட்டுப்படுத்திக் கொள்ள முடிவதில்லை."

"இது எனது தவறுதான், நான் உண்மையாகவே சொல்லுகிறேன், தோழர் சேர்மன்" இப்பொழுது லீ சத்தமாகவே அழத்தொடங்கி விட்டார்.

"நான் உனது மனதைப் புண்படுத்திவிட்டேன். அதற்காக நான் வருந்துகிறேன். அதை எனக்கெதிராகக் கொள்ளாதே. நானும் மனிதன் தானே, சில சமயங்களில் நான் கோபமடைந்துவிடுகிறேன். அதற்குக் கொஞ்சம் பொறுத்துப்போக முயற்சி செய்"

இவ்வளவு கவனமில்லாமல் நடந்து கொண்டோமே என்பதால் எழுந்த அவமான உணர்வினால் மட்டுமல்ல, மாவோவின் உண்மையுள்ளம் தன் இதயத்தை தொட்டு விட்டதாலும் லீ அழுதார். இருந்த போதிலும், மாவோவிற்கு இதைப் புரிய வைக்க முடியாமல் லீ தடுமாறினார். ஆகவே லீ நடந்து கொண்ட முறையை ஆட்சேபம் என்று தவறாக எடுத்துக் கொண்ட மாவோ, வாரம் மூன்று முறையாவது லீயிடம் மன்னிப்புக் கேட்பதும், விளக்குவதுமாக இருந்தார்.

மாவோ சில சமயங்களில் இதுபோல ரகளை செய்யும் பொழுது, ஒரு குழந்தை கோபித்துக் கொண்டு சீராடுவது போல வேடிக்கையாக இருக்கும். நான் அவருடன் இருந்த பதினைந்து வருடங்களில் என்னிடம் அவர் ஒரேயொரு முறைதான் பொறுமையிழந்திருக்கிறார், அப்பொழுது இப்படித்தான் அவர் நடந்து கொண்டார்.

1958-ல் நான் அவருடன் ஷாங் காயிலிருந்தேன். அவருக்கான சிறப்பு ரயிலில் நாங்கள் தங்கியிருந்தோம். ஒரு நாள் அவர் நடுப்பகல்தூக்கம் போட்டுக் கொண்டிருந்த பொழுது, பிற்பகல் முழுவதும் குறைந்தபட்சம் நான்குமணி நேரமாவது தூங்குவார் என எண்ணிக்கொண்டு ஒரு அலுவலக வேலையாக நகரத்திலிருக்கும் அரசு அலுவலர்களின் விடுதிக்குப் போய் விட்டேன். பிற்பகலில் நான் திரும்பிய பிறகு பணியிலிருந்த மெய்க்காவலர் என்னை அழைத்து, எதிர்பார்த்ததற்கு முன்னதாகவே மாவோ எழுந்து கொண்டாரெனவும், ஒரு கூட்டத்தில் கலந்துகொள்ள நகரத்திற்குச் சென்றுவிட்டாரெனவும் தெரிவித்தார்.அந்தக் கூட்டம் நடந்த இடத்தை நான் சென்றடைந்த பொழுது மாவோ டின்னருக்குச் சென்று விட்டிருந்தார். விடுதியில் நடைபெற்ற ஓபெரா

நிழ்ச்சியைக் காண அவர் வருவார் என்பது எனக்குத் தெரியுமாதலால் அவருடைய காருக்கருகில் காத்திருந்தேன்.

அவர் வெளியே வருவதைப் பார்த்ததும் அவருக்காக் கார் கதவைத்திறந்து வைத்தேன். ஆனால்படியிலேயே அவர் நின்றுவிட்டார். ஒரு கையைத் தனது இடுப்பில் வைத்தபடி மறு கையை என்னை நோக்கி நீட்டி "உனது கடமை என்னவென்று உனக்குத் தெரியுமா, யின் கியாவோ?" என்று சத்தம் போட்டார்.

மாவோ கடுப்பாக இருந்தார். இந்தத்திடீர் மனத்தாக்கலை அவருக்குத் தந்தது என்னவாக இருக்கும் என்பது எனக்குப் புரியவில்லை. பாதி வழியில் அவரை எட்டிப் பிடிக்க நான் மளமளவென்று படிகளில் ஏறினேன், காருக்குள் அமர வைக்க உதவினேன். என்னைப் பார்க்காமலும், என்னுடன் பேசாமலும், அடக்கி வைத்த கோபத்துடன் அவர் தனது உதடுகளைக் கடித்தபடியிருந்தார்.

ஒபெரா துவங்குவதற்கு முன்னதாக அவருடைய மூக்குக் கண்ணாடிகளைத் துடைத்துப் போட்டுவிட்டேன், பெல்ட்டைத் தளர்த்தி உடையைச் சரி செய்துவிட்டேன். நாடகம் தொடங்கும் வரைக்கும் அவர் இதேபோல 'உம்' மென்று, மௌனமாகவேயிருந்தார்.

திரும்பி வரும் வழியில் நான் தயங்கித்தயங்கி அவரிடம் கேட்டேன், "இன்று உங்களை வருத்தப்படும்படி செய்தது எது?"

உதடுகளைப் பிதுக்கியபடி என்னைப் பார்த்தார், "என்னுடைய வாய் வெந்துவிட்டது, 'அதைத்தானே தெரிந்துகொள்ள விரும்புகிறாய்?"

பின்னர் தான், டின்னர் உணவிற்குப் பிறகு வாய் கொப்பளிக்கும் பொழுது அவருடைய வாய் கொதி நீரால் சூடுபட்டுவிட்டது என்பதை அறிந்து கொண்டேன்; நீர் மிகவும் சூடாக இருந்திருக்கிறது; அதை அவருக்குத் தந்த காவலர் அதன் உஷ்ண நிலையைச் சோதித்துப் பார்க்கத் தவறிவிட்டார், மாவோ, பழக்க தோஷத்தில் அதை வாய் நிறைய எடுத்துக்கொண்டுவிட்டு உடனே துப்பிவிட்டார். ஆனால் காலம் கடந்துவிட்டது; பாதிப்பு ஏற்பட்டுவிட்டது. நான் அதிர்ஷ்டசாலி; ஒரே ஒரு கோபக் குரலுடன் தப்பித்துக் கொண்டேன்.

மாவோ மிகவும் வலிமைமிக்க ஆளுமைபடைத்த மனிதராவார், சம்பிரதாய சடங்குகளுடன் சமரசம் செய்து கொள்ளாதவர். ஒரு வாழ்நாள் நெடுகிய கனவு இலக்கைச் சாதிக்கும் துடிப்புடனிருக்கும் அவர், தனது வழியை மறிக்கும் எவரொருவரையும் உக்கிரமாக எதிர்கொள்வார், ஈவிரக்கமின்றித் தண்டித்துவிடுவார்.

1956-ல், தகிக்கும் கோடை நாள் ஒன்றில், ஒரு விநோதமான விருப்பம் அவருக்கு ஏற்பட்டது. என்னிடம் அவர் சொன்னார், "யாங்சே நதிக்குப் போகலாம் வா, யின் கியாவோ, அதில் நீந்துவோம்."

யாங்சே நதியில் நீந்துவதா? என் காதுகளையே என்னால் நம்ப முடியவில்லை. அவருடைய பரிவாரத்திலிருந்த அனைவரும் இந்த

எண்ணத்தைக் கேட்டு அதிர்ந்து போனார்கள்; ஓவோ ருய்க்கிங், வாங் டோங்ஷின், வாங் ரென் சோங், மற்றும் அவருடைய இதர அலுவலர்கள் வன்மையாக ஆட்சேபித்தார்கள். சீறிப்பாய்கிற, மர்மம் நிறைந்த ஆபத்தான பிரவாகங்கள் கொண்ட அந்த நதி பெய்டெய்கேயின் நீச்சல் பகுதிகளைவிடவும் மிகமிக அபாயகரமானது. ஏதாவது விபத்து நடந்துவிட்டால் மத்தியக் குழுவுக்கோ அல்லது தேசத்தின் மக்களனை வருக்குமோ எங்களால் எப்பொழுதுமே விளக்க முடியாது.

சுருக்கமாக, மாவோவின் சொற்களிலேயே கூறுவதானால்,அங்கு பலத்த எதிர்ப்பு நிலவியது.

"தோழர் சேர்மன், அந்த நதியில் நீந்துவதற்கு நான் அனுமதிப்பது சாத்தியமில்லை, உங்களது காவலர்களில் நான் முதன்மையானவன். உங்களுடைய பாதுகாப்புக்கு நான் பொறுப்பு. யாங்சேயில் உங்களை நான் நீந்தவிட்டால் அந்தப் பழியிலிருந்து நான் என்றுமே தப்ப முடியாது," என்று பேசி மாவோவின் யோசனையிலிருந்து அவரை விடுவிக்க லுவோ முயன்றார்.

மாவோ வற்புறுத்தினார், "கோமிங் படாங் கை அடக்கி வைக்க முடிகிறது, ஆனால் நதியை அடக்க முடியாது, இல்லையா முதன்மையானவரே?"

ஆனால் லுவோ தனது நிலையை விட்டுத்தரவில்லை, "இது ஒரு தனிப்பட்ட விஷயமல்லவே, அதைவிடவும் முக்கியமானது. இதைச் செய்வதற்கு உங்களுக்குக் கட்சியின் அனுமதியைப் பெற்றேயாக வேண்டும், ஆனால் கட்சி தனது அனுமதியைத் தரப்போவதேயில்லை," என்று வாதாடினார்.

"உங்களுக்கெல்லாம் ஒரே கவலையாக இருப்பது நான் அந்த நதியில் மூழ்கி விடுவேனோ என்பது தான். அது தான் எனக்கு ஏற்படக்கூடிய முடிவாக இருக்கப்போகிறதென்று எதை வைத்து சொல்கிறீர்கள்," மாவோ சத்தம் போட்டார். லுவோ அரண்டு போனார்: மாவோ மூழ்கிப் போவார் என்கிற சிந்தனையா?

அந்த எண்ணமே அவருக்கு உதிக்கவில்லை. "நான் அவ்வாறு சொல்லவில்லையே தோழர் சேர்மன், 'அவசரமாக விளக்கம் தந்தார். லுவோ, "உங்களுடைய பாதுாப்பிற்கு கட்சிக்கும் மக்களுக்கும் பதில் சொல்ல வேண்டிய பொறுப்பு எனக்கிருக்கிறது. உங்கள் விஷயத்தில் அவ்வளவு எளிதாக சந்தர்ப்பம் எடுத்துக் கொள்ள என்னால் முடியாது. முடியவே முடியாது"

இதற்கு ஏளனம் காட்டினார் மாவோ, "இது மடத்தனமானது. உங்களுடைய சொந்த அறையிலேயே விமானத்தாக்குதலால் மரணம் நேரிடலாம் அல்லது வீடு இடிந்து உங்களை நசுக்கிவிடலாம்," என்றார்.

அவருடன் வாதிடுவதில் பொருளில்லை என லுவோ அகன்றுவிட்டார், ஆனால் அதன் பொருள் அவர் விட்டுத்தந்துவிட்டார் என்பதல்ல. சில

சந்தர்ப்பங்களில் லூவோ அனுமதி தராதவரை மாவோவின் நடமாட்டத்தின் மீதான கட்டுப்பாடுகள் தளர்த்தப்பட மாட்டாது.

பிறகு, வாங் டோங்சின், வாங்ரென்சோங் இருவரும் முறை வைத்து மாவோ நதியில் நீந்தும் எண்ணத்தைக் கைவிடும்படி செய்ய முயன்றார்கள், அவர்களுடன் மாவோவின் மருத்துவரும் இணைந்து கொண்டார். ஆனால் எதிர்ப்பைக் கண்டு விலகுபவரல்ல மாவோ, தான் நினைத்ததைச் சாதிக்கும் வரை போராடும் மனிதரவர். அவருக்குக் குறுக்காக எவரேனும் வந்து கோபத்தைக் கிளறிவிட்டால் அவருடைய திட்டுக்களை வாங்கிக் கொள்ள நேரிடும், “முட்டாள், அறிவற்றவனே, சாணிப்பயலே,” என வசவுகள் பறக்கும்.

இந்த முட்டுக்கட்டைக்கு முடிவுகட்ட மாவோ ஒரு சாதுர்யமான அணுகுமுறையைக் கையாண்டார். அவர் முதலாம் காவல் கம்பெனியின் கமாண்டர் ஹான் இடம், சொல்லப்படுவது போல அந்த நதி நீச்சலடிப்பவருக்கு அபாய கரமானதா என்பதை நீச்சல் வீரர்களைக் கொண்டு கண்டறியும்படி சொன்னார். யாங்சு நதியில் மாவோ நீந்துவதை எதிர்த்தவர்களில் ஹானும் ஒருவர். அவர் அந்த நதியைச் சோதனையிடச் சென்றார், அந்த வழியில் எதிர்ப்பட்டவர்களெல்லாமே ஒருமனதாகக் கருத்துத் தெரிவித்தார்கள்; அந்த நதியில் அதிவேகச் சுழல்கள் ஏராளமாக இருப்பதால் அது நீந்துவதற்குப் பாதுகாப்பற்றது. அதைத்தான் அவரும் கேட்க விரும்பினார். அந்த பதில்களை அவர் மாவோவிடம் ஒப்பித்தார்.

தான் கேட்டதை மாவோ விரும்பவில்லை. அவர் முகம் தொங்கிப்போனது, தனது புருவங்களை நெறித்தபடி அவர் ஹானிடம் கேட்டார், “நீ அந்த நதியிலிறங்கிக் குளித்தாயா?”

ஹான் இதைஎதிர்ப்பார்க்கவில்லை. முகம் சிவந்த அவர், “இல்லை, நான் குளிக்கவில்லை,” என்றார்.

மாவோ கோபமடைந்தார், “நீ குளித்திருக்காவிட்டால் அது பாதுகாப்பற்றது என்று எப்படித் தெரியும்? நீ அங்கே எதற்காகச் சென்றாய்?”

ஹான் விளக்கமளிக்க முற்பட்டார், ஆனால் இடைமறித்த மாவோ கோபத்துடன், நீ போகலாம்,” என்றவர் மற்றொரு காவலரிடம், “என்னிடம் சன் யோங்கை அழைத்துவா,” என்றார்.

மெய்க்காவலர் படையின் துணைத் தளபதியான சன் நல்ல நீச்சல் வீரரும் கூட. மாவோவிடமிருந்து வந்த உத்தரவு: “நதிக்குப்போ, அது நீந்தப் பாதுகாப்பானதா என்று கண்டறிந்து வா”

சன் தன்னிடம் என்ன எதிர்பார்க்கப்படுகிறது என்பதைப் புரிந்து கொண்டார். நதியை அடைந்ததும் அவர்செய்த முதல் வேலை அதில்நீந்தியது தான். அவர் திரும்பி வந்ததும் அறிவித்தார், “எந்தப் பிரச்சனையுமில்லை. அது மிகவும் பாதுகாப்பானது.”

"நான் எதிர்பார்த்தது தான்," என்றார் மாவோ, "பணியாரம் இருக்கிறதா என்பதை உறுதிப்படுத்துவது, அதனைத் தின்று பார்ப்பதிலிருக்கிறது. இது 'எதிராளிகளிடம்' அவர், "யார் சொன்னது யாங்சு நதி நீந்துவதற்கானதல்லவென்று? சன் அதில் நீந்தவில்லையா, அவருக்கு எந்த ஆபத்தும் நிகழவில்லையே," என்று சொல்வது போலிருந்தது.

தனக்கு ஆதரவான நிரூபணம் கிடைத்தவுடன் மாவோவை எதுவும் தடுத்துவிட முடியாதது போலிருந்தது. வான் ரென்சோங், வூ ஹானுக்கு ஓடினார். ஒரு உயிர்க் காவலர்கள் (லைஃப் கார்ட்ஸ்) குழுவை அவர் ஏற்பாடு செய்து விட்டு, நீரோட்டங்களைப் பற்றி அறிந்து கொண்டு, மாவோ நீநதுவதற்கான நதியின் ஒரு குறிப்பிட்ட பகுதியைத் தேர்வு செய்தார்.

புறப்படுவதற்கு முன் மாவோ சொன்னார், "அந்த ஆள் ஹான், அவன் உண்மையைச் சொல்லவில்லை. நதியில் நீந்தவில்லை, இருந்தும் அது நீந்துவதற்கு லாயக்கற்றது என்று என்னிடம் கூறுகிறான். நாம் அவனில்லாமலேயே போகிறோம், அவனைப் போகச் சொல்லுங்கள்"

இவ்விதமாகத் தான் முதலாம் மெய்க்காவலர் கம்பெனியிலிருந்து ஹான் வெளியேற்றப்பட்டார், திரும்பவும் மாவோவைப் பார்க்க அனுமதிக்கப்படவேயில்லை.

மத்தியக் குழுவின் முடிவையும் மீறி வூஹானுக்கு விமானத்தில் பறந்து செல்ல விரும்பிய மாவோ, ஆத்திரத்தை அடக்கிக் கொண்டு கேட்டார், "இனிமேல் நானே எனக்கு எஜமானன் இல்லை என்கிறீர்கள், சரி அதை நான் ஏற்றுக்கொள்கிறேன். ஆனால் இந்த ஒருமுறை மட்டும விதிவிலக்களிக்கக் கூடாதா?"

மாவோ குவாங் சூ-வை விட்டு வானில் பறந்தார். சேங்ஷாவில் நிறுத்தம் செய்யப்பட்ட பொழுது சிங் ஜியாங் நதியில் குளித்து சூடேற்றிக் கொண்டார். அங்கிருந்து வூஹானுக்குப் பறந்தார். ஒரு சாப்பாட்டை முடிப்பதற்குத் தேவைப்படும் நேரத்தை விடக் குறைவான நேரமே கொண்ட பயணமது. அப்பொழுது தான், "நான் இப்பொழுது தான் சேங்ஷா நதியின் நீரைப்பருகினேன்/ வூஹானின் மீனை உண்ண வந்திருக்கிறேன்," என்று துவங்கும் கவிதையை எழுதினார்.

'எதிராளிகள்' தோற்கடிக்கப்பட்டுவிட்டார்கள், மிகுந்த உற்சாகத்தில் மிதந்த மாவோவுக்கு காத்திருக்கப் பொறுமையில்லை. நல்லியல்புடன் 'ஜாலி'யாகப் பேசிக் கொண்டே ஒரு நீராவிப்படகில் ஏறினார்.

இப்பொழுது நூலேணி தயாராக இருந்தது. நல்ல கட்டுடலுடன், பெருமிதம் துலங்க, அதில் சன் யோங் கீழே வழிகாட்டியபடி இறங்க, மாவோ பின் தொடர்ந்தார். கீழேநதியில் முதலாம் காவல்படைப் பிரிவு வீரர்களனைவரும் காத்திருந்தனர். ஏணியிலிருந்து கீழிறங்கிய சன், மாவோ நிலையுடன் இறங்குவதற்கு உதவினார். மாவோவிற்குப் பின்னர் நான் நதியிலிறங்கினேன். அருகில் நெருங்கிக் கொண்டிருந்த துடுப்புப் படகுகளைப் பார்த்த மாவோ கட்டளையிட்டார், "அவைகளை

யெல்லாம் விலக்கி வையுங்கள், அருகில் நெருங்கவிட வேண்டாம்" மாவோவின் மருத்துவர் இருந்த படகொன்றைத்தவிர மற்றவை துடுப்பு வலித்துக் கொண்டு சென்றுவிட்டன. அந்த ஒரு படகும் தேவையான அளவு தொலைவில் இருந்துகொண்டு பின் தொடர்ந்தது.

நதியிலிருந்த சன், நீரில் காலை அசைத்தபடி மிதந்து கொண்டு மாவோ நதியின் நீரோட்டத்துடன் செல்ல உதவினார். அந்த இடத்தில் தான், பின்னாளில் வூஹானில் யாங்ச நதிப்பாலம் எழுப்பப்பட்டது.

ஏதோ உலாவச்செல்வதுபோல எந்த சிரமமும் படாமல் மாவோ எளிதாக நீந்திச் சென்றார். லேசான இதயத்துடன் எங்களுடனும், லைஃப் கார்டுகளுடனும் உரையாடிக் கொண்டே மாவோ நதியின் நீரோட்டத்துடன் 16 லீ தொலைவு மிதந்து சென்றார். டோங்கூ ஏரி விருந்தினர் இல்லத்திற்குத் திரும்பிவரும் வழியில் மாவோ குறிப்பிட்டார், "ஹான் ஒரு அருமையான ஆள், மிகுந்த விசுவாசமும், அர்ப்பணிப்பும் கொண்டவர். ஆனால் இந்த விஷயத்தில் அவர்தவறு செய்து விட்டார்". மாவோ அவரை டிஸ்மிஸ் செய்துவிட்டது குறித்து வருந்துவது போலத் தோன்றியது, ஆனால் தான் எடுத்த முடிவுகளை அவ்வளவு எளிதில் மாற்றக்கூடிய மனிதரல்ல. தனது உரத்த குரலில் அவர் தொடர்ந்தார், "டியான், ஒரு முதலாளித்துவவாதியான தனது தாத்தாவின் தரப்பில் நின்றார். அவருடைய அரசியல் நிலைபாடு தவறானது, ஆனால் அவர் உண்மையைக் கூறினார். அதைநான் விரும்புகிறேன், நாங்கள் சுமுகமாகப் பழகுகின்றோம். ஹான், அமைச்சர் லூவோவின் பக்கம் நின்றார். அது அரசியல் ரீதியாகச் சரியானது, ஆனால் அவர் உண்மை பேசவில்லை. அது எனக்குப் பிடிக்கவில்லை. நீங்கள் எப்பொழுதுமே உண்மையைப் பேசுபவர்களாக இருப்பீர்கள் என்று நம்புகிறேன்"

சில தற்காலிக கட்சிக் கமிட்டிகளின் செயலர்களுடன் பேசிவிட்டு, முன்கூட்டியே நிர்ணயிக்கப்பட்ட அயல்நாட்டு விருந்தினர்களைச் சந்திப்பதற்காக மாவோ பெய்ஜிங் திரும்பினார். அவர்கள் வருவதற்கு முன்னதாக, தான் நினைத்ததைச் சாதித்து முடிக்கும் ஒரு இளைஞனைப் போல மாவோ பெருமிதத்துடன் குறிப்பிட்டார், "அமைச்சர் லூவோ என்னை அந்த நீச்சலுக்கு அனுமதியளிக்கவில்லை, ஆனால் வலியுறுத்தினேன், நான் நினைத்ததைச் சாதித்தேன், இல்லையா? ஒரே மூச்சில் பதினாறு லீ தூரம் நீந்தினேன்! அடுத்த ஜூன் மாதம் நான் மீண்டும் அதைச் செய்யப் போகிறேன். அந்தத் தடை செய்யப்பட்ட சாகஸத்தில் அவரையும் என்னுடன் இணைத்துக் கொள்ளப் போகிறேன்," இதே போக்கில், விருந்தாளிகள் வந்து சேரும்வரை பேசிக் கொண்டிருந்தார். அந்த சமயத்தில், பொது வாழ்க்கையில் காட்சி தரும் மாவோவாக, காரியார்த்தமாகத் தோன்றினார்.

பல சந்தர்ப்பங்களில் கட்சியின், அரசாங்கத்தின், ராணுவத்தின் உயர்மட்ட அதிகாரிகளை விமர்சிப்பதை, கடுமையான வார்த்தைகளைப் பயன்படுத்தியும் கூடப் பேசுவதை நான் பார்த்திருக்கிறேன். இது

போன்ற சந்தர்ப்பங்கள் சிலவற்றில் அவர் நிதானத்தை கிட்டதட்ட இழந்து விடுவது கூட உண்டு. அவ்வாறு நிகழும் பொழுது மார்ஷல்களும், ஜெனரல்களும் அட்டென்ஷனில் நின்று கொண்டு அவர் சொல்வதைக் கேட்டுக் கொண்டிருப்பார்கள், கட்சி, அரசு அதிகாரிகள் தலையைக் குனிந்து கொண்டு நடுக்கத்துடன் சுய விமர்சனத்தை முணுமுணுப்பார்கள். நானறிந்த கட்சித் தலைவர்களிலேயே மாவோ ஒருவர்தான் தனது விருப்பு வெறுப்புகளில் ஒளிவு மறைவற்று இருந்தார். அவர் தன்னைப் பற்றித் தானே கூறுவார், “நான் நானாகவே இருப்பதை வலியுறுத்துகிறேன். எனக்கு நானே பொம்மையாக இருந்துகொள்ள விரும்பவில்லை”

1948, ஜுலை 1 அன்று மாவோவைக்காண வாங்மிங் வந்திருந்தார். அன்றைய தினம் பணி அதிகாரியாக நான் தானிருந்தேன். சீனக் கம்யூனிஸ்ட் கட்சியின் வரலாற்றில் வாங் முக்கிய இடம் வகித்தார். கட்சி, ராணுவம் ஆகியவற்றின் தலைமையிலிருந்து மாவோவை அவர் ஓரங்கட்டி வைத்திருந்தார். அவருடைய வரட்டுத்தனமான நடைமுறைகள் கட்சிக்குப் பெரும் இழப்பை ஏற்படுத்திருந்தன. அவர் பார்ப்பதற்கு ஒன்றும் நல்ல தோற்றமுடையவரல்ல, சதுரமான முகமும், நல்ல நிறமுமாக இருந்தார்.நான் அவரை முன்வாசல் கதவருகே சந்தித்தேன். என்னுடைய கேள்விக்கு அவர்பதில் சொன்னார், “நான் சேர்மனைப் பார்க்க விரும்புகிறேன்” அந்த நேரத்தில் முக்கியமான எதிலும ஈடுபடாமலிருந்ததால், நான் தலையை அசைத்து, என் பின்னால் வாருங்கள்,” என்றேன்.

அவரிடம் மரியாதையுடன் ஆனால் சிரத்தையற்று நடந்து கொண்டேன். மாவோ ஒருமுறை என்னிடம் கூறியிருந்தார், “இந்த ஆசாமி, என்னைக் கொலை செய்ய விரும்பினான்,”

மாவோ சில ஆவணங்கள் குறித்த பணியிலிருந்தார்.குறுக்கீடிட்ட சப்தம் கேட்டு நிமிர்ந்தார். வாங்கைப் பார்த்தவுடன் தனது எழுது மேஜையிலிருந்து எழுந்து அதைச் சுற்றி நடந்து வந்து அவருடன் கை குலுக்கினார்.வர் ஒரு சோபா இருக்கையில் அமரவும் மாவோ தனது சாய்வு நாற்காலியிலமர்ந்தார். சூடே, சூஎன்லாய், பெங் டெ ஹுவொய், லின் மியாவோ போன்ற தமக்கு நெருக்கமானவர்களுடன் சம்பிரதாயம் பார்க்க மாட்டார். தனக்கு நெருக்கமற்றவர்களுடன் மட்டும் தான் சம்பிரதாய மரியாதையுடன் நடந்து கொள்வார்.

நான் தேநீர் கொண்டுவரச் சென்ற பொழுது இருவரும் நலபுலன் பரிமாறிக் கொண்டிருந்தனர். நான் தேநீருடன் திரும்பி வந்து கொண்டிருந்த பொழுது வாங், “சில வரலாற்று ரீதியிலான விஷயங்கள் குறித்து கட்சி வந்தடைந்த முடிவுகளை என்னால் இன்னும் புரிந்து கொள்ள முடியவில்லை. அவற்றைக் குறித்து நான் என்ன கருதுகிறேன் என்பதை மத்தியக்குழு தெரிந்து கொள்ள வேண்டுமென விரும்புகிறேன். அதோடு நான் உங்களுடன் பேச விரும்புகிறேன்....” என்று சொல்லிக்

கொண்டிருப்பதை நான் கேட்டேன். மாவோ ஆழ்ந்த கவனத்துடன் கேட்டுக் கொண்டிருந்தார். இந்தத் தருணத்தில் நான் அங்கு இருக்கக் கூடாது என்பதையுணர்ந்து, தேநீரை வைத்தவுடன் அந்த அறையிலிருந்து வெளியேறி எனது அலுவலக அறைக்குத் திரும்பிவிட்டேன்.

விரைவிலயே அவர்கள் படபடப்புடன் குரலை உயர்த்திப் பேசிக் கொண்டிருந்தார்கள். எனது அலுவலகத்தை விட்டு வெளியே வந்து காது கொடுத்துக் கேட்டேன்; அவர்களிருவரும் அந்த முடிவுகளைப்பற்றி, பல்வேறு மனிதர்கள், நிகழ்வுகள், இன்னும் சோவியத் யூனியன், கம்யூனிஸ்ட் அகிலம் குறித்துக் கூட வாதிட்டுக் கொண்டிருந்தார்கள். எனது நினைவுப்படி, ஒரு கட்டத்தில், தனது கனத்த ஹுனொான் பகுதி சாயல் கொண்ட உச்சரிப்புடன் மாவோ சொன்னார், “உங்களுக்கு இன்னும் புரியவில்லையா? வெற்றி நமது கைகளுக்கு எட்டுகிற நேரத்தில் கூட உங்களுடைய தவறுகளைப் பரிசீலிக்க மறுக்கிறீர்களா?”

1949 மார்ச் 25 அன்று மாவோ பெய்ப்பிங்கிற்கு மாறிச் சென்றார். அவர் சுவோச்சியான் மாவட்டத்திலிருந்து பயணம் செய்த ரயில் அந்தப் புராதன நகரத்தின் மதில்களைக் கடந்து சென்று கொண்டிருக்கும் பொழுது ஜன்னலினூடாக வெளியே பார்த்துக் கொண்டே உணர்ச்சி பொங்கும் குரலில் சொன்னார், “முப்பது முழு வருடங்கள் சென்று விட்டன! சீனாவையும, அதன் மக்களையும் காப்பாற்றக் கூடிய விடைகளைத்தேடி நான் சீனா முழுவதுமாகப் பயணித்துக் கொண்டிருந்த பொழுது முப்பது வருடங்களுக்கு முன்பு இந்த மாநகருக்கு வந்தேன். அந்த நேரத்தில் வாழ்க்கை என்னை நோக்கிப் புன்னகைக்கவில்லை, ஆனாலும், உண்மையாகவுமே ஒரு சிறந்த மனிதரை, தோழர் லீ டாஜோவைச் சந்திக்கும் பேறு பெற்றேன். அவர் தான் எனது ஆசான், அதன் உண்மையான பொருளில், அவருடைய அறிவுரைகளும் உதவியும் இல்லாமல் போயிருந்தால், நான் இன்றிருக்கும் நிலையை அடைந்திருக்க மாட்டேன்…”

அந்த ரயிலிலிருந்து க்விங் ஹுவாயுவானில் இறங்கிய மாவோ, காரில் நேரடியாக கோடைகால அரண்மனைக்குச் சென்றார். அங்கு வசித்து வந்த பௌத்த துறவிகளையும், தோட்ட வேலையாட்களையும் நகர மராமத்துத் துறைக்குப் பொறுப்பாளராகவிருந்த லீ கீனோன் அகற்றிவிட்டிருந்தார். லீ பாதுகாப்புக் காரணங்களுக்காகத் தான் அதைச் செய்திருந்தார். பெய்ப்பிங் அப்பொழுது தான் விடுவிக்கப் பட்டிருந்தது, அந்த நகரம் முழுவதும் கோமிங்டாகங் தலைமறைவு உளவாளிகளும், நாசவேலைக்காரர்களும் கொலையாளிகளும் நிறைந்து கிடந்தது. இது எவ்வளவு சாத்தியமோ அவ்வளவு இறுக்கமான பாதுகாப்பு ஏற்பாடுகளைக் கோரியது. ஆனால் அங்கிருந்த அனைவருமே அகன்றுவிட்ட பிறகு மாவோ வந்து சேர்ந்த பொழுது அவருக்கு உணவோ, தண்ணீரோ கிடைக்கவில்லை, அன்று பிற்பகலில் க்சீயூவான் விமான தளத்தில் துருப்புகளின் அணிவகுப்பை மாவோ பார்வையிட

வேண்டியதுமிருந்தது. மாவோவுக்கு கோபம் கிளம்பிவிட்டது, "என்ன அருமையான ஏற்பாடுகளைச் செய்திருக்கிறீர்கள் பாருங்கள்!" என அவர் சீறினார், "இங்கே முன்னதாக வந்தவர்களுக்கு என்னவாயிற்று?" அதற்கு, நகர மராமத்துத்துறையாளர்கள் பாதுகாப்புக் காரணங்களை முன் வைத்தபொழுது மாவோ சத்தம் போட்டார்,"மண்ணாங்கட்டி, தண்ணீர் இல்லாவிட்டால் பாதுகாப்புகள் மீனுக்கு என்ன தந்துவிடப் போகிறதென்பதைப் புரிந்து கொள்ள முடியாத அளவுக்கு நீங்கள் மூடர்களா என்ன? இது போன்று பாதுகாப்பு ஏற்பாடுகள் பட்டினியையும், சாவையும் தான் கொண்டு வரும்..."

மாவோ பச்சையான உண்மையைத்தான் பேசினார். நகர மராமத்துத் துறை அதிகாரிகள் உதவியை நாடி மக்களிடம் தான் போக வேண்டி வந்தது. கோடைகால அரண்மனைக்குப் பக்கத்திலிருந்த ஒரு உணவு விடுதியில் அவர்கள் அரிசிச்சோறும், தொட்டுக் கொள்ள மூன்று வகைப் பொரியல்களும் சூப்பும் தயாரித்தார்கள். உணவுக்குச்சிகளைக் கையிலெடுத்த மாவோ என்னிடம் சொன்னார், "நீ அணிவகுப்பு நிகழ்ச்சிக்கு வர வேண்டாம். நறுமண மலைக்குப் போ, வீட்டை எனக்காகத் தயார் செய், கொஞ்சம் உணவு தயாரித்துவை. இவர்கள் செய்த தவறையே நீயும் செய்துவிடாதே".

பனியும் பணமும், மாவோவும்

புத்தகங்கள், நீச்சல், பெய்ஜிங் ஒபெரா, சவால்கள் ஆகியவற்றுடன், பெய்யும் பனியும் மாவோவின் விருப்பங்களிலொன்று.

அவருடைய கவிதைகளிலேயே எனக்கு மிகவும் பிடித்தமானது "பனிமழைக்கொரு பாட்டு" என்கிற கவிதைதான். அந்த மகத்தான கவிஞனின் மனத்தந்தியை அந்த வெண்பனிக்கற்றை மீட்டியிருக்க வேண்டும், மாபெரும் அணைப்பில் இந்த உலகையே அள்ளிக்கொள்ளும் ஒரு கற்பனையின் வீச்சை அது வெளிக்காட்டியது.

தனது கவிதையில் பனியைக் கொண்டாடியது போலவே மாவோவின் ஆளுமையும் பனியைப் போன்றதே; மிக எளிமையானது, தூய்மையானது, பெருமிதமானது, ஜொலிப்பது, பல் வண்ண வகைகளில் கவர்ச்சியானது.

1951-ன் குளிர்காலத்தில் பொழிந்த கன்னிப் பனி அது. அரசு நிறுவனங்களிலும், பொருளாதாரத் துறைகளிலுமிருந்த ஊழல் அதிகாரிகளையும், மோசடி வர்த்தகர்களையும் களைந்தெரிவதற்கான ஒரு முயற்சியில் ஊழல், விரயம், அதிகார வர்க்கப் போக்கு ஆகியவற்றுக் கெதிராக ஒரு நாடு தழுவிய இயக்கத்தை மாவோ தொடங்கியிருந்தார்.

கட்டுக்கட்டுகளான ஆவணங்களைப் படிப்பதும், அதில் உத்தரவு களைக் குறிப்பதும் என மாவோ இரவு முழுவதும் வேலை செய்து கொண்டிருந்தார். பொழுது விடிந்ததும் அவர் தனது பேனாவைக் கீழே வைத்தார், சோம்பல் முறித்தவர், தனது முகத்தைத் தேய்த்துக் கொண்டு அறையை விட்டு வெளியேற எழுந்தார்.

கதவை விட்டு அடியெடுத்து வைத்தும் வைக்காமலும் அப்படியே நின்றுவிட்டார். ஒரு தேவலோக உலகின் காட்சியால் மயங்கிய அவரை காற்றினூடே சுழன்று உருண்டு வீழ்ந்து கொண்டிருந்த பனிச்சுருள்கள் அடிமைப் படுத்திவிட்டன. விரித்தகன்ற கண்களால், அவரது பார்வை, பனிமண்டிய ஊசியிலை சைப்ரஸ் மரங்கள், வீடுகளின் கூரைகளில் இருந்து, அவற்றின் தாழ்வாரங்களைப் போர்த்தியிருந்த பனிக்கம்பளிவரை, சல்லடையாகக் காட்சியளித்த வானம் முழுவதும் பயணித்தது. பனிவிழும் ஒலியையோ அல்லது வீடுகளின் தாழ்வாரக் கூம்புகளின் அடியிலிருந்து எழும் பறவைகளின் கிளுகிளுப்பு ஒலிகளையோ கேட்பவர் போல், முழுவதும் அசைவற்று நின்று கொண்டு அவர் நீண்ட நேரம் உற்றுப் பார்த்துக் கொண்டேயிருந்தார்.

தனக்கு முன்னாலிருக்கும் பாதை சீர் செய்யப்பட வேண்டுமென மாவோ விரும்புகிறார் என எண்ணிய ஒரு காவலர் ஒரு தூரணத்தைத் தூக்கினார்.

“அதை அப்படியே விடு,” தனது புருவங்களை நெறித்துக் கொண்டு மாவோ அவசரத்துடன் சொன்னார். செங்கல் பாவிய பாதையில் அதிகம் பனியில்லாததாகக் கண்டவர், “நீ அதை வாரி விட்டாயா” என்று காவலரிடம் உரக்கக் கேட்டார்.

“ஆமாம்,” பதிலளித்த காவலர் விரைவாக விளக்க முற்பட்டார், “பொழுது விடிந்ததும் இருமுறை செய்தேன், ஆனால் பனி பெய்து கொண்டேயிருந்தது, ஆகையால் தான்.....”

நீ அதைச் செய்திருக்கக் கூடாது. அந்தத் தூரணத்தைத் தூக்கி வீசு. ஆறிக் கொண்டிருக்கும் ஒரு காயத்தைத் திரும்பவும் திறந்துவிட உனது இதயம் எவவாறு ஒப்புகிறது?”

லேசாகக் கண்ணில் பட்ட அந்தக் ‘காயத்தை’ குழப்பத்துடன் பார்த்துக் கொண்டே, காவலர் அந்தத் தூரணத்தைத் தூர வைத்துவிட்டார்.

இப்பொழுது மாவோ வெராண்டாவிலிருந்து படிகளில் இறங்கினார். ஏதோ ஒரு அழகான கனவுக்கு இடையூறு செய்துவிடுவோமோ என அஞ்சுபவர் போல அவர் அடியை கவனமாக எடுத்து வைத்தார். வெராண்டாவில் இன்னும் இரண்டு அடிகள் மட்டுமே எஞ்சியிருந்த போது நின்றுவிட்டார். ஒரு குழந்தையின் குதூகலம் அவர் கண்களில் மின்ன பனியில் தான் விட்டு வந்த காலடித் தடங்களைத் திரும்பிப் பார்த்தார்.

பனியின் மீது நின்று கொண்டிருக்கும் அந்த மனிதன், தனதுபெரும் வலிமையால் பழைய உலகத்தைத் தகர்த்து அதனிடத்தில் ஒரு புதியஉலக்தைப் படைத்த அதே மனிதன்தானா? கம்யூனிஸ்ட் கட்சியின் தலைவன் என்கிற முறையில் சில ஊழல் அதிகாரிகளை மிகச் சமீபத்தில் உறுதியுடன், எவ்விதத் தயக்கமுமின்றி அகற்றிய அதே மனிதர் தானா இவர்? இருந்தும், இங்கே இப்பொழுது, பனியில் மேற்கொண்டும் காலடித் தடங்களைப் பதிக்க விரும்பாமல், தயங்கி நின்று கொண்டிருக்கிறார், தான் ஏற்கெனவே பதித்திருந்த தடங்களிலேயே கால்களை வைத்துக் கொண்டு பின் வாங்குகிறார்.

தனக்குப் புத்துணர்வூட்டும். என்று தான் உணர்ந்திருந்த ஒரு பயிற்சியை, ஆழமாக மூச்சை இழுக்கும் பயிற்சியை அவர் செய்யத் தொடங்கினார். பேராசையுடன் மூச்சை உள்ளே இழுத்துக் கொண்டே, “இந்தக் காற்று எவ்வளவு அருமையாக இருக்கிறது!,” என்று சொன்னார்.

பனி மேலும் நசுக்கப்பட்டுவிடக் கூடாது என்பதற்காக ஒருகாலை இன்னொரு காலுக்கு முன்னால் வைத்துக் கொண்டு, தனது

உள்ளங்கையிலும், கை மேலும் பனிச்சுருள் விழும்படி தனது வலது கையை நீட்டி விரித்தார். தன் கண்முன் விரிகின்ற இயற்கையின் அற்புதத்தால் வசியம் செய்யப்பட்டு, ஆட் கொள்ளப்பட்டு அவர் அங்கே நின்றார்.

“கொஞ்சம் ஒரு சுற்று நடங்களேன், தோழர் சேர்மன்? இதுபோல நீண்ட நேரம் நின்று கொண்டிருந்தால் பனி பிடித்துக் கொள்ளும்,” தொலைவிலிருந்த காவலர் குரல் கொடுத்தார். மாவோவை கட்டிப் போட்டிருந்த அந்தச் சித்திரத்தைக் குலைக்க மனமில்லாமல், அவரும் மாவோவைப் போலவே பனியில் அசையாமல் நின்று கொண்டிருந்தார்.

மாவோ அவரைக் கண்டுகொள்ளவில்லை. அவருடைய கையின் மீதிருந்த பனிச்சுருள் உருகத் தொடங்கியது, அது மின்னும் நீர்த்துளிகளாகின, லேசாக நடுங்கின. அதிலொன்றை நோக்கித் தனது நாவை நீட்டினார்; அது உடனடியாக மறைந்துவிட்டது, அவர் மன நிறைவுடன் அதை அனுபவித்தார்.

தான் ஏற்கனவே ஏற்படுத்தியிருந்த காலடித் தடங்களையே பின் தொடர்ந்து தனது பாதத்தை இன்னும் கவனத்துடன் வைத்து, அந்தக் காயம் இன்னும் பெரிதாகிவிடாமல் பார்த்துக் கொண்டார். அதற்கு மேலும் காலடித் தடமெதையும் பனியில் அவர் ஏற்படுத்தவில்லை.

வெராண்டாவை அடைந்ததும் லகுவானார். அங்கு சிறிது நேரம் நடந்துவிட்டு, வீட்டின் பின் கதவு வழியாக வெளியேறினார். அவரை நான் எட்டிய பொழுது, உண்மையில் பனியின் மீது அவர் கொண்டிருந்த காதலில் தன் நலக்காரராகவே இருக்கிறார் என்பதைக் கண்டு கொண்டேன். வீட்டிலிருந்து தொலைவில், சுத்தம் செய்யப்பட்ட பாதைகளைத் தவிர்த்துவிட்டு, காலடியில் நறுநறுக்கிற உணர்வை அனுபவித்துக் கொண்டு பனியின் மீது கட்டவிழ்த்து நடந்தார். அவ்வப்பொழுது நின்று தன்னுடைய காலடித் தடங்களைத் திரும்பிப் பார்ப்பார், அல்லது பைன் மரங்களில் படிந்திருந்த பனியை ரசிப்பார்.

மாவோவின் மூளை தீவிரமான சுறுசுறுப்புடையது, அவருடைய சிந்தனைகள் எவராலும் பின் தொடர முடியாத அளவுக்குத் துரிதமானவை. பனி நிறைந்த மரக்கிளைகளிலிருந்து தனது பார்வையை அகற்றியவர் ஒரு கேள்வியால் என்னைத் திகைப்படைய வைத்தார், “நீ அரசாங்கப் பணத்தை என்றாவது சட்டைப்பையில் போட்டிருக்கிறாயா, யின்கியாவோ?”

எனக்குத் தூககிவாரிப் போட்டது; என்னிடம் இதுபோன்றதொரு கேள்வியை அவர் கேட்டது அவருடைய குணாம்சத்திற்கு முரணானது.

“இல்லை” தூய மனசாட்சியுடன் நான் பதிலிறுத்தேன்.

“எதிர்காலத்தில் அவ்வாறு செய்வாயா?”

"என்றைக்குமில்லை"

"அருமை! நீ முதன் முதலில் வந்த பொழுது நீ இந்தப் பனி போலத்தானிருந்தாய்,"

ஒரு பைன்மரக்கிளையில் படிந்திருந்த பனியைச் சுட்டிக் காட்டினார், "அதேபோல இரு. ஊழலை எதிர்த்துப் போரிடு. சர்க்கரை தடவிய அந்தத் தோட்டாக்கள் உன்னைப் பறித்துக் கொள்ளாமல் பார்த்துக் கொள். சிக்கனமாக இரு. உதாரணமாக, என்னுடைய துணிகளுக்குச் சோப்புப் போடும் பொழுது கழுத்துப் பட்டைகளுக்கும், கைப்பட்டை களுக்கு மட்டும் போடு; இதர பாகங்களுக்கு சோப்பு அவ்வளவாகத் தேவைப்படாது, அவைகளைச் சிறிது கசக்கினாலே போதுமானது"

"சரி தோழர் சேர்மன்"

"எனது குடும்பச் செலவுகளுக்குத் திட்டமிடுதல் தேவைப்படுகிறது. உணவுக்கான செலவை பட்ஜெட்டிற்குள்ளேயே வைத்துக்கொள். எனது அனுமதியில்லாமல் புதிய துணிமணிகள் எதுவும் வாங்கக் கூடாது"

"சரி, தோழர் சேர்மன்," என்றேன் நான்.

அந்த சமயத்தில் தான் யுத்தகால விநியோக (ரேஷன்) முறையிலிருந்து விடுபட்டிருந்தார். தனது ஊதியத்தைப் பகுதி பணமாகவும் பகுதி பொருளாகவும் பெற்று வந்தார். அவருடைய மாத வருமானம் இருநூறு யுவான்களாகவும் ஜியாங் க்விங்கின் வருமானம் நூற்றி ஐம்பதிற்குச் சற்றுக் கூடுதலாகவுமிருந்தது. நான் தான் வீட்டின் பொருளாதாரராகவுமிருந்தேன். எனக்கு மாதம் ஐம்பது யுவான் கிடைத்துவந்தது. பின்னதாக, கார்டு செக்ஷனின் பயிற்சியாளராக இருந்த மாவோ சோங்ஹெங்கிடம் மாவோ சொன்னதைத் தெரிவித்துவிட்டு, உணவு, துணிமணி, மற்றும் இதர வகைகளுக்கும் எஞ்சியிருக்கும் தொகைக்குமான எங்களது வரவு-செலவுகளை கணக்கிட்டுக் கொண்டோம். இந்த பட்ஜெட் ஒரு நாள் உணவுக்கு மூன்று யுவான்களுக்கு இடம் தந்தது. இது சற்றுக் கூடுதலாக மாவோவுக்குத் தோன்றியது; ஆனால் வருகிற விருந்தாளிகளுக்கான கூடுதல் உணவுக்கும் சேர்த்துத்தான் இந்தத் தொகை என்று விளக்கிய பொழுது, அவர் பட்ஜெட்டிற்கு 'அனுமதியளிக்கப்பட்டது' என்று அதில் எழுதினார். நாங்கள் அதை என்றும் தாண்டியதில்லை.

பனியின் மீது தொடர்ந்து நடந்த மாவோ கேள்விகளைத் தொடர்ந்தார், "உனக்கு பனி பிடிக்குமா?"

"ஆமாம்"

"விவசாயிகளும் விரும்புகிறார்கள். அது அவர்களுக்கு நல்ல விளைச்சலைத் தருகிறது. ஒட்டுண்ணிகள் அதை விரும்புவதில்லை. ஈக்களால் பனியில் வாழ முடியாது. எனக்கும் பனி பிடிக்கும். நம்மிருவருக்கும் அதைப் பிடித்திருக்கிறது"

இவ்விதமாகத் தான் மாவோ பனியை எவ்வளவு தூரம் விரும்பினார் என்பதை நான் அறிய நேர்ந்தது. ஆகையால், மாவோவின் வீட்டு வாசலில் கிடக்கும் பனியை இப்போதிருந்து இனிமேல் அகற்றக்கூடாது, அப்பொழுது தான் அந்தக் காட்சியியை மாவோ ரசித்து மகிழ முடியுமென்று நான் காவலர்களுக்குச் சொல்லி வைத்தேன். எப்பொழுது பனி பொழிந்தாலும் மாவோ தன்னிடமிருந்து விலகியே இருப்பார்; அதுதனது ஒளியை இழக்கும் வரையும் விருந்தாளிகளால் மிதிபடும் வரையிலும் காத்திருப்பார். அதன் பிறகு தான் காலடியில் அது நறுமுறுக்கும் ஒலியை ரசித்துக் கொண்டு அதன் மீது நடப்பார்.

மாவோ பணியை நேசிப்பது குறித்து அறிந்திருந்த தோழர் சூசென் யீ பனி பொழியும் நாட்களில் வாசலை விட்டு சுற்றி வளைத்து வருவார். ஆனால் தலைவர்களில் சிலர் அப்படியில்லை. ஒட்டிக் கொண்ட பனியை உதிர்ப்பதற்குத் தங்களுடைய கால்களைத் தரையில் தட்டிக் கொண்டே புகார் கூறுவார்கள். “ஒரு தூரணத்தை எடுத்து வாசலை சுத்தம் செய்ய முடியாத அளவுக்கு இந்த இளம் காவலர்கள் சோம்பேறிகளாக இருக்கிறார்கள்.”

பனிப் பொழிவு மாவோவை உற்சாகப்படுத்தத் தவறியதேயில்லை என்பதைக் கண்டு கொண்டேன். தன்னுடைய பணியிலிருந்து ஈர்த்து விடுகிற ஒரு சிலவற்றில் பனியும் ஒன்று.

1953-ம் ஆண்டு ஒரு குளிர்கால இரவில் சோங்நான் ஹேயிலிருக்கும் ஹுவாயிரென் மலையில் நடந்த ஒரு கூட்டத்தில் கலந்துவிட்டு மாவோ திரும்பிக் கொண்டிருந்தார். கைகள் நிறைய பேப்பர்களை ஏந்தியவாறு அவருக்குப் பின்னால் அருகிலேயே பின் தொடர்ந்து கொண்டிருந்தேன். அவருடையஅலுவலகத்தை அடைய இன்னும் ஒருசில எட்டுக்களேயிருந்த பொழுது ஒரு காற்று வீச்சு அள்ளிக் கொண்டு வந்த பனிச்சுருள் சீவல்கள் வானில் மிதந்து வந்தன. மாவோ நின்றுவிட்டார். கனத்த வானத்தைப் பார்த்துக் கொண்டே என்னிடம், “என்ன, ஒரு நடை நடக்கலாமா? பத்து நிமிடங்கள். நேரத்தை நீ கவனித்துக் கொள், “என்று சொன்னார்.

நடப்பது மாவோவுக்குப் பிடித்தமான ஒன்று. ஆனால் ஒவ்வொரு முறையும் பத்து நிமிடங்களுக்கு மேல் ஒதுக்க முடியாத அளவுக்கு அவருக்குப் பணிகளிருந்தன, ஆகவே என்னை நேரம் பார்த்துக் கொள்ளச் சொல்வார்.

அன்று வழக்கத்திற்கு மாறாக வேகமாக வாசலில் நடைபோட்டார், பனிப்பொழிவின் கனம் அதிகரிக்க அதிகரிக்க அவருடைய இயக்கத்தின் வலு அதிகரித்தது. தனது தோள்களை வீசி, உடலை இருபக்கமும் திருப்பிக் கொண்டு, பனியைத் தன்கைகளால் பிடிப்பதற்காக வீசியவாறு, நடந்தார், அவர் நடனமாடினார் என்றுதான் சொல்ல வேண்டும்.

“நேரம்?” கேட்டார்.

உண்மையைத்தான் சொல்கிறேன் என்கிற பாவனையுடன், "எட்டு நிமிடங்கள்," என்றேன். உண்மையில் அவர் பத்து நிமிடங்களுக்கு மேல் நடந்து கொண்டிருந்தார். அவருடைய உற்சாகத்தில் நீர் தெளித்து நமுத்துப் போகச் செய்ய நான் விரும்பவில்லை. ஆகவே அவர் 'நடனமாடுவது' இன்னுமொரு பத்து நிமிடங்கள் தொடர்ந்தது; இது வழக்கத்திற்கு மாறானதுதான், ஏனெனில் நேரத்தைப் பற்றிய அவருடைய உள்ளுணர்வு நிமிடசுத்தமானது. கடைசியில், "நேரம் முடிந்தது," என அறிவித்தேன்.

மாவோ நின்றார், ஒரு ஆழமான மூச்சை இழுத்துக் கொண்டு அலுவலகத்திற்குள் நுழைந்தார்.

உட்கார்ந்தவுடன், "இன்று உன்னுயை கடிகாரத்தில் ஏதாவது கோளாறிருப்பதைப் போல் தெரிகிறது," என்றார்.

நான் நழுவலாக, "வந்து.... அது மெதுவாக ஓடும் போலிருக்கிறது," என்றேன்.

"இல்லையே, அது வேகமாக ஓடுவது போல் எனக்குப்பட்டது."

"அடக்கடவுளே" நான் சிரித்துக் கொண்டு கூவினேன, "நான் கூடுதல் பத்து நிமிடங்களல்லவா உங்களுக்குத் தந்தேன்."

"மாவோ எதை, வெறுத்தார்?" இந்தக் கேள்வியைப் பொருத்தவரை வெவ்வேறு மனிதர்கள் வெவ்வேறு பதிலைத்தருவார்கள். 'சியாங்காய் ஷேக்' என்று ஒருவரும், இன்னொருவர், "சேர்மன் ஒரு வார்த்தை சொல்வது நம்மில் ஒருவர் ஆயிரம் வார்த்தைகளில் சொல்வதைச் சொல்லும்," என்று யாராவது சொல்லும் பொய்யுரை என்றும் அல்லது "சேர்மனின் கரங்களை வலுப்படுத்த முழுவீச்சில் இறங்குவோம்" என்கிற ஒட்டுண்ணிக் கோஷம் எனவும் அவர்களுடைய பதிலிருக்கலாம்.

இருந்த போதிலும், என்னுடைய கருத்தின்படி மாவோ வெகுவாக, மிகக் கடுமையாக வெறுப்பது பணத்தைத்தான்.

சியாங்காய் ஷேக்குடன் கை குலுக்கிய பொழுது மாவோ அவருடைய கைகளைத் தொட்டுத்தான் கைகுலுக்கினார். ஆனால் அவர் பணத்தைத் தொடமறுத்தார். யேனானில் இருந்தபோதும் மாவோ பணத்தைத் தொடவில்லை வட ஷான்சியில் போரிட்டுக் கொண்டிருந்த பொழுதும் தொடவில்லை, பெய்ஜிங் சென்ற பிறகு அதன் மீது அவருக்கிருந்த வெறுப்பு மேலும் அதிகம்தானானது.

1950களில் ஷாங் ரூயி தானிருக்கும் பண நெருக்கடி குறித்து குறைப்பட்டுக் கொண்டு மாவோவுக்கு ஒரு கடிதமெழுதினார். ஷாங் வட ஷான்சிக்காரர். வட ஷான்ஷி யுத்தத்தின் போது பாதுகாவல் பிளாட்டூனின் உறுப்பினராக இருந்தார். மாவோ பெய்ஜிங்கிற்குள் நுழைந்ததைக் கண்டதும் வயது காரணமாக அவர் விவசாயத்திற்குத் திரும்பியவராக இருந்தார், ஆகவே கடிதம் கிடைத்தவுடன் ஷாங்கிற்குக் கொஞ்சம் பணம் அனுப்பி வைக்கும்படி கேட்டுக் கொண்டார்.

தன்னிடம் வேலைபார்த்தவர்கள் சிரமத்திலிருக்கும் பொழுது மாவோ தன்னுடைய பணப்பையைத் திறப்பதற்கு எப்பொழுதும் தயாராக இருப்பார். என்னுடைய பொறுப்பிலிருந்த பட்ஜெட்டில் இதற்காகவென்றே ஒரு தொகை ஒதுக்கப்பட்டிருக்கும். அந்தத் தொகை அவருடைய சம்பளத்திலிருந்து எடுக்கப்பட வேண்டுமானால் அதை நான் கொடுத்து விடுவேன்; அவருடைய நூல்களுக்கு வழங்கப்படும் உரிமத்தொகையிலிருந்து எடுக்கப் படவேண்டுமானால் அதை அவருடைய செயலாளர் பார்த்துக் கொள்வார்.

ஷாங்கிற்கு அனுப்பப்பட வேண்டிய பணம் மாவோவின் ஊதியத்திலிருந்து வந்தது. பல நூறு யுவான்களைக் கொண்ட அந்தத் தொகையை நான் ஒரு கிரேப்ட்(கிரேப்ட் என்பது சல்ஃபேட் மரக்கூழால் செய்யப்பட்ட ஒரு முரட்டுப் பேப்பர்). பேப்பர் உறையில் வைத்தேன். ஷாங்கிற்கு அது அனுப்பப்படுவதை உறுதி செய்ய மாவோ விரும்பியதால் அதை அவர் சரிபார்த்துக் கொள்ளட்டுமென முடிவு செய்தேன்.

அந்த நேரத்தில் மாவோ வேலையாக இருந்தார். அதை ஒரு அலுவல் ஆவணம் என்று நினைத்துக் கொண்டு என்னிடமிருந்து வாங்கியவர், பிரிக்கப்போனார்.

“இது ஷாங்கிற்கான பணம் தோழர் சேர்மன், அதைச் சரிபார்த்துக் கொள்ளுங்கள்”

இதை நான் சொல்லி முடிப்பதற்குள் மாவோவின் முகம் தொங்கிப் போனது. ஒரு விஷத்தேரையை வீசுவதுபோல அந்த உறையை எறிந்துவிட்டார்.

“எடுத்துப்போ அதை! என்னிடம் கொண்டுவரும்படி யார் சொன்னது,” புருவத்தை நெறித்த அவர் தனது கைகளில் ஏதோ அழுக்குப் பிடித்துக் கொண்டது போலத்துடைத்தார்,

“நான் தான் பணத்தை எப்பொழுதுமே தொடுவதில்லையே, நினைவில் வை!”

அதே போல, வட ஷான் ஷியுத்தத்தின் போது பாதுகாவலராக இருந்த லீ எர்டிங் இதே காரணத்திற்காகக் கடிதம் எழுதியிருந்த பொழுது, இதே தவறை மீண்டும் செய்யாமல், மாவோ, உத்தரவிட்டபடி அவருக்குப் பணத்தை அனுப்பிவிட்டேன்.

சீனாவில் மாத ஊதிய முறை துவங்கப்பட்டபொழுது மெய்க்காவலர் படையிலிருந்த டியான் யுன்யூ, மாதம் முப்பத்தி ஏழரை யுவான் ஊதிய நிர்ணயிப்பில் வைக்கப்பட்டார், அது அவருக்குச் சற்று மிகவும் குறைவாக இருந்தது. ஆகவே அவர் 1956-ல் இரண்டுபடி ஊதிய உயர்வுப் பட்டியலில் சேர்க்கப்பட்டார். லீயின் பிரச்சனையை இதர கட்சித் தலைவர்களின் இவரைப் போன்ற காவலர்களுடன் ஒப்பீடு செய்த தலைமை, மாவோவின் பாதுகாவலர் என்பதற்காக இவருக்கு இரண்டு படி உயர்வு தர இயலாது, ஒரு படி ஊதிய உயர்வே போதுமானது

என்று முடிவு செய்துவிட்டது. டியான் இதற்கு ஆட்சேபம் தெரிவித்தார், கண்ணீர் விட்டுக் கூடப் பார்த்தார், ஒன்றும் பலிக்கவில்லை. 1957ல் நடைபெற்ற வலதுசாரி எதிர்ப்பு இயக்கத்தின் போது ஷோங்னான் ஹெய் வைக்கப்பட்ட பெரிய ஒரு சுவரொட்டி "தான் மற்றவர்களைவிட பத்து மடங்கு உயர்ந்தவர் என்று நினைப்புக் கொண்ட டியான் யுன்யூ இரண்டுபடி சம்பள உயர்வு கோருகிறார்," என்கிற வாசகங்களைக் கொண்டிருந்தது. மாவோ வேடிக்கையாக, "தனது இதயம் உடையும் பொழுதுதான் ஒருவன் அழுகின்றான்" என்கிற பாடல்வரிகளையொட்டி, ஒருவருக்கு ஊதிய உயர்வு கிடைக்காத பொழுது தான் ஒருவன் அழுகிறான்," என்று குறிப்பிட்டார். அவருடைய இந்தக் குறிப்பு எங்கள் மத்தியில் பரவலாகச் சுற்றுக்கு வந்தது.

அடுத்த நாள் டியான் காவல் பணியிலிருந்தார். மாவோவின் குறிப்பான பார்வை அவருக்கு ஏதோ போலிருந்தது, அந்தச் சுவரொட்டி காரணமாகத் தான் கேலிக்குரியவராகத் தோன்றியது போலிருந்தது.

"நான் உன்னுடன் பேச விரும்புகிறேன், டியான்" மாவோ கனிவுடனும், உண்மையுடனும் பேசினார், "உனக்கு எவ்வளவு தேவைப்படும்"

இந்த உதவியை ஏற்றுக் கொள்வதா வேண்டாமா என்று முடிவு செய்ய முடியாமல் டியான் தயங்கினார்.

"உன்னுடைய சம்பளம் இப்பொழுது எவ்வளவு?"

"நாற்பத்தி மூன்று யுவான்கள்"

"சரி, ஒரு அறுபது யுவான்களென்றால் என்ன சொல்கிறாய்?"

"அது வந்து....

பிற்பாடு டியான் எங்களிடம் சொன்னது இதுதான்: மகிழ்ச்சியடைந்த அவர் மாவோவுக்கு நன்றி சொல்ல வாயெடுத்த தருணத்தில் அவருக்கு மறு சிந்தனைகள் எழுந்துவிட்டது, "அப்படியானால் நான் இனிமேல் அரசாங்கத்தின் ஊதியப்பட்டியலில் இருக்க மாட்டேன். ஒருவேளை சேர்மன் இறந்துபோனால்.... என்று நினைத்துக் கொண்டேன். "இது சரியாக இருக்குமா? பிறகு என்னை நீங்கள் தனிப்பட்ட முறையில் வேலைக்கு வைத்துக் கொள்வதாகி விடாதா, தோழர் சேர்மன்?" என்று மழுப்பி அவருடய உதவியை டியான் தவிர்த்து விட்டார்.

"என்னது?'' மாவோ இதைச் சிந்தித்திருக்கவில்லை. சிறிது இடைவெளிக்குப் பிறகு தலையை அசைத்தபடி சொன்னார், "நீ சொல்வது சரிதான். பணம் ஒரு மோசமான பொருள். ஆனால் அதைப்பற்றி என்னால் ஒன்றும் செய்ய முடியாது; யாரும் எதுவும் செய்யமுடியாது, லெனினால் கூட முடியாது. ஆனால் அதில்லாமல் நம்மால் சமாளிக்க முடியாது. முன்னாட்களில் நான் பெய்ஜிங்கில் வேலை பார்த்துக் கொண்டிருந்த பொழுது, நான் மாதம் வெறும் எட்டு யுவான் பெற்று வந்தேன். என்னால் ஒரே ஒரு தடவை தான் இறைச்சிப்

பணியார அடைகளை வாங்க முடிந்தது. ஒரு உணவு விடுதியில் அதைச் சாப்பிட்டேன், நான் அதுவரை உண்டதிலேயே சிறப்பாக அவை ருசித்தன. இன்றைக்கு இறைச்சிப்பணியாரங்கள் உனக்கு ஒரு பெரிய விஷயமேயில்லையல்லவா? நான் ஷாங்காய்க்கு ரயிலில் சென்றது எனக்கு நினைவிருக்கிறது.

அதற்கு டிக்கெட் எடுப்பதற்கு என் நண்பர் ஒருவரிடம் கடன் வாங்கினேன். ரயிலில் நான் தூங்கிக் கொண்டிருந்த பொழுது யாரோ என்னுடைய காலணிகளைத் திருடிச் சென்றுவிட்டார்கள். புக்கோவில் ரயிலில் இருந்து இறங்கும் வரை இந்தத் திருட்டை நான் கண்டுபிடிக்கவில்லை. அங்கு நான் சந்தித்த நண்பர் எனக்கு உதவினார். அவர் கடன் கொடுத்த பணத்தைக் கொண்டு எனக்கு ஒரு ஜோடி புதிய காலணியையும் ஷாங்காய் செல்ல டிக்கெட்டும் வாங்கினேன். பார்த்தாயா, பணம் என்னவோ வெறுக்கத்தக்கதாக இருந்தாலும் அது இல்லாமல் உன்னால் வாழ முடியாது.

டியானுடைய வீட்டிற்குப் பணம் தேவைப்படுகிறது என்பதைக் கேள்விப்பட்ட மாவோ அவருக்குப் பணம் தந்து உதவினார்.

நான் டியான் ஜின்னுக்கு மாற்றம் செய்யப்பட்ட பிறகு 1964-ன் கோடை காலத்தில் தான் மாவோவை பெய்ஜிங் சென்று பார்த்தேன். இயற்கைச் சீரழிவுகளால் ஊரில் எனது பெற்றோர்கள் கஷ்டப்படுகிறார்கள் என்பதை அறிந்த அவர் தனது செயலாளரிடம் தனது நூல்களுக்கான உரிமத் தொகையிலிருந்து ஆயிரம் யுவான்கள் எடுத்து வரச் சொன்னார். செயலாளர் அந்தப் பணத்தை கிராஃப்ட காகித உறையில் வைத்துக் கொண்டு மேஜை மேல் வைத்துச் சென்றார்.

அந்த உறை இருந்த இடத்திலிருந்து விலகி நின்று கொண்ட அவர் என்னிடம் சைகை செய்து, “இதை எடுத்துக் கொள், கொஞ்சம் உதவியாக இருக்கும்,” என்றார்.

“ஓ! வேண்டாம், தோழர் சேர்மன்,” நான் மறுத்துத் தலையை ஆட்டிக் கொண்டேயிருந்தேன், “நான் சமாளித்துக் கொள்வேன். நான் வாங்க முடியாது,” இதற்கு முன் ஏராளமான தடவைகள் மாவோ எனக்குப் பணம் கொடுத்து உதவியிருக்கிறார் என்பதால் மறுபடியும் வாங்க என்னுடைய மனம் ஒப்பவில்லை.

“நீ சொல்வதற்கு என்ன பொருள்? அந்தப் பணத்தின் மீது என்னுடைய கைகளை வைக்கச் சொல்ல விரும்புகிறாயா என்ன?” மாவோ அந்த உறையை நோக்கிக் கையை நீட்டி எடுக்கப் போனார்.

“வேண்டாம், வேண்டாம்! நான் எடுத்துக் கொள்கிறன். நானே அதை எடுத்துக் கொள்கிறேன்,” மாவோ அதை எட்டுவதற்குள் ஆயிரம் யுவான்கள் கொண்ட அந்த உறையை நான் எடுத்துக் கொண்டேன்.

“அது தான் சரி. நான் எப்பொழுதுமே பணத்தைத் தொடுவதில்லை என்பதை நீ நினைவில் வைத்திருப்பதில் எனக்கு மகிழ்ச்சி.”

"சேர்மன் மாவோ நீடூழி வாழ்க" எனும் கோஷத்தை மாவோ எடுத்துக் கொள்வது எவ்விதம்

"சேர்மன் மாவோ நிடூழி வாழ்க" என்கிற கோஷத்தை சில சமயங்களில் ரசிப்பார். சில சமயங்களில் முகம் சுளிப்பார்.

மாவோ ஒருமுறை எங்களிடம், "உங்களுடைய தலைவராக என்னை நீங்கள் ஏற்றுக்கொள்ள வேண்டியதுதான், ஆனால் எப்போதுமே என்னை அவ்வாறு நீங்கள் நடத்துவதை என்னால் பொறுத்துக் கொள்ள முடியாது" என்று கூறியதை நான் நினைவு கூர்கிறேன். அவருடைய மெய்க்காவலர்களில், அவர்முன் இயல்பாக இருக்க இயலாதவர்களின் இறுக்கத்தைப் போக்கி சகஜமடைய வைப்பதற்காக ஒருமுறை எங்கள் பலரிடையே மாவோ பேசிக் கொண்டிருக்கும் பொழுது இதை வேடிக்கையாகச் சொன்னார்.

"சேர்மன் மாவோ நீடூழீ வாழ்க" எனும் முழக்கத்தை நான் முதன் முதலாகக் கேட்டது 1947ன் கோடையில் தான். மாவோவின் முன்னிலையில் முதன் முறையாக தன்னெழுச்சியாக எழுப்பப்பட்ட போதுதான் இதை நான் கேட்டது, பொது மக்கள் ஊர்வலத்தின் ஒரு கோஷமாக எழுதப்பப்படட போதல்ல

லியூ கானின் சேனையின் ஏழு பிரிகேடுகள், வடஷான்ஷியில் சென்று கொண்டிருந்த மத்தியக் குழுவின் படை வரிசைகளைப் பின் தொடர்ந்து துரத்தி வந்துகொண்டிருந்தன. அந்தப் படை வரிசை மை ஷி-யிலிருந்து இருபது லீ தொலைவிலிருந்த பொழுது அது பிரதான சாலையை விட்டு இறங்கி கிழக்கில் ஒரு ஓடைப் பள்ளத்திற்குள் நுழைந்தது. ஜிஞ்ஜர்பிங், சென்ஜியாகூ ஆகியவற்றை அடைந்த பிறகு நாங்கள் ஒரு மலையைக் கடந்து மைஷிக்கும், ஜியாஷியன் மாவட்டங்களுக்கிடையிலிருந்த சமதளபூமியை அடைந்தோம். பிரதான சாலை கிட்டத்தட்ட வெறிச்சோடிக் கிந்தது, ஆனால் அந்தப் பள்ளம் சுறுசுறுப்பாக இயங்கிக் கொண்டிருந்தது; வயலில் வேலை செய்யும் விவசாயிகள், தோளில் மூங்கில் கம்புகளில் கட்டிய பொருட்களைச் சுமந்து செல்லும் ஆட்கள், என இயங்கிக் கொண்டிருந்தனர். அந்தப் பள்ளத்தின் இன்னும் உள்ளே கடைக்காரர்கள் தங்களுடைய பொருட்களை விற்றுக் கொண்டிருந்த சந்தை விறுவிறுவென இயங்கிக் கொண்டிருந்தது. எதிரி இன்னும் இங்கு வந்து சேரவில்லை போலிருக்கிறது.

மாவோ அபாயத்தை உணர்ந்தார்; எதிரிப்படைகள் முப்பது லீ தூரத்திற்கும் குறைவான தொலைவிலிருக்கிறார்கள். எந்த கணமும் அபாயம் கட்டவிழ்த்து விடப்படலாம். கார்டு பிளாட்டூன் தலைவர் மூலம் தன்னிடம் வரவழைத்த பிரச்சாரப் பிரிவிடம், "உங்கள் ஆட்களை இந்த மக்களிடம் அனுப்பி, எதிரி எந்த நேரமும் வந்து விடுவார்கள், உங்களிடமிருக்கும் அனைத்து பொருட்களையும் மறைத்து வையுங்கள், எதிரிப்படைகள் வந்தால் அவர்களுக்கு உண்பதற்கு எதுவுமிருக்கக் கூடாது, என்று சொல்லுங்கள்," என்று கட்டளையிட்டார். அந்தப் படைப்பிரிவின் முதன்மை அலுவல் அதிகாரியிடம் அவர் சொன்னார், "இந்தச் சந்தைக்குத் தொந்தரவு ஏற்படக்கூடாது, எனவே நாம் மாற்று வழியில் போகலாம்."

ஆனால் பொதுமக்கள் எங்களைப் பார்த்துவிட்டதால் சந்தையை விட்டு வெளியேறி எங்களைக் காண வந்து கொண்டிருந்தார்கள். அந்தக் கால கட்டத்தில் மாவோவின் பெயர் சீனா முழுவதும் ஒவ்வொரு வீட்டிலும் உச்சரிக்கப்படும் பெயராக இருந்தது, ஆனால் நவீன தொலைத் தொடர்பு வலைப்பின்னல் இல்லாததால் முன்னதாகவே விடுவிக்கப்பட்ட பகுதிகளிலிருந்த மக்கள் மாவோவின் வரையப்பட்ட சித்திரங்களைத் தான் பார்க்க முடிந்ததேயல்லாமல் புகைப்படங்களில் பார்த்ததேயில்லையென்பதுடன், அவரை நேரில் கண்டவர்கள் அவர்களில் வெகுசிலரே. இப்பொழுது லீ டெஷாங் என்கிற மாற்றுப் பெயரில் இருந்ததால் பெரும்பாலான சமயங்களில் மாவோ அடையாளம் காணப்படவில்லை. மாவோ தங்கியிருந்த வீடுகளின் உரிமையாளர்கள் மாவோவைப் பற்றிப் பேசிக் கொண்டிருப்பார்கள், அவர்கள் காண விரும்புகிற அதே மனிதர்தான் உண்மையிலேயே தங்களுடைய விருந்தாளி என்பதைப் புரிந்து கொள்ள முடியவில்லை.

ஆனால் இந்தமுறை கதை வேறாகவிருந்தது. அந்த மக்கள் கூட்டத்திலிருந்த யாரோ ஒருவர் அரை நம்பிக்கையுடன், "இது சேர்மன் மாவோவாக இருக்குமோ?" என்று அழைத்துப் பார்த்தார்.

அந்தக் குரல் வந்த திசையை நோக்கி குதிரையிலிருந்த மாவோ அனிச்சையாகத் திரும்பிப் பார்த்தர். உடனடியாக அந்தக் கூட்டத்திலிருந்த மேலும் பலர் அந்த அழைப்புடன் இணைந்து கொண்டு "அது சேர்மன் மாவோதான்! சேர்மன் மாவோ நீடூழி வாழ்க என்று மகிழ்ச்சியுடன் கூவத் தொடங்கிவிட்டனர்.

அந்தச் சந்தையில் பரபரப்பு வெடித்துக் கிளம்பி விட்டது. தங்களுடைய அபாகஸ் கணக்கிடும் சாதனத்தையும், தராசுகளையும், சாமான்களையும் அப்படியே எறிந்துவிட்டு மக்கள் பொங்கும் வெள்ளம் போல வரத் தொடங்கினார்கள். அந்தச் சந்தையின் வெளி ஓரத்திலிருந்தவர்கள் மாவோவை முதலில் நெருங்கினார்கள்; "சேர்மன் மாவோ நீடூழி வாழ்க," எனும் அவர்களுடைய களிபொங்கும் குரல்கள் இடி முழக்கம் போல எதிரொலித்தது.

நகர முடியாமல், பரபரப்படைந்துவிட்ட கூட்டத்தால் நாங்கள் சூழப்பட்டு விட்டோம். கனிவுடன் புன்னகைத்துக் கொண்டு, கண்கள் குளமாக, குதிரை மேலிருந்த மாவோ அவர்களை நோக்கிக் கையசைத்தார். கட்சி, செஞ்சேனை, நாங்கள் எதற்காகப் போராடிக் கொண்டிருந்தோமோ அந்த லட்சியம் ஆகியவற்றுக்கான மக்களின் அன்பும், ஆதரவும் என எடுத்துக் கொண்ட எங்களுடைய இதயம் விம்ம, எங்களுடைய கண்களும் கண்ணீரால் நிறைந்தன. எங்களுடைய லட்சியங்கள், நம்பிக்கைகளின் மறு உருவமாக இருந்த மா-சே-துங்' என்கிற பெயர் ஆற்றலின் ஊற்றுக் கண்ணாகவும் விளங்கியது. இரண்டு வருடமா, இருபது வருடங்களா இருபது வருடங்களுக்குப் பிறகு செங்காவல் படையினர் மாவோவை வாழ்த்தி எழுப்பிய முழக்கங்களைப் போல ஆவேச உணர்ச்சியுடன் இல்லாவிட்டாலும் இந்த மக்களின் தூய்மையான, பாசாங்கற்ற உணர்வுகளின் வெளிப்பாடு அதைவிடவும் ஈர்ப்பும், மேன்மையும் கொண்டதாக கண்களில் நீர் பொங்க வைக்கப் போதுமானதாக இருந்தது.

எனது கண்களின் முன் விரிந்த காட்சியெல்லாம் மக்கள் திரளின் மகிழ்ச்சிப் பரவசம்; மகிழ்ச்சியால் துள்ளிக் குதித்துக் கிளர்ச்சி கொண்டு ஓடும் குழந்தைகள், கணக்கற்ற ஆயுதங்களை உயர்த்தி வரவேற்கும் இளைஞர்கள், தங்களுடைய கண்களிலும், உதடுகளிலுமிருந்தும் ஒளிவீசும் மகிழ்ச்சியை மறைக்க இயலாமல் மாவோவை ஒரு பார்வை பார்த்துவிட வேண்டி கால்விரல்களை ஊன்றி உயர்த்தி கழுத்தை அண்ணாந்து நீட்டியபடி நெருக்கியடித்துக் கொண்டிருக்கும் பாட்டி மார்களும், அத்தைகள், பெரியம்மா, சின்னம்மாக்களும் தங்களுடைய மண்வாரிகளைக் கீழே போட்டுவிட்டு முழங்கைகளால் கூட்டத்தை விலக்கிக் கொண்டு, இத்தனை நேரமும் கண்ணீரைத் துடைத்துக கொண்டே குதிரை மேலமர்ந்திருந்த ம3ாவோ நோக்கி, தலையில் வெள்ளைப்பட்டையணிந்த முதிய ஆண்கள் முன்னேறினார்கள்; மாவோவின் ஜேக்கட்டின் பின்புறத்தைத் தொட்டுவிட்ட அவர்களின் சுருக்கம் நிறைந்த, வெய்யிலில் கன்றிப்போயிருந்த முகங்களில் புத்துயிர் பெற்ற இளமைக் களிப்பு அலைபாய.... என விரிந்தது.

அந்த நேரத்தில் "மாவோவின் கரங்களை வலுப்படுத்த முழு வீச்சுடன் களமிறங்குவோம்," என்கிற ஊடகப் பிரச்சாரமெதுவும் நடக்கவில்லை; மாவோக்காக அப்போது நடந்த பிரச்சாரமெல்லாம் கொள்ளைக்காரன், சமூக விரோதி, பிசாசு என்று முத்திரை குத்தி கோமிங்டாங் செய்த பிரச்சாரம் தான். இது போன்ற வசை பாடல்களையெல்லாம் உண்மைகளைக் கொண்டு மாவோ முறியடித்தார். சீனாவில் என்ன நடந்து கொண்டிருக்கிறது, சீன மக்களின் மனங்களில் என்ன பொதிந்துள்ளது என்பதை மாவோ மிகத்துல்லியமாக உணர்ந்திருந்தார்; மக்கள் புரிந்து கொள்ளக் கூடிய, மக்களின் மொழியில் அவர்களுக்கு விளக்கினார்; இல்லாவிட்டால் விஷயங்கள் அவர்களுக்குப் பிடிபடுவது

மிகவும் சிக்கலாகியிருக்கும்; தனது சிந்தனைகள், புரட்சிகரக் கோட்பாடுகள், அசாதாரணமான அணிதிரட்டும் திறன், தன்நிகரற்ற தலைமைப் பண்பு ஆகியவற்றால் நாட்டின் தலைசிறந்தஆண், பெண்களைத் தன் பின்னால் அணிதிரளச் செய்தார், அவர்களின் உதவியுடன் ஆகப் பெரும்பான்மையான மக்கள் திரளை தன்னோடு திரட்டிக் கொண்டார். இவைகளெல்லாம் சேர்ந்து மக்களின் கேள்விக்கிடமில்லாத அன்பையும் ஆதரவையும் பெற்ற தேசத்தலைவராக அவரை ஏற்றுக் கொள்ள வைத்தன.

எனக்குத் தெரிந்த வரை, அந்தக் கால கட்டத்தில் தான் மாவோ 'நீடூழி வாழ்க' என்றழைக்கப்படுவதால் மகிழ்ச்சியடைந்தார், அவ்வாறு வரவேற்கப்படுவதை எதிர்பார்த்தார் எனலாம், ஏனெனில் மக்கள் மா-சே-துங் என்கிற பெயரை கம்யூனிஸ்ட் கடசியுடன் அடையாளப் படுத்தினார்கள். 'நீடூழி வாழ்க' என்கிற முழக்கம் தங்களுடைய மேன்மையான நலன்களுக்காகத்தான் கட்சியின் போர்த்தந்திரங்களும், கொள்கைகளும் சேவைபுரிகின்றன என்பது மக்களின் மனதில் குடிகொண்டிருக்கிறது என்பதன் அடையாளமாகும். எது எப்படியிருப் பினும், மக்களின் ஆதரவைப் பெற்றவர்கள்தான் வெற்றியையும் பெறுவார்கள்.

பெய்ஜிங் மாநகரத்திற்குள் 'நீடூழி வாழ்க' முழக்கங்களுக்கு மத்தியில் மாவோ நுழைந்தார். அன்று மாவோ ஜீப்பிற்குள் ஒரு காலும் தரையில் ஒரு காலுமாக நின்று கொண்டு சூயென்லாயிடம் சொன்னார், "நகரத்திற்குள் என்ன காத்திருக்கிறது என்று பார்ப்போம். நாம் லீசிஷெங் போன்றவர்களல்ல (லீ சிஷெங்கின் விவசாயிகள் படை மிங் வம்ச ஆட்சியை 1644ல் கவிழ்த்தது) என்பதை நிரூபிப்போம். சோதனையில் வெற்றி பெறுவோம்"

அந்தநாட்களில் நான்ஜிங் பகுதியில் செஞ்சேனையை யாங்சு நதியைத் தாண்டி அனுப்பும் வேலையில் மும்முரமாக இருந்தார்; எஞ்சியிருக்கும் சீனாவை விடுவிக்க ராணுவத்திட்டங்கள் வகுத்துக் கொண்டிருந்தார். அரசியல் கலந்தாய்வு மாநாட்டுக் கூட்டத்திற்கான தயாரிப்புகளில் ஈடுபட்டுக் கொண்டிருந்தார்; பொருளாதாரத்திற்குப் புத்துயிரூட்டிக் கொண்டும், உற்பத்தியை மேம்படுத்திக் கொண்டிருந்தார்; அதாவது ஆக்கப்பூர்வமான பணிகளில் மும்முரமாக இருந்தார். மே 2 ந் தேதி யாசியுடன் (இவர் ஒருபெயர் பெற்ற கலாச்சாரத்துறை மனிதர்) கோடைகால அரண்மனைக்குச் சென்றார், அங்கிருந்த பூங்காவிலிருந்த குன்மிங் ஏரியில் இருவரும் ஒரு படகு சவாரி செய்தார்கள்.

அன்றைய தினத்தில் கோடைகால அரண்மனைக்கு ஏராளமான பார்வையாளர்கள் வந்திருந்தார்கள். அவரை அதன் நுழைவாயிலில் அடையாளங்கண்டு கொண்டவர்கள் கிளர்ச்சியுடன் ஒருவொருக் கொருவர், 'சேர்மன் மாவோ" ஆமாமம், சேர்மன் மாவோ தான்" என்று பேசிக் கொண்டார்கள், ஆனால் 'நீடூழி வாழ்க' என்று குரலெழுப்பவில்லை.

மாவோவும், லிய யாசியும் இருந்த படகு கரையை நெருங்கிய பொழுது ஒருபெரும் கூட்டம் கூடிவிட்டது. தெற்கு வாசல் வழியாக மாவோ பூங்காவை விடு வெளியேறுவது வசதியாக இருக்கும், எனவே தென்கிழக்கிலிருந்த மறு கரையில் நாம் இறங்கிக் கொள்ளலாம் என்று நான் யோசை கூறியபொழுது மாவோ ஆட்சேபித்தார், "அந்தக் கூட்டமிருந்தால் என்ன தவறு, பொது மக்களைக் கண்டு அஞ்சக்கூடாது"

கிழக்குக்கரையை படகு நெருங்கிய பொழுது கூட்டத்தில் ஒரு சலசலப்பு எழுந்தது, அங்கே கூடியவர்கள் படகிலிருப்பது மாவோதான் என்பதை உறுதிப்படுத்திக் கொண்டபிறகு அவர்கள் உரக்க வரவேற்கத் தொடங்கிவிட்டனர்.

"சேர்மன் மாவோ நீடூழி வாழ்க்"

"சேர்மன் மாவோ நீடூழி வாழ்க"

மாவோ கரையில் கால் வைத்ததும் அவரைக் கூட்டம் சுற்றி வளைத்துக் கொண்டது. மாவோவுடன் கை குலுக்க ஆர்வம் மிக்க கைகள் நீண்டன. கவனத்தின் மையமாகத் தானிருப்பதை விரும்பாத மாவோ லியூவுக்கு பக்கவாட்டில், ஒரு எட்டுப் பின்னால் நடந்தார். அவர்கள் காருக்குள் ஏறிய பொழுது, முதலில் லியூ காருக்குள் நுழையுமாறு பார்த்துக் கொண்டார்.

காருக்குள் மாவோ நல்லியல்புடன் உரையாடிக் கொண்டுவந்தார். ஒரு எளிய சைகையுடன், "நாம் கோடைகால அரண்மனைக்கு வருவது இதுதான் முதன்முறை, அத்துடன் அங்கு ஏராளமான பார்வையாளர் களைக் காண்பது முதல் முறைதான். திரு.லியூ அவர்கள் மகிழ்ச்சியாக இருந்தார், நானும் மகிழ்ச்சியாக இருந்தேன்," என்றார்.

மே 12-ந் தேதி மாவோவும், சூட்டேயும் நறுமணக்குன்றுகளின் அடிவாரத்திலிருந்து ஒரு சதுக்கத்தில் முதல் தேசிய இளைஞர் காங்கிரசின் பிரதிநிதிகளைச் சந்தித்தனர். எட்டு டிரக்குகளில் அவர்கள் வந்திருந்தனர்; வரும் வழியில் அவர்கள், "கிழக்கு சிவந்துவிட்டது, ஞாயிறு எழுந்து கொண்டிருக்கிறது, சீனா மாசேதுங்கை ஈன்றுவிட்டது," என்று பாடிக் கொண்டு வந்தார்கள்.

இதற்குச்சில நாட்கள் முன்னதாக தேசிய மகளிர் பிரதிநிதிகள் மாவோவைச் சந்தித்த மகிழ்ச்சியில் 'சேர்மன் மாவோ நீடூழி வாழ்க' என்று முழக்கமிடுவதை நிறுத்தவேயில்லை. ஆகவே இந்தமுறை தானும் சூட்டேவும் இந்தப் புகழ் வெளிச்சத்தை ஒன்றாகப் பகிர்ந்து கொள்ள வேண்டுமென்பதை மாவோ உறுதிப்படுத்திக் கொண்டார். அந்த இளைஞர்களை அவர்கள் நெருங்கிக் கொண்டிருந்த பொழுது சூட்டேவுக்குச் சற்று முன்னால் நடந்து கொண்டிருந்த மாவோ, நான் சூட்டேவுக்கு அருகிலிருக்கும்படி பார்த்துக் கொண்டார், அவ்வப்போது வேகத்தை மட்டுப்படுத்திக் கொண்டு சூட்டே தன்னைவிட்டு அதிகம் பின் தங்கிவிடாமலும் பார்த்துக் கொண்டார்.

பிரதிநிதிகள் இதன் பொருளைப் புரிந்து கொண்டார்கள். "சேர்மன் மாவோ நீடூழி வாழ்க" என்பதுடன் சேர்த்து "தலைமைத் தளபதி சூட்டே நீடூழி வாழ்க" என்பதையும் சேர்த்து முழங்கினார்கள்.

ஒரு கட்டத்தில் அவர்களுடைய புகழ்மாலை இவ்வாறு போனது, "இருண்ட நாட்களில் உங்கள் குரலை நாடினோம் எங்கள மகத்தான சேர்மன் உங்களுடைய குரலிலிருந்து நாங்கள் எங்களுடைய நம்பிக்கைகளை வளர்த்துக் கொண்டோம், உங்களது குரலிலிருந்து நாங்கள் வலிமையை எடுத்துக் கொண்டோம்."

இந்த சந்திப்பிலிருந்து மாவோ மகிழ்ச்சியான மனநிலையுடன் திரும்பிவந்தார். அந்தப் புகழ்ப்பாட்டு குறித்து, "அந்தப் பிரதிநிதிகள் எனது குரல் அவர்களுக்கு நம்பிக்கையையும், வலிமையையும் தந்ததாகச் சொல்கிறார்கள்; அவர்களுடைய குரலும் எனக்கு அதையேதான் தருகிறது," என்று கூறினார்.

அந்த 'நீடூழி வாழ்க' முழக்கங்களும், அவற்றை மாவோ எடுத்துக் கொண்ட விதமும் அந்த சமயத்தில் எனக்கு இயற்கைக்கு மாறாகத் தோன்றவில்லை. தேசத்திற்காக மாவோ ஏராளம் செய்திருக்கிறார் என்பதை மறுக்க முடியாது. புதிய ஜனநாயகப் புரட்சி சாதித்த ஒவ்வொருவெற்றியிலும் அவருடைய பெயர் பதிந்திருக்கிறது. சீனாவின் நடப்புகள் அவர் ஒரு மதிநுட்பம் படைத்த தலைவர் என்பதை ஒன்றுக்கும் மேற்பட்ட தடவைகள் நிரூபித்திருக்கின்றன. அவரைக்குறித்த தங்களது ஆழமான, இதயப்பூர்வமான மரியாதையை மக்கள் வெளிப் படுத்திய பொழுது, தன்னுடைய முக்கியத்துவம் மிகைப்படுத்தப்படக்கூடாது என்பதில் அவர் மிகக் கவனமாக இருந்தார். டியானன்மென் சதுக்கத்தில் 'நீடூழி வாழ்க' முழக்கம் அலையென எழுந்தபொழுது தனது நிதானத்தைத் தக்க வைத்துக் கொண்டார். இதற்குக் கீழ்வரும் நிகழ்வுகள் சாட்சியமளிக்கின்றன.

சீனத் தாயகத்தின் விடுதலைக்குப்பிறகு மாவோ எடுத்த ஒரு அசாதாரணமான முடிவு என்பது 1950ல் அமெரிக்கப் படைகளை எதிர்த்துப் போரிடுவதற்காக சீன மக்களின் தன் விருப்பத் தொண்டர்களை கொரியாவுக்கு அனுப்புவது தான். பெரும் அபாயங்கள் நிறைந்தமுடிவு அது. நவசீனம் நிறுவப்பட்டவுடனேயே, இருபது ஆண்டுகள் நடைபெற்ற யுத்தத்தின் ரணங்கள்இன்னும் ஆறாமல் இருக்கும் பொழுது ஐக்கிய நாடுகளின் ஒரு டஜனுக்கும் மேலான உறுப்பினர் நாடுகளையும் தன்னுடன் வைத்துக் கொண்டிருக்கிற, உலகிலேயே பெரும் வலிமைமிக்க ஒரு ஏகாதிபத்திய நாட்டுடன் யுத்தம் புரியச் செய்வதற்கு தன் அறிவை இழக்காத ஒருவரும் துணியமாட்டார் என்று வாதிட்டபலர், இது ஒரு பைத்தியக்காரத்தனம் என்று அழைத்தார்கள். இதற்கு அவர்கள் லீ சி செங்கின் வரலாற்று உதாரணத்தை -அவருடைய புரட்சியின் சோகமான முடிவுக்கு 'நுஷென்களின்' கைகளில் அடைந்த ராணுவத் தோல்விகள் தான் காரணமென்று கூறி மேற்கோள் காட்டினார்கள்.

என் நினைவுக்குத் தெரிந்தவரை, இந்தமுடிவுக்கு வருமுன் மூன்று பகல்களும், மூன்று இரவுகளும் மாவோ ஒரு வினாடி கூட உறங்கவில்லை. ஒருமுறை மூன்று டோஸ் தூக்க மாத்திரைகளை எடுத்துக் கொண்டார், ஆனாலும் இன்னும் அவரால் தூங்க முடியவில்லை. படுக்கையிலிருந்து எழுந்த அவர் சங்கிலித்தொடராகப் புகைப்பிடித்தார், குவளை குவளையாகத் தேநீர் குடித்தார். பிறகு தான் தன் விருப்பத் தொண்டர் களை கொரியாவுக்கு அனுப்ப முடிவு செய்தார்.

ஒருமுறை மாவோ ஒரு முடிவெடுத்துவிட்டாரென்றால், முன்பு நம்பிக்கையற்று இருந்தவர்களெல்லாம் அவர்பின் அணிதிரண்டு விடுவார்கள். அவருடைய இந்த முடிவுக்கு அரசியல் தலைமைக் குழுவும், அரசாங்கமும் தங்களுடைய ஒருமித்த அங்கீகாரத்தை வழங்கிவிட்டன என்பதே, மக்கள் நம்புவதை விடவும், கூட்டுச் சிந்தனை மதிப்பீடு ஆகியவற்றை நம்புவதைவிடவும் கூட மாவோவை நம்ப முடியும் என்று நம்புகிறார்கள். என்பதற்குக் சாட்சியமளிக்கின்றன. உண்மையிலேயே, பல விஷயங்களில் மாவோவினுடைய கருத்துக்கள் சிறுபான்மையாக இருந்த போதிலும் கூட,பின்னர் அதைத்தொடர்ந்து நடக்கும் நிகழ்வுகள் அவருடைய கருத்துக்கள் தான் சரியானவை ன்பதை நிரூபித்துள்ளன.

இதற்குக் கொரிய யுத்தமும் இன்னுமொரு உதாரணமாக விளங்கியது; ஒரு யுத்த நிறுத்த உடன்படிக்கையுடன் இந்த யுத்தம் முடிவுக்கு வந்தது; சேதத்தின் பொருளாதாரம் ஒரு குறிப்பிடத்தக்க அளவு சுதாரித்துக் கொண்டது, இதன் மூலம் ஒருசில வருடங்களிலேயே துரித முன்னேற்றம் கண்டது.

இருந்தபோதிலும், இதே நம்பிக்கை பின்னதாகச் சீனாவை உலுக்கிய பல நாசகர நிகழ்வுகளையும் ஏற்படுத்தியது. சீனாவின் கலாச்சாரத்தின் உள்ளார்ந்த ஒருபகுதியாக விளங்கி, பல ஆயிரம் வருடங்கள் கோலோச்சிய வம்சாவளிமுறையை ஓரிரவில் ஒழித்துவிட முடியாது. சோஷலிச சமுதாயத்திற்குள் தொடர்ந்து வரும் ஒற்றை மனித முடிவெடுக்கும் ஏகபோகத்திற்கோ, மாவோ ஒருவரை மட்டும் குறைகூறி விட முடியாது.

மாவோவுடன் நெருக்கமாப் பணியாற்றியவன் என்கிற முறையில் அவரை, 'மகத்தானவர், 'அதீத மதிநுட்பம் படைத்தவர்' 'மாவோ நீண்ட, மிக நீண்ட காலம் வாழ வேண்டும்' 'மாவோ உண்மையிலேயே மகத்தானவர்' 'மனிதர்களிலேயே மாபெரும் மனிதர்' 'மிகப் பெரும் மரியாதைக்குரியவர்,' 'சீனாவின் ஒப்பீடற்ற ராணுவ தந்திர நிபுணத்துவம் கொண்டவர், 'நாங்கள் பார்த்ததிலேயே மிக உயர்ந்தவர்,' இத்யாதி, இத்யாதி என்று தாராளமாகப் புகழ்பாடுவதை நான் அடிக்கடி கேட்டிருக்கிறேன். இதுபோன்று கட்சி, கட்சிசாராத தலைவர்கள் ஒன்று போலப் புகழ்ந்தார்கள், இதில் தங்களுடைய காரில் ஏறும் போதும் அல்லது படிகளில் ஏறும் பொழுதும் அவர்களுககு மாவோவே உதவுகிற அளவுக்கு அவரால் மதிக்கப்படுகிற, ஜனநாயகப் புரட்சியின் பழம்பெறும்

தலைவர்களான ஷாங்லான், லீ ஜிஷென், ஷென் ஜூரு, சென் சூடோங், ஹே சிங்னங், மாசூலுன் ஆகியோரும் அடக்கம்.

இதுபோன்ற புகழ்மாலைகள் மாவோவிடம் சிறிது தாக்கத்தை ஏற்படுத்தியிருக்கக்கூடும். ஆனால் அது நிகழக்கூடாது என்கிற எச்சரிக்கை உணர்வைத் தளர்த்திக் கொள்ளவில்லை. கொரிய யுத்தம் முடிந்து இரண்டு வடங்களுக்குப் பிறகு கிம் இல் சுங் மாவோவுக்கு இருபத்தி நான்கு பெட்டிகள் கொண்ட ஆப்பிள்களைப் பரிசாக அனுப்பியிருந்தார். சீனர்களோ அல்லது வெளிநாட்டவரோ அனுப்புகிற பரிசுகளின் பட்டியலை மட்டுமே மாவோ பார்ப்பார், ஆனால் அந்தப் பரிசுப் பொருட்களை என்றுமே மாவோ பார்க்கமாட்டார்; பரிசுப் பொருட்களைக் கையாளும் இலாக்காக்களுக்கு அவைகள் நேரடியாக எடுத்துச் செல்லப்படும், அங்கே இவை பொதுச் சொத்தாகிவிடும். ஆனால் இந்த ஆப்பிள்கள் மாறுபட்டவை; அவை கிம்மின் பரிசுகள், கெட்டுப் போகக் கூடியவை. எனவே மாவோ அவற்றை மெய்காவலர் களுக்குக் கொடுத்துவிடுமாறு என்னிடம் கூறினார்.

அந்தப் பழங்களை காவலர்களிடம் நான் கொண்டு சென்ற பொழுது அவர்கள் மிகவும் மகிழ்ச்சியடைந்தார்கள், ஏனெனில் சந்திரப்புது வருட சமயத்தில் அவை வந்து சேர்ந்திருந்தன. ஆர்வத்துடன் அவர்கள் பெட்டிகளைத் திறந்தார்கள், ஆனால் அவற்றினுள்ளிருந்தவற்றைக் கண்டவுடன் அவர்களுடைய ஆர்வம் மறைந்துவிட்டது. ஒவ்வொன்றும் முஷ்டியளவு இருந்த அந்த ஆப்பிள்கள் அருமையான தரத்திலிருந்தன, ஆனால் அவை ஒவ்வொன்றின் மீதும், “சேர்மன் மாவோ, நீடூழி வாழ்க” என்கிற சொற்கள் செதுக்கப்பட்டிருந்தன.அவற்றை அழிக்க முடியவில்லை, ஏனெனில், பிற்பாடு நாங்கள் தெரிந்து கொண்டது போல, அவைகள் முழு வளர்ச்சியடைவதற்கு முன்பாகவே செதுக்கப்பட்டு, சூரிய ஒளி பட்டதால் நிரந்தரமாகிவிட்டன. ‘சேர்மன் மாவோ நீடூழி வாழ்க’ என்று எழுத்துக்களைத் தாங்கிய அவற்றை ஆட்கள் கடிக்க மனம் ஒப்புமா? என்ன செய்வதென்று யாருக்கும் விளங்கவில்லை. யாரோ யோசனை சொன்னார்கள், “ஏன், அவை அப்படியே இருக்கட்டுமே, அவற்றின் இனிய மனத்தையாவது நாம் தினமும் முகரலாமே”

இதை நான் மாவோவிடம் தெரிவித்த பொழுது அவர் மகிழ்ச்சியற்றுப் போனார். புருவத்தை நெறித்துத் தலையை ஆட்டியபடி அவர் சொன்னார், “என்னைப் பொருத்தவரை இந்தக் கோஷம் எனக்குப் பிடிக்கவில்லை. யாராவது சிரஞ்சீவியாக வாழ முடியுமா? யாராலும் முடியாது. எனவே ஆப்பிள்களைத் தின்று விடுங்கள்.

இப்படியாக, அந்த இருபத்தி நான்கு பெட்டி ஆப்பிள்கள் அனைத்தையும், அவை ஒவ்வொன்றிலுமிருந்த ‘சேர்மன் மாவோ நீடூழி வாழ்க எழுத்துக்களுடன் நாங்களனைவரும் முடித்துக் கட்டிவிட்டோம், இதை, மாவோவைக் கடவுளாக்கி வைத்திருந்த கலாச்சாரப்புரட்சிக் காலத்தில் யாரும் கற்பனை கூடச் செய்திருக்க முடியாது.

மலையில் ஏறும் ஒருமனிதன் நடந்து ஏறுகிறான்; அவனைத் தூக்கிக் கொண்டு ஏற வேண்டுமானால் யார் தூக்குகிறார்களோ அவருக்குத்தான் சுமை, சுமக்கப்படுபவருக்கு அல்ல. நான் சொன்னது போல் சீனாவில் தொடர்ந்து நீடித்துக் கொண்டிருக்கும் வம்சாவளி தலைமை முறைக்காகவோ, ஒற்றை மனிதனே முடிவுகளை எடுக்கும் ஏகபோகத்திற்காகவோ மாவோவை மட்டும் குறைகூற முடியாது; லின் பியாவோ அல்லது நால்வர் கும்பலையோ கூட குற்றம் சொல்லமுடியாது. ஏனென்றால் "சேர்மன் மாவோ நீடூழி வாழ்க" என்று முழக்கமிடும் மக்களில் பெரும்பான்மையானவர்கள் தங்களை மேம்படுத்திக் கொள்ளும் சுய நலத்திற்காக முழக்கமிடுபவர்களோ அல்லது சதிகாரர்களோ அல்ல.

துவக்கத்தில் "தனிமனித ஆராதனை"யின் அபாயத்தை மாவோ உணர்ந்தவராகவேயிருந்தார். அதற்கான உதாரணமாக கிம் இல் சுங் அனுப்பியிருந்த ஆப்பிள்களுக்கு நேர்ந்த கதியைப் பற்றிய என்னுடைய அனுபவத்தை மேற்கோள் காட்டியிருந்தேன். டியானன் மென் சதுக்கத்தில் தனது வெண்கலச்சிலை உருவம் நிறுவப்படுவதை, "அது ஒருகேலிப் பொருளல்லாமல் வேறொன்றுமில்லை," என்று கூறி ஆட்சேபித்தது மற்றுமொரு எடுத்துக்காட்டு. இதுபோன்ற எடுத்துக்காட்டுகள் ஏராளம். நான் தவறாகக் கூட இருக்கலாம், ஆனால், ஆயிரக்கணக்கான வருடங்களாக 'நீடூழி வாழ்க' கோஷம் திரும்பத்திரும்ப எதிரொலித்து வந்த வரலாறு கொண்ட சீனா போன்ற ஒருநாட்டில் ஒரு மனிதன், அவர் எவ்வளவு தான் அறிவார்ந்தவராக இருக்கின்ற போதிலும், அதுவும் அந்த முழக்கம் ஒரு சம்பிரதாய சடங்காக மாறிவிடுகிற பொழுது அதை சரிதான் என்பது போலக் கருதிக் கொண்டு தனது மன சமநிலையை இழக்காமலிருப்பது வெகுகாலம் நீடிக்காது என்பதால் நான் இன்னும் மாவோவின் தரப்பு நியாயத்திற்காக வாதிடுகிறேன்.

இந்த சம்பிரதாயசடங்கு தவிர்க்கவியலாமல் மனிதனை தெய்வமாக்கிவிடுகிறது; அவர் இவ்வாறு வழிபடப்படுவது துவங்கியவுடன், அவர் மக்களிடமிருந்து தனிமைப்படுவது அதிகரிக்கிறது, எவ்வளவுக்கெவ்வளவு மக்களிடமிருந்து அந்நியப்படுத்தப்படுகிறாரோ அவ்வளவுக்கவ்வளவு மேலும் தெய்வமாகக் கொண்டாடப்படுவார்; இந்த வட்டப்பாதை காலப் போக்கில் ஒரு சோகமாக உருவெடுத்து விடுகிறது.

1952ல் வூஹான் பிரதேசத்தின் குய் ஷீ மலைகளில் ஒரு சுற்றுலாப் பயணம் சென்ற மாவோ, அங்கிருந்த ஹுவான்கே கோபுரத்திற்குச் சென்றார். விடுதலையுத்த காலத்தில் அவர் வட ஷான் ஷியில் இருந்த நாட்களைப் போலல்லாமல் சாமான்ய மக்களுடன் கலந்து கொள்கிற அளவுக்கு மாவோவுக்குச் சுதந்திரம் இப்பொழுது இல்லாமலிருந்தது. அவ்வாறு அவர் செய்ய விரும்பினால் பாதுகாப்புத் துறையினரின்

வற்புறுத்தலின் படி அவர் ஒரு முகத்திரையை* அணிய வேண்டியிருந்தது. ஆகவே நேரடியாக வெகு சிலரே மாவோவைக்காண வாய்ப்பைப் பெற்றனர். ஒரு நிலாப்புது வருட தினமாக இருந்ததால் கோபுரத்தினுள் ஏராளமான பார்வையாளர்கள் நிறைந்திருந்தனர். மாவோ முகத்திரையை அணிந்திருந்தும் கூட ஒரு குழந்தை அவரை அடையாளம் கண்டு கொண்டது.

"இது சேர்மன் மாவோ" என்று மகிழ்ச்சியுடன் கூவியதைத் தொடர்ந்து அந்த விடுமுறை கால சுற்றுப் பயணிகள் மத்தியில் குழப்பம் ஏற்பட்டது. அவர்கள் ஒருவரை இடித்துக் கொண்டும் தள்ளிக் கொண்டும் மாவோவைச் சுற்றி மொய்த்தனர். லுவோ ருய்சிங், லீ சியான்னியான், வாங் ரென்சோங், யேங் க்விக்விங் ஆகியோர் ஒரு பாதுகாப்பு வளையத்தை ஏற்படுத்தினார்கள். அந்த வளையத்திற்குள் மெய்க்காவலர்களாகிய நாங்கள் மாவோவுக்கு நெருக்கமாக சுற்றி நின்று கொண்டோம். எல்லாப் பக்கங்களிலிருந்தும் கூட்டம் எங்களை நெருங்கியது, ஆனால் நாங்கள் கீழே தள்ளிவிடப்படமாட்டோம் என்பது எங்களுக்குத் தெரியும்; எங்களுக்கும் நெருக்கும் கூட்டத்திற்குமிடையில் நாங்கள் விழுவதற்கான இடமேதுமிருக்கவில்லை. சிறிது சிறிதாக வியர்வைகொட்ட, நெருக்கியடித்துக் கொண்டு அந்த மலையிலிருந்து கீழே இறங்கி, நதிக்கும் பிறகு படகுக்குமாகச் சென்று ஏறினோம்.

மாவோ முகத்திலிருந்து திரையை அகற்றிவிட்டு, தங்களது அடிவயிற்றிலிருந்து 'நீடூழி வாழ்க' என்று முழங்கிக் கொண்டும், பலமாகக் கை தட்டிக் கொண்டும் கரையில் இருந்தவர்களை நோக்கிக் கையை அசைக்கத் திரும்பினார். இதற்கு மேலும் லுகுவா ருய் க்விங்கினாலும், யாங் க்விக்கிங்கினாலும் மௌனமாக இருக்க முடியவில்லை; பாதுகாப்பு ஏற்பாடுகள் தளர்வாக இருந்ததற்கு மன்னிப்புக் கேட்டுக் கொண்டு அரசியல் தலைமைக் குழு உறுப்பினர்கள் முன்னிலையில் சுய விமர்சனம் செய்து கொண்டார்கள். ஆனால் மாவோவிடம் அதிருப்தியின் அடையாளமெதுவும் தென்படவில்லை. ஆழ்ந்த மன நிறைவுடன் புன்னகைத்துக் கொண்டு சற்றுப் போதையேறிய குரலில் "ஹுவான்கே கோபுரத்தில் சிக்கிக் கொண்டால் எபபடியிருக்கும் என்பது இப்பொழுது எனக்குத் தெரிந்துவிட்டது," என்று சொன்னார்.

அவர் அவ்வளவுதான் சொன்னார்.

---

* வட சீனாவில் குளிர்காலத்தில் குளிர் மற்றும் அது தொடர்பான சுவாசக் கோளாறுகள் நுரையீரல் தொற்றுகள் எற்படாமலிருக்க, ஒரு அறுவை சிகிச்சை முகமறைப்பைப் போல மூக்கையும், வாயையும் மூடக்கூடிய வெள்ளையான ஒரு பருத்தி சல்லாத்துணி அணிந்துகொள்ளப்படும். இங்கு சாமான்ய மக்களால் மாவோ அடையாளங் கண்டு கொள்ளப்பட்டுவிடக்கூடாதென்கிற நோக்கத்தில் பயன்படுத்தப்பட்டது.

வூ ஹானிலிருந்து படகு மூலமாக நான்ஜிங் வந்துசேர்ந்தார். அங்கு அவரைச் சந்திப்பதற்காகவென்றே ஷாங்காயிலிருந்து வந்திருந்த சென் யீ, ஷாங் எய்பிங் ஆகியோர் அவருடன் சேர்ந்து கொண்டார்கள். மாவோ நான்ஜிங்கில் இரண்டு நாட்கள் தங்கியிருந்தார், மாவோ ஷாங்காயில் தானிருப்பார் என்று எதிரி கருதிய நாளன்று கோமிங்டாங் விமானங்கள் அங்கு தாக்குதல் நடத்தின.

அப்பொழுதிலிருந்து மாவோவின் பாதுகாப்பு ஏற்பாடுகள் இறுகுவது கூடிக்கொண்டே போனது, அது அவரை வான்வெளியில் பயணம் செய்வதைத் தடை செய்யுமளவுக்குப் போனது. மாவோ விமான விபத்து எதிலும் சிக்கிக் கொள்ளக்கூடாது என்பதற்காக இந்த முடிவை மத்தியக் குழு எடுத்தது.

இவ்விதமாக மக்களிடமிருந்து மனிமைப்படுவதை மாவோ விரும்பவில்லை., ஆனால் இந்தக் “கூட்டு” மதிலுக்கு முன்பாக அவரால் எதுவும் செய்ய முடியவில்லை. இருந்தாலும் மறுக்கப்பட்டதால் அவர் கடுங்கோபம் கொண்டார். இவ்வாறு கோபப்படுவது அவருடைய உடல் நலத்திற்குக் கேடு விளைவித்துவிடும் என்கிற அச்சத்தில், அது போன்ற விவகாரங்களுக்குப் பொறுப்பானவர்கள், அவர் முகத்திரைஅணிந்து கொள்ள வேண்டுமென்கிற நிபந்தனையுடன் அவருடைய விருப்பத்திற்கு இணங்கினார்கள். இவ்வாறாக வயல்களுக்குச் சென்ற மாவோ விவசாயிகளுடன் பேச்சுக் கொடுக்க முயற்சித்தார். முகத்திரையுடன், கருப்புக் கண்ணாடி அணிந்து கொண்டு ஏழெட்டுப் பேர் பின்தொடர வருகின்றவருடன் யார்தான் பேச முற்படுவார்கள்? கோபத்துடன் முகத்திரையையும் கண்ணாடிகளையும் மாவோ அகற்றியவுடன் ஏதோவொரு அனிச்சைச் செயல்போல விவசாயிகள், “சேர்மன் மாவா நீடூழி வாழ்க என்று உடனடியாக முழங்கத் தொடங்கிவிட்டனர். இந்தக் குரல் கேட்டு ஓடிவந்த மற்ற விவசாயிகள் மாவோவை மொய்க்க ஆரம்பித்துவிட்டார்கள். உடனடியாக, மாவோவின் ஆட்சேபங்களையும் மீறி மெய்க்காவலர்கள் அவரை அங்கிருந்து பாதுகாப்பாக அழைத்துச் சென்றுவிட்டார்கள். இது போன்ற சூழ்நிலைகளில் வேறு எந்தப் பாதுகாவலரும் இதைத் தான் செய்திருப்பார்.

நாங்கள் தனியாகப் இதுபோன்ற சம்பவங்களைப் பற்றிப் பேசிக் கொண்டிருக்கும் பொது மெய்க்காவலர் படையினரான நாங்கள் மாவோவின் வெறுமையான வாழ்க்கைக்காகவும், அவர் சுதந்திரமாக உலவமுடியாதது குறித்தும் அனுதாபப்படுவோம்.

இவைகளெல்லாம் நம்புவதற்குக் கடினமாகத் தோன்றலாம், ஆனால், ஒருவிண்கலத்தில் பயணிக்கும் ஒரு விண்வெளி வீரரைக் கற்பனை செய்து பாருங்கள்; காற்றோ, கதிரோ புக முடியாது மூடப்பட்டிருக்கும் தனது உறைவிடக் கூண்டுக்குள்ளிருந்து வெளியே வராமலேயே அவர் பல லட்சக்கணக்கான மைல்கள் பயணம் செய்வதை எண்ணிப்பாருங்கள். மாவோ நாடு முழுவதும் பயணம் செய்தார், ஆனால் தான் விரும்புகிறபடி

ஒரு தெருவிலிறங்கி அவரால் உலவ முடியாது, ஒரு பூங்காவுக்குப் போக முடியாது, ஒரு திரைப்பட அரங்குள்ளோ அல்லது ஒரு பல்பொருள் அங்காடிக்குள்ளோ அடியெடுத்து வைக்க முடியாது. அவர் எங்கு சென்றாலும் 'நீடூழி வாழ்க' என்று முழங்குகிற மக்களின் தலைவர்தானவர், ஆனால் தான் நினைப்பது போலஎவரையும் சந்திக்க முடியாது. அவர் யாரையாவது சந்திக்க வேண்டுமானால் அதுமுன்கூட்டியே எப்பொழுதும் ஏற்பாடு செய்யப்பட்டதாகவிருக்கும்; அவருடைய சிறப்பு ரயிலின் உதவியாளர்க்குக்கூட, இந்த விதிபொருந்தும்; அவர்கள் மெய்க்காவலரின் அனுமதி இல்லாமல் அவரைப் பார்க்க முடியாது. அவருடைய கற்பனைகளுக்கு எல்லையேதுமில்லாத பொழுதும், அவருடைய அன்றாட வாழ்க்கையில் விமானத்தில் கூடப் பறக்க முடியாது. கட்சியின் முடிவுகளுக்கு முன்னால் அவரும் மற்றெவரைப்போலவே சாமானியர்தான். சில சமயங்களில் இவர் உதிர்க்கும் ஒருசில சொற்கள் சீனாவின் சரித்திரப் பாதையையே மாற்றிவிடும், இருந்தும் அதே மனிதர் மக்களோடு மக்களாக ஒரு உணவு விடுதிக்குச் சென்று உணவருந்த இயலாது.

அந்த கருஞ்சிவப்பு* மதில்களுக்குள்ளிருந்து அவர் என்ன சொன்னாலும் அது இந்த உலகை உலுக்கிவிடும், இருந்தும் அந்த மதில்களுக்கு வெளியே காலடி பதிக்க அவருக்குச் சுதந்திரமில்லை; அவ்வாறு அவர் செய்ய வேண்டுமானால் அதற்கு அனுமதி தேவை. தொழிலாளர்களுக்கும், விவசாயிகளுக்கும் படை வீரர்களுக்கும் சுதந்திரம் வேண்டுமென்று அவர் எவ்வளவு விரும்பினார்!

1955ல் சீனா வந்திருந்த இந்தோனேசிய ஜனாதிபதி சுகர்னோ சீனாவை விட்டுப்புறப்பட்டுக் கொண்டிருந்தார், அவரை வழியனுப்பி வைப்பதற்காக மாவோவுடன் நானும் விமான நிலையம் சென்றிருந்தேன். சுகர்னோவின் விமானம் மேலேறத் தொடங்கிய பிறகு எதிர்பாராத விதமாக அவர் சொன்னார், "ஒரு உணவு விடுதிக்குச் சென்று உணவருந்தலாம், யின் கியாவோ. மட்டன் குழம்பிலிட்ட பண் கிடைக்கும் விடுதிக்குப் போவோம். நான் ஏற்கனவே அங்கு போயிருக்கிறேன்."

நாங்கள் அங்கு சென்ற பொழுது, அந்தக் கடை வியாபாரத்திற்காகத் திறந்திருக்கவில்லை. கவனிக்கப்படுவதற்கு மாவோவையும் எங்களையும் தவிர வேறு வாடிக்கையாளர்கள் எவருமில்லாததால் அந்த இடத்தைக் காவல் காப்பதில் எந்தப் பிரச்சனையும் இருக்கவில்லை. மாவோவுக்கு

---

* பாரம்பரியமாக, பழைய சீனத்தில், நுழையக் கூடாத நகரம், கோடைகால மாளிகை போன்ற அனைத்து முன்னாள் சக்ரவர்த்திகளின் கட்டிடங்களின் வெளிமதில் சுவர்களும், அரண்மனை மாளிகை வசிப்பிடங்களும் கருஞ்சிவப்பு வண்ணத்தில் தானிருக்கும். தற்பொழுது அரசாங்கத்தின் தலைவர்கள் வசிக்கும் சோங்நான்ஹே பகுதி பழைய நுழையக்கூடாத நகரத்தின் நீட்சியாகும். அதன் சுவர்கள் சிவப்பு வண்ணம் கொண்டவை.

மட்டன் இறைச்சி பிடிக்காதாகையால் அதை ஓரிரு வாய்களே எடுத்துக் கொண்டார்; அந்த உணவு விடுதிக்குள்ளிருந்த சுற்றுப்புறங்களை அவர்வெறுமனே பார்த்துக் கொண்டிருந்தார், அவை கடந்து போய் விட்ட காலங்களின் இனிமையான நினைவுகளை திரும்பவும் கொண்டுவந்திருக்க வேண்டும்.

இதேபோல, டிங் என்கிற முதியவர் வளர்த்து வந்த CHRYSAN THE MUM பூக்களைப் பார்ப்பதற்காக மாறுவேடத்தில் ஒரு தனியார் பூந்தோட்டத்திற்கு அறிவிப்பேதுமில்லாமல் போயிருக்கிறார். இதுபோன்ற பயணங்களை முழுமையாக விரும்பி ரசித்தார், ஆனால் அவைகளெல்லாம் வெகுகுறைந்த, நீண்ட இடைவெளி கொண்ட நிகழ்வுகள்தான்.

1958 ஆகஸ்ட் 13 அன்று மாவோ நான்கி பல்கலைக்கழகத்திற்கும், டியான் ஜின பல்கலைக் கழகத்திற்கும் சென்றார். பின்னதிலிருந்து அவர் புறப்பட்ட பொழுது மதியஉணவு வேளை நெருங்கிவிட்டது. அவருடைய வற்புறுத்தலின் காரணமாக சேங்ச்சுன் தெருவிலிருந்த சாங்யான் சுன் என்கிற ஒரு உணவு விடுதிக்குச் சென்றோம். மாவோவின் வருகை அதன் நிர்வாகத்திற்குத் தெரிவிக்கப்பட்டு, சுற்றிலும் பாதுகாவலர்கள் நிறுத்தப்பட்டிருந்ததால் மற்ற வாடிக்கையாளர்கள் எவரையும் நாங்கள் எதிர்பார்க்கவில்லை. விடுதிக்குள் அடைபட்டுவிட்ட உணர்வினால் உந்தப்பட்ட மாவோ வெளியே வீதியை ஒரு பார்வை பார்க்க ஒரு ஜன்னலுக்கருகே சென்றார். அது ஒரு கணம் தான் நீடித்தது., ஆனால் வீதியின் எதிர்ப்புறம் மாடியில் துணி உலர்த்திக் கொண்டிருந்த ஒரு பெண்ணின் கண்ணில் பட்டுவிட்டார். அவர் மகிழ்ச்சி கொண்ட திகைப்புடன், “அது சேர்மன் மாவோ! நீடூழி வாழ்க சேர்மன் மாவோ,” என்று கத்திவிட்டார்.

‘நீடூழி வாழ்க’ “சேர்மன் மாவோ’ ஆகிய இரண்டு வாக்கியங்களும் இதற்குள் இணை புரியாதவைகளாகி விட்டிருந்ததால்“சேர்மன் மாவா எனும் வாக்கியத்தற்கு முன்னால் ‘நீடூழி வாழ்க’ இடம் பெறுவது வாடிக்கையாகிவிட்டது.

அந்தப் பெண்ணின் உரத்த வாழ்த்தொலி எல்லா திசைகளிலுமிருந்து பெருத்த கூட்டத்தைக் கூட்டிவிட்டது. அவர்களெல்லாம் நீடூழி வாழ்க, சேர்மன் மாவோ என்று முழங்கிக் கொண்டு அணையின் மதகிலிருந்து பொங்கும் வெள்ளம் போல விடுதியை நோக்கிப் பாய்ந்தார்கள், கூட்டம் கூடிக் கொண்டே போனது. மாவோவைக் கண்ணில் பார்க்காமலே அவர்களில்பலர் வாழ்த்தொலித்தார்கள். இந்தப் பெருந்திரள் கொண்டாட்டக் காட்சியானது வடக்கு ஷான்ஷியில் நான் பார்த்ததிலிருந்து மாறுபட்டிருந்தது. அந்த நிகழ்வின் போது அந்த வாழ்த்தொலிகள் பல்வேறு உணர்ச்சிகளைக் கொண்டதாக, வயதையும், பாலினத்தையும் பொருத்து அமைந்திருந்தன; ஆனால் இங்கேயோ, அங்கிருந்தது போன்ற தனித்தன்மைகள் காணாமல் போயிருந்தது;

உணர்ச்சிகளில் மாறுபாடுகளைக் காணோம்; சிலர் கூட்டத்தில் கோவிந்தா போடுவதுபோலிருந்தது. மற்றவர்கள் ஆரவாரம் செய்வதைப் பார்த்து இவர்களும் செய்வதைப் போலிருந்தது.

கிளர்ச்சியுற்ற கூட்டம் எல்லா வீதிகளையும் அடைத்துக் கொண்டு போக்குவரத்தையும் நிறுத்திவிட்டது ஆரவாரமிடும் கூட்டத்துடன் போக்குவரத்துத் துறைக்காவல்களும் சேர்ந்து கொண்டு மாவோவின் உருவத்தை ஒரு பார்வை பார்க்க முயற்சித்தார்கள். மாவோ என்னவோஅவர்களிடம் போவதற்கு முயற்சிக்கத்தான்செய்தார். ஆனால் நாங்கள் வழியை மறைத்து நின்று கொண்டோம்; அந்த சூழ்நிலையில் அது என்ன பலனைத் தந்து விடப்போகிறது? *ஒரு வாரியைக் கொண்டு உரத்தை சேகரித்துக் கொண்டும் அல்லது ஒரு மாவு அரைக்கும் கல்லை தள்ளி விட்டுச் சுற்றிக் கொண்டு விவசாயிகள் சமூகமாகப் பேசிக் கொண்டே அவர்கள் மனதில் என்ன இருக்கிறது என்று மாவோ அறிந்து கொள்ள முயன்ற வட ஷான்ஷியல்ல இந்த இடமும் காலமும். மனிதனுக்கும் "தெய்வத்துக்கும் இடையிலிருக்கக் கூடிய உறவு என்பது "வேண்டுதலும்", அதற்கான பதிலுமாகத்தானிருக்க முடியுமேயல்லாமல் சரிசமமான நிலையில் எண்ணங்களைப் பரிமாறிக் கொள்வதாக இருக்க முடியாது.

எங்களை மீட்டெடுக்க "வார்ஜாவா" என்கிற ஒரு போலிஸ் சீடான் கார் வரும் வரை காலையில் ஏழு மணிக்குச் சற்று மேலிருந்துபிற்பகல், ஐந்து மணி வரை, ஆறு மணி நேரத்திற்கும் கூடுதலாக அந்த உணவு விடுதிக்குள் சிக்கிக் கிடந்தோம். கோட்டை ராணுவ தளத்தின் ஒரு பிளாட்டுன் வீரர்கள் அந்தக்காரை கூட்டத்தினூடாக உணவு விடுதி வரை தள்ளிக் கொண்டு வந்தார்கள். அவர்களில் வாட்டசாட்டமான ஒரு வீரர் குழு மாவோவைக் காருக்குப் பாதுகாப்பாக அழைத்துச் சென்றார்கள். மாவோவின் உடல் வாகுக்கு அந்தக் கார் மிகவும் சிறியதாகத்தானிருந்தது, எனினும் ஒரு வழியாக அந்த வீரர்கள் மாவோவை அதற்குள் புகுத்தி விட்டார்கள். வீரர்கள் வழியேற்படுத்தித் தந்து காரைத்தள்ளிக் கொண்டு வர, நாங்கள் கூட்டத்தைப் பிளந்து வெளியேறி விட முடிந்தது. பிற்பாடு அந்தப் பகுதியை சுத்தப்படுத்திய பொழுது அங்கு கண்டெடுக்கப்பட்ட தொப்பிகள், காலணிகள், பேனாக்கள், கை கடிகாரங்கள் ஆகியவை பெருங் கூடைகளில் ஏழரைக் கூடைகள் நிறைந்து விட்டன.

பெய்டாய்ஹேயில் நீடூழி வாழ்க ஆரவாரம் மக்களுடன் உரையாடுவதற்கு இடையூறாக இருந்ததால் கோபமடைந்தார். ஆனால்

---

* கிராமப் புறங்களில் சோளமாவு அரைப்பதற்காக பக்கவாட்டில் ஒரு கம்புடன் கூடிய ஒரு ஆட்டுக்கல். இதை விவசாயிகள் கைகளினால் கம்பைப்பிடித்துக் கொண்டு தள்ளி நடந்து சுற்றுவார்கள். சீனக்கிராமப்புறங்களில் இன்றளவும் இவை பயன்பாட்டிலிருக்கின்றன.

இந்தமுறை மகிழ்ச்சிவெள்ளத்தில் தன்னைப்பின் தொடர்ந்த பெரும் கூட்டத்தின் காட்சியை அவர் ரசித்தது போலிருந்தது. இதைப்பற்றிச் சுருக்கமாகச் சொன்னார், "ஹுவாங்ஹே கோபுர நிகழ்ச்சியின் மறு பதிப்பு இது."

இதை புகழ்ந்து சொன்னாரா அல்லது விமர்சித்தாரா?

இந்த நிகழ்ச்சிக்குப் பிறகு "காலார ஒரு நடை நடக்க" வேண்டுமென்று அவர் கூறுகிற ஒவ்வொரு முறையும் ஹுவாங்ஹே கோபுரத்திலும், டியான் ஜின்னிலும் என்ன நிகழ்ந்தது என்பது மாவோக்கு நினைவூட்டப்படும். எதுவாகினும் ஒழுங்கமைதி காக்கப்பட வேண்டுமென்பதுடன் மாவோவின் தனிப்பட்ட பாதுகாப்பும் இதில் இணைந்திருந்தது. தன் வாழ்நாள் முழுவதும் மாவோ ஒரு வெற்றியாளராகவே திகழ்ந்தார், இருந்த போதும் கோபுரத்திலும், உணவு விடுதியிலும் இடம் பெற்ற நிகழ்வுகள் திரும்பவும் எற்படாமலிருக்க விட்டுக் கொடுக்க வேண்டி வந்தது. இது தனிமைப் படுத்தப்பட்ட ஒருதுறவு வாழ்க்கையின் துவக்கமாக இருந்தது, பின்னாட்களில் மாவோ இதற்குப் பழகிவிட்டார்.

1949-ல் குன்மின் ஏரியில் படகு சவாரி செய்தபொழுது லியூ யாஷியிடம் மாவோ கூறியது காதில் விழுந்தது, "இப்பொழுது சியாங்காய் ஷேக் போயாகிவிட்டது. உங்களுடைய அடையாளத்தை மறைத்துக் கொள்கிற தேவையில்லாமல் நீங்கள் சுதந்திரமாக எழுதலாம், பேசலாம். உங்களுடைய பாதுகாப்புக்கு உத்தரவாதம் செய்யப்பட்டுள்ளது. உங்களுடைய கருத்துக்கள் மதிக்கப்படும்." பத்து வருடங்களுக்குப் பிறகு தனது கருத்துக்களைச் சுதந்திரமாக வெளிப்படுத்தி மார்ஷல் பெங் டெஹுவாயி தனக்கு எழுதியிருந்த கடிதத்தைக் குறித்து மாவோ சொன்னதை நான் கேட்டேன், "ராணுவத்திற்கு இனிமேல் நான் தேவையில்லை என்று கருதுமானால் ஒரு புதிய ராணுவத்தை என்னால் உருவாக்க முடியுமென்பது பெங் டெஹுவாயிக்குப் புரியவில்லை.

உண்மையிலேயாதன் மீது மாவோ கொண்டிருக்கும் நம்பிக்கையென்பது, அவர் பெங் டெஹுவாயி மீது வைத்திருக்கும் நம்பிக்கையை விடவும் அல்லது கூட்டுச்சிந்தனை என்பதைக் காட்டிலும் கூட பெரிய அளவு வித்தியாசத்தில் கூடுதலானது, அதிலும் மிக முக்கியமாக பிற்பாடு நடந்த நிகழ்வுகள் அதை நியாயப்படுத்தவும் செய்தன. ஒருசிலசொற்களாலேயே கட்சியின் அனைத்து அதிகாரங்களையும் பறித்துக் கொள்ளக்கூடிய ஒரு மனிதராக மாவோ விளங்கினார், எந்த இடத்திலும், எந்த நேரத்திலும் மக்களை அணி திரட்டித் தலைமை தாங்கக் கூடிய அளவுக்கு வசீகரம் படைத்தவரவர்.

"நீடூழி வாழ்க"-வை சில சமயங்களில் அவர் ரசித்தார், சில சமயங்களில் ரசிக்கவில்லை. பின்னாட்களில் அதனால் உற்சாகமடைந்த அளவிற்குச் சலித்துப் போகிறவராகவும் மாறினார்; இந்தக் கலவயான உணர்ச்சிகளை அவரால் முழுமையாகக் களைய முடியவில்லை.

அவருடைய இறுதி வருடங்களில் நான் அவரரோடிருக்கவில்லையானாலும் நானும், மற்றபலரும், 'நீடூழி வாழ்க' போடுவதையும் தனிமனித ஆராதனை மேலும் மேலும் கூட்டப்பட்டுக் கொண்டிருப்பதையும் குறித்த அவருடைய ஆட்சேபணைகளுக்கு மேலும் அர்த்தம் குறைந்து கொண்டே போனது. அவர் தெரிந்தும், தெரியாமலும் தனிமனித ஆராதனையின் வேகம் கூட அனுமதித்ததன் மூலம் மக்கள் அவரைத் தெய்வமாகப் போற்றுகிற மனப்பாங்கை வளர்த்துவிட்டது, அதன் உச்சகட்டமாக "கலாச்சாரப் புரட்சி" என்கிற வடிவத்தில் பத்து ஆண்டுகள் நீடித்த தேசிய சோகத்திற்குக் கொண்டு போய்விட்டது.

எளிமையான மனிதர் மாவோ

மாவோவின் விஷயத்தில் எளிமை என்கிற சொல்லை ஒரு சீன விவசாயியின் இளவயது மகன் என்கிற துவக்க கால வாழ்க்கையின் தோற்று வாய்களைக் கொண்டிருக்கிற அவருடைய சில பழக்கவழக்கங் களையும், ஒரு புரட்சியாளர் என்கிற முறையில் அவருடைய சிக்கனமான வாழ்க்கை முறையையும் சித்தரிப்பதற்குப் பயன்படுத்தலாம். இவற்றில் ஒரு தேசத்தின் வரலாற்றையும், பண்பாட்டையும், ஒரு புரட்சியாளரையும், அவருடைய எதிர்பார்ப்புகளையும், லட்சியங்களையும் சிருஷ்டிக்கும் குணநலன்களையும் ஒருவர்காண முடியும்.

ஒரு மனிதன் "நவ நாகரீகமானவனா" "இல்லையா" என்பதை அவர் அணிகின்ற உடைகள் பளிச்சென்று எடுத்துக் காட்டிவிடுமென்பதால், மாவோ உடைகள் அணிகிற பாணிகள் குறித்து சில கதைகளிலிருந்து துவங்க என்னை அனுமதியுங்கள்.

காலணிகள் புதிதாக இருக்கும் பொழுது மாவோ அவற்றை அணிய மாட்டார். காவலர்களையோ, மெய்க்காப்பாளரையோ முதலில் அவற்றை அணியச் செய்வார், அவற்றின் தோற்றம் புதியதல்லாததாக ஆகும் பொழுது திரும்பப் பெற்று அணிந்து கொள்வார்.

யுத்த காலத்தின் பொழுது பலமுறை தனது காலணிகளை, தேவைப்படும் வீரர்களுக்குத் தந்துவிடுவார். "நமது அணிகளிலிருக்கும் ஒவ்வொருவரையும் நல்ல முறையில் கவனித்துக்கொள்ள வேண்டும்" என்பது இதர ஊழியர்களுக்கும் எடுத்துக் காட்டாக விருப்பதற்காக இதைச் செய்வார். ஆனால் புதிய காலணிகளை முதலில் மற்றவர்ளை அணிய வைப்பதென்பது முற்றிலும் வேறு ஒரு தன்மை கொண்டது; அதுவொரு தனிமனித விருப்பம். சிலர் தங்களது ஆடைகள், தொப்பிகள், காலணிகள் புதியவைகளாக இருந்தால் தங்களுடைய தோற்றம் எடுப்பாக இருக்கும் என்று நம்புவார்கள். மாவோ இதற்கு நேரெதிர். விவசாயிகளைப் போலவே அவரும் ஒரு நடைமுறைவாதி; அவரைப் பொருத்தவரை சிறந்த உடையென்பது மிகவும் சௌகர்யமான உணர்வைத் தருபவைதான்.

"இளைஞர்களான நீங்கள் புதிய உடைகளில் எடுப்பாகத் தெரிகிறீர்கள், ஆனால் நான் வயதானவன், எனக்குப் பழைய ஆடைகள் தான் நல்ல வசதியாகத் தெரிகிறது" என்று புதிய காலணிகளை ஆட்களிடம் தரும்போதோ அல்லது திரும்பவும்வாங்கும் போதோ மாவோ சொல்வது வழக்கம், அத்துடன் சொல்வார், "ஒவ்வொருவருக்கும் அவரவர் விருப்பம் போல".

தனது உடைகளைக் குறித்த பழக்கங்களும், மனப்பாங்கும் அவருடைய ஆரம்பகால நாட்டுப்புற வாழ்க்கையினால் ஒருபகுதியும், யுத்தகால வருடங்களில் அவர் எதிர்கொண்ட பற்றாக்குறைகளால் ஒரு பகுதியும் உருவாகின. கிராமப்புற பொருளாதாரமும், யுத்தச் சூழல்களும் பிரதானமாகத் தீர்மானிக்கப்பட்டிருந்த சீன சமூக நிலைமைகளுக்குத் தன்னைத் தகவமைத்துக் கொள்வதற்கு இந்தப் பழக்க வழக்கங்களும் மனப்பாங்கும் அவருக்கு உதவியது.

கிராமப்புறங்களில் அவர் மேற்கொண்ட எண்ணிறந்த பயணங்கள் தெளிவாகக் காட்டுவதுபோல் மாவோவுக்கு விவசாயம் நன்கு பரிச்சயமானது. 1958-ல் டியான்ஜின் பகுதியின் ஸின்ல் கிராமத்தில் நாங்கள் நெல்வயல்களை ஒன்றாகப் பார்வையிட்டபொழுது மத்தியக் குழுவின் முன்னணித் தலைவரொருவரும், உள்ளூர் அதிகாரிகளும் ஒரு மூ (15 மூ=1 ஹெக்டர்) அளவிலான நிலத்தில் 100,000 ஜின் அளவுக்கு (1 ஜின்= அரைகிலோ) அரிசி விளைச்சல் தருமென்று சொன்னார்கள். மாவோ அதை நம்பாமல் அவர்கள் கூறுவது வெறும் "தம்பட்டம்" என்று நிராகரித்துவிட்டார். அதை நாங்கள் கூறுவது உண்மைதானென்று நிரூபிப்பதற்காக அவர்கள் செயற்கை ஒளி ஏற்பாடு, காற்றைப்பீச்சும் கருவி கொண்டு ஊதிக் காட்டுவது, நெற்கதிர்களின் மேல் குழந்தைகளைப் படுக்க வைப்பதென்பதைக் கூடச் செய்து அபரிமிதமான விளைச்சல்* இருப்பதை நிரூபிக்க முயன்றார்கள்.

ஆனால் மாவோ அதையெல்லாம் ஏற்றுக்கொள்ள மறுத்தார், "அவ்வளவு விளைச்சல் தர வைக்க உங்களால் முடியாது. எவ்வளவு உயரத்திற்கு நீங்கள் போகிறீர்களோ அவ்வளவுக்கு நீங்கள் வீழ்வீர்கள்" என்றார். அந்த முன்னணி மத்தியக் குழுத்தலைவரிடம் மாவோ குறிப்பிட்டார், "நீங்கள் விவசாயமே என்றும் செய்ததில்லை. நீங்கள் பேசுவதெல்லாம் வெறும் பெருமைதான். நானே ஒரு விவசாயியாக இருந்தவன் தான், 100,000 ஜின் என்பது நடக்காத காரியம், இந்த அளவு நிலத்தின் மீது அதைக் குவித்து வைக்கக்கூட முடியாது. ஆகையால் என்னை முட்டாளென்று கருதிவிட வேண்டாம்."

தனது பணி பெரும்பாலும் கிராமப்புறங்களிலேயே இருக்கும் பொழுது, அங்கு வயல்களிலிறங்கி, ஏர் ஓட்டுவது, கதிரறுப்பது அல்லது உரங்களை அள்ளுவது, விவசாயிகளோடு உரையாடுவது என்றிருக்கும் பொழுது, யாராவது அருமையான, மடிப்புக்கலையாத உடுப்புகளை அணிவாரா?

---

* "முன்னோக்கிய மாபெரும் பாய்ச்சல்" இயக்க காலத்தில் விவசாயிகள் ஒருவருடன் ஒருவர் போட்டி போட்டுக் கொண்டு தங்களுடைய விளைச்சல் தான் மிகவும் அதிகமானது என்று காட்டிக் கொண்டதை இது காட்டுகிறது; தங்களது உற்பத்தியின் அளவை மிகைப்படுத்திக் காட்டுவார்கள். உண்மையிலேயே அபரிமிதமான விளைச்சல் கொண்டது, வலுவானது என்று நிரூபிக்க நெற்பயிர்களின் மேல் குழந்தைகளைப் படுக்க வைப்பார்கள்.

மாவோ ஒட்டுப்போட்ட உடைகளையே அணிவது போன்ற தோற்றத்தை வரலாறு உருவாக்கிவிட்டது. யதார்த்தத்தில், மாவோவின் உள்ளாடைகளிலும், பருத்தியாலான முரட்டுக் காலுறைகளிலும் தான் பெரும்பாலுமிருந்தது, அவை பார்வைக்குத் தெரியாது. அவைகள் எல்லா வடிவங்களிலும், அளவுகளிலுமிருக்கும்; அப்படி இப்படியென துண்டுத் துணிகள், அது மஞ்சளோ, நீலமோ, சாம்பல் நிறமோ எதுவாகினும் கையலகப்படுவவையே போதுமானது.இவை கிடைக்காதென்றால் பழைய பாண்டேஜ் துணிகள் அதற்கு மாற்றாக விருக்கும். இந்த ஒட்டுத்துணிகள் குறித்த அவருடைய சொற்கள் காலத்துக்குக் காலம் மாறுபடும். "கவலைப்படாதே. இந்த ஒட்டுகள் எனது உள்ளாடைகளில் தானிருக்கும், வெளியே தட்டுப்படாது, எனக்குத் தொந்தரவளிக்கின்ற வரை எனக்குப்பாதிக்காது".

"உனக்கு இதை விட நல்லது ஒன்று கிடைக்காத பொழுது நீ என்ன உடுத்துகிறாய் என்பதை உதாசீனப்படுத்துவது எளிது"

"நாட்டின் பொருளாதாரம் மேம்படுகிறது, உன்னால் நல்ல ஆடைகளை வாங்க முடியுமென்கிற பொழுது நீ என்ன உடுத்துகிறாயென்பதை உதாசீனப்படுத்துவது சுலபமல்ல,"

"செய்வதற்கு கடினமானதை ஒரு கம்யூனிஸ்ட் செய்தாக வேண்டும்"

இருந்த போதிலும் தனது மேலாடை ஒட்டு விஷயத்தில் மாவோ மிகுந்த கவனம் செலுத்துவார். அந்த ஒட்டுகள் ஆடையின் நிறத்திலேயே இருக்க வேண்டும். அல்லது கிட்டதட்ட அதே நிறத்திலிருக்க வேண்டுமென வலியுறுத்துவார். அதுவெளியில் பார்ப்பதற்கு நன்றாக இருக்க வேண்டுமென்பார். "ஆடையின் நிறத்தோடு பொருந்துகிற துணியைக் கண்டுபிடி, வெளியே அணிவது மற்றவர்கள் பார்ப்பதற்காகத் தான், பார்ப்பதற்கு அசிங்கமாக இருக்கும் ஒட்டுகள் மரியாதைக் குரியதல்ல," என்று சொல்லுவார்.

பெய்ஜிங்கிற்கு வந்த சிறிது காலத்திற்குள்ளாகவே ஜனநாயகக் கட்சிகளின் தலைவர்கள் பல்வேறு வட்டங்களின் பிரதிநிதிகள், மற்றும் பிரபலமானவர்களை மாவோ சந்தித்தார். அவர்களிலொருவர் சீன ஜனநாயக லீகின் ஸ்தாபகரும், சீன மக்கள் மத்திய அரசாங்கத்தின் துணைச் சேர்மனுமான சாங்லான். அந்தச் சந்திப்பிற்கு முன்னதாக மாவோ என்னிடம் சொன்னார், "சீன மக்களின் விடுதலைக்காக சாங்லான் நிறையச் செய்திருக்கிறார், ஜனநாயக எண்ணம் கொண்டோரால் பெரிதும் மதிக்கப்படுபவரும் கூட. அவருக்கு மரியாதை செய்யும் விதமாக நல்ல ஆடையணிந்து இந்தப் பெரிய மனிதரைச் சந்திக்க விரும்புகிறேன்."

மாவோவின் அனைத்துத் துணிமணிகளையும் புரட்டிப்பார்த்து விட்டேன், ஆனால் மோசமாக வெளிறிப்போகாத, ஒட்டுப்போடாத ஒரு உடுப்புகூடத் தேறவில்லை. பெய்ஜிங்கிற்கு மாவோ குடிபெயர்ந்த பொழுது அணிவதற்குப் புதிதாக எதுவுமிருக்கவில்லை.

சாம்ராஜ்யத்தேர்வுக்காக பெய்ஜிங்கிற்குள் நுழைந்த ஏழ்மையான அறிஞர் ஒருவருடன் தன்னை ஒப்பிட்டிருந்தார் மாவோ, நான் சொன்னேன், "நீங்கள் குறிப்பிட்ட அநத அறிஞரைப் போலத்தான் நாமிருக்கிறோம், தோழர்சேர்மன். உங்களுடைய உடைகள் எதுவுமே தேறாது" (தேர்வுமுறை) (அரசு அதிகாரியாகத் தேர்வு செய்யப்படுவதற்காக கன்பூசியஸ் ஏற்படுத்தியிருந்த தேர்வுமுறை) "இந்த தேர்வுகளில் பகட்டர்கள் என்றுமே நல்ல தகுதிகளைப்பெற்றதில்லை. ஏழ்மையாக இருப்பதற்காக ஒப்பாரிவைக்காதவர்களுக்குத்தான் வெற்றிக்கனி கிடைக்கும். காய்கறி வேர்களை உண்ணுகிற அளவுக்குத் தள்ளப்பட்டுவிட்ட பிறகு கூட அதைப்பற்றி புலம்பாதவர்களுக்கு எதுவுமே முடியாத காரியமில்லை. நாம் நல்ல தகுதியைப் பெறுவோம்" என்று குறிப்பிட்டார் மாவோ.

"புதிய ஆடைகளைத் தயார் செய்வதற்குக் காலங்கடந்துவிட்டது, ஆனாலும் உங்களுக்காக நல்ல ஆடைகளை இரவல் வாங்கட்டுமா?"

"அது அவசியமில்லை, ஆடைகள் நேர்த்தியாகவும் தூய்மையாகவும் இருக்கும் வரை ஒட்டு என்பது பெரிய விஷயமில்லை. ஒரு சில ஒட்டுகளைக் கண்டு முகம் சுளிக்கின்ற வகை மனிதரல்ல திரு. சாங் அவர்கள்"

இவ்வறாறாக சாங் அவர்களை சந்தித்த பொழுது ஒட்டுவைத்த ஆடைகளைத்தான் மாவோ அணிந்திருந்தார். பின்னர் ஷென் ஜின்ரூ, லீ ஜிஷென், குவாவோமோருவோ சென் சூடுங் ஆகிய பிரபலமானவர் களையும் அதே ஆடைகளை அணிந்து கொண்டு தான் சந்தித்தார்.

இருந்த போதிலும் நாடு முழுவதையும் ஆளுகின்ற கம்யூனிஸ்ட் கட்சியின் தலைவரிடம் ஒட்டு வைக்காத ஆடை ஒன்று கூட இல்லையென்பது என்னைக் கவலைகொள்ள வைக்காமல்விடவில்லை. டியானன் மென் பிரசங்க மேடையிலிருந்து மக்கள் குடியரசு நிறுவப்படு வதாக மாவோ அறிவிக்க இருந்த பொழுதுதான் வாங்ஃப்யூஜிங் தெருவிலிருந்த வாங்சிக்விங் மூலம் மாவோவுக்கு ஒருபுதிய ஆடையைத் தயார்செய்து தந்தார்.

தான் நீண்டகாலம் பயன்படுத்திய ஒருபொருளைப் பிரிவதற்கு ஒருவேவளை மாவோவுக்கு மனம் வருவதில்லை போலும். எதுவாகினும் தனதுபழைய ஆடைகளை என்றுமே அவர் வீசியெறிந்ததில்லை. அதற்கு மேல் இனி சரிசெய்ய முடியாது என்று ஆகிவிடுகிற பொழுது அவை ஒட்டுப்போடுகிற பொருட்களாகிவிடும்.

வட ஷான்ஷியிலிருந்து யாங்ஜியாகூ வில் ஒருநாள், நூலெல்லாம் பல இடங்களில் நெகிழ்ந்து போயும், சில இடங்களில் காகித அட்டை போலக் கடினமாகிப் போயும் ஒட்டுகளுடனுமிருந்த ஒரு வெளுத்துப் போன ராணுவ சீருடையை மாவோவிடம் காட்டிக் கொண்டிருந்தேன்.

“பாருங்கள் தோழர் சேர்மன் இனிமேல் நீங்கள் இதை அணிந்து கொள்ள முடியாது; அதில் நீங்கள் கேலிப் பொருளாகக் காட்சியளிப்பீர்கள். ஒரு கூட்டத்தில் இதை அணிந்து கொண்டு பேசும் பொழுது நீங்கள் கைகளை எங்காவது ஆட்டினீர்களென்றால் தையல் விட்டுப் போய்த் தனியாகக் கழன்று விடும்” என்று சொன்னேன்.

அந்தச் சீருடையை என்னிடமிருந்து வாங்கினார் மாவோ. அவருடைய அனுமதியில்லாமல் அவருடைய ஆடைகள் எதையும் எறிந்துவிடமுடியாது. தனது மடியில் அதை கவனமாக வைத்தார், ஒருகாயமடைந்த வீரனைத் தடவிக் கொடுப்பது போல அதன் சுருக்கங்களை தனது கைகளால் நீவினார்.

“லூவோச்சுவான் கூட்டத்தில் இதைத்தான் நான் அணிந்திருந்தேன்” அவருடைய கண்ணோரங்கள் திடீரென ஈரமாகிவிட்டன. சிறிதுநேரம் அந்த சீருடையை வெற்றுப் பார்வை பார்த்துக் கொண்டு, 1937 ஆகஸ்டில் வட ஷான்ஷியில் நடைபெற்ற விரிவாக்கம் செய்யப்பட்ட அரசியல் தலைமைக் குழுக் கூட்டத்தின் இனிமையும் சோகமும் கலந்த நிகழ்வுகளை நினைவு கூர்ந்து கொண்டிருந்தார். பிறகு அதன் சில சேவைகள் குறித்துத் திரும்பவும் ஒருமுறை பேசிவிட்டு ஒரு ஆழ்ந்த பெருமூச்சுடன் சொனனார், “இதைப்பற்றி நாம் ஒரு உடன்பாடு செய்து கொள்வோம், இதை ஒட்டுகள் போடவைத்துக் கொண்டால் சில உபயோகமான பயன்பாடுகளுமிருக்கும், அதை இனிமேலும் என்னால் பார்த்துக் கொண்டிருக்கவும் முடியும்”.

கடினமான காலங்களைத் தன்னுடன் பகிர்ந்து கொண்ட ஒரு தோழமை வீரரைப் பற்றி அப்பொழுது மாவோ பேசினாரோ என்னவோ! அப்படித்தான் தோன்றியது!

வயது ஏற, ஏற மாவோவின் எடைகூடி, அவரிடமிருந்த பழைய ஆடைகளை அணிய முடியதாபடி போயிற்று. அந்த ஆடைகளை அவர் மாவோ ஏனிங்-கிற்குத் (ஏனிங்-மாவோவின் இறந்து போன முதல் மனைவியின் மகன்) தந்துவிடுவார். ஆகையால் தான் ஏனிங் நல்ல ஆடைகளெதையும் அணிந்திருந்ததை என்றுமே பார்க்க முடியவில்லை, ஒட்டுப்போட்ட ஆடைகளையே அணிந்திருப்பார். ஜியாங்க் விங் 1960களில் ஆடைகள் மீது மோகம் கொள்கிற வரைக்கும் ஒட்டுப்போட்ட ஆடைகளை அணிவது குறித்து அலட்டிக் கொள்ளவில்லை. ஆனால் மாவோ மாறவேயில்லை.

அவருடைய சீருடைகளிலிருந்த ஓட்டைகள் வாங்ஃபுஜிங் தெருவிலிருந்த ஒரு கடையில் குறுக்கு நெடுக்காகத் தையல் ஒட்டப்பட்டு (டார்ணிங்) அடைக்கப்படும், ஆனால் அவருடைய உள்ளாடைகளிலிருக்கும் ஓட்டைகள் ஒட்டும், மறுஒட்டும் போடப்பட்டிருக்கும். யாராவது ஒருஅயல்நாட்டு விருந்தினருடன் சந்திப்பதற்கு முன்னதாக நான் மாவோவுக்கு நினைவூட்டுவேன், “சாய்வு நாற்காலியில் அமர்ந்திருக்கும் பொழுது தோழர்சேர்மன், உங்களுடைய கால்களை அடியில் மறைத்து

வைப்பதற்கு மறந்துவிடாதீர்கள், இல்லாவிட்டால் நமது ரகசியங்கள் வெளிப்பட்டுவிடும்".

அவர் தனது கால்களை நேராக நீட்டினாரென்றால் அவருடைய டிரவுசர்களின் அடியிலிருக்கும் காலுறைகளிலுள்ள ஓட்டுகள் கண்களில் பட்டுவிடும். என்பது தான் அந்த ரகசியம். பிற்பாடெல்லாம் "குடும்ப எலும்புக் கூடு அலமாரிக்குள்ளேயே இருக்கட்டும்" என்கிற ஒரு இரவல் பழமொழியைக் கொண்டு அவருக்கு நினைவூட்டுவேன்.

இவ்வாறு குடும்ப எலும்புக் கூட்டை அலமாரிக்குள்ளேயே வைத்திருக்க வேண்டும் என்பது தான் எல்லா மெய்க்காவலர்களிடமிருந்தும் எதிர்பார்க்கப்பட்டது.

ஒருஅரசியல், ராணுவ, அல்லது சொந்த விஷயங்களின் நல்லது கெட்டது குறித்த தனது முன்னுரிமைகள் எங்கேயிருக்கிறதென்பது குறித்து மாவோ எப்பொழுதுமே சரியாக கணித்திருப்பார்.

நான் அவருடைய மெய்க்காவலராகிய பின் வெகு விரைவிலேயே ஒரு நாள் மாவோவிடம் ஒரேயொரு பூத்துவாலை (துண்டு) மட்டுமே இருக்கிறதென்பதைத் தெரிந்து கொண்டேன், தனது முகத்தையும், பாதங்களையும் துடைத்துக் கொள்ளப்பயன்படுத்தும் அந்தத் துண்டின் மேலிழை ரோமங்களெல்லாம் நீங்கிப் போய் ஒரு சாக்குத் துணியைப் போல இருந்தது.

நான் சொன்னேன், "தோழர் சேர்மன், வேறொரு துண்டு வழங்கும்படி நான் கேட்கட்டுமா? இந்தத் துண்டை கால் துடைக்க வைத்துக் கொள்ளுங்கள். ஒரே துண்டைக் கொண்டு முகத்தையும் காலையும் துடைப்பது சரியல்ல"

சிறிது நேரம் எண்ணமிட்ட மாவோ சொன்னார், "அது நியாயமாக விருக்காது. போரிட ஒரு யுத்தமிருக்கையிலும், இப்பொழுது இருப்பது போல ஒவ்வொரு நாளும் நடந்து செல்வது அதிகமாக இருக்கும் பொழுது முகத்தைவிட கால்கள் கடினமாக வேலை செய்ய வேண்டியிருக்கிறது. அவற்றிற்கான சிகிச்சை மாறுமானால் அவை புகார் செய்யும்"

நான் சிரித்தேன், "அப்படியானால் புதியதை காலுக்கும், பழையதை முகத்துக்கும் வைத்துக் கொள்ளலாமே"

அதை ஒப்புக்கொள்ளாமல் தலையசைத்த மாவோ, உன்னுடைய கூட்டல் கழித்தலை மறந்துவிட்டாய். ஒரு புதிய துண்டு வழங்கல் செலவு கூடுதல் பிடிக்காமல் போகலாம், ஆனால் நம் ஷாஜியாடியானில் புரிந்தபோரைப்போல ஒரு யுத்தத்தை நடத்துவதற்குப் போதுமானதாக இருக்குமல்லவா"

மாவோவுக்கு ஒரு நல்ல படுக்கையென்றால் பிடிக்கும். "உனது வாழ்க்கையில் மூன்றிலொரு பகுதியைப் படுக்கையில் செலவிடுகிறாய்," என்றொருமுறை சொன்னார், ஒருவேளை நான் அதைவிடவும் கூடுதல்

நேரம் செலவிடலாம். ஆகையால் என்னுடைய படுக்கை சௌகரியமாக இருக்க வேண்டும்"

தான் மற்றவர்களை விட தூங்குவதற்கு அதிக நேரம் செலவிடுவதாக மாவோ சொல்லவில்லை. நான் பின்னாட்களில் நினைவு கூர்ந்தவைகள் சாட்சியமளிப்பதைப் போல உண்மையில் மற்றவரெவரையும்விட பாதி நேரம் தான் செலவிட்டார். தான் செய்தித்தாள்களையும், ஆவணங் களையும் படுக்கையிலிருந்து கொண்டு படிப்பதைத் தான் அவ்விதம் அவர் கூறினார்.

சௌகரியமான படுக்கையென்று அவர் எதைக் குறிப்பிட்டார்? முதலாவதாக அத்தகையதொரு படுக்கை கடினமானதாகவும், குளிர்ச்சியாகவுமிருக்க வேண்டும். வடஷான் ஷியிலிருக்கும் பொழுது மண்மேடைப்படுக்கையான சூடு படுத்தப்பட்ட காங் படுக்கையை விம்பவில்லை; வெப்பத்தை விட குளிரை நல்ல விதமாக அவரால் தாங்க முடிந்தது. அவர் எங்கு சென்றாலும் கதவை ஒரு முறை படுக்கையாகப் பயன்படுத்திக் கொள்ள அதைக் கேட்டுப் பெறுவார். வட ஷான்ஷியில் ஒருகிராமத்தில் ஒரு வீட்டில் தங்கியிருந்த பொழுது அந்த வீட்டின் பெண்மணியால் கதவைக் கழற்றித் தர முடியாததால் சூடான காங் மேடையில் இரவைக் கழிக்க நேர்ந்தது.

ஒரு மாவட்ட அரசதிகாரியாக இருந்த அவருடைய மகன் வீடு திரும்பிவந்த பிறகு இதையறிந்து கொண்டு தனது தாயாரைக் கடிந்து கொண்டு கதவின் கீல்களை அறுத்துவிட்டு கதவின் சட்டத்திலிருந்து அதைக் கழற்றிவிட்டார். சீனாவிலிருக்கும் கதவுகளின் அமைப்புப்படி சட்டத்தின் காடிகளுக்குள் அந்தக்கீல்கள் பொருத்தப்பட்டிருக்கும், அந்தக் கீல்களில் பொருத்தப்பட்டிருக்கும் கதவுகள் முன்னும் பின்னும் திறக்கும். அந்தக் கதவுகளுக்கு என்ன நேர்ந்ததென்று மாவோவிடம் சொல்லப்பட்ட பொழுது திகைப்படைந்த அவர் "அது ஒரு பைத்தியக்காரத்தனமான செயல்" என்று சொல்லிக் கொண்டேயிருந்தார். அவைகளுக்கு எந்த சேதாரமும் நேரவில்லை என்பதை அறிந்த பின்னர் தான் அவர் அமைதியடைந்தார். கதவுகளைப் படுக்கையாக வைத்துக் கொண்டவர் முந்திய இரவைவிட ஒரு டோஸ் தூக்க மாத்திரைகளைக் குறைவாக எடுத்துக் கொண்டு தூங்கிவிட்டார். பெய்ஜிங் குடியேறிய பிறகு மரப்பலகையை படுக்கை விரிப்பாகப் போட்டுக் கொண்டுதான் வீட்டிலும், ஆய்வுப் பயணங்களின் போதும் எப்பொழுதும் தூங்குவார். கம்பிச் சுருள் விரிப்புகளை எப்பொழுதுமே பயன்படுத்தியதில்லை.

கோடை காலத்தில் குளிர்ச்சியாக வைத்துக் கொள்வதற்கு குறைந்த பட்ச விரிப்புகளைத்தான் பயன்படுத்துவார், தலையணைகள் வியர்வையால் அழுக்காகிவிடாமல் தவிர்ப்பதற்கு அவற்றின் மீது பழைய செய்தித்தாள்களைப் பரப்பிக் கொள்வார், அவை விரைவில் வியர்வையில் நனைந்துகிழிந்துவிடும்.

தனது படுக்கை பெரிதாக இருப்பதையே விரும்புவார். வட ஷான்ஷியில் அவர் படுத்துறங்கிய கதவுகள் காங் மேடையை முழுவதும் மறைக்குமளவுக்குப் பெரியனவாக இருந்தன. பெய்ஜிங்-கில் இருந்த அவருடைய படுக்கை 5.4 அடி அகலம் கொண்டதாக இருந்தது. அது ஏன் அவ்வளவு பெரிதாக இருக்க வேண்டும்? ஏனெனில் அது அவர்படிப்பதற்கு வசதியாக பாதி புத்தகங்களுக்காக ஒதுக்கப்பட்டிருக்கும். சோங் நான்ஹைஹயிலிருக்கும் அவருடைய முந்தைய வசிப்பிடத்திலுள்ள அவருடைய படுக்கையில் இப்பொழுது கூட புத்தகங்கள் அடுக்கி வைக்கப்பட்டுள்ளன; ஆனால் அவர் உயிருடனிருந்த பொழுது இன்னும் கூட கூடுதலான புத்தகங்கள் ஒரு அடி உயரத்திற்கு அடுக்கி வைக்கப்பட்டிருக்கும். அவருக்குப் படிப்பதற்கு ஏதுமில்லாமலிருந்தால் அவரால் தூங்க முடியாது. அதுபோல அன்றைய செய்தித்தாள்களைப் படித்துமுடிக்காமல் படுக்கையிலிருந்து எழமாட்டார்.

அவருடைய படுக்கை விரிப்புகள் ஏதாவது ஒருவகை என்று எதைவேண்டுமானாலும் போட்டுக் கொள்ளமாட்டார்; பறவை இறகுகள் அல்லது ஒட்டக ரோமங்களிலான மெத்தைகளுக்குப் பதிலாக பருத்தியாலானதையும் டெக்ரான் இழைகளிலான துணி உறைகளுக்கு மாறாக பருத்தித் துணியிலானவற்றையுமே விரும்புவார்; செயற்கை இழைத்துணிளை அறவே வெறுத்தார். நிறங்களைப் பொருத்தவரை வெளிர் நிறங்களையே விரும்புவார் உமித்தூள் நிறைத்த தலையணைகள் (இறகுகளுக்குப் பதிலாக உமித்தூள் நிரப்பப்பட்ட தலையணை) மீதும் பருத்தியிலான உறைகளையுமே விரும்புவார். பெய்ஜிங்கில் குடியேறிய பிறகு தான் இறக்கும் வரைஇவைகளையும், நிறைய ஒட்டுக்கள் போடப்பட்ட பைஜாமாவும் தான் அவருடைய படுக்கைப் பொருட்களாக இருந்தன.

மாவோவுக்கு மிகவும் பிரியமான பழைய ராணுவக் கம்பளி ஒன்றிருந்தது, அது இல்லாமல் அவர் எங்குமே பயணம் செய்யமாட்டார். நான் ஏற்கனவே விவரித்திருந்த அவருடைய பழக்கத்தின்படி அலுவலக ஆவணங்களைப் படித்தபடியும் அவற்றில் தனது உத்தரவுகளையும் எழுதியபடி அவர் படுக்கையில் வேலை செய்து கொண்டிருக்கும் பொழுது படுக்கையின் தலைப்புறத்தின் சட்டத்தின் மீதிருந்து தொங்கிக் கொண்டிருக்கும் அந்தக் கம்பளிக்குப் பின்னாலிருக்கும் தலையனை மீதுசாய்ந்துபடுத்திருப்பார். இதைக் கேள்விப்பட்ட சூங் சிங் லிங் (சன்யாட் சென் மனைவி) அவருக்கு ஒரு பெரிய விலையுயர்ந்த தலையணையைப் பரிசாக அளித்தார். தான் மிகவும் மதித்த ஒருவரிடமிருந்து வந்த தென்பதால் மாவோ அதை ஏற்றுக்கொண்டார்; ஆனால் சிலகாலம் படுக்கையில் கிடந்த அதை சேமிப்புக் கிடங்கிற்கு அனுப்பிவிட்டார்; அது அவருக்கு மிகவும் ஆடம்பரமாகப்பட்டது. தனது கம்பளியைப் பழையபடி தொங்கவிட்ட அவர் அதற்குக் கீழாக அந்த உமிநிரப்பி, பருத்தியுறையிட்ட தலையணையை வைத்துக்

கொண்டார். "இவைகளுக்கு நான் மிகவும் பழகிப் போய்விட்டதால் மாற்றமெதையும் நான் விரும்பவில்லை'' என்று மாவோ கூறிவிட்டார்.

இப்பொழுது நான் கூறப்போவது நம்ப முடியாதது போலிருக்கலாம். ஆனால் அது உண்மைதான்: 1953-ன் முடிவிலிருந்து 1962-ன் இறுதிவரை புதிதாக எந்த ஆடையையும் மாவோ வைத்துக்கொள்ளவில்லை. வாசனை சோப்புப் போட்டு ஒரு நாளும் அவர்முகம் கழுவிக் கொண்டதில்லை. தனதுகைகளிலிருக்கும் 'இங்க்' கறையையோ அல்லது எண்ணைப் பிசுக்கையோ போக்குவதற்கு அவருக்கு சலவை சோப்பே போதுமானது. தனது தோல் பாதுகாப்பிற்காக எந்தவிதமான முகப்பசையையோ, எண்ணையையோ அவர் பயன்படுத்தியதேயில்லை; பற்பசையைப்பயன்படுத்துவதற்குப் பதிலாக பற்பொடியையே பயன்படுத்துவார். "மக்கள் பற்பசையை அது விலையுயர்ந்ததாகக் கூட இருக்கலாம், பயன்படுத்துவதை நான் ஆட்சேபிக்கவில்லை, அது பயன்படுத்தப்படவில்லையானால் நாம் உற்பத்தியை எவ்விதம் அதிகரிக்க முடியும்? ஆனால் பற்பொடியும் அதே பயனைத்தருவதால் யானானில் அதைப் பயன்படுத்தினேன். அது எனக்குப் பழகிப் போய்விட்டது," என்று கூறினார். தனதுபல் துலக்கியின் அனைத்து இழைகளும் போகாதவரை புதிய துலக்கி கேட்கவேமாட்டார். உணவுண்ணும் குச்சிகளாக மூங்கில் குச்சிகளையே பயன்படுத்துவார். உயர்தர உணவு விடுதிகளில் பயன்படுத்தப்படுவது போன்ற தந்தத்தாலான குச்சிகளைப் பயன்படுத்த மறுத்துவிடுவார். "அவை மிக விலையுயர்ந்தவை, அவைகள் எனக்கு இதமளிப்பதில்லை" என்று கூறிவிடுவார்.

அவருடைய "பண்படுத்தப்படாத" பழக்க வழக்கங்களைப் பற்றி அவருடைய குடிக்கும், உண்ணும் பழக்கங்கள் வேறு எதையும் விட மிக அதிகம் பேசும். அவர் தேநீர் ஏராளமாக அருந்துவார். அவர் கண் விழித்தவுடன் பொதுவாக உடனே படுக்கையிலிருந்து எழமாட்டார், மாறாக ஈரத்துவாலையினால் முகத்தையும், கைகளையும் துடைத்துக் கொண்டு பிறகு படுக்கையிருந்து கொண்டே தேநீர் அருந்திக் கொண்டு செய்தித் தாள்களை வாசிப்பார். அவசர வேலையெதுவுமில்லாத பொழுது நாள்தோறும் இப்படித்தான் செய்வார். தேயிலையை மாற்றும் ஒவ்வொரு முறையும் பழைய தேநீர் வடித்த தேயிலைகளை வாயில் அள்ளிப் போட்டுக்கொண்டு மென்று விழுங்கிவிடுவார். அதைக் கோப்பையில் எப்பொழுதுமே விட்டு வைக்கமாட்டார். கிராமப்புறத்தில் ஒரு விவசாயச் சிறுவனாக இருந்தபொழுது, பயன்படுத்தப்பட்ட தேயிலையை அவர் இது போலத்தான் கழித்துக் கட்டியிருக்க வேண்டும்.

தீட்டப்படாத தானியங்களும், காய்கறிகளும் தான் அவருக்குப் பிடித்தமான உணவு; சில சமயங்களில் அவர் காட்டுக் கீரை, மூலிகைகளுக்காக ஏங்குவார். பெய்ஜிங் குடியேறிய பிறகும் இவைகளே அவருடைய உணவாகத் தொடர்ந்தது. தினையுடன் வேகவைத்த

செவ்வரிசிச்சாதம், கருப்பு சோயா பீன்ஸ் அல்லது தாரோ வேர்கள் ஆகியவற்றையே எப்பொழுதும் உண்ணுவார். யுத்தகாலத்தில் வட ஷான்ஷியிலிருந்த பொழுது இவைகளுக்குப் பழகிவிட்டிருந்தார்.

சரியான உணவு வேளைகளில் அவர் உண்பதாக இருந்தால் உணவுடன் தொட்டுக்கொள்ள நான்கு வகை வெஞ்சனங்களிருக்கும்; அதில், பொரித்த மிளகும், அவரை ஊறுகாயும் கண்டிப்பாக இருக்கும்; ஒரு சூப்பும், அது சில சமயங்களில் வெறும் தண்ணீராகக் கூட இருக்கும், அதைக் கொண்டு தனது உணவுண்ணும் பாத்திரங்களைக் கழுவிக் கொள்வார். ஆனால் சரியான உணவு வேளைகளில் சாப்பிடுவது அரிது; அந்தக் "கட்டுப்பாடு" அவரிடம் அவ்வளவுக்கு இல்லை.

மாவோ பெரும்பாலும் சம்பிரதாயங்களுக்கு உட்படாதவர், தனது ஆளுமையை சம்பிரதாயங்கள் எவ்விதத்திலும் தடை செய்ய அனுமதிக்கமாட்டார். நேரத்தை அனுசரித்து அவர் சாப்பிடமாட்டார், எப்பொழுது பசிக்கிறதோ அப்பொழுது ாப்பிடுவார், அது எந்த நேரமாக வேண்டுமானாலும் இருக்கலாம். பல சமயங்களில் ஒரு நாளைக்கு இரண்டு முறையோ அல்லது ஒரே ஒருமுறை கூட உண்ணலாம்; வேலையில்பல இரவுகளும் பகல்களும் மூழ்கியிருந்தால் ஐந்து அல்லது ஆறுமுறைகள் கூட சாப்பிடுவார். சாப்பாட்டு மேஜையில் எப்பொழுதுமே சாப்பிடுவதில்லை, எங்கு சௌகரியப்படுகிறதோ அங்கேயே சாப்பிடுவார், "அலைக்களிப்பு" நிறைந்த அந்த நாட்களில் அவருடைய பழக்கம் அப்படித்தானிருந்தது. மெய்க்காவலர்கள் தங்களுடைய அலுவலகத்தில் ஒரு மின்னடுப்பும், ஒரு பெரிய எனாமல் பாத்திரமும் வைத்திருப்பார்கள், அதில் அவருக்காக ஓட்ஸ் உணவு அல்லது நூடுல்ஸ் தயாரிப்பார்கள், அதைப் பணியாளரான யே சிலோங் அவரிடம் எடுத்துச் செல்வார். பல சமயங்களில் அதைத்தான் சாப்பாடாக எடுத்துக் கொள்வார், யுத்த கால வருடங்களில் இந்த பழக்கத்தை அவர் ஏற்படுத்திக் கொண்டார்.

அவருடைய சாப்பிடும் பழக்கங்கள் அவர் எழுதும்விதத்தை பலமுறை நினைவுபடுத்தும். அவர் எப்பொழுதுமே எழுத்துக்களை தரப்பட்டுள்ள சதுரக்கட்டங்களுக்குள்ளேயே அடக்கமாட்டார்.

எழுத்தின் வீச்சு சுதந்திரமாக, லாகவமாகப்பாயும், ஒரே சமயத்தில் கவர்ச்சியாகவும் ஆற்றல் மிக்கதாகவும் தோன்றும், அமைப்பிலும் வடிவத்திலும் எண்ணிறந்த மாறுபாடுகளைக் கொண்டிருக்கும், சுய தகவலமைப்புடன் விளக்கும், எழுதி முடிக்கப்பட்ட அதன் வேலைப்பாடு. அதை வரைந்தவருடைய ஆளுமைக்குச் சான்றாகவும், வியக்கத்தக்க ஒன்றாகவுமிருக்கும்.

மாவோவின் மெய்க்காவலனாக நானிருந்த பதினைந்து வருடங்களிலும் நான் விவரித்ததற்கு மாறான வேறெந்த விதத்திலும் அவர் உணவுண்ட தில்லை; உணவு என்பது எதுவாக இருந்தாலும் போதுமானது; வறுத்த சோயா பீன் ஒரு கையளவு, ஒரு சில வேர்கள், ஒரு குவளை ஓட்ஸ்

உணவு அல்லது ஒரு தட்டு பசலைக் கீரை என ஏதாவது ஒன்று போதும். இதற்கு ஒரு உடனடி உதாரணம் சொல்கிறேன்:

1957, பிப்ரவரி 27 அன்று "அரசு அலுவல்கள் குறித்த தலைமை மாநாட்டின்" பதினோறாவது விரிவாக்க அமர்வுக் கூட்டத்தில், "மக்கள் மத்தியில் நிலவும் முரண்பாடுகளைச் சரியான முறையில் கையாள்வது," குறித்து மாவோ உரையாற்றவிருந்தார். சூ என் லாயின் உத்தரவுப்படி காவலர் பிரிவின், வாராந்திரக் கூட்டம் குறித்த காலத்திற்கு முன்னதாகவே கூட்டப்பட்டது, மாவோ முறையாக உண்ணவும், நன்றாகத் தூங்கவும் செய்வதற்கான வழிமுறைகளைக் கண்டறிவது குறித்து அதில் விவாதிக்கப்படவிருந்தது.

அந்தக் கூட்டத்தில் நான் முகம் சுளித்தபடி டியான் யுன்யுன்-னிடம், "நீ என்ன சொல்கிறாய், சேர்மன் இரண்டு நாட்களாக உறங்கவில்லை, நல்ல உணவு என்று ஒரு முறைதான் சாப்பிட்டார் என்கிறாயா?"

"அதனுடன் இரண்டு மக் ஓட்ஸ் சாப்பாடு," என்று சேர்த்துச் சொன்னார் சாங் க்ஸியன் பெங்.

அந்த மெய்க் காவலர்களில் சிலரின் முகத்தைப்பார்த்த பிறகு ஃபெங் யாவோ சோங்-யை பார்த்து நான் கேட்டேன், "அடுத்த ஷிப்டில் நீ தானே இருப்பாய் ஃபெங். "ஆமாம்" என்றார்.

"நாம் ஏதாவது ஒரு வழி கண்டுபிடித்தாக வேண்டும், ஏதாவது ஒரு வழி," என்று நான் திரும்பத்திரும்ப சொல்லியவாறேயிருந்தேன், ஆனாலும் எங்களால் என்ன செய்ய முடியும் என்பது எனக்குப் புலப்படவில்லை. எங்களால் மாவோவை உறங்கவும் உண்ணவும் வைக்க நிர்பந்திக்க முடியாது, அது மாவோவின் கோபத்தைக் கிளப்பிவிடும். "சாதுர்யமாக நடந்து கொள் ஃபெங், கிடைக்கும் ஒவ்வொரு வாயப்பையும் பற்றிக் கொண்டு முடிந்த வரை அவற்றை நன்றாகப் பயன்படுத்திக்கொள், என்ன செய்வாயோ என்னவோ, உன்னைத் தான் நாங்கள் நம்பியிருக்கிறோம்," என்றேன் நான்.

ஒவ்வொரு ஷிப்டிலும் இரு காவலர்களிருப்பார்கள், ஒருவர் 24 மணி நேரப்பணியிலும் மற்றவர் அவருக்கு உதவுபராகவுமிருப்பார்கள். அன்றைய தினம் ஃபெங் தயக்கத்துடன் 24 மணி நேர ஷிப்டுக்குச் சென்றார். ஒரு ஏழெட்டு மணி நேரமாக மாவோவுக்கு கோப்பை கோப்பையாகத் தேநீர் கொண்டு கொடுத்தவாறு எதுவும் பேசாமலிருந்தார். அவர் சந்தர்ப்பத்தை எதிர்பார்த்துக் காத்திருந்தார்.

காலை இரண்டு மணிவாக்கில் மாவோ பேனாவைக் கீழே வைத்தார். தனது கழுத்தை நீட்டி, வாயை அகலமாக வைத்துக் கொண்டு ஆழமாக மூச்சையிழுத்து தனது நெற்றியை தேய்த்து விட்டுக் கொண்டார். ஃபெங் இந்த சர்ந்தர்ப்பத்தைப் பிடித்துக் கொண்டு மாவோவின் அருகில் சென்று மெதுவான குரலில், "பத்து மணி நேரத்திற்கும் கூடுதலாக நீங்கள் எதுவுமே சாப்பிடவில்லை, தோழர் சேர்மன், நான் உங்களுக்கு

ஏதாவது கொண்டுவரட்டுமா? என்று கேட்டார். மாவோ பலமாக நீட்டிச் சோம்பல் முறித்தார். கையைக் கீழே போட்டவுடன் தனது ரத்தச்சிவப்பான கண்களால் ஃபெங் கைப்பார்த்தார், களைப்பு முகம் முழுக்கக் கவ்வியிருந்தது. பேச ஆரம்பித்தாரோ இல்லையோ இரண்டு முறை கொட்டாவிவிட்டார். பிறகு ஆழமாக பெருமூச்சு விட்டவர் முதலில் வேண்டாமென்று தலையசைத்தவர் பிறகு சரியென்று தலையை ஆட்டி, “உணவு வேண்டாம், கொஞ்சம் பொரித்த சேம்புக்கிழங்கு மட்டும் கொண்டுவா,” என்றார்.

ஏதோ சொல்ல ஃபெங் வாயெடுத்த பொழுது மாவோ கையை வீசி அதை நிறுத்திவிட்டுப் பேனாவைக் கையிலெடுத்தார். அதற்கு மேலும் வாயைத்திறக்கக் கூடாதென்பது ஃபெங்கிற்கு நன்றாகத் தெரியும்.

மாவோவுக்கு உணவு தயார் செய்ய அவர் சமையலறைக்குச் சென்றார். வடக்கு ஷான்ஷியிலிருக்கும் பொழுது மாவோ ஏதாவது உண்ண விரும்பினால் என்ன செய்வாரோ அதைப் போலவே இப்பொழுதும் தனது சமையல்காரர்களை சிரமப்படுத்தக் கூடாதென்பதற்காக அவர்களிடம் உணவு சமைக்கச் சொல்லமாட்டார், தனது மெய்க்காவலர் களிடம் ஒருசில கோதுமை அல்லது மக்காச்சோள மாவு ரொட்டிகளை வாட்டித் தரும்படி கேட்டார்.

ஆனால் அன்றிரவு சமையல்காரர் ஹோவு தூக்கத்திலிருந்து எழுப்பப்பட்டார். தூக்கக் கலக்கத்தில் கண்களை சிமிட்டிக் கொண்டே சத்தம் போட்டார், “நீ என்ன பைததியமா? நாள் முழுக்க ஒன்றுமே உண்ணாத சேர்மனுக்கு இதையா உண்ணத்தரப்போகிறாய்? தலையை அசைத்த ஃபெங் ஒரு கிண்டலான புன்முறுவலுடன், “சேர்மன் விரும்புவது இதைத்தான், உனககுப் புத்தி பேதலித்திருந்தால் இதைவிட நல்லதாகச் சமைத்து நீயே அவருக்குக் கொண்டு போய்க் கொடு,'' என்றார். ஹோவுக்கு வாயடைத்துப் போனது. “நான் சொல்வதைச் செய்'' என்று தான் எப்பொழுதுமே எங்களிடம் கோருவார். வேறு மாதிரி செய்வது “பைத்தியக்காரத்தனமென்பது” ஹோவுக்குத் தெரியும்.

ஒரு தட்டில் பொரித்த ஆறுசேம்புக் கிழங்குகளை எடுத்துக் கொண்டு ஃபெங் சமையலறையிலிருந்து வெளியேறினார். மாவோவின் அறைக்குள் நுழைந்ததும் ஒரு பலத்த குறட்டையைக் கேட்டார். குறட்டையிடும் பொழுது பலத்த ஒலியெழுப்பும் மாவோ உறங்கிப் போயிருந்தார், கம்பளியை தலைக்கு அணைத்து வைத்துக் கொண்டு படுக்கையின் சட்டத்தின் மீது சாய்ந்து கிடந்தார் தான் எழுதிக் கொண்டிருந்த ஆவனம் அவருடைய இடது கையிலும் பேனாவை வலது கையிலும் இன்னும் பிடிதபடியிருந்தார். மாவோ இவ்வாறு தூங்கிக் கொண்டிருப்பதை அடிக்கடி பார்க்க முடியும், யாரும் அவரை எழுப்பக் கூடாது. அவருடைய தூக்கம் லேசாகத்தானிருக்குமென்பதால் அவர் தூங்கிக் கொண்டிருக்கும் பொழுது இடையூறு ஏதுமிருக்கக்

கூடாதென்பதால் ஃபெங் உணவுத்தட்டை சூடுபரப்பும் சாதனத்தின் மீது வைத்துவிட்டு, காத்திருப்பதற்காகக் கதவருகில் பின்வாங்கினார். அவர் உட்கார்ந்தவுடன் தூக்கமயக்கத்தில் கண்கள் சொருகின. வெளியிலிருக்கும் குளிர்ந்த காற்று விழிப்புடன் வைத்திருக்குமென்பதால் கதவுக்கு வெளியே போனார்.

மாவோ அமானுஷ்யமான ஆற்றல் படைத்த மனிதர். ஒரு நாளில் எவ்வளவு மணிநேரங்கள் அவர் வேலை செய்கிறார் என்பதை எவராலும் பதிவு செய்ய முடியாது, ஏனெனில் அவரைப் பொருத்தவரை பகலுக்கும், இரவுக்கும் வேறுபாடு கிடையாது. பணியிலிருக்கும் காவலர்கள் அவர் ஒரு வாரத்தில் எவ்வளவு நேரம் உறங்குகிறார் என்பதை மட்டும் பதிவு செய்து வைப்பார்கள். எனது நினைவுக்கு எட்டுவதுவரை அவர் வாரம் 30 மணி நேரத்திற்கு மேல் உறங்கியதில்லை. அந்தப் பதிவு 35 மணி நேரமென்று காட்டினால் அது 'வைன்' அருந்திக் கொண்டாடத் தக்கதாயிருக்கும். மாவோ கண் விழித்திருப்பதைப் போல வேறு எந்த முன்னணி மத்தியக் குழு உறுப்பினராலும் இருக்க முடியாது.

சுறுசுறுப்புக்குப் பெயர்போன லுவோ ருய்க்விங் கூட தோல்வியை ஒப்புக் கொள்ள வேண்டிவந்தது. "எனக்குத் தாவு தீர்ந்து விட்டது, நான் மாவோவுடன் தங்கியிருந்தேனல்லவா?" என்று அவர் கூறுவார். ஒருமுறை எங்களிடம் அவர் சொன்னார், "எங்களுடைய பணி மிகவும் கடுமையானதென்பது எனக்குத் தெரியும். மாவோவை கவனித்துக் கொள்வதென்பது கடினமான வேலை. அவர் அசாதாரண மனித சக்தி கொண்டவர். அதில் அவரை நாம் எவரும் மிஞ்ச முடியாது"

ஒரு கால் மணி நேரம் கழித்து மாவோ இருமுவது ஃபெங் காதில் விழுந்தது. உடனடியாக அவர் லேசாக நடந்து அறைக்குள் சென்றார். தட்டை எடுத்துக் கொண்டு லேசான குரலில், கிட்டத்தட்டக் கிசுகிசுப்பாக, சேம்புக் கிழங்குகள் தயார், தோழர் சேர்மன்" என்றார்.

அந்த ஆவணத்தையும், பேனாவையும் மாவோ கீழே வைத்தார். முகத்தைத் தேய்த்துக் கொண்டு சொன்னார், "ஓ, சரி. இப்பொழுது சாப்பிடலாம் போல இருக்கிறது. இங்கே அதைக் கொண்டு வா"

அவர் மேஜை மீது தட்டை வைத்தேன். மாவோ நடந்து வந்து அமர்ந்தார். அந்தக் கிழங்குகளில் ஒன்றையெடுத்துக் கவனமாக உறிக்கத் தொடங்கினார்.தனது உடலை முன்னும் பின்னும் அசைத்தாடியபடியே தனது கவிதைகளில் ஒன்றைப் பாடினார், "விரைவில் கிழக்கே பொழுதுவிடிந்துவிடும், வெகு முன்னதாகவே புறப்பட்டுவிட்டதாக நீ சொல்லாதே"

ஃபெங் ஜன்னலுக்கு வெளியே பார்த்தார். பொழுது விடிந்து கொண்டிருந்தது. கிழங்கில் பாதியை உறித்த பிறகு மாவோ அதை ஒரு கடிகடித்தார், அதை வாயில் மெல்ல அசைபோட ஆரம்பித்தவர், அதில்

மறுபாதியை உறித்துக் கொண்டே கவிதையை ராகம் போட்டார். இவ்விதமாக மாவோ தானே லயித்துக் கொண்டிருக்கையில், வெளியே குளிர்ந்த காற்றில் புத்துணர்வு பெறுவதற்காக ஃபெங் வெளியே சென்றுவிட்டார். இன்னுமொரு பதினைந்து நிமிடங்களோ என்னவோ ஆகியிருக்கும், மாவோவின் அறையிலிருந்து குறட்டைச் சத்தமெழுந்தது. விரல்களால் மெதுவாக அறைக்குள் நுழைந்த ஃபெங் தட்டில் ஒரே ஒருசேம்புக் கிழங்கு மிஞ்சியிருக்கிறதைக் கண்டார். தனது வலது தோளில் தலை சாய்ந்திருக்க மாவோ உறங்கி விட்டிருந்தார்.

ஃபெங் விரல்களால் நடந்து அருகே சென்று தட்டை எடுத்துக் கொண்டு வெளியேறவிருந்தவர் குறட்டை விரோதமாக ஒலிப்பதைக்கேட்டார். அருகில் பார்க்க அவர் குனிந்தவர். கண்களைக் கசக்கிக் கொண்டார்.

அடக்கடவுளே! பாதி தின்னப்பட்ட கிழங்கு மாவோவின் பற்களுக்கிடையே பற்றி நின்றது, மற்றொரு பாதி அவருடைய கையிலிருந்தது. உடனே ஃபெங்கின் பார்வைக்குக் கண்ணீர் திரையிட்டது. தனது கண்களை மறபடியும் கசக்கிவிட்டுக் கொண்டு தட்டைக் கீழே வைத்தார், மென்மையாக, மிக மென்மையாகத் தனது விரல்களை மாவோவின் பற்களுக்குள் நுழைத்தார்.

அந்த அரைக் கிழங்கு வெளியே எடுக்கப்பட்டது, மாவோவும் விழித்துக் கொண்டார்.

“யாரது?” ஃபெங்கை மாவோ உறுத்துப் பார்த்தார், அவருடைய கண்கள் மங்கி, தூக்கமின்மையால் சிவந்திருந்தது, கோபத்தையும் காட்டின. பிறகு கோபமாகக் கத்தினார், “இங்கே என்ன நடந்து கொண்டிருக்கிறது?”

“தோழர் சேர்மன்!” ஃபெங் பலமாக அழுதுவிட்டார், தனது கன்னங் களில் கண்ணீர் வடிய, விம்மலைஉள்ளே விழுங்கினார். அந்தப் பாதிக் கிழங்கைக் கைகளில் பிடித்தபடி, தனது உதடுகள் நடுங்க, மேற்கொண்டு பேசவராமல் நின்றார்.

“என்னை மன்னித்துவிடு,” ஒரு பெருமூச்சுடன் மாவோ சொன்னார், “உன்னைப் பார்த்து நான் அவ்வாறு கத்தியிருக்கக் கூடாது.”

“இல்லை, இல்லை, அதற்காகவல்ல.... நான் இந்தக் கிழங்கை உங்களுடைய வாயிலிருந்து வெளியே எடுத்தேன். உங்களுக்குத் தூக்கம் தேவை. நீங்கள் படுக்கைக்குப் போயாக வேண்டும்.தயவு செய்து போங்கள், நான் உங்களைக் கெஞ்சுகிறேன்,”

அரை மனதுடன் மாவோ புன்னகைத்தார். தனது வலது கையைத் தலைக்கு மேலே உயர்த்தி இரண்டு வட்டங்களிட்டவர் சொன்னார், “உலகம் தலைகீழாகக் கவிழ்ந்து விட்டது, அது தலைகீழாகக் கவிழ்ந்து விட்டது.” பிறகு ஃபெங்கைப் பார்த்துக் கூறினார், “சரிசரி, ஃபெங் அழாதே. நீ என்ன சொல்கிறாயோ, செய்கிறேன், நான் படுக்கைக்குப்போகிறேன்.”

வேகவைத்த பன்றி இறைச்சி: மாவோவுக்குப் பிடித்தமான உணவு

சூடான மிளகுப் பொடியை நேசிக்கும் ஒருவர் நல்லவொரு புரட்சிவாதி என்பது மாவோவின் கூற்று. பொரித்த மிளகை விட, தனது இயற்கைச் சுவையை இழக்காத வறுத்த மிளகை மாவோ மிகவும் சுவைத்து அனுபவிப்பார்.

ஆனால் தனது நினைவில் பசுமையாக இருப்பது வேக வைத்த பன்றி இறைச்சி, உயிருள்ள கெண்டை மீன் ஆகியவற்றின் மீது மாவோ காட்டும் ஆர்வம் தான்.

மாவோ 'டானிக்' எதையும் (போஷாக்குள்ள உணவு) எடுத்துக் கொண்டதேயில்லை ஆனால் ஒரு 'டானிக்' எடுத்துக் கொள்வார்- வேக வைத்த பன்றிஇறைச்சியை 'டானிக்' என்று அழைக்க முடியுமானால்.

நான் எற்கெனவே கூறியுள்ளது போல, ஷாஜியாடியான் போரின் பொழுது மாவோ தனதுஅறையை விட்டு மூன்று பகல்கள் இரண்டு இரவுகளுக்கு வெளியே வரவுமில்லை, சிமிட்டுநேரம் தூங்கவுமில்லை. எதிரியின் 36-வது டிவிஷனை நிர்மூலமாக்கி, 6 ஆயிரம் எதிரித்துருப்புகளைக் கைதுசெய்து போரை வென்ற பிறகு மாவோ என்னிடம் சொன்னார், "ஒரு கோப்பை வேக வைத்த பன்றி இறைச்சியை எனக்காக ஏற்பாடு செய்யப்பார், யின் கியாவோ அதில் கொழுப்பு கூடுதலாக இருக்கட்டும்"

"இவ்வளவு பெரிய வெற்றிக்கு உங்களுக்கு அது மிகவும் குறைச்சலான ஒரு விஷயம் தான். நான் உடனே அதற்கு ஏற்பாடு செய்து விடுகிறேன்", என்றேன் நான்.

"நான் அந்தப் பொருளில் சொல்லவில்லை," சோர்வுடன் தலையை அசைத்தார். மாவோ, "கடந்த சில நாட்களாக எனது மூளை அளவுக் கதிகமாக உழைத்திருக்கிறது. அதற்குப் புத்துணர்வூட்ட கொஞ்சம் கொழுப்பான இறைச்சி உதவும்," என்றார்.

நான் அந்த இறைச்சியை அவரிடம் தந்தபொழுது கண்களைப் பாதி மூடிக் கொண்டு அதை நீண்ட நேரம் ஆழமாக முகர்ந்து பார்த்தவர் திருப்தியுடன் சொன்னார், "உண்மையிலேயே இது நன்றாக மணக்கிறது" "தனது உணவுக் குச்சிகளை எடுத்தார், நிமிடங்களில் அது காணாமல் போய்விட்டது.

தட்டைக் கீழே வைத்தார். நான் ஆச்சரியத்துடன், அவரைக் கவனித்துக் கொண்டிருந்ததைக்கொண்டு சிறு குழந்தையைப்

போலவெட்கத்துடன் புன்னகைத்தார். “ஆவலை அடக்கிக் கொள்ள முடியவில்லை” என்றவர் நாம் அடைந்த வெற்றியுடன் ஒப்பிடும் பொழுது நானொன்றும் அதிகமாகக் கேட்டுவிடவில்லையே, அப்படிக் கேட்டு விட்டேனா?” என்று கேட்டார்.

திடீரென எனது கண்களில் கண்ணீர் பொங்கியது. 6 ஆயிரத்திற்கும் கூடுதலானஎதிரித் துருப்புகள் கைது செய்யப்பட்டுள்ளனர், இவர் கேட்டதெல்லாம் வெறும் பன்றி இறைச்சி ஒரு கோப்பை தான். நான் தலையை வேகமாக ஆட்டினேன், “இல்லவேயில்லை, உண்மையிலேயே நீங்கள் கேட்டது குறைவுதான், மிக மிகக் குறைவு”

“நான் ஒத்துக் கொள்ளமாட்டேன், போர் முனையிலிருக்கும் நம்முடைய வீரர்களுக்கு வேகவைத்த பன்றியிறைச்சி எங்கே கிடைக்கிறது. இறைச்சிக்காக அவர்கள் குதிரைகளை யல்லாவா அறுக்கிறார்கள்” என்றார்.

இவ்விதமாகத்தான் மாவோ பன்றியிறைச்சியை ஏன் விரும்புகிறா ரென்பது எனக்குத் தெரிய வந்தது. அதன் பிறகு, ஒரு பெரிய போரின் பொழுதோ அல்லது பல நாட்கள் அவர் தொடர்ச்சியாக எழுதிக் கொண்டிருக்கும் பொழுதோ அவருக்கு அதைக் கொடுப்பதற்கு என்னாலானதையெல்லாம் செய்வேன்.

அந்த வருடத்தின் பிற்பகுதியில் உணவு இருப்பு தீர்ந்துவிட்டது. இரண்டு மாத காலத்திற்கு ஒவ்வொரு நாளும் எங்களுக்குக் கருப்பு சோயா பீன்சுகள் தான், அது எங்களுடைய வயிறுகளைக் கெடுத்துவிட்டது. அந்த மாதங்கள் தான் இரவு-பகல் வேறுபாடில்லாமல் மாவோ தீவிர வேலையில் மூழ்கியிருந்தது நிலைமையைமேலும் மோசமாக்கியது. மூன்று அல்லது ஐந்து நாட்கள் இடைவெளியில் ஒரு 72 மணிநேரவேலை நாளை” ஏற்படுத்திக் கொள்வார், அது தான் “மாவோவின் கருத்தில் ஒருநாள்”

நாடு முழுவதும் பரவலாகவிருந்த யுத்த களங்களில் நடந்து கொண்டிருந்த போர்களை வழி நடத்திக் கொண்டிருந்ததுடன் “மக்கள் விடுதலைப் படையின் அறிக்கை” விடுதலையுத்தத்தின் இரண்டாம் ஆண்டுக்கான போர்த் தந்திரம்” ஆகியவற்றை உள்ளடக்கிய பல்வேறு தலைப்புகளில் ஆய்வுகளையும் எழுதிக் கொண்டிருந்தார். அவர் அடிக்கடி தனது நெற்றியை அழுத்தமாகத் தேய்த்துக் கொள்வதைக் காண்பது எனக்கு ஆழ்ந்த வலையைத் தந்தது, உணவு இருப்பெல்லாம் காலியான பிறகு என்னால் எவ்வாறு ஒருகோப்பை வேகவைத்த பன்றி இறைச்சியை ஏற்பாடு செய்ய முடியும்? விவசாயிகளிடமிருந்து ஒரு பன்றிக் குட்டியைத் திருட முடியுமா, என்னால் எப்படி முடியும்?

பிறகு எனக்கு நிம்மதியைத் தரும் வகையில் மஞ்சள் நதிக்குக் கிழக்கிலேயிருந்து ஒரு பதப்படுத்திய பன்றியிறைச்சித் துண்டத்தை ஜெனரல் ஹே லாங் மாவோவுக்காக அனுப்பி வைத்தார். பதப்படுத்திய

இறைச்சி நல்ல பன்றிக் கறியுணவாகாதென்றாலும், அதைப் பொரித்தால் சுவையாகத் தானிருக்கும், அத்துடன் பொரித்த பன்றியிறைச்சித் துண்டுகள் மாவோவின் மூளைக்கு தேவைப்பட்ட சத்தையளிக்கும்.

சாப்பாட்டு மேஜை மேல்இறைச்சியைப் பார்த்ததும் அதை எடுத்துப் போகச் சொல்லிவிட்டார் மாவோ, "ஏதாவது நல்ல உணவை எனக்குத்தர முயற்சிக்கிறாய், ஆனால் நான் அதை எப்படி உண்ண முடியும்?"

"இது உங்களுடைய மூளைக்காகத்தான், அப்பொழுதுதானே உங்களால் இன்னும் நன்றாக வேலை செய்ய முடியும், இது ஆடம்பரத்திற்காக ஒன்றுமில்லையே," நான் பலமாக ஆட்சேபித்தேன்.

"என்னுடைய மூளைக்கு சத்து தேவைதான், ஆனால் இருக்கும் சூழ்நிலைமை அனுமதிக்கிற அளவுக்குத் தான் நீ செய்ய முடியும்; அது மாறும் பொழுது நீ உனது உடல் நலத்தைக் காப்பதற்கு உண்ணும் பொருளும் மாறுகிறது. சரி, இப்பொழுது எனது முடிவை வாரி விடுகிறாயா என்ன?"

தன்னுடைய நாற்காலியில் சாய்ந்து கொண்டு மாவோ கண்களை மூடிக்கொண்டார். அவருடைய தலையை நான் மசாஜ் செய்யச் செய்ய கருப்பு சோயா பீன்கள் எவ்விதமாக சத்துக்களைக் கொண்டிருக்கின்றன என்பதை எனக்குச் சொன்னார், அதில் தனது மூளைக்குத் தேவையான சத்துக்களைக் கொண்டிருக்கிறது என்றும், தலையைநன்கு நீவிக் கொடுப்பது மூளைக்கு என்ன பலனைத் தருகிறது என்றும், அதாவது நல்ல ரத்த ஓட்டம் ஏற்படுவதால் மூளைக்குத் தேவையான அளவு சத்துக்களை கிடைக்கச் செய்கிறது என்றும் சொல்லிக் கொண்டே போனார். ஆனால் அவர்இந்த விஷயங்களையெல்லாம் சொல்லாமலிருந்தால் தேவலாம் போல இருந்தது, அது என்னை இன்னும் சோகத்திலாழ்த்தியது.

ஆகவே புதுவருடத்திற்கு முன்னதாக ஒரு கூட்டத்தில் கலந்துகொள்ள கிழக்குச் சீனாவிலிருந்து ஜெனரல் சென் யீ வரும் வரை அந்தப் பதப்படுத்தப்பட்ட இறைச்சியை எவரும் தொடவில்லை; அதைக் கொண்டுதான் அவருக்கு விருந்தளித்தோம்.

க்சிபெய்ப்போ-விற்கு நாங்கள் சென்ற பிறகு உணவு விநியோகம் ஒரு பிரச்சனையாக இருக்கவில்லை. ஆனால் மூன்று பெரும் ராணுவ நடவடிக்கைகளை வழிநடத்திக் கொண்டிருந்த மாவோ அடிக்கடி பல நாட்களும் இரவுகளும் தொடர்ச்சியாக வேலை செய்து கொண்டிருப்பார். அவருடைய உடல் நலம் குறித்துக் கவலையடைந்த நான் அவருக்கு முறையான உணவளிப்பதை உறுதி செய்வதற்காக என்ன செய்யப்பட வேண்டுமென்பதை மற்றவர்களுடன் விவாதித்தேன். இதையறிந்த மாவோ என்னிடம் சொன்னார், "நீ சரியான வேலையைச் செய்து கொண்டிருக்கவில்லை. எனக்காக நீ தயார் செய்ய முயற்சித்துக் கொண்டிருப்பதையெல்லாம் உண்ண எனக்கு நேரமில்லை. எனக்குத்

தேவையானதெல்லாம் மூன்று நாட்களுக்கொருமுறை ஒருகோப்பை வேகவைத்த பன்றியிறைச்சிதான். அதை வைத்துக் கொண்டு நான் சியாங்காய் ஷேக்கை முறியடித்து விடுவேனென்பதில் நீ உறுதிகொள்ளலாம்.

மாவோ சொன்னபடி நான் செய்தேன், மாவோவும் தான் சொன்னபடி சியாங்கின் அழிவை உறுதி செய்துவிட்டார்.

பெய்ஜிங் குடிபெயர்ந்த பிறகும் வேக வைத்த பன்றிக் குழம்புதான் மாவோவின் விருப்பமான உணவாக நீடித்தது. அதிக விலையுள்ள உணவிலிலெல்லாம் ஆர்வமேதுமில்லாத மாவோவுக்கு பெரிய விருந்துகள் மிகுந்த சலிப்பையே தந்தன. அயல்நாட்டு முக்கிய விருந்தாளிகளை உபசரிப்பதைப் பொருத்தவரை மாவோ சொல்வார், "ஒவ்வொருமுறையும் செலவு பிடிக்கும் உணவு தான் வேண்டுமென்றிருக்கக் கூடாது. அது விரயமிக்கது என்பதுடன் தேவையற்றது" ஒரு நாள் என்னிடம் சொன்னார், " நாம் இவ்வுலகில் வாழ்வதென்பது அது அளிக்கும் உணவை உண்பதற்காகவல்ல, மாறாக அதை ஒரு மேம்பட்ட ஒன்றாக ஆக்குவதற்குத் தான். ஒரு மனிதனின் பணி அதுதான், அதுதான் அவனை விலங்குகளிலிருந்து வேறுபடுத்துகிறது"

மாவோவின் மருத்துவரான டாக்டர் சூடாவோ பலமுறை மேலும் கூடுதல் சத்துணவை எடுத்துக் கொள்ள வைத்து அவருடைய உணவுப் பழக்கத்தை மாற்றிக் கொள்ள இணங்க வைக்க முயற்சித்தார். ஒவ்வொரு முறையும் மாவோ தலையை அசைத்து மறுத்துவிடுவார். மாவோ வலியுறுத்துவதை கை விடும்படி யாராலும் செய்ய முடியாது. அதற்கு அவரிடம் வலுவான காரணங்களிருந்தது. உணவு குறித்து மூன்று சம்பவங்களின் பொழுது அவர் சொன்னதை என்னால் மறக்கவே முடியாது. ஒரு நாள் ஒரு மட்டரக அரிசியால் சமைக்கப்பட்ட சாப்பாடிருந்த ஒரு பாத்திரத்தைத் தட்டிக் கொண்டே டாக்டர் சூவைப் பார்த்துச் சொன்னார், "சீனாவிலிருக்கும் எல்லா விவசாயிகளுக்கும் இதுபோன்ற அரிசி கிடைக்குமானால் அது ஒரு பெரிய விஷயமாக இருக்கும். அப்பொழுது உங்களுடைய எல்லா யோசனைகளுடனும் நீங்கள் என்னிடம் வரலாம்"

மற்றொரு முறை, சத்துணவைப் பற்றி டாக்டர் சூ வின் பேச்சால் சலிப்படைந்த மாவோ தனது கையை வீசி அவருடைய பேச்சை நிறுத்தினார், ஒரு முகச்சுளிப்புடன் சொன்னார், "நிறுத்துங்கள், நான் ஒரு விவசாயியின் மகன், நான் சிறு குழந்தையாக இருந்த பொழுதிலிருந்து ஒரு விவசாயியைப் போலவே வாழ்ந்து வருகிறேன். அது எனக்குப் பழகிப்போன ஒன்று. ஆகவே எனது வழிமுறைகளை மாற்ற முயற்சிக்க வேண்டாம், தயவு செய்து வேண்டாம்."

இன்னுமொருமுறை டாக்டர் சூவைக் கண்டிப்பதுபோல தனது ஓரக்கண்ணால் பார்த்துக் கொண்டே சொன்னார், "உங்களொருவருக்குத் தான் ஊட்டச் சத்து குறித்துத் தெரியுமென்று நீங்கள் நினைக்கிறீர்களா?

என்னுடைய வயதை நீங்கள் எட்டும் பொழுது இப்போது நானிருக்கும் நல்ல உடல்கட்டுடன் நீங்கள் இருக்காமல் போகலாம். எனக்குத் தெரிந்தவரை மிகப் பெரும் பணக்கார முதலாளிகளைக் காட்டிலும் பெரும்பணக்கார நிலப்பிரபுக்களல்லாதவர்கள் நீண்ட காலம் வாழ்கிறார்கள்" பிறகு என்பக்கம் திரும்பி டாக்டருக்கு மேலும் சொல்லவிரும்பியதை என்னிடம் சொல்வதுபோலச் சொன்னார், "ஒருடாக்டரின் அறிவுரைகளை நீ புறந்தள்ளி விட முடியாது, ஆனால் அவர் சொல்கிறதையெல்லாமே நீ செய்யுவும் கூடாது. அவர் சொல்வதிற்குச் செவி சாய்க்காவிட்டாலும் நீ அவதிப்படுவாய், ஆனால், அதற்கு நேரெதிராக நீ செய்தால் என்னவாகும்? நான் கூட முடிந்து போய்விடுவேன்"

ஒரு நாள், அவர் அடிக்கடி செய்வது போல, ஒரேயடியாக இருபத்திநான்கு மணி நேரம் தொடர்ந்து வேலை செய்த மாவோ உறங்கச் சென்றார். அவர்கள் விழித்தபொழுது அவரிடம் சொன்னேன், "பல நாட்களாக நீங்கள் சரியாகச் சாப்பிடவில்லை, தோழர் சேர்மன்"

தேநீர் அருந்தியபடி கண்களைச் சிமிட்டியபடி கேட்டார், "அப்படியா? ஆமாம், எனக்குக் கொஞ்சம் இப்பொழுது பசிக்கும் போல் தெரிகிறது. என் உணவைக் கொண்டுவா'

உங்களுக்காக ஒரு மெனு தயாரிக்கும்படி டாக்டர் சூ சொல்லியிருந்தார். ஆனால் அதை என்னால்...."

"மெனுவை மறந்துவிடு. எனக்கு பன்றியிறைச்சியைக்கொண்டு வா"

"ஆனால்....."

"நீ இப்பொழுது போகலாம்," தனது கனத்த கையை வீசினார் மாவோ, பேனாவை கையில் எடுத்தார், "அது தயாரானவுடன் எனக்குத் தெரிவி"

நான் அமைதியாக வெளியேறினேன். உணவைத் தயாரிக்க சமையல்காரரிடம் செல்ல இருந்த பொழுது ஜியாங் க்விங் என்னைப் பார்த்தார். அவர் கையில் ஒரு புத்தகத்தை வைத்துக் கொண்டு தனது அறையின் பக்கத்திலிருந்த முற்றத்தில் நடந்து கொண்டிருந்தார். என்னை அழைத்த பொழுது அருகில் சென்றேன்.

"சேர்மன் இப்பொழுது சாப்பிட விரும்புகிறாரா" என்று மெதுவான குரலில் கேட்டார். "ஆமாம்" நான் தலையை அசைத்தேன், "அவர் வேக வைத்த பன்றியிறைச்சியைக் கேட்கிறார்"

"இனிமேல் அவருக்கு அது வேண்டாம், அவருக்கு மீன், கோழி போன்ற மேலான உணவை நம்மால் கொடுக்க முடியும் பொழுது பன்றியிறைச்சியை எப்போதுமே ஏன் தர வேண்டும்?

அவர் என்னைப் பார்த்தார், அது ஒரு கண்டிக்கும் பாவனையைக் காட்டியது.

"சேர்மன் தரமான உணவைச் சாப்பிட்டுப் பல நாட்களாகிவிட்டது. அவர்நேற்று என்ன சாப்பிட்டார்?"

"நேற்று ..... இரண்டு குவளை ஓட்ஸ் உணவு மட்டும்"

"நேற்றைக்கு முந்தைய தினம்?"

"ஒரு குவளை நூடுல்களை அவருக்காகச் சமைத்ததாக சாங் சொன்னார்"

"நீ உன்னுடைய வேலையை ஒழுங்காகப் பார்ப்பதில்லை. உன்னுடைய அந்த மின்னடுப்பும், எனாமல் பாத்திரமும்! அவைகள் குப்பை மேட்டுக்குத்தான். பொருத்தமாக இருக்கும்," அவர் கோபமாகப் பேசினார். பிறகு என்னைச் சுட்டிக் காட்டி, டாக்டர் சொன்ன மெனுவைப் பின்பற்றும்படி சமையல்காரர்களிடம் சொல். டாக்டர் சூ வாராந்திர மெனு பயன்படுத்தப்படுவதில்லை, மூன்று வேளை உணவுக்குக் கூட பயன்படுத்தப் படுவதில்லை யென்று புகார் செய்தார்."

"ஆனால் சேர்மன் அதை மறந்துவிடும்படி சொல்கிறார். வேகவைத்த பன்றியிறைச்சி தவிர வேறு எதுவும் கேட்பதில்லை"

உன்னுடைய பிதற்றல்களையெல்லாம் நான் இனிமேல் கேட்கப் போவதில்லை! அவருக்கு அந்தப் பன்றியிறைச்சியை இனிமேல் தராதே! அதில் அப்படி என்ன தான் மாயமிருக்கிறது? இந்த நாட்டுப்புறப் பூசணிக்காய் தன்னுடைய பழக்கங்களை மாற்றிக் கொள்ளவே மாட்டார் போல எனக்குப் படுகிறது."

அதற்கும் மேல் என்னாலெதுவும் பேச முடியவில்லை. வட ஷான்ஷியில் மாவோ போரிட்டுக் கொண்டிருந்த பொழுது ஒருமுறை மாவோவை ஒரு நாட்டுப்புறப் பூசணிக்காய் என்றழைத்து அவருக்கு மூர்க்கத்தனமான கோபத்தை வரவழைத்துவிட்டார். ஆனாலும் அவர் எஜமானி, அவருடன் வாதம் புரிவதற்கு என்னால் இயலாது. அத்துடன் மாவோவுக்கு நல்ல சாப்பாடு தர நானும் விரும்பினேன்.

உணவு தயாரென்று சொன்னதும் மாவோ மேஜைக்கு வந்தார், அவருக்குப் பணி புரிய நான் காத்திருந்தேன். நான் படித்துக் கொண்டிருந்த செய்தித்தாளிலிருந்து கண்களை அகற்றாமலேயே மாவோ அமர்ந்தார். உணவு உண்ணும் பொழுது படிக்கும் பழக்கம் அவருக்கிருந்தது. தனது கண்கள் பேப்பர் மீதிருக்க மூங்கில் உணவுக் குச்சிகளுக்காகக் கையை நீட்டினார், அவை எங்கேயிருக்கும் என்பது அவருக்குத் தெரியுமாதலால் அவற்றை எடுத்து, அவறறின் நுனிகளின் மீது நட்ட வைத்து தனது பாத்திரத்திற்குள் விடப்போனார். நான் நடுக்கத்துடன் கவனித்துக் கொண்டிருந்தேன், ஆனால் ஜியாங்க்விங் மேஜைக்குக் குறுக்காகத் தனதுகையை நீட்டி ஒருமீன் துண்டை அவருடைய பாத்திரத்தில் இட்ட பொழுது, ஏதாவதுவிளக்கம் தேவைப்பட்டால் ஜியாங் பார்த்துக் கொள்வார் என்று நம்பிக் கொண்டு நான் சற்று அமைதியடைந்தேன்.

"என்ன இது" செய்தித்தாளுக்குப் பின்னாலிருந்து எட்டிப் பார்த்த மாவோ, "வேகவைத்த பன்றியிறைச்சி எங்கே? என்றார்.

நான் பதிலேதும் பேசவில்லை; எனக்கு முன்னால் நேராகப் பார்த்துக் கொண்டு, மௌனமாக, அங்கே அசையாமல் நின்றேன்.

"எங்கே அந்தப் பன்றியிறைச்சி," என் பக்கம் மாவோதிரும்பினார். இதற்கு மேலும் என்னால் மௌனமாகவும் இருக்க முடியாது, அந்தக் கேள்வியை அவர் பக்கம் திருப்பிவிடுவதுஇருக்கட்டும் ஜியாங் இருக்கும் திசையில் நான் பார்க்கவும் முடியாது. சத்தமாக மென்று விழுங்கிக் கொண்டு, கொஞ்ச நேரம் இழுத்தடிக்கலாம் என்று பார்த்தேன். மூன்று வினாடிகள் கழிந்தன, ஜியாங்க்விங் இன்னும் மௌனமாகவேயிருந்தார். இறுதியாக நான் திக்கினேன், "நான் அதைத் தயாரிக்கவில்லை...."

"ஏன் செய்யவில்லை," கோபமான குரலில் மாவோ சத்தமாகக் கேட்டார்.

நான் "மௌனமாகத் தலையைக் குனிந்துகொண்டேன். ஜியாங்க்விங் திசையிலிருந்து இன்னும் கண்களை விலக்கிவைத்திருந்தேன், இல்லாவிட்டால் அவர் இலக்காகியிருப்பார். இருந்தும் என்னைக் காப்பாற்ற முன் வருவார் என்று எதிர்பார்த்தேன்.

அவர் முன்வரவேயில்லை.

"பேசு," நான் உன்னிடம் சொன்னதை நீ ஏன் செய்யவில்லை?" இப்பொழுது மாவோ கோபமடைந்ததுவிட்டார், "நான் கேட்டதெல்லாம் ஒரு குவளை வேகவைத்த பன்றிக் குழம்பு தான். நான் அதிகமாக ஏதாவது கேட்டுவிட்டேனா?"

ஜியாங் க்விங் என்னைக் காட்டிக் கொடுத்துவிட்டார், பாட்டுக்குத் தாளம் போட என்னைத் தனியே விட்டுவிட்டார் என்பது இப்பொழுது எனக்கு புரிந்து போனது. அது ஒரு வலிமிகுந்த புரிதல், எந்த விளக்கமும் கொடுக்க முடியாத என்னுடைய இயலாமை அந்தவலியை இன்னும் மோசமாக்கியது. எனது கன்னங்களில் பெரிய கண்ணீர்த்துளிகள், கசப்பும், ஆத்திரமும் கொண்ட துளிகள், உருண்டன. ஆனாலும் நான் அசையவில்லை, எனது வாயை மூடிவைத்துக் கொள்வதில் தீர்மானமாக இருந்தேன்.

ஒரு ஆண்பிள்ளை அழுவதை மாவோ சகிக்க முடியாது, அவர் சஞ் சலமடைந்தார். "அதை மறந்துவிடு! நினைவில் வை; எதிர்காலத்தில் நான் சொல்வதை நீ செய்," என்று முணுமுணுத்தார், "என்னுடைய பசியைக் கெடுக்காமலிருக்க விரும்புவாயானால், அழுவதை நிறுத்து".

உணவுக் குச்சிகளைக் கீழே வைப்பதற்கு முன் அவர் ஓரிரு கவளங்களையே வாயிலிட்டார். போவதற்கு எழுந்தவர் சொன்னார், "என்னுடன் வா,"

அவருடைய படுக்கையறைக்கு நாங்கள் திரும்பி வந்தவுடன் கேட்டார், "என்ன நடந்துது, சொல்" ஏதோ கோளாறிருக்கிறதென்பதை

அவர் உணர்ந்திருக்க வேண்டும்; என்னுடைய கண்ணீரும், அத்தனை நேரமும் ஜியாங் ஒரு சொல் கூட உதிர்க்காதிருந்ததைக் கொண்டும் அவரால் இவ்வாறு கேட்க முடிந்தது. எனவே, அவர் என்ன தெரிந்து கொள்ள விரும்புகிறார்?

"என்னை ஏன் கேட்கிறீர்கள்? நடந்தது என்னவென்பது உங்களுக்குத் தான் தெரியுமே," நான் மீண்டும் அழத்தொடங்கினேன்.

"உன்னிடமிருந்து அதைத் தெரிந்து கொள்ள விரும்புகிறேன்," மாவோ பொறுமையிழக்கத் தொடங்கினார், "வா, சொல்லு, இங்கே நானும், நீயும் தானேயிருக்கிறோம். நான் கேட்பதை நீ மறுத்துவிடுவாயா, என்ன, சொல், எல்லாற்றையும் சொல்."

நான் சொன்னேன்.

"இப்பொழுது சரி! நீ அழுவதை நிறுத்திக் கொண்டதில் மகிழ்ச்சி. உனக்கு ஏதாவது பிரச்சனையிருந்தால் அதை யாராவது ஒருவரிடம் பகிர்ந்துகொள். மனச்சுமை குறையும். இதையெல்லாம் என்னிடம் சொல்லாமலிருந்திருந்தால் நீ இன்னும் அழுது கொண்டுதான் இருந்திருப்பாய்,"

மாவோவின் வார்த்தைகள் என்னுடைய மனதை அமைதிப்படுத்தின, அதே சமயம் சங்கடத்தையும் தந்தன. எனது உதடுகளை அசைத்த பொழுது என்னுடைய தோற்றம் கேலிக்குரியதாக இருந்திருக்க வேண்டும். மாவோவின் முகபாவம் நிதானத்தை இழந்தது. ஒரு இறுதியான முடிவுகொண்டு விட்டதைப் போல கோபத்துடன் கூறினார்.

"அவள் கருத்து சரிதான்; நானொரு நாட்டுப்புற பூசணி தான். நானொரு விவசாயியின் மகன், ஒரு விவசாயிக்குரிய பழக்கங்களைக் கொண்டிருக்கிறேன். இந்த நகர்ப்புற பூசணிப் பெண்மணி என்னுடைய உணவுகளைப் பகிர்ந்து கொள்ள விரும்பவில்லையானால் அவ்வாறே அவள் பகிர்ந்து கொள்ள வேண்டாம். இப்பொழுதிருந்து அவள் அவளுடைய பாத்திரத்திலிருந்து உண்ணட்டும், நான் என்னுடையதிலிருந்து உண்ணுகிறேன். அவளிடமிருந்து எந்த ஒரு இடையூறையும் நான் அனுமதிக்கப் போவதில்லை. இது இறுதியானது".

தான் சொன்னதை எப்பொழுதுமே மாவோ கடைப்பிடிப்பார், அவர் மனதை மாற்றிக் கொண்டாலல்லாது. அது அப்படியே எழுத்து சுத்தமாக நிறைவேற்றப்பட வேண்டுமென்று எதிர்பார்ப்பார். அவர் என்ன செய்ய வேண்டுமெனச் சொல்லுகிறாரோ அதே போலச் செய்யப்பட வேண்டும். இல்லாவிட்டால் குற்றவாளிகள் "தண்டிக்கப் படுவார்கள், புலன் விசாரணை முடியும் வரை தண்டனை நிறுத்தி வைக்கப்படும்" அதற்கான அவருடைய தர்க்க வாதம், "அது அவ்வாறு தான் இருக்க வேண்டும் இல்லாவிட்டால் ஒரு மோசமான முன்னுதாரணத்தை நான் உருவாக்கியதாகிவிடும்,"

அப்போதிருந்து மாவோவும் ஜியாங் க்விங்கும் தங்களுடைய உணவைப் பகிர்ந்து கொள்வதை நிறுத்திக் கொண்டார்கள். சில சமயங்களில் அவர்கள் செய்வது போல ஒரே மேஜையில் உணவு உண்டாலும் கூட ஜியாங்கின் உணவை மாவோ தொடமாட்டார், ஆனால் ஜியாங், அவ்வப்போது மாவோவின் மிளகு நிறைந்த உணவு வகைகளிலிருந்து எடுத்துக் கொள்வார். மாவோ காரமான உணவுகளை விரும்புவார், அவற்றைச் சுவைப்பதை ஜியாங் தவற விடமாட்டார்.

மாவோ உண்ண விரும்பும் இன்னொன்று கெண்டை மீன். ஒரு சமயம் வட ஷான்ஷியின் யாங்ஜியாகூவில் சமையல்காரர் சூ, ஜெனரல் ஹேலாக் மாவோவுக்கு அனுப்பி வைத்த இரண்டு கெண்டை மீன்களைக் கொண்டு ஒரு உணவு வகையைத் தயாரித்திருந்தார். மஞ்சள் நதிக்குக் கிழக்கேயிருந்து தன்னுடைய மகள் லீ நே-யை தன்னுடன் அழைத்து வந்திருந்த ஜியாங் க்விங், நீண்ட காலம் கருப்பு சோயா பீன்ஸ் மட்டும் உண்டு தனது மூளைக்கு அளவுக்கு மீறிய வேலை கொடுத்து வந்த மாவோவுக்கு நல்லது என்று கூறியபடி பெரிய மீனை அவருக்குத் தந்தார். சிறிய மீனை தனக்கும் லீ நேவுக்கும் வைத்துக் கொண்டார்.

சாப்பிடும் பொழுது நான் மாவோவைக் கவனித்துக் கொள்ள நின்று கொண்டேன். பின்னாளில் என்னுடைய மனைவியாக இருந்த ஹான் குயீக்சின், லீ நேயின்னைக் கவனித்துக் கொண்டார். ஒவ்வொரு உணவின் போதும் ஒவ்வொரு உணவின் போதும் கருப்பு சோயா பீன்களையே உண்டு வந்த லீ நே வின் வாயில் உமிழ்நீர் பெருகியது. தனது உணவுக்குச்சிகளால் ஒரு மீன் துண்டை தனக்கு எடுத்துக் கொண்ட ஜியாங் க்விங் குச்சிகளின் மறுமுனைகளில் இன்னொரு துண்டையெடுத்து ஹானுக்குத் தர முற்பட்டார், ஹான் அதை மறுக்கவும் லீ நே வற்புறுத்தியதால் ஏற்றுக்கொண்டார். அவர்களுக்கு மீன் தீரும்வரை ஜியாங் தந்து கொண்டிருந்தார். ஹானின் கண்களில் கண்ணீரை நான் கண்டேன்; அந்த சமயங்களில் இருவரிடமும் பரஸ்பர நட்பும் அன்புமிருந்தன.

ஆழ்ந்த சிந்தனையுடன் ஆவணங்களைப் படித்துக் கொண்டே மீனையும் கருப்பு சோயாபீன்களையும் மாவோ எடுததுக் கொண்டு உண்டார். அவர் எனக்கு மீன்தரவில்லை, அந்த எண்ணம் எனக்கு உதிக்கவுமில்லை.

அவர் மேஜையிலிருந்து எழுந்தபொழுது அந்தக்கெண்டை மீனைச் சுட்டிக் காட்டியபடி சொன்னார், "இது உனக்குத் தான் யின் கியாவோ...."

"ஓ, வேண்டாம், நன்றி...."

"நானொன்றும் வியாதிபிடித்தவனல்ல, அத்துடன் மறுபக்கத்தை நான் தொடவுமில்லை" "நான் அதற்காகச் சொல்லவில்லை" உங்கடைய அடுதத உணவிற்காக வைத்திருக்க நினைத்தேன்"

“அதை வைத்திருக்காதே. மீந்துபோன மீனை நான் தின்பதில்லை”

அவர் போய்விட்டார்.

தனது கருப்பு சோயா பீன்களை ஓரிரு வாய் உண்டுமுடித்த ஜியாங் க்விங் தனது மகள், ஹான் சகிதம் சென்றுவிட்டார்; மாவோ எனக்குத் தந்ததை உண்பதற்கு எனக்குக் கூச்சமேற்படக்கூடாது என்பதற்காக அவர்கள் அங்கு இருக்க விரும்பவில்லை.

சொன்னவாறே மீனின் மறுபக்கத்தை மாவோ தொட்டிருக்கவில்லை. நான் உண்டதிலேயே மிக அருமையான மீன் அது. அவர்சொன்ன காரணத்திற்காக எனக்கு அது வைக்கப்படவில்லை; மீந்துபோன மீனை அவர் சாப்பிட்டதைப் பார்த்திருக்கிறேன், பிற்பாடும் நான் பார்க்க இருந்தேன். அந்தப் பகுதி மீனை அவர் எனக்காக விட்டு வைத்திருந்தார், ஏனெனில் அந்த சமயத்தில் உணவு நிலைமை மோசமாக இருந்ததைஅவரறிவார்.

தனது பாத்திரத்திலோ அல்லது மேஜை மீதோ உணவின் ஒரு பருக்கைக்கூட மாவோ விட்டுவைக்க மாட்டார். தனது இளமைக் காலத்தில், தன்னை உடல் ரீதியாக உரமேற்றிக் கொண்டு வர இருக்கும் கடின காலங்களை எதிர் கொள்வதற்காக, ஆறிப் போன அல்லது மற்றவர்களுக்குப் புதிதாக இல்லாத அல்லது நைந்து போன அரிசிச் சோற்றை உண்டிருக்கிறார். ஆனால் மீனைப் பொருத்தவரை குறிப்பாக விருப்பார்.

1948-ன் இறுதிக்காலத்தில், ஸ்டாலின், சோவியத் யூனியனின் மத்தியக் குழு ஆகியோரால் ஒரு ரகசியப் பணிக்காக அனஸ்டாஸ் ஐவானோவிச் மிக்கோயனை க்சீ பெய்ப்போவுக்கு அனுப்பி வைக்கப்பட்டிருந்தார். அவர் மாவோவையும், சூட்டே, லியூ ஷாவோக்வி, சூஎன்லாய், ரென்பை ஷீ ஆகிய இதர நான்கு அரசியல் தலைமைக்குழு உறுப்பினர்களையும் பலமுறைகள் சந்தித்தார். இந்த சந்திப்புகள் மாவோவின் அறையில் நடந்தன. ஸ்டாலின், மஞ்சள் நதியைத் தாண்டி மக்கள் விடுதலைப்படையை அனுப்புவதை மாவோவை கைவிடச்செய்வதற்காக முயன்றார், ஏனெனில் அவ்வாறுசெய்வதன் பின் விளைவாக அமெரிக்க ராணுவத்தலையீடு ஏற்பட்டுவிடுமென்று நம்பினார் என்று சொல்லப்படுகிறது. ஆனால் ஆவேசமிக்க சுதந்திர உணர்வு படைத்த மாவோ, மூக்கைப்பிடித்து தன்னை வழிநடத்துவதற்கு யாரையும் என்றும் அனுமதித்ததில்லை. அந்த விஷயத்தில் மாவோவுக்கிருந்த முடிவும் தீர்மானகரமான உறுதியும் அனைவருக்கும் தெரிந்த சங்கதிதான். நான் என்ன சொல்ல வருகிறேனென்றால் மிக்கோயனின் வருகையின் போது நிகழ்ந்த சில ஓரம் பாரமான சம்பவங்களைத்தான்.

தனது நேர்த்தியான ஆடைகளிலும், ரோமத்தாலான தொப்பியிலும் மிக் கோயன் மிகவும் எடுப்பாகத் தெரிந்தார். ஒப்பீட்டு நோக்கில் பார்த்தால், சீனக் கம்யூனிஸ்ட் கட்சியின் மிக முக்கியமான உறுப்பினர்கள்

வெளிறிய, பழைய பருத்தி ராணுவச்சீருடையைத்தான் அணிந்திருந்தார்கள், அதிலும் மாவோவின் உடையில் சில ஒட்டுக்களும் இருந்தன.

மிக்கோயன் குழு தங்களுடன் ஏராளமான டப்பியிலிட்ட உணவு வகைகளையும் அழகான குப்பிகள் நிறைய மதுவகைகளையும் கொண்டு வந்திருந்தது. எங்களாலோ நாங்கள் வளர்த்த நாட்டுக் கோழி, அருகிலிருந்த ஹூடுவோ நதியில் பிடித்த மீன்கள் ஆகியவற்றைக் கொண்டு வேகவைத்த வறுவல் செய்த உணவு வகைகளைத்தான் அளிக்க முடிந்தது. க்சிபெய்ப்போவில் அவர்கள் தங்கியிருந்த ஒரு வாரகாலத்தில் மாவோவுடனும், அரசியல் தலைமைக் குழுவின் நிலைக்குழு உறுப்பினர்களுடனும் இருமுறை உணவருந்தினார்கள். ஏதோ தண்ணீர் பருகுவது போல பெரிய குவளைகளிலிருந்து மதுவை மிக்கோயன் உள்ளே தள்ளிக் கொண்டிருந்தார். மாவோவால் குடிக்க முடியாது, அவருக்கு மதுவால் முகம் சிவந்துவிடும். சூட்டேயின் தொண்டையில் வலியிருந்தது, ரென் பைஷிக்கு உயர் ரத்த அழுத்தமிருந்தது, சீனத்தின் தராதரத்தின் படி சூ என்லாய் நன்றாகக் குடிப்பவர் தானென்றாலும் மிக்கோயனைப் போல அவ்வளவு அதிகமான மதுவைக்குடிப்பது குறித்து கனவு கூட காணமாட்டார். மேஜையில் அவர்கள் சுமூகமாக உரையாடிக் கொண்டிருந்தார்கள். ஆனால் வலுவான தேசியப் பெருமித உணர்வு கொண்டவரான மாவோ மதுஅருந்துவதில் கூட சோவியத் நாட்டவர் பெயர் தட்டிச் செல்வதைப் பார்க்க விரும்பவில்லை என்பதை நான் கவனித்தேன். விரைவிலேயே கடைசி உணவு வகையைப் பரிமாறும்படி அவர் கேட்டுக்கொண்டார்.

ஒரு கட்டத்தில் மிக்கோயன் சொன்னார், “நாங்களனைவரும் சீன உணவுத் தயாரிப்புக் கலையை விரும்புகிறர்கள்தான். ஆனால் சீன உணவு வகையைத் தயாரிக்கும் முறைதான் எங்களுக்குத் தெரியாது. நீங்கள் உங்கள் புரட்சியை வென்றெடுத்த பிறகு எங்களுடைய ஆட்களை சீன சமையல் கற்றுக்கொள்வதற்காக அனுப்பி வைக்கிறோம், அது எங்களது உணவு வகைகள் பலவைப்பட்டதாக்கிவிட உதவும்”

இதற்கு மாவோ ஒரு புன்முறுவலுடன் பதிலிறுத்தார், “சீனா இரண்டு கொடைகளை, சீன மருத்துவ மூலிகைகள், சீன உணவு வகைகள் ஆகியற்றை உலகத்திற்கு வழங்கப் போவதை அது பார்க்கத்தான் போகிறது”.

இன்னொரு சமயம் வேகவைத்த மீன்களிருந்து ஒரு தட்டிற்கு மேல் தனது முள் கரண்டியைப் பிடித்தபடி ஒரு சோவியத் விருந்தாளி கேட்டார், “இது புதிது தானா? உயிருடன் பிடிக்கப்பட்டதா?” என்று கேட்டார், அது உயிருடன் பிடிக்கப்பட்டது தான் என்று சொன்ன பிறகுதான் அவர் முள் கரண்டியை அதன் மீது வைத்தார்.

அவரை வெறுமனே பார்த்தார் மாவோ, ஆனால் ஒன்றும் பேசவில்லை. ஒரு வருடத்திற்குப் பிறகு மாஸ்கோ வருகை தந்த மாவோ தன்னுடன் வந்திருந்த சீன சமையல்காரருக்குத் தந்த உத்தரவு கறாரானது,

“எனக்காக நீ சமைக்கக் கூடிய மீன் உயிருள்ளதாக இருக்க வேண்டும். இறந்த மீனை அவர்கள் உன்னிடம் தந்தால் அதை அவர்களிடமே திருப்பி எறிந்துவிடு”

சோவியத் மீனைக் கொண்டுவரத்தான் செய்தனர். அதை ஒரு கர்னலும், அவருடைய உதவியாளர்களும், சமையல்காரரிடம் கொண்டு வந்தார்கள். அது ஒரு இறந்த மீன். மாவோவின் “திருப்பி எறிந்துவிடு” உத்தரவுப்படி சமையல்காரர் அதை நிராகரித்துவிட்டார். அந்தக் கர்னல் திகைத்துவிட்டார், மாவோ உயிருள்ள மீனைத்தான் உண்பார் என்பதை ஒரு மொழி பெயர்ப்பாளர் எடுத்துச்சொல்லும்வரை அதற்கான காரணம் அவருக்குத் தெரியவில்லை.

“நாங்கள் அதை உடனடியாகக் கொண்டு வருகிறோம்,” கர்னல் உறுதியளித்தார். விரைவிலேயே, மாவோ தானுண்ணும் மீனின் தரம் குறித்துக் குறிப்பாக இருப்பார், அது கெண்டை மீனாக, அதுவும் உயிருள்ள கெண்டை மீனாக இருக்க வேண்டுமென்பதை கிரெம்ளின் அறிந்துகொண்டது.

மாவோவை வாட்டியது என்ன?

கிட்டத்தட்ட, மாவோவின் வாழ்நாள் முழுவதும் அவரை இரு விஷயங்கள் வாட்டின; ஒன்று தூக்கம், மற்றது மலச்சிக்கல். அவர் அனுபவித்த பழக்கமான மலச்சிக்கல் எவ்வளவு கடுமையானதாக இருந்ததென்றால் சில சமயங்களில் வாரம் ஒருமுறைதான் மலங்கழிப்பார்.

மாவோவும், நானும், என்னைஆறுமாதங்கள் அவர் கடனாக ஒப்பந்தம் போட்டுக்கொண்ட இரண்டு மணி நேரத்திற்குள்ளாகவே இன்னுமொரு ஒப்பந்தம் செய்துகொண்டோம், அதாவது அவர் வெளிக்குப்போகும் பொழுது நான் உதவியாக இருப்பது.

அந்த இரவு ஒரு ராணுவ வரைபடத்தை ஆராய்ந்து கொண்டு அதில் பென்சிலால் குறியீடுகளிட்டுக் கொண்டு சிந்தனையில் ஆழ்ந்திருந்த மாவோ திடீரென்று முகம் சுளித்தார். சிறிது நேரம் காத்திருந்த அவர், ஒரு பேப்பரை எடுத்துக் கொண்டு அறையை விட்டு வெளியேறினார். ஒரு திறந்த வெளியை நோக்கி அவர் சென்றதால் என்னுடைய மாஸர் கைத்துப்பாக்கியின் மீது கையை வைத்தபடி அவரைப் பின் தொடர்ந்தேன், சுற்றுப்புறங்களை நான் கூர்ந்து கவனித்துக் கொண்டிருந்தேன், ஆனால் அவர் என்ன செய்யப் போகிறாரென்பது எனக்குப் பிடிபடவில்லை.

அதுஒரு அமைதியான இரவு. மழை அந்த வயற்புறத்தை சேறாக்கியிருந்தது. ஒருசிறிய மேட்டருகே நின்றவர் தனது பெல்ட்டைத் தளர்த்தினார். அவர் மலங்கழிக்கப்போகிறார் என்பதை அறிந்து கொண்ட நான் சற்று லகுவாக்கிக் கொண்டேன்

மாவோ உட்கார்ந்தார். இருளில் மறைந்து கொண்ட நான் சுற்றிலும் கவனித்துக் கொண்டிருந்தேன். அவர் எவ்வளவு நேரம் அப்படியே இருந்தா ரென்று எனக்கு நினைவில்லை. கடைசியில் அவர் எழுந்தபொழுது உடனே அங்கிருந்து நடக்கவில்லை; நீண்ட நேரம் குதுக்காலிட்டிருந்ததால் அவருடைய கால்கள் மரத்துப் போயிருக்க வேண்டும், அவர் நடக்க ஆம்பித்த பொழுது அவருடைய நடைசீராக இருக்கவில்லை.

“நீங்கள் கழிப்பறையை ஏன் பயன்படுத்தக்கூடாது, தோழர் சேர்மன்”

“அது நாறுகிறது. அந்த வாடை மூளையைத் தாக்குகிறது” புகார்த் தொனியில் முனகினார். “நீங்கள் விவசாயிகளிடம் பேசிக்கொண்டிருக்கும் பொழுது உரக் கட்டிகளைக் கைகளால் உடைத்து, துடைத்து, முகர்ந்து

பார்ப்பதை நான் கண்டிருக்கிறேன். அந்த உரத்தின் வாடை உங்களைப் பாதித்ததாகத் தெரியவில்லையே.

"அந்தச் சூழல் மாறுபட்டது" பிறகு என்னிடம் கேட்டார், "நான் ஒவ்வொரு முறையும் கழிப்பதற்குப் போகும் பொழுது, ஒரு மண்வாரியை எடுத்து ஒரு குழி தோண்டிக்கொடு. என்ன சொல்கிறாய்"

"சரி" என்றேன். அப்போதிருந்து, பெய்ஜிங்கின் சோங்நான் ஹேப் பகுதிக்கு மாவோ குடிபெயர்ந்த பிறகும் கூட, இதைத்தான் செய்து கொண்டிருந்தேன்; ஒரு குழியைத் தோண்டுவது மீண்டும் மூடுவது மாவோவின் படுக்கையறையில் அவருக்காகவே ஒரு கழிப்பறை வடிவமைக்கப்பட்டுப் பொருத்தப்பட சூ என்லாய் ஏற்பாடு செய்திருந்தப் பிறகு தான், அந்த மண்வாரி வேலையிலிருந்து விடுவிக்கப்பட்டேன்.

அதுபோன்று தனதுகழிப்பைப் முடித்துக் கொண்ட ஒரு சமயத்தில் தான் ஷாஜியாடியனில் எதிரியின் 36-வது டிவிஷனை அழித்தொழிக்கும் ஒரு திட்டத்தை மாவோ உருவாக்கினார். அந்தத் திட்டத்தை அவர் சூ என்லாயிடம் கூறினார், வெகு விரைவிலேயே அந்தப் போர் நடவடிக்கைகளை திட்டத்தை அவர்கள் வகுத்துவிட்டார்கள், அந்தத் திட்டம் மா ஹான்ரோங், ஷாவோ செங்கே ஆகிய பாதுகாவலர்கள் மூலமாக ஜெனரல் பெங் டெஹுவாயிடம் எடுத்துச் செல்லப்பட்டது; தொலைபேசி கம்பிகள் பதிக்கப்படும் வரை அவர்களால் காத்திருக்க முடியவில்லை. வடமேற்குச் சீனாவில் ஒரு தீரமானகரமான போராக அது இருந்தது, அதை, "ஒரு திருப்புமுனை" என்று மாவோஅழைத்தார்.

டாக்டரின் கருத்துப்படி மாவோ மலச்சிக்கலால் அவதிப்படுவதற்குக் காரணம் அவர் அதீதமான அளவு சூடான மிளகை உண்டது தான். ஆகவே மேற்கொண்டும் சூடான மிளகு உண்ண விரும்பிய மாவோ அதற்காக ஏங்கத் தொடங்கினார். ஒருநாள், புதிதாக வந்திருந்த பொழுது கேட்டார், "சூடான மிளகு ஏதாவது இருக்கிறதா?"

தனது கனத்த ஹுனான் தொனியில் சூடான மிளகு என்று மாவோ சொன்னது அந்த இளைஞருக்கு "மெழுகுவர்த்தி" என்று கேட்டிருக்கிறது. ஆகவே இல்லையென்று சொல்லிவிட்டார். "எனக்குக் கொஞ்சம் சூடான மிளகைக் கொடு" சற்று எரிச்சலடைந்த மாவோ, "இல்லாவிடில் நான் சாப்பிடப்போவதில்லை," என்று சொல்வலிட்டார்.

பகல் வேளையில் மாவோ ஒரு மெழுகுவர்த்தியை ஏன்கேட்டார் என்று வியந்து அந்தமெய்க்காவலர் விரைவிலேயே ஒரு மெழுகுவர்த்தியை எடுத்துக் கொண்டு வந்து, "மெகுழுவர்த்திஇங்கே இருக்கிறது தோழர் சேர்மன், ' எனத் தயக்கத்துடன் சொன்னார்.

"அதை வறுத்திருக்கிறதா?" தான் வாசித்துக் கொண்டிருந்த ஒரு ஆவணத்திலிருந்து கண்களை விலக்காமலேயே மாவோ கேட்டார்.

"வறுப்பதா? எவ்வாறு?" அந்த இளம் மெய்க்காவலர் மேலும் குழம்பிவிட்டார்."அதை நெருப்பில் வறு, அதைத்தானே சொன்னேன்"

மாவோ பொறுமையிழந்து கொண்டிருந்தார். மேற்கொண்டும் எதையும் கேட்க பயந்துபோன அந்த இளைஞன் திரும்பிப் போக இருந்தார். ஆனால் அதை ஏன் வறுக்க வேண்டுமென்று விளங்கிக்கொள்ள முடியாத அவர் கதவருகில் நின்று கொண்டு மிச்சமிருந்த துணிவையெல்லாம் சேர்த்துக் கொண்டு, "அது உருகிவிடுமல்லவா?என்று கேட்டுவிட்டார்.

"அதை உருக விடாதே. எண்ணெயில்லாமல், முழுதாக அதை வறு...." இப்பொழுது அந்த இளம் மெய்க்காவலர் கையில் மெழுகுவர்த்தியை வைத்துக் கொண்டிருப்பதைக்கண்ட மாவோ திகைத்தார், பிறகு பெரிதாகச் சிரித்துவிட்டார், "நான் சொன்னது சூடான மிளகு, வயல்களில் கூரான முனையுடன் விளையுமே, அது"

இப்பொழுது காவலருக்கு மாவோ என்ன விரும்புகிறார் என்று புரிந்துவிட்டது, அவரும் சிரித்துவிட்டார்.

இவ்வாறாக சூடான மிளகை மாவோ சாப்பிட்டுக் கொண்டே போய் மலச்சிக்கலால் அவதிப்பட்டார். அவருக்குத் தேன் அந்த அவதியிலிருந்து நிவாரணமளிக்குமென்று டாக்டர் பரிந்துரைத்தார்.

ஆனால் மாவோ அவருடைய அறிவுரையைப் பின்பற்றவில்லை; அவர் மிளகு, உப்பு சுவையை வெகுவாக விரும்பியதால்இனிப்புச் சுவைக்கு மாறுவது சிரமம்தான். ஆனால் மலச்சிக்கலுடன் மல்லுக்கட்டிய அனுபவம் அதை எப்படித் தீர்ப்பது என்பது பறறிய சில படிப்பினை களையும் தந்திருக்கிறது; காய்கறிகளை முழுமையாக தண்ணீரில் வதக்கியெடுக்கும் பொழுது ஜீரணத்திற்கு உதவுகிற நார்ச்சத்து முழுமையாக இருக்கும். அதனால் தான் அவருக்கான காய்கறிகள் துண்டாக்கப்படாமலிருக்கும், அவர் ஒருசிறிய முட்டைக்கோஸ், அல்லது பசலைக்கீரையை தனது உணவுகுச்சிகளில் அப்படியே முழுமையாக இடுக்கியெடுத்து பெரிய பெரிய கவளங்களாக உண்ணுவதும் அதற்காகத் தான். இதுபோலச் சமைக்கப்படும் காய்கறிகள் மலச்சிக்கலை நன்றாகப் போக்கிவிடுவதுடன் அவற்றிலுள்ள சத்துக்களும் அப்படியே இருக்கும். அதன் பலனை டாக்டர் கூட ஏற்றுக்கொண்டார். அவர்கள் தஙகளுடைய குழந்தைகளுக்கும் அதைக் கற்றுக் கொடுத்தார்கள்.

மாவோவுக்கு மலச்சிக்கல் அவதியைத் தந்ததென்றால், தூக்கமின்மை அவரை இன்னும் கூடுதலாக வாட்டியது.

தன் வாழ்நாள் முழுவதும் மாவோ உறக்கத்தில் ஆழ்வதற்குப் போராடினார், தூக்கமாத்திரையில்லாமல் அவரால் உறங்கவே இயலாது.

சில சமயங்களில் ஒரு நாளின் இயற்கைச் சுழற்சியை மாவோ மதிப்பார், வேலை, ஓய்வு என 24 மணி நேர நிர்ணயத்தைக் கடைப் பிடிப்பார், சில சமயங்களில் கடைப்பிடிக்க மாட்டார். அது போன்ற நேரங்களில் காலையில் தூங்குவார், பிற்பகலிலும் இரவிலும் வேலை செய்வார், இருபது ஆண்டு யுத்த காலத்தில் இந்தப் பழக்கத்தை

ஏற்படுத்திக் கொண்டார், அப்பொழுது தன்னைவிட வலுவான எதிரியைச் சமாளிக்க வேண்டியிருந்தது, இரவில் மட்டும் இயங்கி எதிரியின் விமானத் தாக்குதல்களைத் தவிர்க்க வேண்டியிருந்தது, அந்தப் பழக்கத்தைக் கைவிடுவது அவருக்குக் கடினமாக இருந்தது.

இவ்விதமாக நாளின் இயற்கைச் சுழற்சியை மதிக்காமல் ஒருநாள் என்பது இருபத்தியெட்டு மணிநேர "மாவோ நாள்" என்கிற கோட்பாட்டின் படி வாழ்ந்தார்.

இந்த வாக்கியம் யாரால், எப்பொழுது முதன்முதலாகஉருவாக்கிப் பயன்படுத்தினார்கள் என்பது எனக்குத் தெரியாது. எது எப்படியோ, அது இதுபோலத்தானிருந்தது: நீங்கள் காலை ஏழுமணிக்கு உறங்கச் செல்லுகிறீர்களென்று வைத்துக் கொள்ளுங்கள்; பதினொரு மணிக்கு எழுந்து வேலையிலிறங்கி அடுத்த நாள் காலை பத்து மணி வரை வேலை செய்து விட்டு மீண்டும் படுக்கச்செல்கிறீர்கள்; பிற்பகல் மூன்று மணிக்கு மறுபடியும் எழுகிறீர்கள், அடுத்த நாள் தொடங்கிவிடுகிறது. இந்த நான்கு மணி நேரக் கூடுதல் நீட்சி ஒரு நாளை இருபத்தியெட்டு மணி நேரம் கொண்ட நாளாக மாற்றிவிடுகிறது.

ஒரு பெரிய போர் நடக்கவிருந்தாலோ, ஒரு முக்கிய கூட்டத்தில் நடத்த வேண்டியிருந்தாலோ ஒரு மிக அவசியமான கட்டுரை எழுத வேண்டியிருந்தாலோ, ஒருஅவசர நிலை அல்லது அதுபோன்ற மூன்று அல்லது நான்கைந்து நாட்கள் கூட இது போன்ற சமயங்களில் வேலை செய்யக் கூடிய மாவோவின் மனித இயல்புக்கு அப்பாற்பட்ட சக்தி மிகவும் நம்புவதற்கரியது.

இடைவிடாத அதீத உழைப்பு ஏற்படுத்துகிற உடல், மன ரீதிகளிலான அழுத்தத்தைக் குறைப்பதற்கு, அவர் தூங்கச் செல்லும் பொழுது மற்றெவரையும் விட அவர் நன்றாகத் தூங்க வேண்டும், ஆனால் பெரும்பாலும் அவர் அளவுக்கு மீறிக் கிளர்ச்சியுற்றிருப்பதனால் உறங்க முடிவதில்லை. அது மாவோவுக்கும், மெய்க்காவலர்களான எங்களுக்கும் கவலையைத் தரும், அவருடைய டாக்டர், செவிலியர் பாதுகாவலர்களும் மெய்க்காவலர்களும், மாவோ உள்பட மேற்கொள்ளும் கூட்டுமுயற்சிதான். அவரை உறங்கச் செய்யத் தேவைப்படும். ஏராளமான போர்கள் மேற்கொள்ளும் இந்த முயற்சியென்பது ஒரு குறிப்பிட்ட உணர்வில் பார்த்தால் எங்களுடைய பணியில் ஒரு மிக முக்கிய அம்சம் என்பதுடன் மாவோவின் வாழ்க்கையிலும் ஒரு மிக முக்கியமான பகுதியாகும்.

ஓய்வெடுக்கப் போவதற்கு முன்னதாக மாவோ தனது பேனாவையும், அவர் படித்துக் கொண்டிருக்கிற ஆவணமெதுவானாலும் கீழே வைத்துவிடுவார்; இதைத் தொடர்ந்து சில சமயம் ஒரு பத்து நிமிட நடை இருக்கும், இல்லாமலும் போகலாம், பிறகு பணியிலிருக்கும் மெய்க்காவலரிடம், "நான் படுக்கைக்குப் போகிறேன்," என்பார்.

மாவோவின் தாழ்ந்த ஆனால் கனமான குரல் அது தரும் செய்திக்குக் குறிப்பான பொருள் தரும். உடனடியாக மெய்க்காவலர்கள், பாதுகாவலர்களுக்கு அதைத் தெரிவித்து விடுவார்கள்'

"சேர்மன் தூங்கப்போகிறார்"

அடுத்த கணம் முற்றும் அமைதியாகிவிடும். எந்தக்காலடி ஓசையும் கேட்காது; விருந்தாளிகள் எவரும் அனுமதிக்கப்பட மாட்டார்கள். யுத்தகால வருடங்களில் மாவோவின் முற்றத்தை சூ என்லாயும் பகிர்ந்து கொள்வார். அவர் மாவோவின் மெய்க்காவலர்களைச் சந்தித்தவுடன் முதலில் கேட்பது, "மாவோ உறங்குகிறாரா?" என்பது தான். அவர் எப்பொழுதுமே எழும்பொழுது தனது தொண்டையைப் பலமாகச் செருமுவார், ஆனால் "சேர்மன் உறங்கிக் கொண்டிருக்கிறார்," என்று அவருக்குச் சொல்லப்பட்டிருந்தால் தனது வாயைக் கையால் மூடிக் கொண்டு தனது குகை அறைக்குச் சென்று கதவைத்தாளிடும் வரை காத்திருப்பார். ஷோங் நான்ஹேயில் சூ தனதுவீடு திரும்பும் பொழுது மாவோ இருப்பிடத்தின் பின்புறத்தைக் கடந்து செல்ல வேண்டிவரும், அப்பொழுது, மாவோ தூங்கிக் கொண்டிருந்தால் ரோட்டில் போக்குவரத்திற்கு மூடப்பட்டிருக்கும், சூவின் கார் என்ஜின் நிறுத்தப்பட்டு, விளக்குகள் அணைக்கப்பட்டு சத்தமில்லாமல் வழுக்கிச் செல்லும்.

படுக்கைக்குப் போவதற்கு முன் குளியல் தொட்டியில் குளிப்பது வழக்கம்; இவ்விதம் தசைகள் இறுக்கம் தளரும் பொழுது அவரால் எளிதாகத் தூங்க முடியும். அவருடைய குளியல் அவருக்கு உடல் நலக்கேட்டை ஏற்படுத்திவிடும். என்கிற அச்சமேற்படுகிற வரை, 1956 வரை, அவர் அவ்வாறுதான் செய்து கொண்டிருந்தார். ஆகையால் அதன் பிறகு நீரால் தனது உடலை நீவிவிட வைத்துக் கழுவிக் கொள்வார். இதுபோல தனது முதுகு நீவி விடப்படுவதை அவர் அனுபவிப்பார்., அதிலும் குறிப்பாக இரண்டு மூன்று நாட்கள் தொடர்ச்சியாக வேலை செய்த பிறகு விரும்புவார். தனது ரத்த ஓட்டம் மேம்படுகிறது, களைப்பு நீங்கி விடுகிறது என்று அவர் நம்பியதால் இவ்வாறு அழுத்தி நீவிவிடப்படுவதை அவர் விரும்பினார்.

இதுபோன்ற நீவுதல்களின் பொழுது தனது மெய்க்காவலர்களுடன் உரையாடுவதை ரசித்துச் செய்வார். சில மெய்க்காவலர்கள் மாவோவைப் போலவே நன்றாக உரையாடுவார்கள், சிலர் மாட்டார்கள். இந்தத் தருணங்களின் பொழுது மாவோ லகுவான மன நிலையிலும், உற்சாகத்துடனும், தான் தானாகவுமிருப்பார். சூரியனின் கீழிருக்கும் அனைத்து விஷயங்கள் குறித்தும், அவ்வப்போது வேடிக்கையாக எதையாவது கூறிக் கொண்டு பேசுவார்;

"எனக்கு ஏதோ சத்தம் கேட்டதே, ஃபெங்?"

"மன்னியுங்கள், தோழர் சேர்மன், எனக்கு.... எனக்கு... வாயு பிரிந்து விட்டது"

"அதை நீ விடவில்லை, விட்டாயா? நீ புகார் செய்கிறாய். நான் தான் உன்னிடம் மன்னிப்புக் கோர வேண்டும், நீ என்னிடமல்ல. கடந்த சில நாட்களாக உன்னை இவ்வளவு களைப்படைய வைத்தது என்னுடைய தவறு"

"இல்லை, நான் புகார் சொல்லவில்லை, தோழர் சேர்மன். நான் வாயுதான் விட்டேன்"

"இல்லை, நீ புகார்தான் செய்தாய். நீ புகார் செய்தது சரிதான்"

பிறகு அவருடைய கனத்த ஹுனான் உச்சரிப்பில் தாளலயத்துடன் தொடர்வார், "மக்கள் ஒரு புகார் சொல்லும் பொழுது, அங்கு ஒரு வாயு பிரிய நேரிடும். சேர்மனிடம் அதை தைரியமாகப் பிரியுங்கள், அதனால் நீங்கள் என்றும் வாழலாம் மகிழ்வாக."

இதைக்கேட்டு அவர் நன்றாகச் சிரிப்பார்.

இதுபோன்ற மகிழ்ச்சியான மனநிலையுடன் அறைக்குத் திரும்பும் மாவோ மெய்க்காவலரிடம் தூக்கமாத்திரைகளைப் பெற்றுக் கொண்டு படுக்கைக்குச் செல்வார். பிறகு கட்டில் சட்டத்திலிருந்து தொங்கிக் கொண்டிருக்கும் கம்பளி மேல் சாய்ந்து கொண்டு ஆவணங்களைப் படிப்பது, அதில் குறிப்புகள் எழுதுவது எனத்தன்னுடைய வேலையைத் தொடர்வார், அப்போது ஒரு நாற்காலியிலோ அல்லது படுக்கையின் ஓரத்திலோ உட்கார்ந்து கொண்டு அவருடைய பாதங்களையும், கால்களை மெய்க்காவலர் அழுத்தி விட்டுக்கொண்டிருப்பார், அது நல்ல மசாஜ் ஆக இருக்க வேண்டும் ஏனெனில் மாவோ தூங்குவதற்கு இன்னும் சற்று நேரம் பிடிக்கும். முதுகை அழுத்திவிட வேண்டியதில்லை, குளிக்கும் பொழுது அதற்கு நன்றாக மஸாஜ் கிடைத்துவிட்டதல்லவா.

தூக்க மாத்திரைகள் வேலை செய்ய அரை மணியிலிருந்து ஒரு மணி நேரம் ஆகும், மாவோ தளரும் அறிகுறிகள் தென்படும். அப்பொழுது அவர் ஆவணங்களை வைத்துவிட்டு இரண்டாவது டோஸ் தூக்க மாத்திரைகளை மெய்காவலரிடமிருந்து பெற்றுக் கொள்வார்.

வேலை ஏதும் செய்யாத நிலையில் அந்த சட்டத்திலிருந்து படுக்கையின் மீது மல்லாந்து படுக்கும் வரை சரிந்து கொள்வார். ஏதாவது செய்தித்தாள் அல்லது ஒரு புத்தகத்தை, கட்டிலின் இரு புறமும் அடுக்கி வைக்கப்பட்டிருப்பவைகளிலிருந்து எடுத்துக் கொண்டு வாசிக்க ஆரம்பிப்பார், சில சமயம் அது சித்திரங்கள் கொண்டதாகவும் இருக்கலாம்- அவர்சித்திரப் புத்தகங்களை விரும்பினார். ஏதும் பிடிக்காவிட்டால் மெய்காவலர்களுடன் பேசிக் கொண்டிருப்பார். இந்த உரையாடல்களின்பொழுது நகைச்சுவை எதையும் சொல்லாமல், அவர்களுடைய குடும்பக் கஷ்டங்களைக் குறித்தோ அல்லது தங்களுடைய மனதிலிருப்பதை அவர்கள் சொல்லும் பொழுது காது கொடுத்துக் கேட்பார்; எதை பற்றியாவது அல்லது யாராவது

ஒருவரைப் பற்றியாவது அவர்களுடைய கருத்துக்களைக் கேட்டார். அல்லது தன்னுடைய கடந்த காலத்தைப் பற்றி அவர்களிடம் கூறுவார். பெரும்பாலும் பாதி மூடிய கண்களுடன், செல்லக் குரலில், என்னிடமும், சக மெய்க்காவலர்களிடமும் தனது குழந்தைப் பருவம், இளமைக் காலம், தனது பெற்றோர்கள், தன்னுடைய உணர்வுகள் ஆகியவை பற்றிக் கூறுவார். ஒரு முறை என்னுடைய புறங்கையைத் தொட்டு, "நீ என்னைக் கண்டு பயப்படுகிறாயா, யின் கியாவோ?," என்று கேட்டார்.

"இல்லை"

"மற்றவர்கள் எப்படி? இதர மெய்க்காப்பாளர்கள்?"

"பொதுவாகப் பார்த்தால், யாருமில்லை. ஏதாவது விதிவிலக்குகள் இருக்கலாம், ஆனால் எனக்கு உறுதியாகத் தெரியவில்லை."

"அவர்கள் பயப்படத் தேவையில்லை. மா-சே-துங் ஒன்றும் கண்டு அச்சப்படத் தேவை இல்லாத ஒரு மனிதன் என்று அவர்களிடம் சொல். கம்யூனிஸ்ட் கட்சியின் சேர்மன்னாக ஒரு நாள் ஆகுவான் என்று என்றுமே அவனுக்கு உதித்ததில்லை. அவனுக்கு உங்களுடைய வயதிருக்கும் பொழுது உங்களைப் போன்றே தான் அவனுமிருந்தான். அவன் விரும்பியதெல்லாம் ஒரு பள்ளியில் பாடம் சொல்லிக் கொடுப்பது தான், பாடம் சொல்லிக் கொடுக்கும் வேலை அவனுக்கும் கடினமான ஒன்றாக விருந்தது.... அப்படியிருக்கும் பொழுது அவனைக் கண்டு மற்றவர்கள் ஏன் பயப்பட வேண்டும்?"

இதைச்சொல்லிக் கொண்டிருக்கும் பொழுதே அவருடைய குரல் மங்க ஆரம்பித்தது. இப்படி நேர்வதென்பது அவர் தூக்கத்தில் ஆழத்தொடங்கிவிட்டாரென்பதன் அறிகுறியாகும். அப்பொழுதும் மஸாஜ் தொடர வேண்டும், ஆனால் அது லோசாக இருக்க வேண்டும். அந்த சமயம் மாவோ கண்களை மூடிக் கொண்டு சீராக சுவாசிக்கத் தொடங்கி விடுவார். அந்தத் தருணத்தில் மாவோ தூக்கத்தில் ஆழ்ந்து விடுவாரா என்பது மெய்க்காவலர்களைப் பொறுத்தது. ஒரு சமயம் நான் மஸாஜ் செய்வதை நிறுத்திவிட்டு சத்தமில்லாமல் படுக்கையை விட்டு இறங்க முயற்சித்தது ஒரு தவறாகப் போய்விட்டது. இறங்கி மெதுவாக விரல்களால் நடந்து அறையை விட்டு வெளியேறுவதற்காக நகரத் தொடங்கியதும் மாவோ என்னுடைய கையைப் பற்றிக் கொண்டார்.

"இப்பொழுது போகாதே, இன்னும் சிறிது நேரம் என்னுடனேயே இரு"

அவருடைய பாதி திறந்திருந்த கண்களின்இடைவெளியில் அவருடைய இமைகள் நடுங்குவதைக் கண்டவுடன் நான் தவறாகக் கணித்துவிட்டேன் என்பதை உணர்ந்து கொண்டேன். குற்ற உணர்வு என்னைப் பிடித்துக் கொண்டது; மசாஜ் செய்வதை நான் முன்கூட்டியே நிறுத்தி அவர் தூங்குவதை தாமதப்படுத்திவிட்டேன்.

மாவோ தூக்கத்தில் ஆழும் தருணம் தான் அவருக்கு மசாஜ் செய்து கொண்டிருக்கும் மெய்க்காவலர் தான் தருகின்ற அழுத்தத்தில் மிகவும் கவனமாக இருக்க வேண்டியதருணம். ஒரு முறை ஃபெங் மிகவும் பலமாக அழுத்தியதால் அப்பொழுது தான் தூக்கம் தழுவிக் கொண்டிருந்த மாவோவுக்கு வலியை ஏற்படுத்திவிட்டது.. எதிர்பார்த்தது போலவே மாவோ கடும் ஆத்திரத்திற்குள்ளானார்.

“என்ன கேடு உனக்கு” கண்களைத் திறந்து மாவோ, கடும் கோபத்தில் உதைத்தார், “ஓடிப் போய் விடு, உனது தலைவரை அனுப்பிவை, நீ எனக்கு வேண்டாம்.”

நான் மாவோவின் அறைக்கு விரைந்து ஃபெங்கிற்குப் பதிலாக மஸாஜ் செய்துவிட்டேன். அவரைத் தூங்க வைப்பதில் நான் வெற்றியடைவதற்கு மிக நீண்ட நேரமாகிவிட்டது.

மாவோவை விட்டு நான் விலகி வந்துபொழுது தொங்கிய முகத்துடன் ஃபெங் என்னிடம் வந்தார். “வேலையை விட்டு சேர்மன் என்னைத்தூக்கி விட்டார்,” என்று என்னிடம் சொன்னார். நான் சொன்னேன், “கவலைப்படாதே, நான் அவரிடம் பேசுகிறேன். இப்பொழுது தூங்குகிறார். நல்ல தூக்கத்திற்குப் பிறகு அவர் மனதை மாற்றிக் கொள்வார்”

மாவோ விழித்தெழுந்த பிறகு அவரிடம் சொன்னேன், “ஃபெங் ஒரு நல்ல மெய்க்காவலன், தோழர் சேர்மன். நாம் அவனை இருக்கவிட்டு என்ன ஆகிறதென்று பார்ப்போமா?”

இப்பொழுது நல்ல மனநிலையிலிருந்த மாவோ தலையை அசைத்து ஒப்புதல் தந்தார், “சரி அவன் இருக்கட்டும்”.

சாதாரணமாக மாவோவைத் தூங்க வைப்பதற்கு இரண்டு டோஸ் தூக்க மாத்திரைகள் போதுமானது. ஏதாவது முக்கியமானதொன்று நிகழ்ந்துவிட்டது, அவரைத் தூங்கவிடாமல் செய்கிறதென்றால் மேலும் ஒரு டோஸ் அவருக்குத் தேவைப்படும். ஆனால் சிலசமயங்களில் மூனறு டோஸ்கள் கூடப் போதாது. அதுபோன்ற சமயங்களில் தான் அவர் எளிதாக எரிச்சலடைந்து விடுவார், மெய்க்காவலர்கள் அவர் கோபமடையாமல் கூடுதல் கவனமாக இருப்பது அவசியம்.

பொதுவாக மாவோ ரகளை செய்கிறாரென்றால் அவரால் தூங்க முடியாததால் தான், ஆனால் அவருடைய கோபத்திற்கு எப்பொழுதுமே தூக்கமின்மை மட்டுமே காரணமாகவிருக்காது; வழக்கமாக அது அவரை மோசமான மனநிலையில் வைத்திருக்கும். அவருக்குத் தூக்கமின்மையைத் தரும் மன அழுத்தத்திற்கான காரணியை அகற்றிவிட்டால் அவர் எளிதாகத் தூங்கிவிடுவார்.

அவருடைய மெய்க்காவலனாக நானிருந்த பதினைந்து வருடங்களில் அவர் மூன்று டோஸ்கள் தூக்க மாத்திரையை எடுத்துக் கொண்ட பிறகும் தூங்க முடியாமல்போன தருணங்கள் பல இருக்கின்றன.

1949-ல் ஒருமுறை மூன்று டோஸ் மாத்திரைகள் எடுத்துக் கொண்ட பிறகு படுக்கையை விட்டு எழுந்த அவர் அறையினுள் குறுக்கும் நெடுக்கும் நடக்கத் தொடங்கிவிட்டார்: யாங்சே நதியைத் தாண்டி சேனையை அனுப்புவதா, கூடாதா என்பதை முடிவு செய்ய முயன்று கொண்டிருந்தார், அரசியல் தலைமைக் குழுவின் இதர நிலைக்குழு உறுப்பினர்களிடம் ஆற்றைக் கடந்து துருப்புகளை அனுப்புவது என்கிற தன்னுடைய முடிவைத் தெரிவித்த பிறகு மேற்கொண்டும் மாத்திரைகளை எடுத்துக் கொள்ளாமலேயே உறங்கிவிட்டார்.

1950-ல், அமெரிக்காவை எதிர்ப்பதற்கு கொரிய யுத்தத்தில் இணைந்து உதவுவதைக் குறித்து அவர் சிந்தித்துக் கொண்டிருந்த பொழுதும் இதுபோலவே மறுதடவையும் நடந்தது. மூன்று டோஸ் மாத்திரைகளை எடுத்துக் கொண்ட பிறகும் அவரால் தூங்க முடியவில்லை. இறுதியாக, அவர் எழுந்து கொண்டு தனது இருப்பிடத்தின் கிழக்குக் கோடி அறையில் ஒரு கூட்டத்தைக் கூட்டினார். அந்தக் கூட்டத்தில் அரசியல் தலைமைக் குழுவின் நிலைக்குழு உறுப்பினர்கள் ஐந்து பேர்களும் தோழர்கள் பெங் டெ ஹுவாய், பெங் ஷென், லின் பியாவோ, காவோ காங் ஆகியோரும் கலந்து கொண்டார்கள். புகை மண்டிய அந்த அறையில் நடந்த கூட்டம் பிற்பகல் ஐந்துஅல்லது ஆறு மணியிலிருந்து நடு இரவு வரை நீடித்தது. அந்தக் கூட்டத்தில் நம்முடைய வீரர்களை கொரியாவுக்கு அனுப்புவது என்று முடிவு செய்யப்பட்டதுடன் எந்தச் சேனைகளை யார் யார் தலைமையில் அனுப்புவது என்பதும் முடிவு செய்யப்பட்டது. அதன் பிறகு மாவோ உறங்கிவிட்டார்.

அந்த வருடம் அக்டோபரில், யாலு நதியை சீன மக்கள் தன் விருப்ப வீரர்கள். கடப்பதற்குச் சற்று முன்பாக சில நாட்கள் மாவோவால் தூங்க முடியவில்லை. ஒருநாள், கிழக்கு அறைக்கு, மாவோவைச் சந்திக்க வேண்டுமெனக் கேட்டுக் கொள்ள ஜெனரல் நீ ரோங் ஷென் வந்தார்.

நான் அவர் உட்காரத்தந்த இருக்கையில் அமராமல் அறைக்குள் குறுக்கும் நெடுக்குமாக நடந்தபடி காத்திருந்தார். நான் மாவோவின் அறைக்குள் நுழைந்த பொழுது அவர் படுக்கையில் அப்படியும் இப்படியும் புரண்டு படுத்துக் கொண்டிருப்பதைப் பார்த்தேன்; மூன்றாவது டோஸ் மாத்திரைகள் எந்தத் தாக்கத்தையும் ஏற்படுத்தவில்லை.

“தோழர் நீ ரோங்ஷென் வந்திருக்கிறார், தோழர் சேர்மன். அவர் அலுவலறையில் உங்களை பார்க்கக் காத்திருக்கிறார்,” என்று மாவோவிடம் சொன்னேன்.

“சரி, போகலாம்,” என்று சொல்லிக் கொண்டு மாவோ உடனே எழுந்தார். அவர் உடை அணிந்துகொள்ள உதவிய நான், அவரைப் பின் தொடர்ந்து கிழக்கு அறைக்குச் சென்றேன். மாவோவைப் பார்த்தவுடன் ‘நீ ஒரு எட்டு முன்னெடுத்துக் கால்களைச் சேர்த்துச் ‘சல்யூட்’ அடித்தார் “யாலு நதியின் மறுகரையை “வாலண்டியர்கள் அடைந்து விட்டார்களென்று

அறிக்கை தாக்கல் செய்ய வந்திருக்கிறேன், தோழர் சேர்மன்" என்று அவர் கூறினார்.

விபரங்களை மாவோவிடம் தெரிவித்துவிட்டு ஒரு அரைமணி நேரத்தில்ஜெனரல் நீ சென்ற பிறகு, மாவோ என்னிடம் சுருக்கமாக, "படுக்கைக்கு, என்று சொன்னார். அவரை-நான் படுக்க வைத்தவுடன் மல்லாந்து படுத்துவிட்டார், நான் அவருக்குத் தூக்க மாத்திரைகளையும், நீரையும் தரத்திரும்பிய பொழுது எனக்குத் திகைப்படைய வைக்கும் விதமாக அவர் அசையாமல் நன்கு படுத்துக் கிடந்தார். லேசாக குறட்டையை நான் கேட்டேன், பிறகு ஒரு 'சாதனை' நேரத்தில் மாவோ ஆழ்ந்து உறங்கிவிட்டார்.

1956-ல் ஒருநாள், ஒரு அயல்நாட்டுப் பயணம் மேற்கொண்டிருந்த சூஎன்லாய் திரும்புவார் என்று எதிர்பார்க்கப்பட்டுக் கொண்டிருந்தது, முந்திய நாள் இரவு முழுவதும் வேலை செய்து கொண்டிருந்து விட்டுத் தூக்க மாத்திரைகள் எடுத்துக் கொண்ட பிறகு காலை முழுதும் படுக்கையிலிருந்த மாவோவால் தூங்க முடியவில்லை. ஒன்பது முறை கண்களைத் திறந்து கொண்டு அவர் கேட்டார், "பிரதமர் இன்னும் திரும்பவில்லையா?"

அன்று பிற்பகல் பிரதமர் வீடு திரும்பிவிட்டார் என்று நான் மாவோவிடம் அறிவித்த பொழுது அவர் அப்படியே படுக்கையில் திரும்பிப் படுத்துத் தூங்கிவிட்டார். சூ வைச் சந்திக்க அவர் விமான நிலையம் செல்லவில்லை. சூ மேற்கொண்ட அந்தப்பயணம் ரகசியமான ஒன்று என்றுசொல்லப்பட்டது.

1959 செப்டம்பர் 30 அன்று தூக்க மாத்திரைகளால் மீண்டும் ஒருமுறை மாவோவைத் தூங்க வைக்க முடியவில்லை, அவர் எழுந்து கொண்டு கோப்பைக்கு மேல் கோப்பையாக தேநீர் பருகிக் கொண்டும், சங்கிலித் தொடர் புகைப்பிடித்துக் கொண்டுமிருந்தார். பிற்பகலில் மெய்க்காவலரிடம் சொல்லித் தயாரிக்கப்பட்ட ஒரு கோப்பை ஓட்ஸ் உணவுடன் பதப்படுத்தப்பட்ட அவரை வெஞ்சனத்தையும், வறுத்த மிளகையும் தொட்டுக் கொண்டு உணவருந்தினார். மாலையில் சோங் நான் ஹேயில் நிகிதா குருஷ்சேவுடன் பேச்சுவார்த்தை நடத்தினார். அப்பொழுது தான் கேம்ப் டேவிடில் அமெரிக்க ஜனாதிபதியுடன் குருஷ்சேவ் பேச்சுவார்த்தையை முடித்திருந்தார்.

மாவோ சில சமயங்களில் இதயத்தின் ஆழத்தில் தனிமையை உணர்ந்திருப்பார் என்கிற உணர்வு எனக்குள் பதிந்திருக்கிறது. அவருக்கு ஒரு குடும்பம் இருந்தது, ஆனால் அவர்களை அடிக்கடி அவரால் பார்க்க முடியவில்லை. அவர் தினந்தோறும் எங்களை மட்டுமே தான் பார்த்தார். எங்களை அவருடைய குழந்தைகளைப் போன்றே நடத்தினார், ஆனால் மெய்க்காவலர்கள் என்கிற முறையில் ஒரு குடும்பம் மட்டுமே தர முடிகிற அன்பையும், அரவணைப்பையும் அவருக்கு எங்களால் அளிக்க முடியவில்லை.

நவசீனம் நிறுவப்பட்டுவிட்டது, மாவோ அறிவிக்கின்றார்

மாவோவும், அவருடன் தோளோடு தோள் நின்று தோழர்களும் பல பத்தாண்டுகள் ஆயுதமேந்தி நடத்திய போராட்டம் 1949 அக்டோபர் 1 அன்று நவ சீனத்தின் உதயத்தில் வெற்றிகரமாக முடிவுக்கு வந்தது.

அன்று காலை ஆறரை மணியளவில் மாவோ என்னிடம், "நான் படுக்கைக்குப் போகிறேன், யின் கியாவோ," என்று சொன்னார். அவ்வளவு முன்னதாகவே அவர் படுக்கைக்குப் போவது அரிது.

ஒரு குளியலை முடித்துக் கொண்டு படுக்கையில் படுத்த பிறகு அவர் சொன்னார், "தற்போதைக்கு எனக்கு எதுவும் தேவையில்லை. நீ போகலாம்" எனவே அவருக்கு மஸாஜ் செய்யாமலேயே அவரை விட்டு மெய்க்காவலர் அறைக்குத் திரும்பிவிட்டேன்.

அந்த அலுவலக அறையிலிருக்கும் ஒரு மின்சார அழைப்பு மணி மாவோவின் படுக்கையிலிருக்கும் ஒரு ஸ்விட்சுடன் இணைக்கப்பட்டிருந்தது. அலுவலகத்தில் சேர்கள், மேஜைகள் தவிர ஒரு படுக்கையுமிருந்தது. நான் ஏற்கனவே சொன்னது போல ஒவ்வொரு ஷிப்டிலும் இரண்டு மெய்க்காவலர்கள் பணியிலிருப்பார்கள்; மாவோவைக் கவனித்துக் கொள்பவருக்கு தூக்கமில்லாத 24 மணி நேரப்பணியாக விருக்கும்; ஜியாங் க்விங்கைக் கவனித்துக் கொள்பவர், அவர் தேவைப்பட்டால் நேரங்களில் தூங்கிக்கொள்ளலாம். அன்று நான் 24 மணி நேரப் பணியிலிருந்ததால் இரவு முழுவதும் உட்கார்ந்திருந்தவன் காலையிலும் விழித்திருக்க வேண்டும்.

வழக்கத்தைவிட முன்னதாகவே மாவோ படுக்கைக்குப் போய்விட்டிருந்த போதிலும் என்னுடைய அனுபவம் அவர் மதியம் வரை படுக்கையில் புரண்டு கொண்டு உறங்காமல்தானிருப்பார் என்று கூறியது.எனவே அவர் அழைப்பு மணியை ஒலிப்பதற்கு முன்னதாகவே சென்று நான் எழுப்ப வேண்டியிருக்கும்; நவசீன நிறுவன விழாவைத் தவறவிடுவது ஒரு "வரலாற்றுப் பிழை" ஆகிவிடும்.

பிற்பகல் ஒரு மணி வரை அழைப்பு மணி ஒலிக்காததால் நான் மாவோவின் படுக்கையறைக்குச் சென்றேன்.

"தோழர் சேர்மன், தோழர் சேர்மன்," நான் அவரை எழுப்ப முயன்றேன்.

"என்னது?, கண்களைத் திறந்த மாவோ, என்னைப் பார்த்தவுடன் 'ஆ' என்று சத்தமாக மூச்சை இழுத்தார்.

"இப்பொழுது ஒரு மணி ஆகிவிட்டது," கட்டில் சட்டத்தின் மீது கம்பளியைப் போட்டு அதனடியில் தலையணையை செருகிய நான், அவர் மெத்தை மீது சாய்ந்து கொள்ள உதவினேன். நான் குளியலறையிலிருந்து கொண்டு வந்த ஈரத் துவாலையால் முகத்தைத் துடைத்துக் கொண்ட பிறகு அவர் புத்துணர்வு கொண்டவராகத் தோன்றினார். பிறகு மீண்டுமொருஆழ்ந்த மூச்சை இழுத்துக் கொண்டார்.

படுக்கைக்கு அருகிலிருந்த பலகை மீது நான் வைத்த தேநீர் கோப்பையை தன்னுடைய இடது கையால் எடுத்து உறிஞ்சியபடி வழக்கம் போலவே படுக்கையின் மீது இருந்த செய்தித்தாள்களிலிருந்து முந்திய நாள் பேப்பரை மற்றொரு கையினால் எடுத்தார்.

அவர் படித்துக் கொண்டிருக்கும் பொழுதுஇடையூறாக இருக்க விரும்பாத நான், அந்த முக்கியமான நிகழ்ச்சியில் மாவோ அணியவிருந்த சம்பிரதாய உடையைத் தயார் செய்வதற்காக அங்கிருந்து சத்தமில்லாமல் வெளியேறினேன்.

யே சிலோங்-கிலிருந்து வந்திருந்த அந்தச் சீருடை, அமெரிக்க ராணுவ அதிகாரிகள் பயன்படுத்துகிற காக்கிக் கம்பளித் துணியாலானது. பிரான்ஸ் நாட்டில் தையற்கலை மாணவராக இருந்து இங்கு வந்திருக்கிற தையற்கலைஞர் வாங் சிக்விங் அதைத் தயாரித்திருந்தார். பின்னாட்களில் லெய்மிங் டைலர் கடையாக ஆகவிருந்த வாங் ஃபியூஜிங் தெருக்கடையில் அவர் அப்பொழுது பணிபுரிந்து கொண்டிருந்தார். மாவோ, ஜியாங்க் விங் ஆகியோருக்கும் ஆடைகளைத் தயாரிக்கச் சொல்லி நான் வாங்கியிருக்கிறேன்.

"இப்பொழுது நேரம் ஒன்னரை மணியாகிவிட்டது, தோழர் சேர்மன்" மாவோவுக்கு நான் நினைவூட்டி பேப்பரைக் கீழே வைக்கும்படி செய்தேன். அவர் படுக்கையிலிருந்து கீழே இறங்கிய பிறகு சீருடை அணிவதற்கு அவருக்கு உதவினேன், எனக்குத் திருப்தியேற்படுகிற வரை அதை இங்குமங்கும் இழுத்து நீவி விட்டுச் சரிசெய்தேன். பிறகு மதிய உணவு தயாரென்று சொன்னேன்.

வேகமாக உணவருந்துகிறவரான மாவோ உணவை ஓரிரு நிமிடங்களில் முடித்துவிட்டார். ஒரு சிறிய ஓய்வுக்குப் பிறகுசோங் நான் ஹேயிலிருந்து க்வின் ஷென் வளாகத்துக்கு அவர் புறப்பட்டுச் சென்று அதை இரண்டு மணி அளவில் அடைந்தார். அந்த வளாகத்தில் நடைபெற இருந்த மக்களின் மத்திய அரசாங்கக் கவுன்சிலின் முதலாவது அமர்வுக்காக சூடே, லியூ ஷாவேகி, சூஎன்லாய், ரைன் பை ஷி, ஷாங் லான், லீ ஜிஷென், சூங் சிங்லின், காவோ காங் ஆகியோரைச் சந்தித்தார். அந்தக் கூட்டத்தில் அவர்கள் கவுன்சில் உறுப்பினராக நியமிக்கப் பட்டார்கள், மக்களின் மத்திய அரசாங்கம் நிறவப்பட்டுவிட்டதென அறிவிக்கப்பட்டது. அந்தக் காட்டத்திற்குப் பிறகு ஒளி வீசும் முகங்களுடனும், பெரும் உணர்ச்சிப் பெருக்குடனும் அவர்கள் ஒரு பத்து நிமிடம் பேசிக் கொண்டிருந்தனர்.

மூன்று மணிக்குப் பத்து நிமிடங்களிருக்கும் பொழுது க்விக் ஷெங் வளாகத்தின் முன்புறம் தங்களுடைய கார்களில் நாட்டின் தலைவர்கள் ஏறினார்கள். அவர்களுடைய மோட்டார் வாகன அணிவகுப்பு கிழக்கு வாயில் வழியாக சோங் நான் ஹேறயை விட்டு வெளியேறி டியானன்மன் சதுக்கத்தின் பின்புறத்தில் ஐந்து நிமிடங்களில் எட்டியது. அங்கு ஒன்று கூடிய அவர்கள் மாவோ முன்னே செல்ல மேடையை நோக்கி நடந்தார்கள். அன்று டியானன்மென் சுரங்கப் பாதை அமைக்கப் படாமலிருந்ததால் மேடைக்குச் செல்லும் நூறு படிகளில் ஏறிச் செல்ல நான் மாவோவுக்கு உதவினேன். குறிப்பிட்ட நேரத்தில், சரியாக மூன்று மணியளவில் டியான்மென் உச்சியில் அவர்கள் தோன்றினார்கள்.

இப்பொழுது டியானன் மென் சதுக்கம் என்றறியப்படுகிற அந்தத் திறந்தவெளி மைதானம் அன்று ஒரு பெரிய சிலுவை வடிவில் அமைந்திருந்தது, அது இரண்டிலிருந்து மூன்று லட்சம் மக்கள் கொள்கிற அளவுக்கிருந்தது.. அது கிழக்கில் சாம்ராஜ்ய முன்னோர்கள் கோயிலுக்கும், மேற்கில் சோங்ஷான் பூங்காவுக்கும் நடுவில் - வடக்கில் டியானன் மென் வாயிலில் துவங்கி தென் கோடியில் முடியும் சோங்குவா வாயிலில் முடிந்த, நடுவில் ஓடிய, இரு மருங்கிலும் மரங்கள் கொண்ட ஒரு பாதையினால் இணைக்கப்பட்டிருந்தது. அந்த நாளில் அந்த இடம் கடலென அசைந்தாடிய செம்பதாகைகளால் நிறைந்திருந்தது, - இன்றைய தரத்துடன் ஒப்பிடும் பொழுது மங்கிப் போய் இருந்தாலும் - பச்சை, நீலம், மஞ்சள், சாம்பல், வெள்ளை வண்ணங்களிலான ஆடை விரித்து வைக்கப்பட்டிருந்தது போல் காட்சியளித்தது. டியானன் மென் முன்பிருந்த சலவைக்கல் பாலங்களின் பக்கவாட்டை அணைத்தவாறு இரண்டு பெரிய மேடைகள் - அந்த அணிவகுப்பின் இயக்குனர்களுக்காக ஒன்று, சோவியத் பிரதிநிதிகளுக்காக மற்றொன்று - என அமைந்திருந்தன.

மாவோ தன்னுடைய இருக்கையில் அமர்ந்த பிறகு, செகரெட்டரி-ஜெனரல் வின் போகூ விழாவின் துவக்கத்தை அறிவித்தார். ஒலிவாங்கியின் முன்பு மாவோ நடந்து வந்து நின்றார், அந்த மகத்தான வரலாற்றுத் தருணத்தை எதிர்நோக்கி, படபடத்துப் பறந்து கொண்டிருந்த செம்பதாகைகளின் அடியின் கீழ் - அந்த மாபெரும் சிலுவை மைதானத்தில், கீழே அமைதியாகநின்று கொண்டிருந்த அணிவகுப்பாளர் களின் காட்சியை உள்வாங்கிக் கொண்டு 9,600,000 சதுரகிலோ மீட்டர் நிலப்பரப்பின் ஒவ்வொரு மூலை முடுக்கிலும் எதிரொலித்து மறுஎதிரொலி எழுப்பிய பிரகடனத்தை தனது கம்பீரமான, கணீர்குரலில் மாவோ அறிவித்தார்.

“மக்கள் சீனக் குடியரசின்’ மக்களின் மத்திய அரசாங்கம்’ இப்பொழுது நிறுவப்படுகிறது.” டியானன் மென்னின் அடிமுதல் மேல்வரை இடியென முழங்கிய ஆனந்த ஆரவாரங்கள் உடனடியாக இந்தப் பிரகடனத்தை வரவேற்றன. தனதுகண்கள் பிரகாசமாக ஒளி வீச மாவோ கம்பீரமாக,

அமைதி பொங்கக் காட்சியளித்தார். பிறகு முன் கூட்டியே நிர்ணயித்திருந்தபடி ஒரு பட்டனை அழுத்தினார், ஆயிரக்கணக்கானோர் அண்ணாந்த முகங்களுடன் ஆர்வத்துடன் பார்த்திருக்க, மக்களின் நாயகர்களின் நினைவுச் சின்னத்தின் முன்னால் உயர்ந்து நின்று ஒரு கம்பத்தில் ஒரு பிரம்மாண்டமான, ஐந்து நட்சத்திரங்கள் பொறிக்கப் பட்டிருந்த செம்பதாகை எழும்பத் தொடங்கியது.

விம்மிப் புடைக்கும் மார்புடன் கொடியேற்றப்படுவதை மாவோ பார்த்துக் கொண்டிருந்தார்; அவரால் சிருஷ்டிக்கப்பட்ட மக்கள் குடியரசு இப்பொழுது பிறப்தபெடுத்து விட்டது. ஏற்றப்பட்டிருந்து செம்பதாகையைப் பார்த்துக் கொண்டிருந்த மாவோ தன்னையறியாமல், இது ஒரு மகத்தான காட்சி" என்று பலத்த குரலில் சொன்னார்.

இவவிதம் மாவோ குறிப்பிட்டதும் பூமியை அதிரவைக்கும் ஐம்பத்தி நான்கு பீரங்கிகளின் முழக்கம் எழுந்தது- அது தேசத்தின் ஒற்றுமையைப் பறை சாற்றுகின்ற, இந்த மாபெரும் கம்பீரமான நிகழ்வின் உச்சகட்டக் காட்சியாக விருந்தது. அரசியல் கலந்தாய்வு மாநாட்டில் பங்கேற்ற ஐம்பத்தி நான்கு குழுக்களை இந்த ஐம்பத்தி நான்கு பீரங்கி முழக்கங்கள் பிரதிநிதித்துவப்படுத்தின, அங்கு அடுத்து முழங்கிய இருபத்தி எட்டு வேட்டு சல்யூட்டுகள் ஒரு ஒன்றுபட்ட தேசத்தின் உருக்குப் போன்ற வலிமையின் அடையாளச் சின்னமாகும்.

சீனாவின் அனைத்துப் பகுதிகளுக்கும், ஒட்டுமொத்த உலகத்திற்கும் சீன மக்கள் குடியரசின் முதல் பிரகடனத்தை மாவோ வாசித்தார். இது, சீன மக்களின் ஒரே ஒரு சட்ட பூர்வமான, மக்களின் மத்திய அரசாங்கம் என்பதையும், சமத்துவம், பரஸ்பர நலன்கள், நிலப்பரப்பு, இறையாண்மை ஆகியவற்றின் மீது பரஸ்பர மரியாதை ஆகியவற்றின் அடிப்படையில் இதர நாடுகளுடன் ராஜீய உறவுகளை ஏற்படுத்திக் கொள்ள விருப்புடன் இருப்பதையும் தெள்ளத்தெளிவாகப் பிரகடனப்படுத்தியது.

அடுத்ததாக ராணுவ அணிவகுப்பு நடந்தது. நான்கு பிரதான ராணுவ சேனைகளின் தளபதிகள் ஹே லாங், லியூ பே செங், சென் யீ, லுவோ ரோங் ஹுவான் புடைசூழ தலைமைப் படைத்தளபதி சூடே அணிவகுப்பைத் துவக்குவதற்கான ஆணயைப் பிறப்பித்தார்.

தனது ராணுவக்காரில் ஜெனரல் நீ ரோங் ஷென் முன் செல்ல நான்கு டிவிஷன் துருப்புகள், டியானன் மென் பிரசங்க மேடைக்குக் கீழேயிருந்த சலவைக்கல் பாலங்களுக்கு முன்னாலமைந்த பார்வை மேடையைக் கடந்து அணிவகுத்துச் சென்றன. அது கிழக்கிலிருந்து மேற்கு வரை கம்பெனி அணிவரிசைகளாக அமைக்கப்பட்டிருந்தன. அணிவகுப்பின் முன் வரிசையில் தரைப்படை செல்ல, குதிரைப்படையும் கவச டாங்குகளும், பீரங்கிப்படை, ராணுவ வாகனங்கள் என பின் தொடர்ந்தன. அவை கடந்து சென்ற பொழுது, செங்கொடிகளின் சலசலப்பு மக்கள் விடுதலைப் படையின் அணிவகுப்பு இசைபடைவீரர்களின் எட்டுகள் எழுப்பிய எதிரொலி முழக்கம் ஆகியவை தவிர அந்தப்

பரந்தவெளி ஓசையின்றி இருந்தது. பின்னதாக வந்தது விமானங்களின் பறப்பு, அந்தக் கட்டத்தில் மேடைகளின் மேலிருந்த தலைவர்கள், கீழேயிருந்த மக்கள் கூட்டம் ஆகியோர் காதுகிழிபட இடி முழக்கமென கரவொலியெழுப்பி அதை வரவேற்றனர்.

இருள் கவியும் வரை மூன்று மணி நேரம் அணிவகுப்பு நடந்தது. இரவு சூழ்ந்ததும் அந்த இடத்தில் எண்ணிலடங்காத வண்ண விளக்குகளும், தீப்பந்தங்களும் ஒளி வீசின; மக்களின் ஆவல்களினாலும், இன்ப உணர்ச்சிகளாலும் நெய்யப்பட்ட ஒரு பெரும் பட்டு ஜரிகைத் திரையில் ஊடுபாவாக ஓடும் பட்டு இழைகளைப் போல மதுச்சிவப்பு, சிவப்பு, இளஞ்சிவப்பு, பொன் வண்ணம், ஆரஞ்சு, பிரகாசமான மஞ்சள் ஆகியவற்றின் ஒளி வண்ணங்களைப் போலக் காட்சியளித்தன. அந்த இரவு வானத்தைப்பாடல்களும், முழக்கங்களும் நிறைந்தன, அவைகளெல்லாவற்றிலுமே உரக்க ஒலித்தது? "சேர்மன் மாவோ நீடூழி வாழ்க"

மேடைக்கு வந்த பிற்பகல் மூன்று மணியிலிருந்து மாவோ நின்று கொண்டேதானிருந்தார், அவருடைய பணியாளர்களிலொருவரான யின் சின்ஷெங் கொண்டு வந்த நாற்காலியையும் அவர் ஏற்கவில்லை. அத்தனை நேரமும் தனதுகரங்களை உயர்த்தியே வைத்திருந்தார், கம்பீரமாக, கைகளை அசைத்தபடியே நின்றிருந்தார். அவர் அமைதியாகவும், நல்லுணர்வுடனும் தானிரிருந்தார், ஆனால் முழக்கங்கள் உச்ச ஸ்தாயியை எட்டியபொழுது தடுப்புக் கம்பியின் மீது சாய்ந்து எட்டிக் குனிந்து திரள்கள் பக்கம் கையை அசைக்குமளவுக்கு கிளர்ச்சியடைந்து விட்டார். பிறகு ஒலி வாங்கிக்குள் உரத்துக் குரலெழுப்பினார்: "நம் தோழர்கள் நீடூழி வாழ்க! மக்கள் நீடூழி வாழ்க!"

அந்த அணிவகுப்பிற்கு வந்திருந்தவர்கள், தங்களுடைய தலைவர் இன்னும் மேடையில் தானிருக்கிறார், தங்களிடம் ஒலி பெருக்கி வாயிலாகப் பேசிக் கொண்டிருக்கிறாரென்பதை உணர்ந்தவுடன் தங்களுடைய மனங்களை மாற்றிக் கொண்டார்கள். கிழக்கு, மேற்கு வாயில்களில் வெளியேறுவதற்கு மாறாகத் திரும்பி வந்து மேடைக்குக் கீழிருந்த சலவைக் கல்பாலங்களின் மேல் மொய்த்துக் கொண்டு, மாவோவிற்குத் தங்களுடைய நல்வாழ்த்துக்களைத் தங்களுடைய சக்தி முழுவதையும் திரட்டி முழங்கினார்கள். "சேர்மன் மாவோ, நீடூழி வாழ்க! சேர்மன் மாவோ நீடூழி வாழ்க!"

இதற்கு பதிலளிக்கும் விதமாக மாவோ மேடையிலிருந்து விளித்தார், "நமது தோழர்கள் நீடூழி வாழ்க! மக்கள் நீடூழி வாழ்க!"

இது உச்ச கட்ட முடிவாகிப் போனது. மக்கள் திரள் களிவெறி கொண்டு நடனமாடவும் அல்லது குதிக்கவும் ஆரம்பித்தனர். கிளர்ச்சியுற்ற சென் யீ குறிப்பட்டார், "இதைத் தான் நான் வாழ்நாள் அனுபவம் என்பேன்"

அந்த நிறுவன நாள் விழாவுக்குப்பிறகு, விசேஷ நிகழ்ச்சிகளுக்குப் பத்திரப்படுத்தி வைப்பதற்காக, அன்றைய தினம் மாவோ அணிந்திருந்த சீருடையை நான் பாதுகாத்து வைத்திருந்தேன்.

அந்த சமயத்தில் எங்களுடைய ராணுவ உடுப்புகளெல்லாம் ஒரே மாதிரியாக இருக்கவில்லை. அந்த அணிவகுப்பின் போது எங்களுடைய வீரர்கள் அணிந்திருந்த சீருடைகளெல்லாம் கோமிங் டாங் ராணுவக் கிடங்குகளிலிருந்து கைப்பற்றப்பட்ட அமெரிக்க ராணுவச் சீருடைகளின் பிரதிகள் தான். எங்களைப் பொருத்தவரை எந்த வடிவத்தில் காக்கிச் சீருடை இருந்தாலும் அதுவொரு ராணுவச் சீருடைதான்; எனவே மாவோ அணிந்திருந்த சீருடையும் அவ்வாறே கருதப்பட்டது. பிற்பாடு யே சிலாங்கினால் வழங்கப்பட்ட துணியின் நிறத்தைப் போலவேயிருந்த துணியைக் கொண்டு மாவோவுக்கு மேலும் மூன்று சீருடைகளை வாங் சிக்விங் கைக் கொண்டு தயாரித்து வைத்தேன்.

கொரிய யுத்தத்தின் முடிவில் போர் நிறுத்த ஒப்பந்தம் கையெழுத்தான பிறகு, மாவோ எங்களிடம் சொன்னார், "நாம் ராணுவ சீருடைகளை நாம் இனிமேலும் அணியத் தேவையில்லாத நேரம் வந்துவிட்டது, நான் இனிமேல் அணியப்போவதில்லை, நீங்களும் தான்"

எனவே நாங்கள் ராணுவச் சீருடைகளைக் களைந்துவிட்டோம், அந்த ஸ்தாபன விழாவில் அணிந்திருந்த உடையை மாவோ மீண்டும் அணியவேயில்லை.

எங்களுடைய ராணுவ சீருடகளைக் களைந்து விடுமாறு மாவோ கூறிய பலமாதங்களுக்குப் பிறகு, 1954-ன் துவக்கத்கதில், மாவோ, ஜியாங் க்விங்கிடம் சொன்னார், "அந்தக் காக்கிச்சீருடைகள் எனக்கு இனிமேல் தேவைப்படாது. நீ விரும்புகிற யாருக்கு வேண்டுமானாலும் நீ கொடுத்து விடலாம்"

ஒருநாள் ஜியாங் க்விங் என்னை அழைத்தார். அவருடைய அலுவலகத்திற்குள் நுழைந்த பொழுது அந்தநான்கு சீருடைகளும் ஒரு மேஜை மீது இருப்பதைக் கண்டேன். "இப்பொழுது இந்த ஆடைகள் உன்னுடையது யின் கியாவோ.சேர்மனுக்கு அவை இனிமேல் தேவைப்படாது."

அவருக்கு நன்றி சொல்லிவிட்டு, பார்ப்பதற்காக அவைகளை எடுத்தேன். நான் வெளியேறவிருந்த பொழுது ஜியாங் க்விின் சொன்னார், "நீ விரும்பினால் அவற்றில் இரண்டை சன் யோங்கிற்குத் தரலாம்"

அந்த வளாகத்தில் காவல்புரிவோருக்கு சன் ஒரு துணைத்தளபதியாக விருந்தார். ஜியாங்கின் சொற்கள் எனக்கு வேறோரு எண்ணத்தைத் தந்தன, நிறுவன விழாவில் மாவோ அணிந்திருந்த உடுப்பை நானே வைத்துக் கொள்ளலாம் என்று முடிவு செய்தேன். அதனுடைய வரலாற்று முக்கியத்துவம் கருதி அந்த முடிவுக்கு நான் வரவில்லை, அந்த நேரத்தில் அது எனக்கு உதிக்கவுமில்லை; அதற்கு ஏதோவொரு

தனிச்சிறப்பு, இதர மூன்று சீருடைகளுக்குமில்லாத ஒரு தனிச்சிறப்பு அதற்கு இருக்கிறது என்கிற ஒரு மெல்லிய உணர்வு என்னுள் இழையோடியது. அத்துடன் அது அமெரிக்கன் துணியினால் தயாரிக்கப் பட்டிருந்தது, அந்தஒன்றின் கைப்பகுதியில் தான் கருப்பு-வெள்ளைப் பட்டைகள் இருந்தன, மற்ற மூன்றும் சீனக் கம்பளித்துணியால் தயாரிக்கப்பட்டிருந்தன.

எனவே அந்த நான்கிலும் அதுதான் தரத்தில் சிறந்ததாக இருக்க முடியும்.

மீதியிருந்த மூன்றில் ஒன்றை எடுத்துக் கொண்டு வீடு சென்றேன், எஞ்சியிருந்தவைகளை சன் யோங்கிற்காக விட்டு வைத்தேன்.

மக்கள் சீனக் குடியரசு நிறுவன விழாவிறகாக மாவோ அணிந்திருந்த அந்தச் சீருடை பல மடங்கு பெரியதாக இருந்தது, அதில் நான் விநோதமாகக் காட்சியளிப்பேனானதால் அதைச் சிறிதாக்க முடிவு செய்தேன். இதைக் கேடட என்னுடைய மனைவி பாதி வேடிக்கையாகவும், பாதி காரியார்த்தமாகவும் கேட்டாள், " இது போன்றவொரு காரியத்தை நீ செய்ய முடியாது! சக்கரவர்த்தி - முடி சூடிக்கொள்ளும் நாளில் அணிந்துகொள்ளும் டிராகன்* - ஆடைகளைப் போன்று புனிதமானது அது."

நான் சுருக்கென்று பதில் சொன்னேன், " ஆனால் இது புதிய சீனம், சேர்மன் பல முறை - நான் அரசாங்கத்தின் சேர்மன், மக்களின் சேவகன், சக்ரவர்த்தி ஒன்றுமல்ல - என்று கூறியிருக்கிறார். இது போலப் பேசுவதற்கு என்ன பொருள்?."

இவ்வாறாகத்தான் அது போன்ற மகத்தான வரலாற்றுச் சிறப்பு மிக்க அந்தச் சீருடையை என்னுடைய உடல் அளவுக்குத் தகுந்தாற்போல மாற்றித் தைத்துக் கொண்டேன். இவ்வாறு சீருடை மாற்றித் தைக்கப்பட்டதற்காக அந்த சமயத்தில் நான் மகிழ்ச்சியடையத்தான் செய்தேன், ஏனென்றால் அதில் நான் கம்பீரமாகக் காட்சியளித்தேன்.

1967-ல் டியான்ஜின் அருங்காட்சியகம் என்னுடன் தொடர்பு கொண்டது. சரித்திர முக்கியத்துவம் வாய்ந்த பொருட்களை அவர்கள் சேகரித்துக் கொண்டிருப்பதாகவும், நவ சீனா நிறுவன நாளன்று மாவோ அணிந்திருந்த சீருடைக்கு மாற்றாக வேறொரு புதிய ஆடையைத் தருவதாகவும் கூறினார்கள். அப்போது கூட அதன் மதிப்பை

---

* பிரகாசமான மஞ்சள் பட்டில் சித்திர வேலைப்பாடுகள் பின்னப்பட்ட அந்த ஆடைகள் முன்னோர்கள் வழிவழியாக சீன சாம்ராஜ்யத்தின் சக்ரவர்த்திகள் முடிசூட்டிக்கொள்ளும் பொழுது அணிந்து வந்தவைகளாகும். பிற்காலத்தில் பெரும் சிறப்பு மிக்க விழாக்காலங்களிலும், அரசு விழாக்களிலும் அவைகளை அணிந்து கொள்வது வழக்கமாயிற்று. இவ்விதமாக மஞ்சள் வண்ணம் புனித மாக்கப்பட்டு-பழைய சமுதாயத்தில் சாமானிய மக்கள் மஞ்சள் வண்ணத்தில் உடுத்துவது தடைசெய்யப்பட்டிருந்தது.

உணர்ந்திராத நான் அது ஒரு நல்ல பேரம் தானென்று கருதி அதை ஏற்றுக் கொண்டேன்.

மாவோவின் மறைவிற்குப் பிறகு, வரலாற்றிற்கான மைய அருங்காட்சியகம் அந்தச் சீருடையை தேடிக்கொண்டிருந்த பொழுதுதான் நான் எவ்வளவு முட்டாள்த்தனமாக இருந்திருக்கிறேன் என்பதை உணர்ந்தேன். நான் அதை மாற்றித் தைத்திருக்கவும் கூடாது, புதிய துணிகளுக்காகப் பரிமாற்றமும் செய்திருக்கக் கூடாது. நான், மைய அருங்காட்சியகம் கேட்டுக் கொண்டபடி அந்தச் சீருடையை என்னிடம் திருப்பித் தருமாறு கேட்டுக் கொண்டபொழுது டியான் வின் அருங்காட்சியகம் அதற்கு மறுத்துவிட்டது. ஆகையால் சன்யேங்கிடமிருந்து ஒன்றினைக் கொண்டுதான் மைய அருங்காட்சியகம் ஒப்பேற்ற வேண்டியானது. மாவோவின் கல்லறையில் காட்சி தரும் சீருடை அதுதான், அதனுடன் வைக்கப்பட்டிருக்கும் தகவல் குறிப்பிடுவது போல நவசீன நிறுவன விழாவில் மாவோ அணிந்திருந்த சீருடை என்பது உண்மையல்ல.

ஜியாங் க்விங்
உடன் மாவோவின் வாழ்க்கை

மாவோவின் மெய்க்காவலனாக நான் பணியாற்றிய பதினைந்து ஆண்டுகால அனுபவத்தைக் கொண்டு என்னால் சொல்ல முடிவதெல்லாம் மாவோவுக்கும் அவருடைய மனைவி ஜியாங் க்விங்கிற்குமிடையில் ஆழ்ந்த வேறுபாடும் அன்பும் கலந்தேயிருந்தன. பெரும்பாலான காலங்களில் அவர்கள் மகிழ்ச்சியுடன் தான் ஒன்றாக வாழ்ந்து வந்தனர், ஆனால் அவர்களுக்கிடையில் ஏற்பட்ட ஏராளமான சச்சரவுகள் அவர்களுடைய மண வாழ்க்கையை மங்கலாக்குவதாக இருந்தது.

தீயவர்களாக யாரும் பிறப்பதில்லை; அந்தத் தீய பண்பு பின்னர் பெறப்படுகிற ஒன்றாகும். இதுபோன்ற மனித சீரழிவுகளில் சிலர் வீழ்வது ஒரு மெதுவான,நடைமுறையில் இடம்பெருகிறது, சிலர் விரைவிலேயே அதில் ஆழ்ந்து விடுகிறார்கள், 'ஒரு வீரநாயகன் ஓரிரவில் கிரிமினலாகி விடுகிறான்' 'என்கிற சொலவடைக்கேற்ப பல சம்பவங்கள் இருந்து வந்து கொண்டிருக்கிறது. ஒரு நிர்ணயிப்பு காலத்தின் சோதனையையும் தாண்டி நிற்க வேண்டுமானால் ஜியாங்க்விங்கும் இந்தமுறையில் தான் எடை போடப்பட வேண்டுமு.

ஜியாங் க்விங் ஒருதீயவராக எவ்விதம் மாறிப் போனார் என்கிற கதையை நான சொல்லப் போவதில்லை, ஏனெனில் அதைப் பற்றி எனக்கு ஒன்றும் தெரியாது. நான் மாவோவிடம் பதினைந்து ஆண்டுகள் மட்டும் தான் பணியாற்றியிருக்கிறேன், "கலாச்சாரப் புரட்சிக் காலத்தில் தான் இந்தத் தாழ்வு நிலையில் ஜியாங் இறங்கியிருக்க வேண்டுமென நினைக்கிறேன். அந்த நேரம் வருவதற்குள்ளாகவே நான் மாவோவிடமிருந்து விடைபெற்று விட்டேன், அப்போதிலிருந்து ஜியாங்கை நான் சந்திக்கவேயில்லை. நான் என்ன சொல்லப் போகிறேனென்றால், அவரைப் பற்றி நானறிந்திருந்த சில விஷயங்களைப்பற்றித் தான்.

1937, ஜூலை ஏழு அன்று யேனானில் நடந்த மார்கோபோலோ பாலம்* சம்பவத்திற்குப் பிறகு நாடு முழுவதும் ஜப்பானிய

---

* லுருவூ கியாவோ (நாணல் வாய்க்கால் பாலம்) சீன மொழியில்; ஆங்கிலத்தில் மார்க்கோபோலோ பாலம்- இது மேற்கு பெய்ஜிங்கில் இருந்தது- இங்கு தான் ஜப்பானிய ஆக்கிரமிப்பாளர்களுக்கும், சீன சக்திகளுக்குமிடையிலான முதல் மோதல் நடந்த களம், இது ஜப்பானிய எதிர்ப்பு யுத்தத்தின் துவக்கத்தைக் குறித்தது.

ஆக்கிரமிப்பாளர்களுக் கெதிராக யுத்தத்தில் இறங்கியதைத் தொடர்ந்து ஏராளமான தேச பக்தர்களை யேனான்* ஈர்த்தது. ஆனால் அங்கு வாழ்க்கை கடும் சோதனை மிக்கதாக இருந்தது, ஆகவே அவர்களில் பல பேர் அதைத் தாக்குப் பிடிக்க இயலாமல் விரைவிலேயே வெளியேறிவிட்டார்கள். ஆனால் ஜியாங் க்விங் வெளியேறவில்லை; அங்கேயே தங்கினார், இந்த உண்மையை நேர் மறையாக எடுத்துக் கொள்ள வேண்டும். இருந்தபோதிலும் அவர் ஒரு உறுதிமிக்க புரட்சியான ரெண்டு இதற்குப் பொருளல்ல. மாவோ பலமுறை அவருடைய முகத்திற்கு நேராக "இந்த தருணத்தில் நீ ஒரு முதலாளித்துவத் திமிர் பிடித்தவள் தான்" என்றும், " சுரண்டும் வர்க்கத்தின் மனப்பாங்கை உன்னால் என்றுமே கைவிடமுடியாது," என்றும் கூறுவார். இந்த விமர்சனங்கள் என்னிடம் ஆழமான பதிவை ஏற்படுத்தின. புரட்சியினால் ஜியாங் உத்வேகம் அடைந்திருந்ததால் மாவோ இவ்விதம் பேசியிருக்க மாட்டார், ஜியாங் ஒரு புடம்போட்ட புரட்சியாளராக இருந்திருந்தாலும் மாவோ இவ்வாறு பேசியிருக்க மாட்டார்.

அந்த சமயத்தில் யேனானில்** பல இளம் மங்கையர்களிருந்தார்கள். அவர்களில் மிகப்பலர் பண்பும், திறனும், உடல் வாகிலும் மிகச்சிறந்தவர்களாக இருந்தார்கள், பின்னாட்களில் கட்சியின், ராணுவத்திற்கும் தலைவர் என்கிற முறையில் மாவோ அவர்களில் மிகவும் தகுதி வாய்ந்தவரென்பதில் ஐயமேதுமில்லை; உண்மையில், சொல்லப்போனால் அவரை மிகவும் விரும்பிய பெண்கள் பலர் அவர்கள் மத்தியிலிருந்தார்கள். விஷயம் இவ்வாறிருக்கையில், பின்னாட்களில் சில கட்டுரைகளில் கூறப்படுவதுபோல, தனக்கு மனைவியாக இருக்கத் தகுதியற்ற ஒருவரை மாவோ தேர்ந்தெடுத்திருக்க வாய்ப்பில்லை.

அந்த நாட்களில் ஜியாங்க்விங் மிகுந்த வனப்புமிக்கவராக இருந்தார். தன்னுடைய கார்மேகம் போன்ற அடர்ந்த கூந்தலில் ரிப்பன் கட்டியிருப்பார். அவர் கூந்தலின் ஓரங்களைப் பின்னியிருந்த முறை ஒரு சாவதானமான அழகைக் காட்டியது, ரிப்பனுக்குக்கீழே இருந்த கூந்தல் ஒன்று ஜடையாகப் பின்னப்பட்டிருக்கும் அல்லது தோள்களில்

---

* ஷான்ஷி மாகாணத்திலிருந்த யேனான் தான் மாவோ, கம்யூனிஸ்ட் கட்சி ஆகியோருடைய புரட்சித் தலைமையகமாக இருந்தது. இங்கிருந்து கொண்டு தான் ஜப்பானிய எதிர்ப்பு யுத்தத்திலும், உள் நாட்டு யுத்தத்திலும் யுத்த நடவடிக்கைகள் இயக்கப்பட்டன.

** கம்யூனிஸ்டுகளுடன் தோளோடு தோள் நின்று போர் புரிவதற்கும் அல்லது துருப்புக்களுக்கு உற்சாகமளிக்கவோ அல்லது சேவை புரியவோ ஏராளமான இளம் நாட்டுப் பற்றாளர்கள் யேனானுக்குத் தன்னார்வத்துடன் வந்தார்கள். இது தான் அங்கு இளைஞர்களும், இளம் மங்கையர்களும் வெள்ளமெனக் குவிந்ததன் பின்னணி.

அருவிபோல அலைபாய்ந்து கொண்டிருக்கும். அழகாகத் தீட்டப்பட்ட புருவங்களின் கீழே அவருடைய கண்கள் பிரகாசமாக ஒளிர்ந்தன. அவருடைய நாசி நேராகவும் எடுப்பாகவும் விளங்கியது. சிறிது அகல வாக்கிலிருந்தாலும் அவருடைய வாய், அது மூடியிருக்கும் பொழுது அவருடைய முகப் பொலிவுக்கு அழகுசேர்க்கும்.

அப்பொழுது ஜியாங் எங்களுக்கு ஒரு திரைப்பட நட்சத்திரம் தான், பெய்ஜிங் ஓபெராவிலும் சிறந்து விளங்கினார். "மீனவனின் பழிவாங்கல்"* நாடகத்தில் அவருடைய நடிப்பு மாவோ உள்ளிட்ட மத்தியக்குழுவினால் மிகவும் விரும்பப்பட்டது. லீ நே (ஜியாங்-மாவோவின் மகள்) அவரிடமிருந்த நாடகக் கலையைக் கற்றிருந்தார், ராணுவ வீரர்களையும் மாவோவையும் அவள் தன்னுடைய நடிப்பின் மூலம் மகிழ்விப்பாள். வட ஷான் ஷியில் எங்களுடைய வீரர்கள் போரிட்டுக் கொண்டிருக்கும் பொழுது லீ நேயின் நிகழ்ச்சிகள் அந்தக் கடுமையான போராட்ட வாழ்க்கையில் ஒரு வரவேற்கத் தக்க இடைவேளையாக இருந்தது.

ஜியாங் க்வின்னுடைய கையெழுத்து அற்புதமாகவிருக்கும், அதிலும் குறிப்பாக வழமையான எழுத்து** முறையைப் பயன்படுத்தும் பொழுது, லீ நே ஓவிய எழுத்து முறையைக் குறிப்பிடுகிற பொழுது ஒருமுறை மாவோ சொன்னார், " நானொன்றும் ஓவிய எழுத்துக் கலைஞர் அல்ல, அவருடைய தாய் தான். அவளுக்கு எழுத்துக் கலையைக் கற்றுக் கொடுக்கும் தகுதி அவளுடைய தாய்க்குண்டு" எனவே லீ நே ஓவிய எழுத்தைக் கற்றுக் கொண்டதற்காக தனது தாய்க்குக் கடமைப்பட்டவள், இப்பொழுது அவள் நல்ல ஒரு கலைஞரும் கூட.

முரட்டுக் குதிரையென்றால் ஜியாங்கிற்கு மிகவும் பிடிக்கும், அவரால் அடக்க முடியாத குதிரையென்று எதுவும் கிடையாது. வட ஷான்ஷியில் நாங்களிருந்த பொழுது அவரிடம் ஒரு ஆழ்ந்த சாம்பல் நிறம் கொண்ட, சீற்றம் மிகுந்த போர்க் குதிரையொன்று இருந்தது யேனானில் இருந்த பொழுது அவர் மற்றவர்களிடம் குதிரை பந்தயத்திற்குச் சவால் விடுவார் என்று கூறப்படுகிறது. அது தான் அவருடைய குணம்; வெற்றி கொள்வதில் உறுதியும், பகட்டுக் காட்டுகிற தன்மையும் கொண்டவர். ஒரு முறை மாவோவின் வழிகாட்டுதல்களுக்காக அவரைச் சந்தித்துவிட்டு கட்சியின் மத்தியப் பள்ளியின் மாணவர்களிடையே உரை நிகழ்த்துவதற்காக அங்கு புறப்பட்டுக் கொண்டிருந்த சூ என்லாயை வழியனுப்பிக் கொண்டிருந்தார் ஜியாங். யாங் ஜியலிங்குக்குச் செல்கிற வழியில் சூ என்லாயின் குதிரை மீது ஜியாங்கின் குதிரை பாய்ந்ததால்

---

* மிகப் பிரபலமான ஒரு பெய்ஜிங் ஓபெரா.

** இங்கு நூலாசிரியர் குறிப்பிடும் சீன ஓவிய எழுத்துமுறையின் பழங்கால வடிவம் அதில் வெகு தாமதமாக அறிமுகப்படுத்தப்பட்ட எளிமைப் படுத்தப்பட்ட எழுத்துகளின் நவீன எழுத்துகளை விட, ஏராளமான சிக்கலான எழுத்து வகைகள் பயன்படுத்தப்பட்டது.

கலவரைமடைந்த சூவின் குதிரை அவரைக் கீழே தள்ளிவிட்டது, சூவின் வலது கையில் முறிவேற்பட்டு விட்டது. இது 1939-ல் நடந்தது. ஒரு கருத்தின் படி சூயென்லாய்க்கு எதிராக ஜியாங் தீட்டிய சதி இது என்று கூறப்பட்டது. இருந்த போதிலும் இந்த வதந்திக்கு நான் ஒருபோதும் மதிப்பளிக்கவில்லை. ஆனால் “கலாச்சாரப் புரட்சி” காலகட்டத்தில் இது போன்ற சதிவேலைகளில் ஜியாங்கும் அவருடைய கும்பலும் ஈடுபட்டது ஒரு வேதனையான வேடிக்கை.

துப்பாக்கிகளின் மீது ஜியாங்கிற்கு ஆர்வமில்லை. அவருடைய பொழுது போக்குகளாக சீட்டு விளையாடுவதும், பின்னல் வேலைகளு மிருந்தன. அவர் பின்னல் வேலையில் கை தேர்ந்தவர், அவர் பின்னிய கம்பளி ஸ்வெட்டர்கள் அழகான வேலைப்பாடுகள் கொண்டதாக விருந்தன. அவர் நல்ல ஆடை வடிவமைப்பாளரும் கூட. லீ நே அணிந்த அனைத்து ஆடைகளும் அவருடைய கை வண்ணத்திலுருவானவைகள் தான். அவைகள் நேர்த்தியாக வெட்டித் தைக்கப்பட்டிருந்தன.

வட ஷான்ஷி யுத்த காலத்தில் அவர் முக்கியமான எந்தப் பணியிலும் சம்பந்தப்பட்டிருக்கவில்லை யென்பதுடன் தீயவை எதையும் செய்திருக்கவில்லை. அப்பொழுது அவருக்கிருந்த வேலையெல்லாம் மாவோவைக் கவனித்துக் கொள்வது தான். அவருக்கு நியாயம் செய்வதானால், எங்களுடைய எஜமானி என்கிறவகையில் ஜியாங் தனது பணியை நன்றாகவே நிறைவேற்றினார் என்று தான் சொல்ல வேண்டும். எங்களுடைய தலைமுடிகளை வெட்டிச் சீராக்குவது, பொது அறிவுப் பாடங்கள் சில எடுத்தது, அடிப்படை விஞ்ஞானத்தையும், தையல் வேலையையும் கற்பிப்பது என எங்களுடன் நெருக்கமாக இருப்பதை சாதித்தார்; நாங்கள் அணிவகுத்துப் பயணிக்கும் பொழுது சில விடுகதைகளை விடுப்பார்.

அந்த விடுகதைகளிலொன்று: அறையை விட்டு வெளியேறாமலேயே ஓராயிரம் லீ தூரம் நீ எப்பொழுது நடப்பாய்? சக்ரவர்த்திகள், அமைச்சர்கள், தளபதிகள் கூடியிருப்பதை நீ எப்பொழுது காண்பாய்? வேறு குடும்பப் பெயர் கொண்ட மகனை நீ எப்பொழுது பெறுவாய்? என்னை நேசிக்கும் மனைவி ஒருத்தி இருப்பாள் ஆனால் ஒரே படுக்கையைப் பகிர்ந்துகொள்ள மாட்டாள், அது எப்பொழுது

விடை: நீ மேடையில் நடிக்கும் பொழுது.

நன்றாகப் பராமரிக்கப்பட்ட தோற்றத்தை ஜியாங் விரும்புவார், தன்னை அவ்விதமாகக் காட்டிக் கொள்வது எவ்வாறு என்பது அவருக்குத் தெரியும். வட ஷான்ஷி யுத்தத்தின் பொழுது தனது கூந்தலை தளர்வாக விரித்துக் கொள்வதை நிறுத்திக் கொண்டார், மாறாக தனது கழுத்துப் பிடரியில் கொண்டையாக முடிந்து கொள்வார். இளம் நங்கையர்கள் கூந்தல் அலங்கரிப்பு குறித்து ஜியாங்கின் ஆலோசனைகளைக் கேட்டுப் பெருவார்கள், தான் கௌரவிக்கப்படுகிறோம் என்கிற உணர்வுடன் அவர்களுக்கு உதவி மகிழ்வார். குளிர் காலங்களில்

பெரும்பாலான நேரங்களில் ஒரு ராணுவச்சீருடையைத் தான் அணிந்திருப்பார், ஆனால் சில சமயங்களில் தனது உடல் வாளிப்பைக் காட்டும் வகையில் வெட்டித் தைக்கப்பட்ட, பருத்தி திணிக்கப்பட்ட நீல வண்ண ஜேக்கட் ஒன்றை அணிவார். கோடை காலத்தில் இடுப்பை கச்சிதமாகத் தழுவியவாறு இருக்கிற, முன் பகுதியில் இரட்டையாகப் பிரிக்கப்பட்டு நடுவில் பட்டனுடனிருக்கும் காட்டன் ஜாக்கட் அணிவார். தன்னுடைய சிறந்த உடல் நிறத்தையும், மெல்லிய இடை குறித்தும் அவருக்குக் கர்வமிருந்தது. இருந்தும், இவ்வளவுக்குப் பிறகும் அவர் மற்ற பெண்களிடமிருந்து மாறுபட்டவர். எப்படியிருந்தாலும் தனது வலிமையான அம்சங்களைப் பற்றிய உணர்வு கொண்ட ஒரு பெண்மணிதான் அவர்.

இருந்த போதிலும் தனது திறமைகளை வெளிக்காட்டிக் கொள்ள அவர் மேற்கொள்ளும் முயற்சிகள் அவருடைய பண்புகளிலிருந்து குறைபாடுகளையும், பலகீனங்களையும் காட்டிக் கொடுத்துவிட்டது. இவற்றை அவரால் என்றுமே களைய முடியாமல் போயிற்று. அவை அவருடனேயே பிறந்தவை போல் தோன்றியது, அவை மோசத்திலிருந்து படு மோசமாக வளர்ந்துகொண்டே போனதானது தவிர்க்கவியலாமல் மாவோவுடனான அவருடைய உறவில் விரிசல் ஏற்படுவதில் போய் முடிந்தது.

ஷாங்காயில் ஒரு சுதந்திரமான சூழலில் ஜியாங் வாழ்ந்து வந்தார். அது தன்னளவில் மோசமான விஷயமல்ல. சாமானிய மக்கள், விவசாயிகள், படை வீரர்கள் மத்தியில் கலந்து பழகுவதன் மூலம் அவர்களிலொருவராகத் தான் ஏற்றுக் கொள்ளப்பட வேண்டுமென்று அவர் விரும்பினார், ஆனால் மிகுந்த அகந்தையும், எஜமான தோரணயையும், பகட்டாக காட்டிக் கொள்வதில் பெரும் ஆர்வமும், தன்னைப்பற்றிய நலன்களை மையப்படுத்திக் கொண்டும், மிகுந்த தன்னலமும் கொண்டிருந்த அவரால் என்றும் அது சாத்தியப்படவில்லை; தனது கணவருடைய உணர்வுகளைப் புரிந்துகொள்ளவோ அல்லது பகிர்ந்து கொள்வதற்கோ கூட அவரால் இயலவில்லை.

வட ஷான் ஷியில் நாங்களிருந்த காலங்களில், சில ஆயிரம், பல சமயங்களில் பல பத்தாயிரம் எதிரிப்படைத்துருப்புகள் துரத்தி வர இடைவிடமல் தொடர்ந்து பயணித்துக் கொண்டேயிருக்க வேண்டி வந்தது, அவ்விதம் எங்களுடைய உயிர்களுக்கே அச்சுறுத்தல் இருந்த பொழுது மாவோவுடன் ஜியாங் சச்சரவிடவேயில்லை. ஏனெனில் அந்த அபாயத்திலிருந்து நாங்கள் உயிர் பிழைத்திருக்க வேண்டுமானால் எங்களுடைய அணிவரிசைகளுக்குள்ளே ஒற்றுமை இன்றியமையாததாக விருந்தது. ஆனால் இந்த நெருக்கடி அகன்ற பிறகு, ஷாஜியாடியன் யுத்தத்தில் நாங்கள் வெற்றி பெற்று யாங் ஜியா கூ விற்கு இடம் பெயர்ந்த பிறகு, ஒப்பீட்டளவில் வாழ்க்கை சுலபமாகிவிட்ட பொழுது தான் மாவோவுக்கும், ஜியாங்கிற்குமிடையிலான வேறுபாடுகள் தலை

தூக்கத் துவங்கின. அவ்விதமான ஒரு நிகழ்வை முதன் முதலாக நான் கண்டது 'லீ நே' யின் செவிலி விஷயத்தில் தான்.

அந்தச் செவிலி வந்து சேர்ந்த முதல் நாளன்றே அவருக்கு ஜியாங் தனக்குப் பிடித்தமான அனைத்து ஜாக்கெட்டுகளையும், சிவப்புத் தோல் காலணிகளையும் அவருக்குப் பரிசாக அளித்தார். பின்னாட்களில் இது அவர்களுக்கிடையிலான உறவில் எந்தவிதமான தாக்கத்தை ஏற்படுத்தப் போகிறதென்பதை யூகிப்பது ஒன்றும் கடினமாக இருக்கவில்லை; எனக்குத் தெரிந்த வரையிலும் ஒரு பெண் இன்னொரு பெண்ணை முதன் முதலாகச் சந்திக்கும் பொழுது அவர் மீது அளவுக்கு மீறிய அக்கறை காட்டுகிறாரென்றால் விரைவிலேயே அவர்களிடையே விவகாரம் எழும் என எதிர்பார்க்லாம்.

ஜியாங்கிற்கும், செவிலிக்குமிடையில் அதுதான் நடந்தது.

லீ நே-யைக் கவனித்துக் கொள்வதுடன் அந்தச் செவிலியர் மாவோவின் துணிகளில் இருக்கும் குறைபாடுகளையும் சரிசெய்வார். ஒரு நாள் அவர் செய்திருப்பதைப் பார்த்த ஜியாங் அவரிடம் ஏளனமாகக் கூறினார், "இந்தத் தையல்களைப் பார்! படுமோசம்"

அந்தச் செவிலிப் பெண் பதினேழுவயதுடையவர்.இதற்கு முன்னதாக தையல் வேலை எதுவும் செய்திராதவர். அவமானத்துடன் அவர் தலையைக் குனிந்துகொண்டார். ஆனால் ஜியாங் அதோடு நிறுத்திக் கொள்ளவில்லை. அவரைத் தள்ளிக் கொண்டு போய் மாவோவின் முன்பாக நிறுத்தி விட்டுச் சொன்னார், "இவள் தையல் போட்டிருக்கும் லட்சணத்தைப் பாருங்கள், பாஸ். பாருங்கள் அதை" அந்த நாட்களில் ஜியாங் மாவோவை 'பாஸ்' என்றழைப்பது வழக்கம்.

அந்த சமயத்தில் தன் வேலையில் பெரிதும் ஆழ்ந்திருந்த மாவோவுக்கு அப்பொழுதுஇவ்விஷயத்தில் ஆர்வமேதும் ஏற்படவில்லை,சற்றே தலையை உயர்த்த மட்டும் செய்தார், ஆனால் அந்தச் செவிலியின் முகத்தைப் பார்த்தவுடனேயே அவர் எந்த அளவுக்கு ஜியாங்கினால் மனம் புண்பட்டுப் போயிருக்கிறார் என்பதைக் கண்டு கொண்டு கோபமடைந்தார்.

ஜியாங்கைப்பார்த்து மாவோ கத்தினார், "என்ன சொல்கிறாய் நீ, முட்டாளே," பிறகு செவிலியின் பக்கம் திரும்பிக் கனிவுடன் சொன்னார், "நன்றி செவிலியே.இந்தத் தையல்களில் பிரச்சனை எதுவுமிருக்காது எனக்குத் தென்படவில்லையே"

செவிலிப் பபண் சென்ற பிறகு மாவோ சொற்களால் ஜியாங்கிற்கு சாட்டையடி தந்தார், " நீ ஒரு சுத்தமான முதலாளிவர்க்க அகங்காரம் கொண்டவள்...." பிறபாடு, அந்த இளம் பெண்ணிடம் ஜியாங் மன்னிப்புக் கேட்டுக் கொண்டார், "உன்னுடைய உணர்வுகளைக் காயப்படுத்த நான் நினைக்கவில்லை.நானொரு அவசர புத்திக்காரி. அதை தயதுசெய்து மனதில் வைத்துக் கொள்ளாதே."

அந்தச் செவிலியிடம் அவரைப் புண்படுத்த நினைக்கவில்லையென ஜியாங் சொன்ன போது அவர் பொய் சொல்லவில்லை; அவருடைய நடத்தை அவருடைய இயல்புடன் ஒன்று கலந்ததாகும்.

அந்தச் செவிலியை இவ்வாறு நிமிண்டிய பிறகு அவருக்குத் தையல் வேலைப்பாடுகளைக் கற்றுத்தர முன் வந்தார்; சில நாட்களுக்குப் பிறக மிருதுவான ரோமம் ஓரத்தில் வைத்துத் தைக்கப்பட்டிருந்த ஒரு ஜாக்கட்டில் அந்தசெவிலி செய்திருந்தவேலையில் திருப்தியடையாமல் மீண்டும் அந்தப் பாவப்பட்ட பெண்ணைச் சாடினார், 'இதையொரு தையலென்கிறாயா? படுமோசம்! அதைத் திரும்பவும் செய்!" ஆனால் மறுநாள் அவர் திரும்பவும் மன்னிப்புக் கேட்டுக் கொண்டார், "நேற்று அதுபோல உன்னிடம் பேசியதற்கு நான் வருந்துகிறேன். இப்படியொரு ஆத்திரக்காரியாக இருக்கக் கூடாதென்றுதான் விரும்புகிறேன். இதைத்தயவு செய்து மனதில் கொள்ளாதே."

ஜியாங்கின் மன்னிப்புக் கேட்பு எனக்குப் போலியாகப் பட்டது; ஜியாங்கிற்கு எதிரான எரிச்சலை தன்னுடைய மகள் லீ நே-மீது செவிலி காட்டிவிடக்கூடாதென்பதற்கான முன்னெச்சரிக்கையாகத்தான் அதன் நோக்கமிருந்தது.

நெறிப்படுத்தும்* இயக்ககால கட்டத்திலொருநாள் உணவு மேஜையில் ஜியாங்கைக் கவனித்துக் கொண்டிருந்தேன். ஜெனரல் ஹே லாங் அனுப்பி வைத்திருந்த மீன் துண்டுகளை என்னுடைய உணவுப் பாத்திரத்திற்குள் அவர் திணித்துக் கொண்டேயிருந்தார். அவர் பெரிதும் வற்புறுத்தியதால் அவர் தந்ததை என்னால் மறுக்க முடியவில்லை. அதுமட்டுமல்லாமல், அந்த சமயங்களில் நாங்கள் வழக்கமாக உண்ணும் கருப்பு சோயா பீன்களை விட மீன் நல்ல சுவையாகவும் இருந்தது.

உணவின் நடுவே உண்பதை நிறுத்திய அவர் என்னைப் பார்த்துத் தனது மனக்குறைகளையெல்லாம் கொட்டித் தீர்த்தார்., "வேசி மகன்கள்! என்னுடைய கடந்த கால வரலாறு குறித்து நான் சொல்வதை நம்ப மறுக்கிறார்கள். 1932- ல் தான் நான் புரட்சியில் இணைந்தேன். அதில் எந்த ஐயமுமில்லை. ஆனால் அவர்கள் அது 1935-ல் தானென்று வலியுறுத்துகிறார்கள். என்னவோரு கேலிக் கூத்து இது!"

நான் எதுவும் பேசவில்லை. ஒரு பழுத்த அனுபவம் கொண்ட மெய்க்காவலன் என்கிற வகையில், எப்பொழுதுதெல்லாம் தலைவர்கள் ஏதாவது ஒரு விஷயம் குறித்து மகிச்சியற்றிருக்கிறார்களோ அப்பொழுதெல்லாம் தங்களுடைய உணர்வுகளையெல்லாம் கொட்டித்

---

* கட்சிக்குள் தவறான முறைகளில் வேலை செய்யப்படும் குறைகளைக்களைய பல வருடங்கள். தொடர்ச்சியான இயக்கங்கள் நடத்தப்பட்டு வந்தது. நெறிப்படுத்துவதென்றால் விமர்சனம் சுய விமர்சனங்களின் வழியாக மார்க்சியத்தைக் கற்றுக் கொள்வதென்று பொருள். இதில் மிகப் புகழ்பெற்ற இயக்கமாக 1942-ல் நடத்தப்பட்ட இயக்கம் விளங்கியது.

தீர்க்க யாராவது ஒருவரைப் பிடித்துக் கொள்வார்கள். அந்த ஒருவர் இன்னுமொரு தலைவராக இருப்பாரேயானால் அது தர்ம சங்கடமாக இருக்கும், ஆனால் அது ஒரு மெய்க்காவலராக இருப்பாரேயானால் பிரச்சனையேதுமில்லை. ஆகையால் காது கொடுத்துக் கேட்பது போலவும், அனுதாபப்பபடுபவன் போவும் நான் பாசாங்கு செய்தேன்.

“மற்ற எவருடைய கடந்த காலப் பதிவுகளையும் விட, என்னுடைய கடந்தகாலப் பதிவுகளை புலனாய்பு செய்கிறார்களாம்! என்ன அகம்பாவம்!” அவர் இன்னுமொரு மீன் துண்டை எனக்குத் தந்தார். ஒரு சிறிய இடைவேளைக்குப் பிறகு தொடர்ந்தார், “இப்பொழுது எனக்கு நினைவு வருகிறது; நீதான் எனக்கு மிகவும் வேண்டப் பட்டவனென்றும், உன்னுடைய துணி மணிகளை என்னிடமிருந்து பெற்றுக்கொள்வதாகவும் அவர்கள் சொல்கிறார்கள். நான் உனக்கு ஏதாவது துணிமணிகள் தந்திருக்கிறேனா?”

“அப்படியெல்லம் ஒன்றுமில்லையே? யாரிந்தக் கதை கட்டிவிட்டது,” பலமாகஆட்சேபித்தேன்.

“பார்த்தாயா! இது வெறும் கட்டுக் கதையல்லாமல் வேறில்லை!” ஆனால் அதை யார் கட்டி விட்டார்கள் என்பதை ஜியாங் சொல்லவில்லை, மாறாக பேச்சை மாற்றிக் கொண்டு மாவோவின் வாழ்க்கை, அவருடைய உடல் நலன் ஆகியவற்றைப் பற்றி நுணுக்கமாக விசாரித்தார்-அது மாவோவின் மனநிலைக்கும் அந்த சமயத்தில் நடந்த ஒரு சம்பவத்திற்குடையில் ஏதோவொரு வகைத்தொடர்பு இருக்கிறதா என்று தெரிந்து கொள்ள விரும்புவதுபோலவோ அல்லது மாவோ எப்பொழுது தன்னை வரவேற்பார் என்பதைத் தெரிந்து கொண்டு அவரிடம் பேசுவதற்கு ஒரு வாய்ப்பபை எதிர் நோக்குவது போலவோ எனக்கு ஒருமனப்பதிவை ஏற்படுத்தியது.

அடுத்த நாள் காலையில், இரவு முழுவதும் வேலை செய்து கொண்டிருந்த மாவோவை அவருடைய படுக்கையறைக்கு அழைத்துச் சென்று விட்ட பிறகு நான் அங்கிருந்து வந்துவிட்டேன். அங்கு ஜியாங் இன்னும் போர்வையைச் சுற்றிக் கொண்டு படுக்கையிலேயே இருந்தார். கதவுக்கு வெளியே காவலிலிருந்த நான், அறைக்குள் அவர்கள் பேசிக் கொண்டிருப்பதைக் காதில் கேட்டேன். அவர்கள் மெதுவான குரல்களில் பேசிக் கொண்டிருந்தார்கள்;ஜியாங் தான் மாவோவிடம் ஏதோபுகார் சொல்லிக் கொண்டிருந்தார்; தன்னை யாரோ துன்புறுத்த முயல்வதாகவும், தன்னைப் பாதுகாக்க உதவ மாவோ வரவேண்டுமென்றும் சொல்வது போலத் தெரிந்தது. மாவோ, “ஒருவருடைய கடந்த காலத்தை எதுவும் மாற்றிவிட முடியாது, ஷாங்காயில் நீ இருந்தபொழுது நீ சொல்லிக் கொள்வது போல ஒரு உண்மையான புரட்சியாளராக இருந்திருந்தால் உன் சார்பாக நான் பேச வேண்டிய தேவை உனக்கு ஏன் இருக்கிறது” என்று கூறி மறுத்துவிட்டார்.

விரைவில், அவர்களுடைய குரல்கள் வலுத்தன. "கோமிங்டாங் பிற்போக்காளார்கள். ஏராளமான கொடூரப் பொய்களைக் கட்டவிழ்த்து விட்டார்கள் என்பதை நான் நினைவுபடுத்த வேண்டுமா? நீங்களும், சூ டேவும் போரில் கொல்லப்பட்டுவிட்டதாக ஏராளமான கதைகளை அவர்களுடைய செய்தித்தாள்கள் பிரசுரிக்கவில்லையா, அந்தக் கதைகளுடன் ஒன்றல்ல பல புகைப்படங்களும் அச்சிடப்பட்டிருக்க வில்லையா? அவைகளில் ஏதாவது உண்மை இருந்ததா? இந்த ஆட்கள் சோமிங்டாங் என்ன செய்தார்களோ அதை அப்படியே செய்து கொண்டிருக்கிறார்கள். அவர்களுடைய திட்டம் தான் என்ன?" என்று ஜியாங் கத்தினார்.

பிறகு அவரிடம் மாவோ சத்தம் போடுவதைக் கேட்டேன், "அட மண்டை குழம்பிப் போன முட்டாளே"

ஜியாங் அழுவதை நிறுத்துவது போலத் தெரியவில்லை, "நான் ஒரு இளநிலைச் செயலாளர் தானே, என்னைப் பற்றி அவர்கள் இவ்வளவு ஏன் அலட்டிக் கொள்ள வேண்டும். அவர்கள் என்னை ஒழித்துக் கட்டப் பார்க்கிறார்கள், ஏனென்றால் அவர்கள் உங்களை ஒழித்துக் கட்ட விரும்புகிறார்கள். அவர்கள் உண்மையில் உங்களைத்தான் குறிவைத்திருக்கிறார்கள்....."

"இங்கிருந்து ஓடிப் போய்விடு, வெளியே போ," மாவோ கர்ஜித்தார்.

கதவுக்கும் எனக்குமிடையில் சற்றுத் தொலைவேற்படுத்திக் கொள்வதற்காக நான் வேகமாக நகர்ந்தேன். நான் நின்றும் நின்றாகாதுமிருந்த பொழுது ஜியாங் அழுது கொண்டே அறையிலிருந்து வெளியே பறந்து ஒரு காற்றைப் போல என்னைக் கடந்து, சூ என்லாயின் குகை அறையை நோக்கிச் சென்றார். அதுபோல நிகழும் பொழுதெல்லாம் நல்ல விதமாகப் பஞ்சாயத்துச் செய்வதில் வல்லவராக சூ என்லாயிடம் நேராகப் போவது அவருடைய பழக்கம். அன்று விடியற்காலையிலிருந்து நண்பகல் வரை சூவிடம் அவர் பேசிக் கொண்டிருந்தார். அங்கிருந்து சென்றபொழுது அவர் அமைதியடைந்தவராகக் காணப்பட்டார்.

அன்று பிற்பகல் கண் விழித்தெழுந்த மாவோ, படுக்கையிலிருந்தபடியே சங்கிலிப் புகை பிடித்துக் கொண்டிருந்தார். நாங்கள் நீண்ட நேரம் பேசிக் கொண்டிருந்தோம், அப்பொழுது தன்னுடைய மனக்குறைகளை உண்மையும் சோகமும் கொண்ட குரலில் என்னிடம் கூறினார்.

அவர் சொன்னதன் சுருக்கம் இதுதான்:

"நான் உங்களுடைய தலைமையிலிருக்கும் கட்சிக் குழுவின் உறுப்பினராக இருப்பதால், என் மனதை வாட்டிக் கொண்டிருப்பதை உங்களுடன் பகிர்ந்து கொள்ள விரும்புகிறேன். ஜியாங் என்னுடைய மனைவியாக இல்லாமலிருந்து என்னுடைய உதவியாளர்களிலொருவராக இருந்திருந்தால் நான் நீண்ட காலத்திற்கு முன்னதாகவே அவரை

வெளியேற்றியிருப்பேன். நான் மிகமிக அவசரப்பட்டு அவரை மணந்து கொண்டேன். இப்பொழுது என்னால் என்ன செய்ய முடியும்? நான் இருக்குமிடத்திலிருந்து கொண்டு அவரை மணமுறிவு செய்து கொள்ளவும் முடியாது. அவ்வாறு செய்யுமளவுக்கு அவர் மோசமாக எதுவும் செய்துவிடவில்லை; ஒரு மண முறிவை தோழர்கள் சாதகமாக எடுத்துக் கொள்ள மாட்டார்கள். அது எல்லாவிதமான வதந்திகளுக்கும் இடமளித்துவிடும். ஆனால் ஒரு மண முறிவைப் பெறாவிட்டால் அவர் எனக்கு ஒரு அரசியல் தர்மசங்கடமாகவே இருப்பார். எனவே அவரை சகித்துக் கொள்வதைத் தவிர நான் செய்வதற்கு ஏதுமில்லை."

அந்தச் சச்சரவுக்குப் பிறகு நாங்களடைந்த ராணுவ வெற்றிகள் மாவோவை அவருடைய மோசமான மன நிலைமையிலிருந்து மீட்டது. ஒரு நாள் லீ நே வுக்கான மாவோவின் கையெழுத்து மாதிரிகளைப் பெறுவதற்காக ஜியாங் அவரிடம் செவிலியை அனுப்பி வைத்தார். லீ நே அந்த சமயம் சீன எழுத்துக்களை எழுதக் கற்றுக் கொண்டிருந்தாள், மாவோ சொன்னார், "அவருடைய தாயாரைக் கற்றுத்தரச்சொல். நான் எழுத்தோவியர் ஒன்றுமல்ல, அது அவளுடைய தாயார் தான்"

ஜியாங்கின் கவலைகள் மறைந்தன' அவருக்குத் தெரியும் புயல் ஓய்ந்துவிட்டதென்று.

ஒருமுறை, மாவோ கருப்பு சோயா பீன்களை ஒரு தடவையாவது உண்ணாமல் இருப்பதற்காக, ஜெனரல் ஹேலாங் அனுப்பி வைத்திருந்த பதப்படுத்துப்பட்ட இறைச்சியிலிருந்து ஒரு தட்டு சமைக்க வைத்திருந்தார் ஜியாங். ஆனால் மாவோ வேறு விதமாக நினைத்தார்.

"அதைப் போர் முனையிலிருக்கும் தோழர்களுக்காகப் பத்திரப்படுத்த வை," என்று மாவோ சொல்லிவிட்டார்.

இதைக்கேட்டு அதிருப்தியடைந்த ஜியாங் கேட்டார், "எங்கேயிருக்கிறது போர் முனை? அது நதிக்குக் கிழக்கிலிருக்கிறதா, மேற்கிலா? அவர்களை விட நாம் தான் பகைத் துருப்புக்களுக்கு அருகிலிருக்கிறோம். அவர்கள் போர் எதிலும் ஈடுபட்டுக் கொண்டிருக்கவில்லை, நம்மைப் போல ஓரிடத்திலிருந்து இன்னொரு இடமென்று அலைந்துகொண்டிருக்க வில்லை. அவர்களால் உண்பதற்கு எதை வேண்டுமானாலும் பெற முடியும்"

இது மாவோவின் கடுமையான விமர்சனத்தை வரவழைத்தது. முகம் சுளித்தவாறு அவர் சொன்னார், "நீ தவறான மனப்பாங்கு கொண்டிருக் கிறாய். கருப்பு சோயாபீன்சை உண்பதைப்பற்றியோ, ஓரிடத்திலிருந்து இன்னொரு இடத்திற்கு அலைக்கழிப்பது குறித்தோ நீ குறைப்பட்டுக் கொள்ளாவிட்டாலும் கூட, உன்னுடைய தோழர்கள் பீன்ஸ் உண்ண வேண்டியில்லாமலிருந்தாலும், அலைய வேண்டிய அவசியமில்லாமலிருந் தாலும் அதற்காகப் பொருமிக் கொள்ளலாம் என்று பொருளில்லை."

ஜியாங்கின் இந்த மனப்பாங்குதான் அவருக்கு கேடுவிளைவித்தது. இது சாதாரண மக்களிடம் பொதுவாகக் காணப்பட்ட போதிலும்

முக்கியமானவர்கள் இதை அண்டவிடாமல் எச்சரிக்கையாக இருக்க வேண்டும். துப்பாக்கிய வசமாக ஜியாங்கின் விஷயத்தில் ஐயத்திற்கிடமற்ற அவருடைய பொறாமை குணம் பிரச்சனையைப் பெரிதாக்கி விடுகிறது.

1953லிருந்து மத்தியக்குழு கோடை காலத்தில் பெய்டெய் ஹேயிலுள்ள கடற்கரைக்குச் செல்லத் துவங்கினார்கள். ஜியாங்கிற்கு நீச்சல் அவ்வளவாக வராது, ஆனாலும் கடற்கரையில் கூடியிருக்கும் இதர பெண்களுடன்–அவர்களுக்கு நீந்தத் தெரியுமோ, தெரியாதோ இருக்கும் பொழுது தன்னுடைய குறையைக் குறித்து அவமானப் படமாட்டார். ஆனால் லியூ ஷாவோகியின் மனைவி வாங் குவாங்மெய் இருந்தால் கதை வேறாகிவிடும். வாங் பிரஸ்ட் ஸ்ட்ரோக், சைடு ஸ்ட்ரோக், பேக்-ஸ்ட்ரோக் என அருமையாக நீச்சலடித்துக் கொண்டிருப்பதைக் கண்டால் போதும் ஜியாங்கின் வாயோரங்களில் ஏளனம் சுழியிட்டு விடும்.

எங்களுடைய நிலைமைகள் மேம்படத் தொடங்கியிருந்தன, இறுதி வெற்றியென்பது வெறும் நம்பிக்கையாக மட்டுமிருக்காமல் கண்முன்னால் உருவெடுக்கத் தொடங்கியிருந்தது, அந்த சமயத்தில் ஜியாங்கிடம் நுட்பமான, புலப்பட்டும் புலப்படாததுமான மாறுதல்கள் ஏற்படத் தொடங்கியது.

அவர் தன்னைத் தேவைக்கதிகமாக சொகுசு படுத்திக் கொள்ளத் துவங்கினார். மெய்க்காவலர்களை மின் அழைப்பு மணியைக் கொண்டு தன்னுடைய அறைக்கு அழைத்து இதைச்செய், அதைச் செய் என்று எடுபிடி வேலைகளை வாங்குவதில் பெரும் இன்பம் கண்டார், அவரே அந்தவேலைகளைச் சுலபமாகச் செய்துகொள்ள முடியுமென்றாலும் இப்படித்தான் நடந்து கொண்டார். அவர் சொடுக்குப் போட்டவுடன் அவரருகே யாராவது ஒருவர் ஓடிவந்து நிற்பதை ஒரு அந்தஸ்த்தின் அடையாளமாக, தனது வாழ்க்கையின் புதிய தகுதியின் அங்கீகாரமாகக் கருதி மகிழ்வதுபோலத் தோன்றியது.

ஒருமுறை, மெய்க்காவலர்களிலொருவரான ஷாங் டியான்யீ-யை மின் அழைப்பு மூலமாகத் தன்னுடைய அறைக்கு அழைத்தார். அவர் அறைக்கு விரைந்ததும் ஜியாங் சொன்னார், “கைகளுக்கு வெதுவெதுப்பூட்டும் அந்த சாதனத்தை எனக்கு எடுத்துக் கொடு”, அது அவருடைய படுக்கையிலேயே தான் கிடந்தது, சிறிது முன்பக்கம் குனிந்திருந்தாலே அது அவருக்கு எட்டுகிற தொலைவில் தானிருந்தது. ஆனால் அவரே அதை எடுத்துக் கொள்வதற்கு பதிலாக மெய்க்காவலரை அவ்வளவு தூரத்திலிருந்து தனது அறைக்கு ஓடிவரச் செய்திருக்கிறார். இதற்கு முன்பெல்லாம் நாங்கள் உதவ முன்வவந்தால், “பரவாயில்லை, நன்றி, நானே செய்துகொள்வேன்,” என்று மறுத்துவிட்டார், இதுபோல நடந்துகொள்ளவேயில்லையே என்கிற சிந்தனை ஷாய் டியான்யீ-க்கு வருத்தத்தையளித்தது.

தனது உணவைத் தேர்வு செய்வதிலும் அவர் கூடுதல் குறிப்புக் காட்டினார், பொருள்வரத்து மேம்படத் துவங்கிய பொழுது

இந்தப்போக்கு அதிகரித்துக் கொண்டேபோனது. வட ஷான்ஷியின் யாங்ஜியா கூ-வில் அவர் பற்றாக்குறையில் வாட நேரிட்டபொழுது கூட தனது உணவின் சுவை சரியாக இருக்க வேண்டுமென்று தான் அவர் கோருவார், ஆனால் பிற்பாடு, எங்களுக்குச் சிக்கனும், பன்றியிறைச்சியும் கிடைக்கத் தொடங்கியதும், அதிலும் குறிப்பாக சிலிபய்ப் போவில் பொருள் வரத்து ஒரு பிரச்சனையில்லை என்றாகி விட்டபிறகு அவர் சரியான சுவை என்கிற கோரிக்கையையும் தாண்டி தனதுஉணவின் கொழுப்பு அளவு, சத்துக்களின் மதிப்பு குறித்து மிகவும் அலட்டிக் கொண்டார். வதக்கிய பன்றியிறைச்சித் துண்டுகள் சமையல் குறிப்பில், செரிமானத்திற்கு நல்லது என்று கூறி பதப்படுத்திய முட்டைக் கோஸையும் சேர்க்கச் சொல்லுவார். பசுமையான முட்டைக்கோஸ் கிடைக்காவிட்டால் உலர்ந்தகாய்கறிகை அவற்றில் உடல் நலன்களுக்குத் தேவையான வைட்டமின்கள் இருப்பதாகக் கூறி கேட்பார். பின் நோக்கி நினைவு கூர்ந்தால், இவ்விஷயத்தில் அவர் தவறேதும் செய்யவில்லை யென்பதை நான் ஒத்துக் கொண்டுதானாக வேண்டும், ஆனால் அந்தசமயத்தில் அவருடைய கருத்துக்களை எங்களால் - மாவோ உள்பட - ஏற்றுக் கொள்ளச் சிறிது கடினமாகவிருந்தது. ஒரு முறை, மாவோவுக்குப் பழகிப் போயிருந்ததை விடக் குறைவான கொழுப்புக் கொண்ட இறைச்சியுடன் உலர்ந்த காய்கறிகளைக் கலந்து ஜியாங் வேக வைத்த பன்றியிறைச்சியைத் தயாரித்திருந்தார். உணவு மேஜையில் மாவோவுக்கு அவர் விளக்கினார், “உலர்ந்த காய்கறிகள் செரிமானத்திற்கு உதவும்,” அது குறித்து மாவோ எதுவும் குறிப்பிடவில்லை, அதை முழுமையாகச் சாப்பிட்டு விட்டார்.

புரட்சியின் வெற்றிக்குப் பிறகு ஜியாங்கைத் திருப்திப் படுத்துவது மேலும் கடினமாகிவிட்டது. காலைவேளைகளில், “நேற்றிரவு நன்றாகத் தூங்கினீர்களா, தோழர் ஜியாங் க்விங்,” என்று முகமன் கூறும்படி மெய்க்காவலர்கள் எதிர்பார்க்கப்பட்டனர். மெய்க்காவலர் அவ்விதம் வணங்குவதற்கு மறுத்துவிட்டால் மீதியிருக்கும் அன்றைய நாள் முழுவதும் அவரை ஜியாங் ஏறெடுத்தும் பார்க்கமாட்டார்.

ஜியாங் தனது காலை உணவை படுக்கையிலேயே எடுத்துக் கொள்வார். அவரது படுக்கையின் கடைசியிலிருக்கும் ஒரு சுழற்றி அவரதுமேல் பாதிபடுக்கையை உயர்த்தும், அவர் அதில் சாய்ந்து உட்கார்ந்து கொள்வார். ஈரத்துவாலையால் தனது முகத்தைத் துடைத்துக் கொண்டு, வாயைக் கொப்பளித்துக் கொண்டபிறகு அவர் முன் ஒருசிறிய மேஜை வைக்கப்படும். அதில் அவருடைய காலை உணவிருக்கும். சிலர் அவ்விதம் தங்களது காலை உணவை உண்பதை மேலை நாட்டுத் திரைப்படங்களில் நான் பார்த்திருக்கிறேன்.

ஜியாங் உடல் நலக்குறைவில்லாமல் இருக்கும் பொழுது நன்றாகச் சாப்பிடுவார். அவருடைய காலை உணவில் வழக்கமாக ரொட்டி அல்லது நீராவி வேக்காடு செய்யப்பட்ட சிறிய பன்கள், வெண்ணெய்,

சில ஊறுகாயிடப்பட்ட காய்கறிகள் (அதுவழக்கமாக கடுகுக்கீரை, அவரை பீன்ஸ் ஆகியவற்றுடன் உப்புச் சேர்த்து வேக வைக்கப்பட்டதாக இருக்கும்-) ஆகியவை இருக்கும். சில சமயம் TOUFU ஊறுகாய் கேட்பார். அவர் பால் குடிப்பது அரிது; மென்மையான உணவாக அரிசிக் கஞ்சியைக் குடிப்பார்.

அவருடைய மதிய உணவாக வழக்கமான சில உணவு வகைகளிருக்கும். அவருக்கு பிடித்தமானது கெண்டை மீன் போன்ற சிறிய முட்கள் கொண்ட மீன்களும், இறைச்சியும் தான். மேக்கரல் மீன் (ஒரு வகைக் கடல் மீன்) கூட அவருக்குப் பிடித்தமானது தான், ஆனால் அது அவருடைய வழக்கமான உணவுப் பட்டியலில் இருக்காது. ஷாட் மீனை (நன்னீர் மீன்) அவர் அதிகம் சாப்பிட விரும்பினாலும் அதன் விலை மிகவும் அதிகம். ஜியாங்கிற்கு மதிய, இரவு உணவு வேளைகளில் மீன் இருந்தாக வேண்டும்.

இளம் கோழிக்குஞ்சுகள், சமைக்கப்பட்ட பிறகு ஒரு புறாவின் அளவுக்கு இருக்கக் கூடியது - அதுவும் அவருக்குப் பிடித்தமானவைகளில் ஒன்று. சூப்பென்றால் அது பன்றி விலா எலும்புகளை மண்பானையில் கொதிக்க வைக்கப்பட்டுத் தயாரித்த சூப் அல்லது மீன் சூப் ஆக இருக்கும். காய்கறிகளைப் பொருத்தவரை அவர் மிகவும் விரும்பியது கடுகுக் கீரை, நீளமான இலைகளைக் கொண்ட பசலைக் கீரை, வாடாமல்லிக் கீரை, தண்டங் கீரை ஆகியவற்றைப் பொடியாக நறுக்கிச் செய்தது. அருக்கு உடல் நலக்குறைவேற்படும் பொழுது அவர் அவற்றைக் சிறு கரண்டிகளால் உண்ணும் வகையில் மையாக அரைத்துத் தரப்படும். அவர் பன்றி வயிற்றுக் கொழுப்பைத் தொடமாட்டார்; அவருடைய உணவு எப்பொழுதுமே தாவர எண்ணெயைக் கொண்டுதான் சமைக்கப்பட வேண்டும்; பிசுபிசுப்பாக இருக்கக் கூடாது. அதில் சில சமயம் கொத்துக் கறியோ, காளானோ அல்லது கடல்பாசியோ சேர்க்கப்படும்.

உயர்ந்த அந்தஸ்த்திலிருக்கும் பெண்ணான ஜியாங்கின் தினசரி உணவு வகை மெனுவரம்பு மீறியதாக இருக்கவில்லை; அது சில சமயங்களில் மிகவும் எளிமையானதாகக் கூட இருக்கும். அவரிடமிருந்த பிரச்சனையெல்லாம் தன்னுடைய உணவின் ருசியைப் பற்றி மிகவும் கறாராக இருந்தது தான். அவருடைய இந்த ருசி விவகாரத்தில் எந்த சமையல்காரராலும், மாவோவின் சமையல்காரர் உள்பட திருப்திப்படுத்தவே முடியாது; ஒரே ஒரு விதிவிலக்கு பியாவோ பிங்ஃபு மட்டும் தான்.

சத்துணவு குறித்து ஜியாங் நிறையப் படித்திருக்க வேண்டும். தன்னுடைய உணவு குறித்து அக்கறை கூடக்கூட, மாவோவின் உணவு வகையை மாற்றுவதற்குத் தன்னாலானதை யெல்லாம் முயன்று பார்த்தார். ஆனால் இந்த விஷயத்தில் தன பழக்கத்தை மாற்றிக் கொள்கிற தன்மையில்லாத மாவோ, ஜியாங் அல்லது டாக்டர்சொல்வதை

வெகு சாதாரணமாக நிராகரித்து விடுவார். அவருக்கு என்ன மிகவும் பிடிக்கிறதோ அதை ஜியாங் மிகவும் வெறுத்தார், மாவோவுக்கு அவருடைய உணவுகாரமாக, உறைப்பாக இருக்க வேண்டும்; வேகவைத்த பன்றியிறைச்சி எண்ணையில் மிதக்க வேண்டும். ஜியாங்கிற்கு நியாயம் வழங்க வேண்டுமானால் இந்த விஷயத்தில் அவரிடம் தவறில்லை; மாவோ என்ன உண்ண வேண்டுமென்று வற்புறுத்தியது நான் ஏற்கனவே விவரித்திருந்த சச்சரவில் போய் முடிந்து விட்டது, அன்றைய நாளில் இருந்து இருவரும் ஒரே பாத்திரத்தில் சமைத்த உணவைப் பகிர்ந்துகொள்ளவேயில்லை என்பதை நினைவுகூறும் பொழுது சோகமாக இருக்கிறது. அவர்களுக்கடையிலிருந்த வெறுப்புணர்வு சச்கரவை உருவாக்கியதா அல்லது சச்சரவு வெறுப்புணர்வை வளர்த்ததா என்பதைச் சொல்வது கடினமே; ஒரு வேளை இரண்டுமே காரணமாக இருந்திருக்கலாம். எதுவாகினும், ஒரு மணம் முடித்த தம்பதிகள் ஒருவருடைய உணவைப் பகிர்ந்து கொள்ள மறுக்கிறார்கள் என்பது அவர்களுடைய மணவாழ்க்கை ஆட்டங்காணத் துவங்கிவிட்டதென்பதன் அறிகுறிதான்.

முன்னதாக நான் கூறியது போல ஜியாங் ஒரேமாதிரியான பழக்க வழக்கங்களைக் கொண்டவர். மூன்று பெரிய ராணுவ நடவடிக்கைகளின் போது கூடத் தன்னுடைய வேலை, ஓய்வு நேரங்களை அவர் மாற்றிக் கொண்டதேயில்லை. இதற்கு முரணாக முற்றிலும் மாறுபட்ட நேர அளவீடுகளை-ஒரு இருபத்தி எட்டுமணி நேர நாள் அளவீட்டை மாவோ பின்பற்றிவந்தார். இதன் விளைவாக மாவோ வேலை செய்துகொண்டிருக்கும் பொழுது ஜியாங் பெரும்பாலும், தூங்கிக் கொண்டிருப்பார், ஜியாங் விழித்தெழும் பொழுது மாவோ “இரவு உணவருந்தி” கொண்டிருப்பார். ஒரே நேரத்தில் அவர்கள் உணவருந்துவது அரிது.

முக்கியமான பணியிருக்கும் பொழுது மாவோஉறங்காமல் பலநாட்கள் தொடர்ச்சியாக முற்றிலும் ஓய்ந்து விடும் வரையில் வேலை செய்து கொண்டிருப்பார், பிறகு அவரை மெய்க்காவலர்கள் தூங்க வைப்பார்கள், யாரும் தொந்தரவு செய்ய முடியாது. இதன் பொருள் ஜியாங் மாவோவுடன் பல வாரங்களுக்கு ஒருமுறை அல்லது மாதங்களுக்கு ஒரு முறைதான் இருக்க முடிந்தது. இது எதைக்குறிக்கிறது?

ஜியாங்கிடம் புகார்கள் ததும்பி வழியும், யாரைப்பற்றியும், எதைப்பற்றியும், அது முக்கியமானதோ, முக்கியமற்றதோ இருந்து கொண்டேயிருக்கும். பல சமயங்களில் ஒரு சர்ச்சைக்கு எண்ணை வார்த்து மூட்டிவிடுவார். இதுவும் மாவோவுக்கு வெறுப்பைத் தூண்டிவிடும், அவரை எச்சரிக்கைப்படுத்திவிடும்.

தன்னைச் சுலபமாக நம்ப வைத்துவிட முடியும் என்கிற மனப்பதிவை மாவோ எனக்குள் ஏற்படுத்தியிருந்தார். தனக்கு நெருக்கமாக இருக்கக் கூடியவர்கள் ஒரு விஷயத்தை ஒன்றுக்குப் பலமுறை சொன்னால் அவர்

நம்பிவிடுவார். வேலை இடைவேளைகளில் மாவோ எங்களுடன் கேலியும், கிண்டலுமாகப் பேசுவதை விரும்புவார், அந்த நேரங்களில் அவர் மற்றவர்களைப் போல ஒரு சாதாரண மனிதராகத் தன்னை உணர்வார். அதுபோன்ற நேரங்களில் வேடிக்கைக்காக நாங்கள் அவரிடம் எதுவேண்டுமானாலும் பேசுவோம். ஒருமுறை, மெய்க்காவலர்களில் ஒருமுறை அவர் தன்னுடைய காதலியுடன் ஏற்பட்ட, ஊடலால் தூங்க முடியாமல் தவிக்கின்றார் என்று சீண்டி விட்டோம். முதல் தடவை அதைக் கேட்ட பொழுது அதை மாவோ வேடிக்கையென்று எடுத்துக்கொண்டார், மீண்டுமொருமுறை அதைக் கேட்ட பொழுதும் வேடிக்கை என்றே எண்ணிக் கொண்டார், ஆனால் மூன்றாவது முறை அதைக் கேட்டவுடன் அதை உண்மையென்று எடுத்துக் கொண்டு சமாதானம் பேச முன்வந்தார். எனவே நாங்கள் அதை ஒரு ஜோக் என்று அவரிடம் சொன்ன பொழுது அதை மூன்று முறை மீண்டும் மீண்டும் சொல்லும் வரைக்கும் நம்பாமலேயே இருந்தார். இவ்வாறு தான் நாங்கள் தப்பித்தோம், அதைவேடிக்யைாகக் கூறுவதால், "அரசாட்சியை தவறாகப் பயன்படுத்தும் குற்றத்திலிருந்து" தப்பித்துக்கொண்டோம்.

ஒரு முறை ஒரு பிரபலமான மொழி பெயர்ப்பாளராகவிருந்த ஷை ஷே, காவோ காங் ஒரு நல்ல திறம் கொண்ட நம்பகமான மனிதர் என்று மாவோவிடம் சொன்னார். காவோவைப்பற்றிய இந்த மதிப்பீட்டை பல முறை காதில் கேட்டமாவோ அவரைப் பல தடவைகள் காவோ அருமையான மனிதர் என்று கூறியதைக் கேட்க நேர்ந்தது. இரண்டு வருடங்களுக்குப் பிறகு, கட்சியின் ஏழாவது மத்தியக் குழுவின் நான்காவது அவசர (பிளீனம்) அமர்வில் ராவோ சூஷியுடன் சேர்த்து காவோவையும், அவர்களுடைய கட்சிக்கெதிரான சீரழிவு நடவடிக்கைகளுக்காகக் கண்டனம் செய்யப்பட்டனர். அந்தஅமர்வு முடிவுக்கு வந்தபொழுது மாவோ ஷையிடம் கேட்டார், "நீங்கள் என்னவோகாவோ ஒரு நல்ல மனிதர் என்று கூறினீர்கள், ஆனால் அவரோ கட்சிக்கெதிராக சீர்குலைவு வேலைகளல்லவா செய்திருக்கிறார்," ஷை பதிலளித்தார், "அதை நான் சொன்ன பொழுது அவர் என்னவாக இருந்தார்? அன்று அவர் கட்சியின் துணைச் சேர்மனாக இருந்தார்" மாவோ மேற்கொண்டு எதுவும் பேசவில்லை.

மாவோவின் மனைவி என்கிற முறையில், மாவோ யாரிடத்திலாவது கோபமாக இருந்தால் அவருக்காக ஓரிரு நல்ல வார்த்தைகள் கூறி விவகாரத்தை அமைதியடையுமாறு ஜியாங்கினால் சுலபமாகச் செய்திருக்க முடியும், ஒரு நல்ல மனைவி அதைத்தான் செய்வார். ஆனால் இதற்கு முரணாக, மாவோ எவரிடம் கோபமாக இருக்கிறாரோ அவரைப்பற்றி எந்த விஷயத்தற்காக அவர் கோபடைந்திருக்கிறாரோ அதைப்பற்றி மேலும் மோசமாகக் கோள் மூட்டி விஷயத்தை மேலும் தீவிரப்படுத்தி விடுவார் ஜியாங். இதை அவர் அடிக்கடி, ஏராளமான

தடவைகள் செய்திருக்கிறார். அவர் அவ்வாறு கோள் மூட்டும் பொழுது கேட்டுக் கொண்டிருக்கும் மாவோ, அவர் சொல்லி முடித்ததும் முகத்தைச் சுளித்துக் கொண்டு சொல்வார், "மற்றவர்களுடன் நல்லவிதமாக, சுமூகமாகப் பழகும் காரியம் உனக்குச் சாத்தியமாகாத ஒன்று" என்றும், "மற்றவர்களை நண்பர்களாக நடத்த நீ என்றுமே கற்றுக் கொள்ளப்போவதில்லை. உனக்குப் பழக்கமான அனைவரையுமே உன்னுடைய எதிரிகளாக மாற்றிக் கொண்டிருக்கிறாய்" இது போன்ற இரண்டு சம்பவங்கள் எனக்கு நினைவிருக்கிறது. அவருக்குப் பணிவிடை செய்துகொண்டிருந்த எங்களிடம் விஷக் கொடுக்கு நாக்கினால் மற்றவர்களை எப்பொழுதுமே காயப்படுத்திக் கொண்டிருக்கிறாள். அவளொரு சச்சரவு மூட்டி. நான் இறந்த பிறகு அவளுக்கு ஒருசோகமான முடிவு எற்படப்போகிறது" மாவோவின் கணிப்பு உண்மையாகிப் போனது.

இருந்த போதிலும், ஜியாங்கிற்குத் தனது வரையரைகள் தெரியும். சில சமயங்களில், அவருக்கு ஏதாவது மாவோவிடம் சொல்ல வேண்டியிருக்கும், ஆனால் தான் சொன்னால் மாவோ காதில் போட்டுக் கொள்ள மாட்டார் என்பதும் தெரியும், யார் சொன்னால் மாவோ கேட்பார் என்று இவர் நம்புகிறாரோ அவரைக் கொண்டு தனக்காகப் பேச வைப்பார். அற்காகத்தான் கலாச்சாரப் புரட்சி காலத்தின் இறுதி ஆண்டுகளில் மாவோ யுவான்சின் உடன் சுதி சேர்ந்துகொண்டார்.

ஒரு சமயம், தன்னுடைய பொழுது போக்குக் கலைத்திறனால் ஜியாங் மாவோவிற்கு ஒரு உதவியாக இருந்தார். எங்களுக்கு வாழ்க்கை தீவிரக்கடினம் மிக்கதாக இருந்த கால கட்டத்தில் எங்களை மகிழ்விக்கவும், புத்துணர்வு பெறவும் அவர் உதவினார். அப்பொழுது அந்தநாட்களின் மாலைப் பொழுதுகள் தான் மிக அருமையானவை, அப்பொழுது தான் அன்றைய பயணத்தை முடித்துக் கொண்டு, எங்களுடைய இரவு உணவாகக் கருப்பு சோயா பீன்களை உண்டுவிட்டு, ஒன்று குத்தவைத்து உட்கார்ந்திருப்போம் அல்லது நின்று கொண்டோ அல்லது ஸ்டூல்களில் உட்கார்ந்து சுவர்களில் சாய்ந்து கொண்டு பெய்ஜிங் ஓ பெராவிலிருந்து ஓரிரு பாடல்களை ஜியாங் பாடுவதையோ அல்லது அவர் போடும் விடுகதைகளையோ கேட்டுக் கொண்டு அவைகளுக்கு விடை தேடிக் கொண்டுமிருப்போம். நான் மாவோவுக்கு தலைவாரி மஸாஜ் செய்து கொண்டிருக்கும் பொழுது, தான் ஷாங்காயிலிருந்து கொண்டு வந்த ஒலித் தகடுகளிலிருந்து சில பெய்ஜிங் ஓபெரா நாடகங்களைப் போட்டுக்காட்டுவார். அதுபோன்ற ஒலித்தகடுகள் வெகு சிலதேயிருந்தன, அவைகளைத்தான் திரும்பத் திரும்பப் போடுவோம், இருந்த போதிலும் மாவோ அவற்றைக் கேட்டு மகிழ்வதுகுறையவேயில்லை. ஒவ்வொரு தடவையும் அவற்றைக் கேட்ட பிறகு மாவோ ஜியாங்கை அன்பு கனியப் புன்னகையுடன் பார்த்துக் கொண்டோ அல்லது நல்லியல்புடனோ சொல்வார், "அருமையான பதிவுகள். அதைத் திரும்பவும் போடு"

மாவோ பெய்ஜிங்கிற்குக் குடிபெயர்ந்த பிறகு, முதல் சில ஆண்டுகள் அவருடைய வேலை, ஓய்வு ஆகியவற்றை சமன்பாடாக இருக்கும்படி கவனித்துக் கொள்வதில் ஜியாங் ஈடுபட்டிருந்தார். மாவோ நீண்ட நேரம் பணியில் ஈடுபட்டுக் கொண்டிருந்தால் ஜியாங் தன்மகளிடம் சொல்லி அவரை நடைபோடுவதற்கோ அல்லு நான்கு பேர் விளையாடும் மாஹ்ஜோங் (நம் ஊர்களில் விளையாடப்பட்ட மாங்கொட்டை ஆட்டம் போன்றது)ஆட்டத்தில் பங்கெடுக்க வைப்பார், அல்லது, மாவோவுக்குத் திரைப்படங்களைப் பிடிக்காத போதிலும் அவரிடம் சொல்வார், "திரைப்படத்திற்குப் போவோம், நீங்கள் வராவிட்டால் மெய்க்காவல் படையிலிருக்கும் இளைஞர்கள் அவற்றைப் பார்க்கவே போவதில்லை" அரங்கத்திற்குள் மாவோ எங்களிடம் சொல்வார், "நீங்களில்லாவிட்டால் நான் வந்திருக்கவே மாட்டேன்"

பொழுது போக்கு விஷயத்தில் அவர்களிடையே இடைவெளி எவ்வாறு ஏற்பட்டது என்பது எனக்கு நினைவுக்கு வரவில்லை. அது புலப்படாமலேயே நிகழ்ந்திருக்கலாம், அது மாவோவின் வயது அதிகரித்து வந்ததால் நிகழ்ந்திருக்கலாம், அதற்கு ஜியாங்கின் தனிமனித ஆளுமையாலும் அவருடைய புதிய வாழ்க்கை முறையினாலும் நிகழ்ந்திருக்கலாம்.....

எது எப்படியோ, அதுநிகழ்ந்தது நான் பார்த்தது இதுதான்:

மாவோவின் வயது ஏறஏற அவருடைய உடல் நலத்தைக் குறித்து அவருடைய மருத்துவரின் கவலை அதிகரித்து வந்தது. நீச்சல், நடைப்பயிற்சி போக வாரத்தில் ஓரிருநாட்கள் மாவோ நடனமாட வேண்டுமென்பதை ஒரு விதியாக்கிவிட்டார், ஏனெனில் அப்பொழுது தான் அவர் உடல் நலத்திறனைத் தக்க வைத்துக் கொள்ளுமளவுக்கு உடற்பயிற்சி கிடைக்கும்.

இளைஞர்களின் ஆரவாரமான கூட்டுடன் நீந்துவதையும், நடனமாடுவதையும் மாவோ விரும்பினார்; அவர் வேலை செய்வது, உண்பது, உறங்குவது ஆகியவற்றை அவர் தனியாகவே செய்து வந்ததால் ஏற்பட்ட வெறுமையை, அவர்களுடன் அவர் பகிர்ந்து கொள்ளும் வேடிக்கை விளையாட்டு, தற்காலிகமாகவாவது போக்கியது. அதுபோன்ற சமயங்களில் அவருடைய தேவையை உணர்ந்திருந்த இளைஞர்களான நாங்கள் எங்களுடைய தயக்கங்களையும், கூச்சல்களையும் உதறிவிட்டு தங்குதடையில்லாமல், வயது, அந்தஸ்து ஆகியவற்றைப் பொருட்படுத்தாமல்பேசி, சிரித்து, சத்தம் போட்டு மகிழ்வோம்.

இதற்கு முரணாக, இந்த சந்தர்ப்பங்களில் கிடைக்கக் கூடிய மகிழ்ச்சியை பறித்துக் கொள்ளும் விதமாக ஜியாங் பெரும் கடுகடுப்புடன் எங்களைக் கண்டிக்கும் விதமாகப் பார்ப்பார். அவர் எரிச்சல் படுவது 1957-ன் துவக்கத்தில் அதிகரிக்கத் தொடங்கியது. இந்த வயதில் தான் ஒரு பெண் காற்று, சப்தம் ஆகியவற்றால் கூட பதட்டமடைவதும், எளிதாகக் கிளர்ச்சியடைபவராகவும், இருப்பார், இதற்குக் காரணம்

"வாழ்க்கை முறையில் ஏறப்பட்டிருக்கக் கூடிய மாற்றம்" தானென்று டாக்டர் விளக்கமளித்தார். இந்த "வாழ்க்கை முறை மாற்றம்" என்பதன் பொருளென்ற என்று விளக்கிக் கொள்ள முடியாத அளவுக்கு அப்பொழுது சிறு வயதினராக விருந்தோம். எங்களுக்குப் புரிந்ததெல்லாம் ஜியாங்கின் உடல் நலன் நன்றாக இல்லை என்பதுதான், தனியாக இருக்கும்பொழுது மெய்க்காவலர்கள் பேசிக் கொள்வார்கள், "அவருடைய அந்தஸ்து மாறிவிட்டது, அவர் இப்பொழுது துணையமைச்சர் தகுதியுடன் ஒரு முக்கிய செயலாளராக இருக்கிறார்....., உன் தகுதி உயர உயர, பிரச்சனைகளும் உனக்குச் சிக்கல் மிக்கதாகி விடும்"

1957-ல் மாவோவும் ஜியாங்கும் விடுமுறையில் ஹாங்சூவிலிருந்த பொழுது, கட்சியின் மாகாணக்குழு ஏற்பாடு செய்திருந்த ஒரு நடன நிகழ்ச்சிக்கு மாவோவை அழைத்திருந்தது. ஜியாங் இல்லாமலேயே அதில் மாவோ கலந்து கொண்டார். சிரிப்பு நிறைந்த, ஒரு உயிரோட்டமான திரட்சியது, எங்களுடைய சட்டைகள் வேர்வையில் நனையுமளவுக்கு நாங்கள் நடனமாடினோம். டியான் யுன் யூ, பிற்பாடு தன்னுடைய பெண் நண்பராகவிருந்த ஒரு பெண்ணைச் சந்தித்தார். அவர் ஆடல் பாடல் குழுவின் ஒரு உறுப்பினர். அன்று மாலை நாங்கள் மிகுந்தகளிப்புடன் இருந்தோம். அதைத் தொடர்ந்து, மாவோவுக்கு அரிதாகவே கிடைத்து வந்த ஓய்வையும், புத்துணர்வையும் அந்நிகழ்ச்சி தந்திருக்கிறது என்று மாவோவின் டாக்டர் பாராட்டியதால் உற்சாகமடைந்த மாகாணக்குழு, வேறு ஹோட்டலில் இரண்டு நாட்களுக்குப் பிறகு நடக்கவிருந்த மற்றுமொரு நடன நிகழ்ச்சிக்கு மாவோவிற்கு அழைப்பு விடுத்தது.

அந்த நடனத்தில் பங்கேற்ற ஆடல்பாடல் குழுவினர்கள் எங்களை ஏற்கனவே அறிந்திருந்தார்கள். தன்னுடைய மெய்க்காவலர்கள், டாக்டர், செயலாளர்கள் உடன் வர அங்கே மாவோ தோன்றியவுடன் அவர்கள் எங்களை நோக்கி வந்து பழைய நண்பர்களைப் போல உரக்க வரவேற்றார்கள், இன்னுமொரு உல்லாசமான மாலைப்பொழுது தொடங்கப் போவதை அது அறிவித்தது.

ஆனால் இந்தச் சுதந்திரமான, சுமுகமான சூழ்நிலையில் அது உதித்த வேகத்திலேயே மறைந்துபோனது. அந்த நடன வளாகம் திடீரென மயான அமைதியடைந்தது, மாவோவைச் சுற்றி நின்று கொண்டு அவருடன் பேசிக் கொண்டிருக்க வேண்டிய இளைஞர்கள இரண்டு பக்கங்களிலும் பின்வாங்கி நின்று கொண்டு கடமைக்காகக் கைதட்டினார்கள்.

மாவோவைப் பின் தொடர்ந்து பகட்டாக வந்து கொண்டிருந்தார் ஜியாங் க்விங், தன் முன்னாலிருந்தவர்களைப் படபடப்புக்குள்ளாக்கி அவர்கள் உணர்ச்சியேதுமற்று விலகி நிற்கும் விதமாக இறுமாப்புடனும், பகையுணர்வுடனும் அவர் காட்சியளித்தார்.நகைச்சுவைகளை விடுப்பதன் மூலம் அவர்களுடைய இறுக்கத்தைப் போக்க மாவோ முயன்றார், ஆனால் அது பயனளிக்கவில்லை. சடங்கு சம்பிரதாயமற்ற, ஒரு

கட்டுப்பாடுகளற்ற ஒரு லகுவான சூழ்நிலையைத் திரும்பவும் அனுபவிக்கப் போகிறோம் என்கிற மாவோவின் எதிர்பார்ப்பு கை நழுவிப் போனது, இவற்றையெல்லாம் குமுறலுடன் மாவோ பார்த்துக் கொண்டிருந்தார். ஒரு சாய்வு நாற்காலியில் அமர்ந்த அவர் என்னிடம் மனக்குறையுடன் முணுமுணுத்தார், "எல்லாவற்றையும் அவள் நாசமாக்கிவிட்டாள்."

பாண்டிசைக்குழு வாசிக்கத் துவங்கியது,நடனமாடுபவர்கள் களத்திலிறங்கத் துவங்கிய பொழுது யாரோ உரக்கச் சொன்னது கேட்டது, "இசையை நிறுத்து! அதுபடுமோசம்! வேறு ஏதாவது மெட்டுப்போடு!"

அது ஜியாங்தான். ஏதோ அவர்தான் நிகழ்ச்சியை ஏற்பாடு செய்தவர் போல இசைக் குழுவிடம் சென்றவர், அது அனைவரின் கவனத்தையும் தன்பக்கம் ஈர்க்கவும் மனநிறைவடைந்தார். ஒரு இசை மேதை குறைந்த தகுதியுடனிருக்கும் ஒரு இசையமைப்பை எவ்விதம் நிராகரிப்பாரோ அதேபோல அந்த இசைக்குழுவின் தலைவர் ஜியாங் தேர்வு செய்வதறகாக பெயர் குறிப்பிட்ட ஒவ்வொரு மெட்டையும் "நன்றாக இல்லை" என்று நிரகரித்து விட்டார். இசைக் குழுவினர்களும், இசை மீண்டும் துவங்குவதற்காகக் காத்திருந்த நாங்களும் அவருடைய இசையறிவை வியந்து கொண்டிருக்கையில் கோபத்தால் கொதித்துப் போய் மாவோ மூச்சிறைக்கப்பர்த்துக் கொண்டிருந்தார். அந்த மாலைப் பொழுதுக்காகப் பல மெட்டுக்களுக்கு ஜியாங் "அனுமதி" வழங்கி, நடனம் தொடங்கவதற்கு நீண்ட நேரமாகிவிட்டது.

ஜியாங் தனது முதல்நடனத்தை மாவோவுடன் ஆடினார். அவருக்கு நியாயம் செய்வதானால் அவர் ஒரு அருமையான நடனக்காரர் தான்; மிக எடுப்பாகவும், நளினமாகவும் அவர் நடனமாடினார். ஆனால் அவர் சம்பிரதாயமாக நடனமாடினார், அதில் உயிர் துடிப்பைக் காணவில்லை. மாவோ எனக்கொரு குறிப்புக் காட்டினார், நான் உடனே இதர மெய்க்காவலலர்களை நடனமாட வரிசைப்படுத்தினேன். வேறு மெம்டிலான இசை தொடங்கியவுடன், மாவோ ஜோடி மாற்றிக் கொள்ளும் விதமாக ஜியாங்கிடம் லீ லியான்செங் போனார்.

நடனத்தை ஒருவித உச்சத்திற்குக் கொண்டு செல்ல இளைஞர்கள் யத்தனித்தபொழுது, மற்றவர்களைத் திகைக்க வைப்பதில் மகிழ்ச்சி காணும் ஜியாங் திடீரென்று உரக்கக் கத்துவது கேட்டது, இந்த முறை அவர் தனது காதுகளைக் கைகளால் பொத்தியிருந்தார், சத்தம் மிகவும் அதிகம், அது ரொம்பவும் அதிகம்! காதை செவிடாக்குகிறது! இவ்வளவு சத்தமாக வாசிப்பதை விட நல்லது எதுவும் உங்களுக்குத் தெரியாதா? மென்மையாக இசைக்க உங்களால் முடியாதா? இன்னும் மென்மையாக....

அந்த மாலைப் பொழுது முழுவதும் அங்கிருந்த ஒவ்வொருவருடைய உணர்வும் ஜியாங்கினால் மிதிபட்டுக் கொண்டிருந்தது, அது

மாவோவைப் பெரும் திகைப்பிலாழ்த்தியது. விருந்தினர் இல்லத்திற்குத் திரும்பும்பொழுது மாவோ கோபத்துடன் மூச்சிரைக்கச் சொன்னார், "மற்றவர்களுடைய மகிழ்ச்சியை எப்படிப் பாழாக்குகிறாள்! அவள் எங்கிருந்தாலும் அங்கு இருக்கும் எல்லா சந்தோஷங்களையும் கெடுத்து விடுகிறாள். திரும்பவும் அவளைக் காண நான் விரும்பவில்லை."

இதேபோல பலமுறைகள் ஜியாங் நடந்து கொண்ட பிறகு மாவோ அவரைப் புறக்கணிக்கத் தொடங்கிவிட்டார். என்னிடமும், டியான் யுன்யூ அல்லது ஃபெங் யாவோசாங் மற்றும் இதர மெய்க்காவலர்களிடம் மாவோ பல தடவைகள் சொல்லியிருக்கிறார். "அவள் மற்றவர்களின் மகிழ்ச்சியைப் பாழாக்குபவள்", என்றும், "அவள் அனைவரையும் துன்புறுத்துகிறாள்," என்றும் சொல்வார். ஒரு பயணத்தின் போது மாவோ எங்காவது தங்குகிறார் என்றால், அவருடன் இணைந்து கொள்ள ஜியாங் அங்கு வருகிறார் என்பது தெரியவந்தவுடன் உடனே அங்கிருந்து கிளம்பிவிடுவார். 1959-ல் குவாங்சூவிலிருந்த பொழுது அப்படித்தான் செய்தார். அவர் சொன்னார் "அவள் இங்கே வந்து சேர்ந்தால் நம் அனைவரையும் அவள் துன்பத்திலாழ்த்திவிடுவாள். நாம் உடனேகிளம்புவது நல்லது"

இதுபோன்று மாவோ எதிர்பாராத விதமாகச் சென்று விடுவது இயல்பாகவே ஜியாங்கை வெறிகொள்ளச் செய்து விடும், அதை அவர் தன்னுடைய பணியாளர்கள் மீது காட்டுவார். எச்சரிக்கை ஏதும் இல்லாமல் அவர் இதுபோல பலமுறை செய்துவிட்டார். இதுபோன்ற தேவையற்ற கோபவெடிப்பு ஒன்று பெய்ஜிங் வரை எதிரொலித்தது. நடந்து இதுதான்.

ஒருநாள் ஜியாங்கின் அறைக்குள் லீ லியான் செங் நுழைந்தவுடனேயே, ஜியாங்கின் கோபமான கத்தல் அவரை வரவேற்றது, "வெளியே போ. உள்ளே வருமுன் உன்னுடைய காலணிகளைக் கழற்றி விட்டுவா" உத்தரவுப்படி பின் வாங்கிய லீ தனது காலணிகளைக் கழற்றிவிட்டு காலுறைகளுடன் உள்ளே நுழைந்தார்.

ஒரு கண்ணாடி முன்பாக தலைவாரிக் கொண்டிருந்த ஜியாங், மோசமான மனநிலையிலிருந்தார், "உன்னுடைய கனமான காலடிச் சத்தத்தை என்னால் தாங்க முடியவில்லை. நீ நடந்து வருவது அநாகரீகமாக இருக்கிறது."

லீ தரையைப் பார்த்தார்.தரை விரிப்பு ஒரு அங்குலத்திற்கும் அதிகமாக கனத்துடன் இருந்தது; ஒரு கண்ணாடி அதன் மீது விழுந்திருந்தால் கூட சத்தமெழுந்திருக்காது. அந்த ஆண்டில், முன்னதாக நானும், லீயும் உடன் செல்ல ஜியாங் லின் வியாவோவைச் சந்தித்தார். அவரிடம் தன்னுடைய உடல்நலத்தைத் தேற்றுவதற்கான அறிவுரைகளைக் கேட்டார். லின் அவரிடம் மூன்று விஷயங்களைத் தவிர்த்து விடுமாறு சொன்னார்; வெய்யில், குளிர் காற்று, சத்தம், இதற்காக ஜன்னல்

திரைகள் கறுப்பு வண்ணமாகவும், அறையின் வெப்பம் மிதமாகவும், சுவர்களில் நாலாப்புறமும் விரிப்புகளை ஒட்டி வைக்கவும் லின் யோசனை கூறினார். அப்போதிருந்து தான் எங்கிருந்தாலும் சுவர்களில் விரிப்புகளைப் பொருத்தி வைக்குமாறு ஜியாங் செய்து கொள்வார்.

கண்ணாடியில் லீ யைப் பார்த்த ஜியாங் கேட்டார், "வெளியே குளிராக இருக்கிறதா?"

"இல்லை, குளிர் இல்லை, தோழர் ஜியாங் க்விங்"

தலைவாரி முடித்த அவர் எழுந்தார், "நான் வெளியே சென்று நடக்கப்போகிறேன்" கதவுக்கு வெளியே காலடியெடுத்து வைத்தவுடனேயே ஜியாங் கோபமாகக் கிறீச்சிடும் குரலில் கத்துவதை லீ கேட்டார், ஐய்யோ, இது பயங்கரமான குளிராக இருக்கிறதே! குளிரில்லை என்று நீ சொன்னதற்கு என்ன அர்த்தம்?"

லீ சிறிது பதட்டமடைந்தார், "இன்னும் சில ஆடைகளை எடுத்து வருகிறேன். இது ஒரு அருமையான நாள். சிறிது வெய்யிலில் நடந்தால் நல்ல பயனளிக்கும்......"

"நீ உண்மையிலேயே அதைத்தான் விரும்புகிறாயா? கிடையாது; உண்மையிலேயே நீ விரும்புவது என்னைக் குளிர் அடித்துவிட வேண்டுமென்பது தானே," இவ்வாறு கூறியபடி அவர் கதவை அறைந்துமூடிவிட்டுத் தன்னுடைய அறைக்குத் திரும்பிவிட்டார்; அன்றைக்கு அவர் நடைபோடப்போவதில்லை.

முகத்தை சுளித்தபடி புன்னகைத்த லீயின் மனதில் திடீரென ஜியாங்கின் மீது இரக்கம் சுரந்தது. எல்லோராலும் புறக்கணிக்கப்பட்ட ஜியாங் மேலும் மேலும் எரிச்சலும் தனிமையும் அடைந்தார், அவர்மோசமான கோபக்காரராக மாறமாற அவரை மேலும் அதிகமானவர்கள் தவிர்க்கத் தொடங்கினார்கள்.

விரைவிலேயே தனது செவிலியை அனுப்பி லீயை அழைத்தார், "ஜியாங் இப்பொழுது சீட்டு விளையாட விரும்புகிறார். சீக்கிரம் வா"

அவருக்கு ஏராளமான நேரம் கையிலிருந்ததால் பெரும்பாலும் சீட்டு ஆடுவதைவிட வேறெதிலும் தனது நாளை ஜியாங் கழிப்பதில்லை. தோற்பதை அவர் வெறுத்தார். அவர் சுலபமாக வெற்றி பெறுவதை எப்பொழுதும் விரும்பமாட்டார், கடினமான வழியில்தான் வெற்றி பெற விரும்புவார். அவருடன் சீட்டு விளையாடுவது ஒரு பயங்கரமான அனுபவமாக இருக்கும்.

அன்றைய விளையாட்டின் பொழுது லீ ஒரு தவறான சீட்டை எடுத்துவிட்டார், ஜியாங்கிற்கு வந்ததே கோபம்.

ஜியாங் சீட்டுகளை மேஜை மீது விசிறியெறிந்துவிட்டு, "வெளியே போய்விடு, என் முகத்தில் விழிக்காதே! என்று சத்தம் போட்டார். கதவைவிட்டு லீ வெளியேற இருந்தபொழுது மீண்டும் கத்தினார்,

"அவ்வளவு சுலபமாகத் தப்ப முடியாது. அங்கேயே நில். அது தான் உனக்குத் தண்டனை,"

கதவு மூடப்பட்டது. நடை வாசலிலேயே லீ நின்று கொண்டிருந்தார். ஒரு மணி நேரம் கடந்த பிறகு ஜியாங்கின் டாக்டர் வந்து ஜியாங் உறங்கிவிட்டார். எனவே போய்விடும் படியும், அவர் எழுந்த பிறகு வரலாம் எனவும் லீ யிடம் மெதுவாகக் கூறினார்.

ஆனால் லீ பிடிவாதமாக மறுத்துவிட்டார்.

பிறகு டாக்டர், குவாங்டோங் மாகாண பொதுப் பாதுகாப்புத்துறை இயக்குனர் சூ ஹன்ஹுவாவை மத்தியஸ்தம் செய்யுமாறு கேட்டுக் கொண்டார். ஜியாங் கோபத்தில் இருக்கும் பொழுது விஷயத்தை விட்டுவிடுமாறு செய்ய முடியும் என்பதில் நம்பிக்கையில்லாத சூ லீயிடம் மன்னிப்புக் கேட்டுக் கொள்ளமாறு சொன்னார். லீ மறுத்துவிட்டார். ஒருசீட்டு விளையாட்டில் செய்யும் தவறு மன்னிப்புக் கேட்பதற்கான காரணமாக இருக்க முடியாது என்று கூறிவிட்டார். எனவே அவர் ஜியாங் விழித்தெழும்வரை அங்கேயே நின்று கொண்டிருந்தார்.

லீ அழுது விடுகிற அளவிற்கு மனம் புண்பட்டிருந்தார். தொலைதூரம் அழைப்பு மூலம் என்னைத் தொடர்பு கொண்டு நடந்தை என்னிடம் சொன்னார். என்ன நடந்தது என்பதை என் மூலம் அறிந்துகொண்ட மாவோ மிகவும் வருந்தினார். ஒரு சிறிய இடைவெளிக்குப் பிறகு ஒரு முகச்சுளிப்புடன் சோகமாகச் சொன்னார், "எனக்குப் பதிலாக லீ துன்பப்படுத்தப்பட்டதற்காக நான் வருந்துகிறேன். லீயைத் திரும்பவும் அழைத்து அவரை ஜியாங்கிடமிருந்து விலக்கிவிடு. அவருக்குக் கோபமேற்பட முடியாமல் நடந்து கொள்ள முடியாத பொழுது குறைந்தபட்சம் அவள் வழியில் அவர் இல்லாமலாவது போகட்டும். அவளைச் சுற்றி ஒருவருமில்லாமல் போய்விட்டால் அவளுக்குத் தன் அதிகாரத்தைப் பயன்படுத்த வழியில்லாமல் போய்விடும."

அன்று மாலையே குவாங் சூவை விட்டு ரயிலில் பெய்ஜிங்கிற்கு லீ புறப்பட்டு விட்டார். லீயை மாவோ பார்த்த பொழுது சொன்னார், "ஜியாங் உன்னிடம் ஆத்திரம் கொண்டதற்காக நான் வருந்துகிறேன். எனக்காக அதை நீ மனதில் வைத்துக் கொள்ள வேண்டாம். அவளுக்கு உடல்நலம் சரியில்லை. அதை மறந்துவிடு"

ஜியாங் க்விங் யாரையுமே விட்டு வைக்காததால் மெய்க்காவல் படையினர் ஒவ்வொவரிடமும் மாவோகேட்டுக் கொள்வார், "எனக்காக நீங்கள் அதையும் மனதில்வைத்துக் கொள்ளாதீர்கள்"

ஆனால் அதை மாவோ தன்னுடைய இதயத்தில் இருத்திக் கொண்டார். ஜியாங்கைப் பார்ப்பதற்கு அவருக்கிருந்த தயக்கம் கூடிக் கொண்டே போனது. இந்தத் தம்பதியர்களின் வாழ்க்கை இவ்வாறு தானிருந்தது: அவர்கள் தனித்தனியாகவே உண்டார்கள், உறங்கினார்கள், வேலை செய்தார்கள்; ஒரு மாலை நேரப் பொழுது போக்கைக் கூட

ஒன்றாகக் கழிக்க இயலவில்லை. டியான்ஜினில் இருந்த என்னுடைய புதிய பணிக்கு நான் புறப்பட்டுச் சென்ற சமயம் அவர்களிடையில் பிரியம் எதுவும் மிஞ்சியிருக்கவில்லை என்கிற உணர்வு தான் என்னிடமிருந்தது.

மத்தியஸ்தர் மாவோ

"ஜியாங் உங்களிடம் ஏதாவது ரகளையைக் கிளப்பினால், நீங்கள் எனக்காக உங்களால் இயன்றவரை மனதில் வைத்துக் கொள்ள வேண்டாம்"

மெய்க்காவலர்களான எங்களிடம் பல தடவைகள் மாவோ கூறியிருக்கிறார், ஆனால் அதுபோன்ற ஒரு சச்சரவை மாவோவிடம் எடுத்துச் சென்றால் குடும்பத்தின் செயல் தலைவர் என்கிற வகையில் அதை தீர்த்து வைப்பதைக் கடினமாக உணர்வார்.

எனக்கும் ஜியாங்கிற்குமிடையில் சச்சரவு எழுவதென்பது வழக்கத்திற்கு மாறான ஒன்றல்ல, அவை அவ்வளவு கண்டு கொள்ளத் தக்கதாக இருக்காது. இரண்டேயிரண்டு சமயங்களில் தான் அது கட்டுக்கடங்காமல், பொருத்தமில்லாத வகையில் போய்விட்டது, ஏனென்றால் அவைகளெல்லாம் நாங்கள் சீட்டு விளையாடும் பொழுது எடுத்த உப்புச் சப்பற்ற விஷயங்களைப் பற்றியதாக இருந்தது தான்.

1950களிலும் 1960 களின் துவக்கத்திலும், அரசியல் விவகாரங்களிலிருந்து ஜியாங்கை மாவோ விலக்கி வைத்திருந்ததால் அவர் செய்வதற்குப் பெரிய அளவில் வேலையேதுமில்லாமல் இருந்தது. சீட்டு விளையாட்டில் அவர் பொழுதைப் போக்கினார். விளையாட்டில் தோற்றுப் போவதை நல்லியல்புடன் எடுத்துக் கொள்ளும் மாவோவைப் போலல்லாமல் ஜியாங் அதை மோசமாக எடுத்துக்கொள்வார்.

மாவோ சீட்டு விளையாடுவது அரிது; எப்பொழுதாவது ஒருமுறை அவர் 'கோ' (GO) விளையாடுவார். பெரும்பாலான சமயங்களில் அவர் தோற்பவராகயிருப்பார். தோற்பதை அவர்பொருட்படுத்த மாட்டார், ஆனால் அவருக்கு எதிராக விளையாடுபவர்கள் அவருக்கு விளையாட்டை சுலபமாக்கித் தருவதையறிந்து கொண்டாரானால் வருத்தப்படுவார். ஆகவே இதையறிந்தவர்கள் தீவிரமாக விளையாடுவார்கள், அவரால் அந்தக் கட்டத்தைக் காப்பாற்ற முடியாமல் போனால் தோல்வியை ஒரு ஆழ்ந்தபெருமூச்சுடன் ஏற்றுக் கொள்வார், அது ஏதோ அவருக்குத் தோல்வியை அனுபவிக்கக் கிடைத்த ஒரு அரிய வாய்ப்பு போலவும், அது வாழ்க்கையின் பொருளுக்கு மதிப்பினைக் கூட்டித்தருவது போலவுமிருக்கும். இது போல நிகழும் ஒவ்வொரு முறையும் அவர் பொருமிக் கொண்டு ஒத்துக் கொள்வதுபோல என்னிடம் சொல்வார், "மாசேதுங் தோற்கடிக்கப்படவே முடியாத மனிதர் இல்லை போலத் தெரிகிறது, இல்லாவிட்டால் விளையாட்டில் தோற்றிருக்க மாட்டாரல்லவா."

இதுபோன்ற தத்துவார்த்த நோக்கு கொண்டவரல்ல ஜியாங், மாவோவைப் போலவே அவரும் போராடித்தான் ஜெயிக்க விரும்புவார், ஆனால் அவர் தோற்றுப் போனால் உண்டு இல்லை என்று ரகளையைக் கிளப்பி எல்லோரையும் வறுத்தெடுத்து விடுவார்.

சீட்டு விளையாட்டில் நான் தான் அவருடைய கூட்டாளி. அதுபோன்ற சமயங்களில் என்னுடைய உணர்வுகளை சோங் வம்சக் கவிஞர் சூ டுங்போவின் வார்த்தைகளில் சுருக்கமாகக் கூறுவதானால்: "மேலே தாங்க முடியாத குளிராக இருக்கிறது." ஒரு தவறான சீட்டைத் தொடர்ந்துபோய் ஜியாங்கிடமிருந்து ஒரு இகழ்ச்சியான பார்வையைப் பெறாமலிருக்க நான் மிகவும் கவனமாக இருப்பேன். என்னுடைய பொறுப்பிலருக்கும் மோசமாக விளையாடும் மெய்காவலர்கள் எங்களுடைய எதிர்த்தரப்பாக இருக்கும் பொழுது நிலைமை மோசமாக இருக்காது; அவர்கள் எவ்வளவு முயற்சித்தாலும் அவர்களால் ஜெயிக்க முடியாது. ஆனால்மிகக் கெட்டிக்காரத்தனமாக விளையாடும் செவிலியர்களாக இருந்துவிட்டால் கதையே வேறு. அவர்கள் எப்பொழுதுமே ஜெயித்துக் கொண்டிருப்பார்கள் என்று இதற்குப் பொருளல்ல, அது அவர்களால் முடியக் கூடியது தான் என்றாலும், அவர்கள் எங்களை ஜெயிக்க விட்டு விடுவார்கள், அதுவும் ஜியாங் தெரிந்து கொள்ளாதவாறு செய்வார்கள், ஒருவேளை அவருக்குத் தெரிந்துவிட்டாலோ அது இன்னும் பெரிய பிரச்சனையில் எங்களை சிக்க வைத்துவிடும். இவ்வளவு கவலைகள் என்னை வாட்டிக் கொண்டிருக்கும் பொழுது நான் ஒரு முறையும் அவர் என்னைத் துளைத்து விடுவது போல ஒரு பார்வையை வீசுவார். எனவே ஜியாங்குடன் சீட்டு விளையாடுவதென்பது வேதனையான விஷயம்.

அந்த வேதனையை 1952-ன் ஒரு வசந்தகால நாளில் அனுபவித்தேன். நாங்கள் அந்த மேஜையருகே அமர்ந்தவுடனேயே ஜியாங் ஒரு மோசமான மனநிலையிலிருப்பதைக் கவனித்தேன். அது எனக்கு அச்சத்தையேற்படுத்தியது, அச்சம் அதிகரித்ததும் தான் மோசமாக விளையாட ஆரம்பித்தேன், நான் விளையாடியது மேலும் மோசமாக அவருடைய மனநிலை மேலும் சீர்கெட்டது-அது அந்த செவிலியர்கள் எங்களை ஜெயிக்க வைக்க விட்டுக் கொடுத்தாடிய பொழுதும் எங்களால் ஜெயிக்க முடியாத அளவுக்குப் போய்விட்டது.

ஒரு கட்டத்தில் நான் மீண்டும் ஒரு தவறான சீட்டைப் போட்டுவிட்டேன், அதை வாபஸ் எடுத்துக் கொள்வதற்கு முன்னதாகவே எனக்கு முன்னால் ஜியாங் சீட்டுகளை வீசியெறிந்துவிட்டார். விளையாடியது போதும் எனக்கு! இப்பொழுது சொல், அந்த மூன்று தீங்குகளை ஒழித்துக்கட்டும் இயக்கத்தை நான் புறக்கணிப்பதாக உன்னை நினைக்க வைத்தது எது?"

என்னுடைய இதயம் சுருங்கியது, அச்சத்தில் நான் வெளுத்துப் போனேன். ஒரு ராணுவக் கட்டளைக்குக் கீழ்ப்படிவது போல்

என்னுடைய இருக்கையிலிருந்து குதித்தெழுந்து அட்டென்ஷனில் நின்றேன்- இவருக்கு அதுஎப்படித் தெரிந்து போனது என்று திகைத்தேன்.

ஊழல், விரயம், அதிகாரவர்க்கப் போக்கு ஆகியவற்றுக்கெதிராக ஒரு நாடு தழுவிய இயக்கம் முந்தைய ஆண்டு தொடங்கியிருந்தது. யேனானில் முன்பு இருந்தபொழுது, அவருடைய கடந்தகால வரலாறு குறித்து அவருக்கும் மாவோவுக்குமிடையில் ஏற்பட்ட ஆவேசமான சச்சரவுக்குப் பிறகு கட்சியில் நடந்த எந்தவொரு நெறிப்படுத்தும் இயக்கத்தையும் அவர் விரும்பவேயில்லை, அவற்றைக் கண்டு பயந்தார், வெறுக்கக் கூடச் செய்தார். எந்தவொரு அரசியல் இயக்கமும் அது எந்தக் காரணத்திற்கானதாகவிருந்தாலும் அதில் சிக்காமலிருக்கவே முயற்சித்தார். அதுபோன்ற இயக்கங்களை வெறுத்துப் பலமுறை அவர் பேசியதை நான் கேட்டிருக்கிறேன். "மற்றவர்களைச் சிக்க வைக்கும் முயற்சியில் தங்களுடைய நேரத்தைத் செலவிடுவதை விட வேறு ஏதாது இவர்கள் பயனுள்ள வேலையைச் செய்யலாமே," என்றும், "ஜாக்கிரதையாக இரு! இந்த முறை மற்றவர்களை நீங்கள் துன்புறுத்தலாம், ஆனால் அடுத்தமுறை நீங்கள் தப்பிக்கமுடியாது"என்றும் சொல்வார்.

ஆகவே, மூன்று தீயசக்திகளுக்கெதிரான இயக்கம் தொடங்கியவுடன் சில காலம் தன்னுடைய கட்சிக் குழுவின் நடவடிக்கைகளில் பங்கெடுக்கவில்லை. என்னிடம், இயக்கத்தின் ரகசியப் பிரிவின் செயலாளர் சூ யேஃபூ, "ஒவ்வொருமுறையும் ஒரு அரசியல் இயக்கம் நடைபெறும் பொழுது இவர் எங்காவது போய்விடுவதை நாம் காண்கிறோமே, அது என்? என்று கேட்டபொழுது நான் சாதாரணமாக, "அதிலிருந்து நழுவிக் கொள்வதற்காகத்தான், வேறெதற்கு," என்று பதில் கூறினேன். பின்னர், நான் இவ்வாறு சொன்னதை அறிந்து கொண்ட ஜியாங் அதை இப்பொழுது என் மீது செலுத்துகிறார்.

அவருடைய குற்றச்சாட்டு என்னை வாயடைத்துப் போகவைத்தது, நான் பயப்படத் தொடங்கினேன்.

"விபச்சாரிச் சின்னப்பயலே" கோபம் கொப்பளிக்க, பயங்கரமாகக் காட்சியளித்தார். தன்னுடைய அறைக்குள்ளேயே மூச்சிறைக்கச் சுற்றிச்சுற்றி வந்தார், எதுவுமே சொல்ல வாய்திறக்க முடியாத அளவுக்கு நடுங்கிப்போய் அச்சமடைந்திருந்த எனக்கு அவர் பின்னாலேயே சுற்றி வருவதைத் தவிர வேறெதுவும் செய்ய முடியவில்லை.

கோபம் தலைக்கேற அவர் முன் வாசலுக்குச் சென்று தொடர்ந்து நடந்துகொண்டிருந்தார். நானும் அவரைப்பின் தொடர்ந்து வெளியேறி அவர் அருகிலேயே பின் தொடர்ந்தேன்.

"நான் இயக்கத்தைத் தவிர்க்கிறேன் என்கிற எண்ணம் உனக்கு வரக் காரணமென்ன, அவருடைய கண்கள் தளும்பின, " நீ ஊமையில்லை என்றால் எனக்குப் பதில்சொல்! நீ அதுபோலச் சொன்னாயா?"

“என்னை.... மன்னித்து விடுங்கள்,” நான் விளக்க முயற்சித்தேன், “நான் உங்களைப் புண்படுத்த நினைக்கவில்லை. சூ விற்குப் பதிலளித்துக் கொண்டிருந்தேன்.....”

“எவ்வளவு நன்றி கெட்டவன் நீ,” அவர் கண்கள் குளமாகின, “நான் உனக்களித்த அரசியல் பாதுகாப்புகளுக்கெல்லாம் பிரதிபலனாக எனக்குக் களங்கம் கற்பித்துவிட்டாய்.....”

“தயவு செய்து நம்புங்கள்! நான் உங்களைப் புண்படுத்தவே நினைக்கவில்லை என்னும் பொழுது உங்களை நான் எவ்வாறு களங்கப்படுத்துவேன்....”

“மறுத்துப் பலனில்லை,” நீ என்னைப் பற்றிக் கூறியதாக என்னிடம் சொல்லப்பட்டது இது ஒன்றுதான், என் முதுகிற்குப் பின்னால் இன்னும் எவ்வளவோ சொல்லியிருக்க வேண்டும். இன்னும் என்னென்ன இருக்கிறது?”

“வேறொன்றுமேயில்லை, சுத்தமாக ஒன்றுமில்லை.... நான் வேறொன்றும் செல்லவேயில்லை. “இல்லையா? இப்பொழுது எனக்குச் சொல், லின் மின்னை எனக்கு எதிராகத் திருப்பிவிட நீ ஏன் முயற்சித்தாய்?”

“அதுபோல எப்பொழுதுமே நான் செய்ததில்லை!....”

“அந்த மறுப்பை நீ மீண்டும் செய்து விடுவாயா? தைரியமிருந்தால் செய்துபார்! அன்று அவளை வீட்டுக்கு அழைத்துவரக் கார் அனுப்ப சொன்னேனல்லவா, ஆனால் நீ அதைச் செய்யவில்லை, ஏன்?”

“நான் அனுப்பினேன். நானே நேரில் போனேன். ஆனால் அவள் திரும்பிவர விரும்பவில்லை” “அது ஏனென்றால் எனக்கெதிராக நீ அவளைத் திரும்பிவிட்டாய், அதனால் தான். ஒரு மாற்றாந்தாயின் நிலைமை பலகீனமானது, என்பது உனக்குத் தெரியும், ஆகையால் என்னை எங்கே அடித்தால் வலிக்குமோ அங்கே அடித்துவிட்டாய். நாங்கள் சுமூகமாகப் பழகுவதில் உனக்கு நாட்டமில்லை, நீ செய்வதெல்லாம் புறம் பேசுவதும், கெட்ட உணர்வுகளைத் தூண்டி விடுவதும் தான். உண்மையா இல்லையா?”

“கிடையவே கிடையாது”

“நீ சேர்மனைக் கூட எனக்கு எதிராகத் திருப்பிவிட முயச்சித்தாய்,” இப்பொழுது தன்நிலை இழந்தவராய், கால்களைத் தரையில் உதைத்துக் கொண்டு கண்ணீர் விட்டபடியிருந்தார். நான் வெறுத்துப் போய் என்ன பேசுவதென்றறியாமல் தலையைக் குனிந்தவாறு நின்றேன். மாவோ கேட்ட வேகவைத்த பன்றிக் குழம்பைப் பரிமாற வேண்டாமென்பது ஜியாங்கின் யோசனைதான் என்பதை நான் மாவோவிடம் சொல்லியிருக்கக் கூடாது, இல்லாவிட்டால் ஜியாங்குடன் இனிமேல் தனது உணவைப் பகிர்ந்துகொள்ளப் போவதில்லையென்கிற அளவுக்கு மாவோவிற்கு கோபம் வந்திருக்காது. ஜியாங் கோபமடைவதற்குக்

காரணமிருக்கிறது. என்னுடைய கைக் கடிகாரத்தைப் பார்த்தேன், பிற்பகல் நான்கு மணிஆகியிருந்தது, மாவோ விழித்தெழுகிற நேரம். பெரும் முயற்சி செய்து நான் அவரிடம் அமைதியாகச் சொன்னேன், " இது சேர்மன் எழுகிற நேரம், நான் அவரைக் கவனித்தாக வேண்டும். என் வேலை முடிந்ததும், என்னுடைய சுய விமர்சனத்தை நீங்கள பெற்றுக் கொள்ளலாம்"

அழைப்பு மணி ஒலிக்கிற சரியான நேரத்திற்குள் என்னுடைய அலுவலகத்திற்குத் திரும்பி வந்து விட்டேன். என்னுடைய ஆடைகளை இழுத்துவிட்டுக் கொண்டு கனத்த இதயத்துடன் மாவோவின் அறைக்குள் நுழைந்தேன்.

தன்னுடைய முகத்தைத் துடைத்துக் கொண்ட பிறகு கட்டில் சட்டத்தில் மாவோ சாய்ந்து உட்கார்ந்து கொண்டு வழக்கம் போல பேப்பர் படித்துக் கொண்டே புகைத்தார். சற்று நேரம் தயங்கிய நான் மெதுவான குரலில் அவரிடம் சொன்னேன், "தோழர் ஜியாங் க்விங்குடன் இப்பொழுது தான் நான் ஒரு சச்சரவு செய்து கொண்டேன், தோழர் சேர்மன்,"

"அவருடன் ஏன் சச்சரவிட்டாய்?" பேப்பரிலிருந்து கண்களை அகற்றாமலேயே மாவோ நிதானமாகக கேட்டார்.

"நான் அதைத் தொடங்கவில்லை, பேப்பரிலிருந்து கண்களை அகற்றாமலேயே மாவோ நிதானமாகக் கேட்டார்.

"நான் அதைத் தொடங்கவில்லை, அவர்தான் தொடங்கினார், "என்னுடைய சொற்களைக் கவனமாகத் தேர்ந்தெடுத்தேன், "இயக்கத்திலிருந்து அவர் நழுவிவிட்டதாக நான் குற்றம் சொன்னேன், அவரைக் களங்கப்படுத்துவதாக அவர் என்னைக் குற்றம் சாட்டுகிறார்,"

"இயக்கத்திலிருந்து நழுவுவதா," அவருடைய ஆர்வம் தூண்டப் பட்டுவிட்டது, இமைகளை உயர்த்தினார் மாவோ, "நீ அப்படிச் சொன்னாயா?"

"அன்றொரு நாள் சூ அவரைப்பற்றி என்னிடம் விசாரித்துக் கொண்டிருந்தார், நான் யோசிக்காமல் அவ்வாறு சொல்லிவிட்டேன்,"

பிறகு என்ன நடந்ததென்று மாவோவிடம் கூறினேன். சொல்லி முடித்த பிறகு நான் விளக்கம் சொன்னேன். "அவருக்கு களங்கம் கற்பிக்க நான் எப்பொழுதுமே நினைத்ததில்லை தோழர் சேர்மன் "அப்படியா" மாவோ தலையை அசைத்தார். அவருக்கும் லின்மின்னுக்குமிடையில் நான் வேற்றுமையயை... உண்டாக்கி விட்டதாகவும், உங்களுக்கும் அவருக்குமிடையில் வெறுப்புணர்வைத் தூண்டி விடுவதாகவும் கூட அவர் என்னைக் குற்றம் சாட்டினார். அவருக்கெதிராக உங்களைத்திருப்பி விடுமாறு என்றைக்காவது ஏதேனும் செய்திருக்கிறேனா?"

சிறிது நேரம் சிந்தனையில் ஆழ்ந்த பிறகு மாவோ சொன்னார், "நான் பார்த்துக் கொள்கிறேன். இப்போது நீ போகலாம். நான் பேச

விரும்புகிறேனென்று ஜியாங்கிடம் சொல்." மாவோவை விட்டகன்ற நான், ஜியாங் இன்னும் முன் வாசலில் நடந்து கொண்டிருப்பதைப் பார்த்தேன். தயக்கத்துடன் துணிவற்று அவரருகே சென்றேன்.

"சேர்மன் உங்களைப் பார்க்க விரும்புகிறார், தோழர் ஜியாங்க்விங்,"

ஓரக்கண்களால் என்னைப் பார்த்த அவர், "எவ்வளவு கெட்டிக்காரன் நீ." "என்னை நீ முந்திக் கொண்டது கேவலம் உனக்கு," என்று அவர் சொல்வதைதப் போல அது இருந்தது. நான் மௌனமாகத் தலையைக் குனிந்து கொண்டேன்; அதுபோன்ற சமயங்களில் எந்த விளக்கமும் நிலைமையை மோசமாக்க மட்டுந்தான் செய்யும்.

விரைவிலேயே என்னுடைய அலுவலகத்தில் அழைப்பு மணி மீண்டும் ஒலித்தது. அடுத்த கணமே நான் மாவோவின் அறைக்குள்ளிருந்தேன். ஜியாங் போய்விட்டிருந்தார்.

மாவோ என்னைப் பார்த்து மெதுவாகச் சொன்னார், "இது கொஞ்சம் கடினமான விவகாரமாகத்தான் தெரிகிறது. என்னுடைய உதவியில்லாமல் மேலும் ஒன்று தேவைப்படும் போலிருக்கிறது. நீ இதிலிருந்து விடுபட வேண்டுமானால் நீ ஒரு சுய விமர்சனம் எழுத நேரிடுமென்று அஞ்சுகிறேன்."

எனக்குக் கவலையாகிவிட்டது, "நான் என்ன எழுதுவது?"

"நீ என்ன சொன்னாயோ அதைத்தான்"

"ஜியாங் அதை ஒரு அரசியல் களங்கமென்கிறார், ஆனால் அது என்னுடைய நோக்கமல்ல,

"அது உன்னுடைய நோக்கமல்லவென்று சொல்."

"அவருக்கெதிராக லின் மின்னை நான் திருப்பிவிட்டதாகக் கூறுகிறார். ஆனால் அவ்வாறு நான் எதுவும் செய்யவில்லை."

"நீ அவ்வாறு எதுவும் செய்யவில்லையென்று சொல்."

"அவர் சொல்கிறார்..... இதை சுய விமர்சனம் என்றா அழைப்பீர்கள்? இதுவேலை செய்யுமென்று நான் நம்பவில்லை"

"என்னைப்படி, படி என்று நான் சொன்ன போது நீ காது கொடுக்கவில்லை. சுய-விமர்சனம் போன்ற ஒரு சாதாரண விஷயத்தைக் கூட உன்னால் எழுத முடியாத நிலைக்கு நீ ஆளாகியிருக்கிறாய். படிக்காமலிருந்ததற்கு உனக்கு இது ஒரு படிப்பினை"

நான் சங்கத்துடன் புன்னகைத்தேன்.

"எப்படி அதை எழுதுவதென்று நான் இப்பொழுது உனக்குச் சொல்லித்தருகிறேன், "

மாவோ ஒரு பேப்பரும், பேனாவும் போலத்தன் ஆட்காட்டி விரலையும், இடது உள்ளங்கையையும் வைத்துக் கொண்டு பின்னால் இரண்டு புள்ளிகளை வை, அந்த இரண்டு புள்ளிகள் கால் புள்ளியைக்

குறிக்கும். பிறகு முதல்பாராவைத் தொடங்கு. இந்தப் பாராவில் அவர் இயக்கத்திலிருந்து நழுவுகிறார் என்று சொன்னதற்கு வருந்துகிறேன், அதற்காக மன்னிப்புக் கேட்டுக் கொள்கிறேன் என்று எழுது. அதைத் தொடர்ந்து ஆனால் போடு; உன்னுடைய சுய விமர்சனத்தின் முக்கியமான பகுதியை இது தொடங்கி வைக்கும். இந்தப் பகுதியில் அரசியல் களங்கம் கற்பித்ததாகவும், அவருக்கும் லின் மின்னுக்குமிடையில் வேற்றுமையை விதைத்ததாகவும் அவர் சாட்டுகிற குற்றங்களுக்கு நீ அதுபோல எதையும் செய்ததேயில்லை என்று கூறி மறுப்புத் தெரிவி. நீ லின் மின்னை அழைத்து வரச் சென்றதாகவும் ஆனால், லின் திரும்பிவர விரும்பவில்லை என்றும், அது உன்னுடைய தவறுதான் ஆனால், அது உனக்குச் சொல்லப்பட்டதைச் செய்யாததால் நடந்த தவறல்ல, ஏனெனில் அதை நீ செய்துவிட்டாய். மாறாக அதை நிறைவேற்ற நீ தவறியது தான் குற்றம் என்று எழுது, பிறகு, இதுபோன்ற தவறுகள் எதிர்காலத்தில் நடக்காது என்று உத்தரவாதம் தருகிறேன் என்று முடித்துவிடு. எழுதி முடித்ததும் அதை என்னிடம் காட்டு"

"மிக்க நன்றி, தோழர் சேர்மன்."

என்னுடைய அறைக்கு விரைந்த நான், மாவோ என்னிடம் சொல்லித் தந்ததை மறுத்துவிடுவதற்கு முன்னதாகவே எழுதிவிட உடனே முனைந்தேன். அதை எழுதி முடித்ததும் மாவோவிடம் கொண்டு சென்றேன்.

"இதுதான்!," மாவோ அவருடைய ஒப்புதலை தலையசைத்துத் தந்தார். கட்டிலின் அருகிலிருந்து அலமாரியில் அந்த சுய விமர்சனக் கடிதத்தை வைத்த மாவோ தொடர்ந்தார். ஆனால் பிரச்சனை இன்னும் தீரவில்லை.இயக்கத்திலிருந்து அவர் நழுவினார் என்று கூறுவது ஒரு மோசமான விஷயம். நாம் என்ன செய்யலாம்?"

நான் அவரை வெற்றுப் பார்வை பார்த்தேன்.

"நீ செய்யக் கூடிய ஒரே விஷயம் என்பது," புன்சிரிப்புடன், கண்களைச் சிமிட்டியபடி மாவோ சென்னார், "நீயே கொஞ்சம் நழுவுகிற வேலையைச் செய்."

இவ்வாறாக நான் மாவோ விடமிருந்து அகன்றேன்.

ஒருசில நாட்கள் சென்ற பின்னர் மாவோ என்னைக் கூப்பிட்டனுப்பினார். என்னைப் பார்த்த கனமே ஒரு புன்னகையுடன் சொன்னார் "புயல் ஓய்ந்துவிட்டது, யின் கியாவோ பெய்ஜிங் மருத்துவமனையில் ஜியாங் க்விங் அனுமதிக்கப்பட்டிருக்கிறார். அவளைப் பார்க்கப் போகும் பொழுது இவற்றை அவருக்காக எடுத்துச் செல்ல வேண்டும். நான் சொன்னது உனக்குப் புரிந்ததா?"

"ஆமாம், புரிந்தது" எனக்கு ஊக்கம் பிறந்தது.

"இப்பொழுதே என்பதில்லை. உன்னுடைய அறைக்குப் போ. அங்கேயே காத்திரு."

நான் ஏன் காத்திருக்க வேண்டுமென்பது புரியாமலேயே என்னுடைய அறைக்குச் சென்றேன். ஒரு கால் மணி நேரம் கழிந்த பிறகு பெய்ஜிங் மருத்துவமனையிலிருந்து ஒரு நர்ஸ் என்னை அழைத்து ஜியாங் பழங்களும் சிகரெட்டுகளும் கேட்டதாகச் சொன்னார். அவருக்குத் தேவைப்பட்ட பொருள்களைக் குறித்துக் கொண்டேன்.

அவருக்காக மாவோ தயாராக வைத்திருந்த பொருட்களை நான் பார்த்த பொழுதுதான் அவை ஜியாங் என்ன வேண்டுமெனக் கேட்டாரோ சரியாக அதே பொருட்களாக இருந்தன என்பது விளங்கியது. அவற்றுடன் மருத்துவமனைக்கு உடனே கிளம்பினேன்.

நான் அங்கு சென்றடைந்த பொழுது வார்டில் ஒருவருமில்லை. குளியறையில் நீர் சலசலக்கும் ஒலி கேட்டதும், காத்திருந்தேன். விரைவிலேயே தன்னுடைய கைகளைத் துடைத்தவாறே ஜியாங் வந்தார். ஒரு புன்முறுவலுடன் என்னை வரவேற்றுக் கை குலுக்கினார். "எப்படியிருக்கிறாய்? உட்கார்"

மரியாதையுடன் நான் அமர்ந்து கொண்டு மேஜை மீது பொருட்களை வைத்தேன்.

"என்னைப் பற்றி ஏதாவது நீ புகார் கூற விரும்பினால் எனக்கு ஆட்சேபனை ஏதுமில்லை,ஆனால் நீ புறம் பேசியிருக்கக் கூடாது" அவருடைய மனப்பாங்கில் அவர் மென்மையடைந்திருந்தார். நான், எனக்குக் கெட்ட நோக்கங்கள் எதுவும் இருக்கவில்லையென்றும், அது போலத் திரும்பவும் பேச மாட்டேன் என்று மீண்டுமொரு முறை கூறினேன்.

"நீ புகார் சொல்வதானால் என்னிடமே சொல்லு, என்னுடைய முதுகிற்குப் பின்னாலல்ல. அப்பொழுது உன்னுடைய புகார்கள் குறித்து எனக்கு மனத்தாங்கல்களெதுவும் ஏற்படாது"

இதைச்சொல்லிவிட்டு அவர் பேச்சை மாற்றி மாவோ நன்றாகச சாப்பிடுவதற்கும், உறங்குவதற்கும் என்னுடைய பணிசெய்யும் முறையில் என்ன மேம்பாடு செய்திருக்கிறேன் என்பதுகுறித்து என்னிடம் விவாதித்தார்.

"என்னுடைய உடல்நலம் அவ்வளவொன்றும் நன்றாக இல்லை, ஆகையால் மாவோவை முழுமையாக கவனித்துக் கொள்வதை உன்னிடம் ஒப்படைக்கிறேன். அதை நல்ல முறையாகச் செய்தால் நான் மகிழ்ச்சியடைவேன்"

நான் என்னுடைய அறையில் காத்திருந்த பொழுது மாவோ, ஜியாங்கை அழைத்துப் பேசியிருந்தார் என்பதைப் பின்னர்தான் தெரிந்து கொண்டேன். "குறுகிய மனப்பான்மை கொண்ட பெண்ணாக நடந்துகொள்ளாதே," மாவோ ஜியாங்கைக் கடித்தார், "யின் கியாவோ எனக்கு உடல் நலம் குன்றியிருக்கிறது என்றறிந்து கவலைப்பட்டான். அவன் உனக்காக சில பொருட்களை வாங்கி வைத்திருக்கிறான்.

உன்னைக் காண விரும்புகிறான். உன்னை வந்து பார்க்குமாறு நீ ஏன் அழைத்து என்னால் பெருந்தன்மையுடன் நடந்து கொள்ள முடியுமென்று காட்டக் கூடாது?"

இப்படியாகத்தான் ஜியாங் நர்ஸை விட்டு என்னை அழைத்திருக்கிறார், அவருக்காக மாவோ பொருட்களை வாங்கி வைத்திருக்கிறார் என்பது அவருக்குத் தெரியும்- அவற்றைக் கொண்டு வரும்படி என்னிடம் கூறியிருக்கிறார். கிட்டத்தட்ட எந்த சிரமமுமேயில்லாமல் சர்ச்சைக்குத் தீர்வு கண்டுவிட்டார். விரைவிலேயே என்னை மெய்க்காவல் படையின் துணைத் தளபதியாக பதவி உயர்த்தப்பட்டேன்.

ஆனால் இந்த சம்பவம் பிற்பாடு என்னைப் பெரும் இன்னலில் தள்ளிவிட்டுவிடுமென்று நான் கற்பனை கூட செய்யவில்லை.

ஜியாங்கைக் காண நான் மருத்துவமனைக்குப் புறப்படுவதற்கு முன்னதாக மாவோ அந்த சுய-விமர்சனக் கடிதத்தை என்னிடம் திருப்பித் தந்துவிட்டுச் சாவதானமாகச் சொன்னார், "இதை நீயே திரும்ப எடுத்து வைத்துக் கொள்"

நான் அதை வைத்திருக்கக் கூடாது. 1967-ல் கலாச்சாரப் புரட்சியின் போது என்னுடைய வீட்டைச் செங்காவற்படையினர் சோதனையிட்ட பொழுது அந்த விமர்சனக் கடிதத்தைக் கண்டுபிடித்து விட்டார்கள். நான் ஜியாங் க்விங்கிடம் காட்டிய எதிர்ப்பு, உண்மையில் மாவோவைக் குறிவைத்த எதிர்ப்புத் தானென்பதன் சாட்சியமாக அவர்கள் எடுத்துக் கொண்டு குற்றம் சாட்டினார்கள். அவர்கள் என்னைச் சிறையிலிட்டுச் சித்ரவதைக் குள்ளாக்கி, பல தடவைகள் என்னுடைய வீட்டைச் சின்னாபின்னப்படுத்தினார்கள். தென் சீன மாகாணங்களில் ஆய்வுப் பயணம் மேற்கொண்டிருந்த மாவோ டியான் ஜின் பகுதியில் பயணத்தினிடையில் தங்கிய பொழுது நான் சிறையிலிடப்பட்டிருந்தை அறிந்த பிறகு தான் நான் விடுவிக்கப்பட்டடேன்.

அந்த சுய-விமர்சனக் கடிதம் இப்பொழுது டியான் ஜின் ஆவணக்காப்பகத்தில் இருக்கிறது, ஒருவேளை அதன் வரலாற்று மதிப்பின் காரணமாக அங்கு பாதுகாக்கப்பட்டிருக்கலாம்.

ஜியாங் எங்களுடன் அடிக்கடி சச்சரவிட்டுக் கொண்டிருந்ததால் எங்களுக்கு அதுபழகிப் போய்விட்டது, அவரைப் பொருட்டாக எடுத்துக் கொள்வதில்லை; சில சமயங்களில்நாங்கள் வெளிப்படையாக எதிர்ப்பைக் கூடக் காட்டினோம். அதிலும் சிறப்பாக, மாவோவின் குடும்பத்தினர் என்று எடுத்துக் கொள்ளப்படுமளவுக்கு நீண்ட காலம் அவருடனிருந்தவர்களையும் பொறுத்தவரை இது உண்மைதான். இங்கே, இதர மெய்க்காவலர்களுக்கும் ஜியாங்கிற்குமிடையில் ஏற்பட்ட சச்சரவுகளை நான் எடுத்துரைக்கப் போவதில்லை, ஆனால் எனக்கும் அவருக்குமிடையில் ஏற்பட்ட ஒரு ஆவேசமான சச்சரவைப் பற்றி மட்டும் விவரிக்கிறேன்.

1960-ன் கோடை காலத்தில் பெய்டெய்ஹேவுக்கு மாவோ, ஜியாங் ஆகியோருடன் சென்றேன். ஒரு மரத்தோப்பிற்குள்ளிருந்த ஒரு ஒற்றை மாடிக் கட்டிடம் எண் 1-ல் நாங்கள் தங்கியிருந்தோம்.

ஒரு நாள் காலை பத்து மணிக்கு ஒய்வெடுக்கப் போவதற்கு முன்னதாக மாலை நான்கு மணிக்கு நடக்கவிருந்த ஒரு கூட்டத்தில் கலந்து கொள்ளவிருப்பதால் மூன்று மணிக்குத் தன்னை எழுப்பிவிடுமாறு மாவோ என்னிடம் சொன்னார். மாவோவின் அறையை விட்டு வந்த நான் என்னுடைய அலுவலகத்திற்குச் சென்று வாசிக்கத் தொடங்கினேன். இரண்டு மணி அளவில் ஜியாங் துணை மெய்க்காவலரை அனுப்பி என்னை அழைத்தார்.

உற்சாகத்திலிருந்த ஜியாங், "வா, சீட்டு விளையாடலாம் யின் கியாவோ, வழக்கம் போல என்னுடைய கூட்டாளியாக இரு" என்றார்.

அது எனக்குப் பிடிக்கவில்லை. நாள்தோறும் அவருடன் சீட்டு விளையாடுவது எனக்கு மரணச் சலிப்பையூட்டியது, ஆனால் அவரை மறுத்துப் பேச முடியாததாகையால் என்னுடைய விருப்பமின்மையைக் கொட்டாவி விட்டும், ஆர்வமற்றிருப்பதைக் காட்டியும் வெளிப்படுத்தினேன். நான் எவ்வித உணர்வோடு இருக்கிறேன் என்பதைக் கவனிப்பதற்கு அவருக்கு நீண்ட நேரம் பிடிக்கவில்லை. எரிச்சலடைந்த அவர் முகத்தைத் தொங்கவிட்டுக் கொண்டு பெரும் முயற்சி செய்து பொய்யான கேலியுடன், "உனக்கு என்னவாயிற்று, யின் கியாவோ? மனைவியை நினைத்துக் கொண்டிருக்கிறாயா?, சுறுசுறுப்பாக இரு," என்றார்.

"ஒன்றுமில்லை," சலிப்பான குரலில் பதில் சொன்னேன். கடிகாரத்தைப் பார்த்தேன்: நேரம் இரண்டரை மணி ஆகியிருந்தது. மறுபடியும் கொட்டாவி விட்டேன்: விளையாட்டு எவ்வளவு சலிப்பூட்டுகிறது!

"இப்பொழுது உன்னுடைய முறை," ஜியாங் எரிச்சலடையத் தொடங்கினார். நான் உடனே செயல்படவில்லை, அரை குறை நினைப்புடன் சீட்டுகளைப் பார்த்துக் கொண்டிருந்தேன். நான் யாந்திரீகமாக ஒரு சீட்டை எடுத்துப் போடுவதற்குச் சற்று நேரம் பிடித்தது. இது ஒரு தவறான சீட்டு. ஜியாங் என்னை உறுத்துப் பார்த்தார், நானோ கவனிக்காதது போலப்பாசாங்கு செய்தேன்.

"உனக்கு என்னவாயிற்று, யின் கியாவோ?" அவருடைய குரல் 'பாவம்' எந்த நேரமும் வெடிப்பதற்குக் காத்திருந்த கோபத்தில் இருந்தது. தன்னைக் கட்டுப்படுத்திக் கொள்வதற்குத் தன்னாலான மட்டும் முயற்சிக்கிறார் என்று கூறியது.

"ஓ ஒன்றுமில்லை" நான் ஆர்வமற்றுப் பதிலளித்தேன். கடிகாரத்தை மறுபடியும் பார்த்தேன். "சேர்மன் பிற்பகலில் ஒரு கூட்டத்திற்குச் செல்ல இருக்கிறார்".

"டியான் யுன்யூ பார்த்துக் கொள்வான், இன்று அவன் தானே பணியிலிருக்கிறான்" பதில் சொல்லக்கூட, அநதக் கூட்டத்திற்குத்

தன்னுடன் வரும்படி மாவோ எதிர்பார்க்கிறார் என்பதைக் கூடச் சொல்லச் சோம்பல் பட்டநான் என்னுடைய வாயோரங்களைச் சுளித்தேன். கோடை காலம் மனிதர்களைச் சோம்பலாக்கிவிடுகிறது. நான்கொட்டாவிவிட்டுக் கொண்டேயிருந்தேன்.

நாங்கள் தொடர்ச்சியாக இரண்டு ஆட்டங்களில் தோற்றோம். மூன்றாவதுஆட்டம் தொடங்கிய சிறிது நேரத்திலேயே அதிலும் தோற்கப் போகிறோம் என்பதை நாங்கள் புரிந்து கொண்டோம் ஆனால் கொட்டாவி விடுவதை நான் நிறுத்தவில்லை.

"நான் விட்டு விட்டேன்! எவ்வளவு மட்டரகமான ஆட்டம்? ஜியாங் தனதுசீட்டுகளை மேஜை மீது ஓங்கி அடித்தவாறே கத்தினார், "இன்று நீ என்ன செய்ய வேண்டுமென்று விரும்புகிறாய்?"

"நீங்கள் தெரிந்து கொள்ள விரும்பினால்-நான் சேர்மனுடன் கூட்டத்திற்குப் போக வேண்டும், ஆனால் உங்களோடு நான் சீட்டாட வேண்டுமென்று விரும்புகிறீர்கள். நான் என்ன செய்ய வேண்டுமென்று நினைக்கிறீர்கள்?"

என்பக்கம் விரலை நீட்டி, "என்ன தைரியம் உனக்கு! யாரிடம் பேசுவதாக நீ நினைத்துக் கொண்டிருக்கிறாய்?" என்று ஜியாங் கத்தினார்.

"நான் உங்களிடம் தான் பேசிக் கொண்டிருக்கிறேன், இதை ஆரம்பித்ததே நீங்கள் தான்" "எவ்வளவு அநாகரிகம்! எனக்கு நீ சேவை செய்ய வேண்டுமா அல்லது நான் உனக்குச் சேவை செய்ய வேண்டுமா? எனக்குப் பதில் சொல்!"

"சேர்மனுக்குச் சேவை செய்வதன் மூலம் நான் மக்களுக்குச் சேவை செய்கிறேன். அரசியல் ரீதியாக நாமிருவரும் சமம். உங்களுடன் சீட்டு விளையாடுவதென்பதொன்றும் என்னுடைய கடமையல்ல."

"எவ்வளவு, எவ்வளவு,....." கோபத்தில் ஜியாங் நடுங்கினார், "எவ்வளவு துணிச்சல் உனக்கு! நீ வெறும் மெய்க்காவலன் தான்! இங்கிருந்து ஓடி நாசமாகப் போ!

இதர மெய்க்காவலர்கள், நர்ஸ்கள் முன்பாக ஜியாங் இவ்வாறு பேசி கடுமையான ஒரு தவறிழைத்துவிட்டார்: என்னுடைய கௌரவத்தை அவமதித்துவிட்டார். இதுபோலெல்லாம் அவர் இதர மெய்க்காவலர் களிடம் பேசலாம். ஆனால் என்னிடமல்ல- மெய்க்காவலர்களின் தளபதியிடமல்ல- ஒரு டஜன் வருடங்களாக மாவோவுடனிருக்கும் முப்பத்தி எட்டுக்காரன், இதர மெய்க்காவலர்களையெல்லாம் தன் ஆணையின் கீழ் வைத்திருப்பவன் நான். இத்தகைய அவமானம் என்னுடைய அதிகாரத்தின் கீழிருப்பவர்கள் கண்களில் ஒரு கேலிப் பொருளாக்கிவிடும். ஆத்திரமடைந்த நான் திரும்பிக் கத்தினேன், "இந்தத் திமிரையெல்லாம் என்னிடம் காட்ட வேண்டாம். நீங்கள் ஒரு செயலாளர் மட்டும் தான். மக்களெல்லாம் "நீடூழி வாழ்க" போடக் கூடியவரல்ல நீங்கள்"

"என்னையா சொல்கிறாய்!? திரும்பிச்சொல்! துணிவிருந்தால் அதைத் திரும்பிச்சொல் பார்ப்போம், என் மீது பாய இருந்த ஜியாங்கை நர்ஸ்கள் கட்டுப்படுத்தினார்கள். என்னை அந்த அறையிலிருந்து வெளியே அழைத்துச் செல்ல முயன்ற மெய்க்காவலர்களிடமிருந்து திமிறி விடுவித்துக் கொண்ட நான் கத்தினேன், "உங்களைத் தான்சொன்னேன். என்ன அதனால்? நான் மெய்க்காவலர்களின் தளபதி, உங்களுடைய சீட்டாட்டக் கூட்டாளியொன்றும் அல்ல!"

கடந்த காலத்தைக் கிளறி ஒருவரையொருவர் மிஞ்சுவதற்கு நாங்கள் போட்டி போட்டுக் கொண்ட பொழுது கதை கந்தலாகிப் போனது, அது 1952 ன் பொழுது நடந்த சச்சரவின் பொழுது அவர் தன்னைக் களங்கம் கற்பிப்பதாகக் குற்றம் சாட்டியதும், நான் தவறு செய்துவிட்டேன் என்கிற புரிதல் எனக்கிருந்த பொழுது நாங்கள் நடந்துகொண்டது போல இல்லை இப்பொழுது. எனவே நாங்கள் ஒருவருக்கொருவர் வசைபாடுவது தொடர்ந்தது, நாங்கள் அழுதோம். ஒருவருக்கொருவர் குற்றம் சாட்டிக் கொண்டோம். சிறுகுழந்தைகளைப் போல கண்ணீர் விட்டுக் கொண்டு மெய்க்காவலலர்களும் செவிலியர்களும் எங்களைத் தடுக்க முற்பட்டதைக் காதில் போட்டுக் கொள்ளாமல் சண்டை போட்டுக் கொள்ளுமளவிற்கு அது கசப்பாகிப் போனது. இருந்தாலும் இதற்குள் எனக்குக் கொஞ்சம் திகில் பிடித்துக் கொண்டது; அதுபோக கூட்டத்திற்கு வேறு மாவோவுடன் போக வேண்டி எதிர்பார்க்கவும் பட்டேன். எனவே அந்த அறையிலிருந்து என்னை வெளியே இழுக்க முயன்று கொண்டிருந்த மெய்க்காவலர்களுடன் வெளியேறிய நான் வழியெல்லாம் அழுது கொண்டே மாவோவின் அறைக்குச் சென்றேன்.

ஏற்கெனவே எழுந்துவிட்டிருந்த மாவோ, நான் அறைக்குள் வேகமாக நுழைந்த பொழுது ஆவணங்களைப் படித்துக் கொண்டிருந்தார். சத்தமாக விம்மிக் கொண்டு வெளியே நோக்கிச் சுட்டிக்கொண்டு நான் சொன்னேன் ஜியாங்க்விங் என்னைத் திட்டிக் கொண்டும் வசைபாடிக் கொண்டுமிருக்கிறார்-அவருடைய வேலைக்காரன் என்று என்னைக் குறிப்பிட்ட நான் அவருக்குச் சேவகம் செய்ய வேண்டுமென்று சொல்கிறார்...."

முகத்தைச் சுளித்தவாறு எழுந்த மாவோ சொன்னார், "இதுபோலப் பொருளற்ற வீண் சச்சரவிடாமல் இருக்க முடியாதா? எப்படித் தொடங்கியது இது?"

"நாங்கள் சீட்டு விளையாடிக் கொண்டிருந்தோம். நான் மோசமாக விளையாடினேன், அதற்கு அவர் என்னைப் பழிகூறினார், நான் உங்களுடன் வர வேண்டியிருந்ததால் எனக்கு விளையாட விருப்பமில்லை. அவர் நிதானத்தை இழந்து, இதோ இது போலச் சீட்டுகளை எறிந்துவிட்டார்......"

நான்பேசி முடிப்பதற்குள்ளாக வெளியே கதவருகில் கசமுசப்பான குரல்கள் ஒலித்தன், ஜியாங் அழுது கொண்டே அறைக்குள் ஓடிவந்தார்.

உடனே நாங்கள் ஒருவரை யொருவர் பார்த்துக் கத்தத் தொடங்கி விட்டோம். மாவோ நடந்து வந்து எங்களிடயே நின்று கொண்டு நிறுத்தும்படி கட்டளையிட்டார். ஆனைால் நிலை குலைந்து போயிருந்த நாங்கள் இருவரும் முதலாவது ஆளாக நிறுத்த முடியவில்லை. இதற்குள் இந்தச் சச்சரவு உப்புப் பெறாத காரணங்களுக் கானது என்பதை மாவோ யூகித்திருக்க வேண்டும், ஒரு கையால் என்னை அறைக்குள்ளும், மறுகையால் ஜியாங்கை அறைக்கு ளியேயும் தள்ள முயற்சித்துக் கொண்டே சத்தம் போட்டார், "நிறுத்து! வாயை மூடு! இன்னொரு சத்தம் எழும்பட்டும் பார்க்கலாம்! முட்டாள்களே! எவ்வளவு அசிங்கம்!

ஒரே அமைதி! பிறகு ஜியாங்கை அறையை விட்டு வெளியே தள்ளிய மாவோ அவரிடம் சொன்னார், "அவனை நீ மூத்தவள், நீ ஏன் வாயை மூடக்கூடாது?" ஆனால், ஜியாங் புறப்பட இருந்தபொழுதுஅவரைப் பார்த்து நான் மீண்டும் கத்தினேன். அதைக்கண்டு கொள்ளாமல் விட முடியாத ஜியாங் பின்னால் திரும்பி அழுது கொண்டும் திட்டிக் கொண்டும் என் மீது பாய்ந்தார். ஒரு சுற்றுச் சுற்றித் திரும்பிய மாவோ என்னைக் கோபமாக உறுத்துப் பார்த்தார், "உனககு என்ன நேர்ந்து விட்டது? அவள் நிறுத்திக் கொண்ட பிறகு நீ ஏன் நிறுத்தவில்லை?"

எனவே நான் நிறுத்திக் கொண்டேன். இந்தமுறை ஜியாங் நிறுத்தவில்லை. மாவோ அவருடைய வாயை மூடச் சொல்லியும் நிறுத்த முடியாத அளவுக்கு அவருக்கு உன்மத்தம் பிடித்துக் கொண்டது, மேற்கொண்டும் என்னைக் கட்டுப் படுத்திக் கொள்ள முடியாமல் நானும் திரும்பிக் கத்தத் தொடங்கினேன்.

இதற்குள் உண்மையாகவே மாவோவுக்குக் கோபம் வந்துவிட்டது. அவர் இடிபோல் முழங்கினார், " வாயை மூடு," உடனடியாக அறை நிசப்தமானது, "இனி யார் உங்களில் முதலாவதாக ஆரம்பிக்கிறார்களோ அவரை இது முழுவதற்கும் பொறுப்பாக்கிவிடுவேன்."

இது எங்களிருவரையும் அடக்கிவிட்டது.

"நான் செய்ய வேண்டிய வேலைகள் போதாதென்று நீங்கள் நினைத்துக் கொண்டு கூடுதல் வேலை ஏதாவது என் மீது சுமத்தி என்னை வருத்தலாமென்று நினைக்கிறீர்களா? ஒருவரையொருவர் நீங்கள் குதறிக் கொள்ளுமளவுக்கு உங்களுக்கு நிறைய நேரம் மிஞ் சியிருக்கிறதென்று சொல்ல வருகிறீர்களா? மக்கள் என்ன சொல்வார்களென்று கொஞ்சம் கற்பனை செய்து பாருங்கள்: மாவோவின் செயலாளரும், மெய்க்காவலர்களும் ஒரு சீட்டு விளையாட்டில் ஏற்பட்ட தகராறில் அழுது கொண்டும் ஒருவரையொருவர் வசைபாடிக் கொண்டிருக்கிறார்கள். அதை நிறுத்த மறுத்துக் கொண்டிருக்கிறார்களென்று சொல்வார்கள். அது கேலிக் கூத்தாகத் தெரியாதா? அது அவமானகரமானதாக இருக்காதா?," தன்னுடைய கீழ் உதட்டை உள்ளே மடித்துக் கொண்டு கையால் காற்றில் ஒரு கோடு கிழித்த மாவோ

மேற்கொண்டு சொன்னார், "உங்களால் இயலாதென்றால் நீங்களிருவரும் ஒரே மேஜையில் இனிமேல் சீட்டு விளையாடக் கூடாது. அதற்குப் பதிலாக ஏதாவது படியுங்கள்."

சீட்டு விளையாட்டில் ஜியாங்கின் கூட்டாளியாக நான் இருந்த விவகாரத்திற்கு இது முற்றுப்புள்ளி வைத்தது.

இருந்த போதிலும்,இந்த நிகழ்ச்சி என்னைக் கவலை செய்யுமளவுக்கு எதையும் விட்டுவைக்கவில்லை. அது ஒருவன்மையான சச்சரவு தான், ஆனால் அது அனைத்துக் குடும்பச் சச்சரவுகளையும் போலவே அதுவும் குடும்ப விவகாரங்களிலொன்றாகவேயிருந்தது. உண்மையிலேயே மாவோவின் நீண்ட கால மெய்க்காவலர்கள் அனைவருமே சொல்வார்கள் தாங்களெல்லாம் அவருடைய குடும்பத்தின் அங்கத்தினர்கள் தானென்று, ஏனென்றால் மாவோ அவர்களை அப்படித்தான் நடத்தினார். அவர்கள் மாவோவுக்கு எதிராக அதை மனதில் வைத்துக் கொள்ள மாட்டார்கள் என்பதையும், அவர் அவர்களைச் சாடி வைகிற நிகழ்வுகள் அவர்களிடம் மோசமான மனப்பதிவுகள் எதையும் விட்டு வைக்காது என்பதையும் மாவோ அறிவார்.

அவருக்கும் அவருடைய மெய்க்காவலர்களுக்குமிடையில் எந்தத் திரையும் கிடையாது.

நான் அறிந்தவர்களை மாவோ நடத்தும் விதம்

மாவோவின் குணநலன்களுக்குத் தக்க வகையில், நான் அறிந்தவர்களைக் குறித்த மனப்பாங்கு அவர்களோடு அவருக்கிருக்கின்ற உறவுகளைப் பொறுத்து மாறுபடும்.

கட்சி உறுப்பினர்களிடம் மாவோ சற்று விலகியும், கண்ணியத்துடனும் ஆனால் சம்பிரதாயம் பாராட்டாதவகையிலுமிருப்பார் அவர்களிடம் பேசும் பொழுது நேர்த்தியுடன், சுருக்கமாக, விஷய பூர்வமாக, வெளிப்படையாக, உண்மைப் பூர்வமாகப் பேசுவார். அவர்கள் ஜெனரல்களாக வோ அல்லது அரசு உயர் அதிகாரிகளாகவோ இருந்தால் கூட அவர்களை வரவேற்கவோ அல்லது வழியனுப்பவோ சிறப்பான முயற்சிகளெதையும் செய்யமாட்டார். அவர்கள் வருகை தருகிற பொழுது தன்னுடைய வழக்கத்தின்படி படுக்கையிலிருந்தவாறே பணி செய்து கொண்டிருந்தால் அவர்களை வரவேற்க எழுந்திருக்கமாட்டார், தொடர்ந்து தன் வேலையிலேயே ஈடுபட்டுக் கொண்டிருப்பார். சில சமயங்களில் அவர்கள் தங்களுடைய அறிக்கையைத் துவங்கும் வரையில் அவர்களை அமரச் சொல்லமாட்டார். நாற்காலியில் அமர்ந்திருந்தாலும் எழமாட்டார்; சைகையின் மூலம் உட்காரச் சொல்லிவிட்டு நேரடியாக விஷயத்துக்கு வந்து விடுவார்.

வருகிற விருந்தாளி நீண்ட கால இடைவெளிக்குப் பிறகு வந்திருக்கிற கட்சி உறுப்பினராக இருந்தால் அவர் வரும் பொழுதும் விடைபெறும் பொழுதும் எழுந்து கை குலுக்குவார், வரவேற்பதற்காக அறையை விட்டு வெளியே செல்ல மாட்டார், ஒருவேளை அறைக்கு வெளியே அவர் இருக்கும் பொழுது யாராவது வந்தால் வரவேற்பார். சகோதர கட்சிகளின் விருந்தாளிகளும் இதற்கு விதிவிலக்கல்ல.

1950-ன் துவக்கத்தில் ஒருநாள் காலைப்பொழுதில் மெய்க்காவலர்கள் அலுவலகத்திலிருந்து தொலைபேசி மணி ஒலித்தது. நான் ரீசிவரை எடுத்தேன், அழைத்தவர் சூ என்லாய்,

“சேர்மன் எழுந்துவிட்டாரா?” சூ கேட்டார்.

“இன்னும் இல்லை”

சிறிது இடைவிட்டு, சூ கேட்டார், “எத்தனை மணிக்குப் படுக்கைக்குப் போனார்? ”

“ காலை எட்டு மணிக்கு”

“அவரை எழுப்பிவிடு, யின் கியாவோ. ஹோ-சி-மின் வந்திருக்கிறார். அவருக்கு சில அவசர வேலைகளிலிருக்கிறது....”

அன்று வியட்நாம் தொழிலாளர்கள் கட்சியின் சேர்மனாக இருந்த ஹோசி-மின் ஒரு ரகசிய வருகையாக பெய்ஜிங்கிலிருந்தார்.

நான் மாவோவின் அறைக்குச் சென்று அவரை எழுப்பினேன். முகத்தைத் துடைத்துக் கொண்ட மாவோ என்னுடன் வரவேற்பு அறைக்கு வந்தார். நாங்கள் வந்த இரண்டு நிமிடங்களுக்குள்ளாகவே அறைக்கு வருகிற வழியில் சூ என்லாயுடன் ஹோசிமின் பேசிக் கொண்டு வருவதைக் கண்டேன்.அவர்கள் வருவதைக் கதவுக்கருகிலிருந்த என்னுடைய இடத்திலிருந்து நான் மாவோவுக்குத் தெரிவித்தவுடன் இருக்கையிலிருந்து எழுந்து கதவை நோக்கி நடந்து சென்று முன் வாசலுக்கு இன்னம் ஒரு எட்டு இருக்கும் பொழுது நின்று கொண்டார்.

வாசலுக்கு அவரைக் கொண்டு சென்றிருக்கக் கூடிய அந்த அடியை அவர் எடுத்து வைக்கவிலை. அவருடைய விருந்தாளி கதவைத் தாண்டி உள்ளே வரும் வரைக்கும் மாவோ அவருடன் கைகுலுக்கவில்லை. சீன மொழியில் ஹோ-சி-மின், “எப்படியிருக்கின்றீர்கள், என்று மாவோவை நலன் விசாரித்ததற்கு மாவோ பதில் சொன்னார், “ நன்றாக இருக்கிறேன் நன்று.இங்கு நீங்கள் மகிழ்ச்சியுடன் தங்கியிருக்கிறீர்களா? இருவரும் வாழ்த்துக்களைப் பரிமாறிக் கொண்டு நடந்துசென்று சாய்வு நாற்காலியில் அமர்ந்தார்கள். அவர்களுக்குத் தேநீர் பரிமாறினேன்.

அவர்கள் பேசி முடித்ததும் மாவோ ஹோ-சி-மின்னுடன் கதவு வரை வந்து அறையை விட்டு வெளியே வராமலேயே வழியனுப்பினார். சூவுடன் ஹோ-சி-மின் புறப்பட்டுச் சென்றுவிட்டார்.

1948-ல் ஒரு நாள், செங்நான் சுவாங்கில் நடைபெற்ற ஒரு ராணுவ மாநாட்டிற்குப் போர் முனையிலிருந்து வந்திருந்த ஜெனரல் சூயூ மாவோவைக் காண வந்தபொழுது அவரை வரவேற்க மாவோ தன்னுடைய அறையிலிருந்து வெளியே நடந்து வந்தார். இருவரும் நீண்ட நேரம் கை குலுக்கியவாறேயிருந்தனர், அப்பொழுது அவர்கள், “.... பதினேழு வருடங்கள் ஆகிவிட்டது,” என்று பேசிக் கொண்டது காதில் விழுந்தது. அவ்வளவு காலம் ஒருவரையொருவர் பார்த்துக் கொள்ளாதது குறித்துஅவர்கள் அவ்விதம் குறிப்பிட்டார்களா என்பது எனக்கு உறுதியாகத் தெரியவில்லை. கட்சியிலிருந்து எவறொருவரிடமும் மாவோ இத்தனை பிரியம் காட்டியதை நான் கண்டதேயில்லை யாதலால் இந்தச் சந்திப்பு என்னுள் ஆழ்ந்த மனப்பதிவை ஏற்படுத்தியது.

கட்சி, அரசு, ராணுவம் ஆகியவற்றில் உயர் தகுதியிலிருந்த யாருடனும் தனிப்பட்ட நட்புறவை வளர்த்துக் கொள்வதிலிருந்து மாவோ தன்னைக் கட்டுப்படுத்திக் கொண்டது போல தோன்றுகிறது.

அவர்களைப் போன்றவர்களுடனான உறவு பணி நிமித்தமாக அல்லாது வேறுஎதுவுமாக இல்லாமலிருக்கும் படி மாவோ பார்த்துக் கொண்டார். பல பத்தாண்டுகள் மாவோவின் நம்பிக்கைக்குரிய உதவியாளராக இருந்தவர்தான் சூ என்லாய். அவருடைய அன்றாட வாழ்க்கையின் காரியங்களை சூ தான் கவனித்து வந்தார். மாவோ குடியிருந்த பெரும்பாலான வீடுகளை அவர் தான் தேர்வு செய்தார். யுத்த காலத்திலேயோ அல்லதுசாதாரண காலங்களிலோ மாவோ பயணிக்கப் பாதுகாப்பானது தானா என்று பாதைகளை சூ தானே நெடுகப் பயணித்துக் கண்டறிவார். மிகத் தீவிர முக்கியத்துவம்வாய்ந்த விஷயங்களில் முடிவு எடுக்கும் அதிகாரத்தை நம்பிக்கையுடன் மாவோ ஒப்படைக்கக் கூடிய மனிதரும் அவர்தான். அதையெல்லாம் பார்க்கும் பொழுது தனிப்பட்ட நெருக்கமான உறவு ஏற்பட்டிருக்க வேண்டுமென்று ஒருவர் நினைக்கலாம், ஆனால் மாவோவுடன் நானிருந்த பதினைந்தாண்டு காலங்களில் தனதுசொந்த விஷயங்களெதையும் சூவிடம் சொன்னதை நான் கேட்டதில்லை.

இந்தமனப்பாங்கு கட்சியின் வரலாற்றுடன் தொடர்புடையது. நீண்ட நெடிய காலங்கள் நீடித்த யுத்தத்தின் பொழுது விடுவிக்கப்பட்ட பரப்புகள் ஒன்றை வொன்று தொடர்பு கொள்ள முடியாதபடி எதிரியால் துண்டிக்கப்பட்டிருந்தன. உயிர் பிழைத்திருக்கவும் நிலப்பரப்பை விரிவாக்கம் செய்யவும் அவர்கள் தாங்களாகவே போரிட நிர்பந்திக்கப்பட்டார்கள். இதன் விளைவாகப் பல கோஷ்டிகள் உருவாகியிருந்தன, அதை, “கட்சியில் கோஷ்டிகளில்லாவிட்டால் விநோதமாக இருக்கும்” என்று கூறி அந்த நிலைமையை மாவோ ஏற்றுக் கொண்டார். ஆனால்கட்சியின் சேர்மன் என்கிற முறையில் ஒருவரை விட மற்றவர்களுடன் தான் நெருக்கமான உறவை வைத்திருப்பதுபோன்ற உளப்பதிவை ஏற்படுத்திவிடாமல்தவிர்க்கும் பொருட்டு கட்சி உறுப்பினர்கள் அனைவரையும் அவர் சமமாக நடத்த வேண்டியிருந்தது. ஒருவேளை, மாவோவின் நெருங்கிய நண்பரென்று கட்சியில் எவருமே சொல்லிக் கொள்ள முடியாததற்கு இதுதான் காரணமாக இருக்கக் கூடும்.

இருந்தபோதிலும், கட்சிக்குள் அனைவருடனும் சமதொலைவைப் பராமரிப்பதற்கு மாவோவின் முயற்சி வேறொரு விளைவை ஏற்படுத்திவிட்டது. கட்சியிலிருந்த- மிக உயர்ந்த பொறுப்பிலிருந்தவர்கள் உட்பட்டோர் அனைவரும் மாவோவின் முன்னிலையில் மிகுந்த மரியாதையுடன் இருப்பார்கள், அப்பொழுது அவர்கள் கிளர்ச்சியுற்றவர் களாகவும், தாங்கள் சொல்ல வந்ததை சரியாக எடுத்துரைக்க முடியாதவர்களாகவும் காட்சியளிப்பார்கள். மாவோவின் மரியாதை வளர வளர இத்தகைய தயக்க -அடக்கங்களைக் களைவது மேலும் கடினமாகிவிட்டது, இதுதான், ஒருமனிதன் குறிப்பிடத்தக்க அளவு அதிகாரத்தை -1960 களின் இறுதியிலும் 1970 களிலும் ஏகபோக மாக்கிக்

கொள்ளத் துவங்கியதன் காரணியென்று நான் கருதுகிறேன். இருந்த போதிலும் விதி விலக்குகளுமிருந்தன, அதில் மிக முக்கியமானவர்கள் பெங் டெஹுவாய், சென் யீ ஆகியோர்கள் தான்.

மாவோவுக்கும் பெங்கிற்கும் இடையிலான உறவு நெருக்கமான நண்பர்களைப் போன்றது எந்த ஒளிவு மறைவும் அவர்களிடையில் இல்லாமல் ஒருவருக்கொருவர் சுமூகமாகப் பழகுவார்கள். வெளிப்படையாகவும், சிரித்துக் கொணடும் ஒருவருக்கொருவர்தாராளமாக வாதிட்டுக் கொண்டுமிருப்பார்கள். வீடு இடிந்துவிழுமோ என்கிறஅளவுக்கு உரத்தகுரலில் "மெஷின் கண்" போலப் பேசிக் கொண்டும், காட்டுத் தனமாக கைகால்களை வீசிக் கொண்டுமிருப்பார் பெங், மாவோவும் அதற்குச் சளைக்காமல் அதில் பங்கேற்பார்- எந்தவிவகாரம் விவாதப் பொருளாக இருக்கிறதோ அதில் அவருடைய ஆர்வம் தூண்டடப்பட்டு விடும்-பழைய நண்பர்கள் பேசி ஒன்றாக மகிழ்வதைப் போலிருக்கும் அது.

கட்சியிலிருந்த அனைவரும் மாவோவை "சேர்மன் மாவோ" என்று அழைப்பதென்று வட ஷான்ஷி யுத்தத்திற்கு வெகு முன்னதாகவே தீர்மானித்திருந்தனர், அதற்கு விதி விலக்கு பெங், சேர்மனை அவர் சில நேரங்களில் "லாவோ மாவோ" என்றழைப்பதை இன்னும் கேட்கலாம். (லாவோ என்கிற சொல் நெருக்கத்தையோ அல்லது மரியாதையையோ குறிக்கும். இங்கு அதுநெருக்கத்தைக் குறிக்கிறது.) கட்சியில் அந்த மாதிரி பெயர்சொல்லியழைப்பதைக் கடைசியாகக் கைவிட்டவர் அவராகத்தானிருக்கும். லூஷான்மலையில் நடந்த மத்தியக் கமிட்டி மாநாட்டில்அவர் மாவோமீது "குற்றம்" சாட்டிய பிறகு தான் அது முடிவுக்கு வந்தது.

அப்பொழுதிருந்த மாவோவின்முன்னிலையில் அவர் கலகலப் பில்லாமலும் தர்ம சங்கடத்துடனும் கூட இருந்தார்.

சென் யீ மாறுபட்டவர். அவர் மாவோவைச் சந்திக்க வரும் பொழுது செய்யும் முதல்காரியம் தனது குதிக்கால்களைத் தட்டிச் சேர்த்து அட்டென்ஷனிலிருந்து கொண்டு சல்யூட் அடித்து, "சென் யீ பணிக்கும் ஆயத்தமாக வந்திருக்கிறேன், தோழர் சேர்மன்,! அல்லது "சென்யீ வந்திருக்கிறேன் தோழர் சேர்மன் மாவோ!" என்று சொல்வார்.

பிறகு, ஒரு இருக்கையை சமிக்ஞை செய்தபடி மாவோ சொல்வார், "நீங்கள் ஏன் உட்காரக்கூடாது? உட்காருங்கள் பேசுவோம்" அப்பொழுது சென் முறுவலித்து, லகுவாகிவிடுவார், உடனடியாக அறை உயிர்பெற்று விடும்.

கட்சியிலிருந்த மாவோவின் ஒரே கவிஞர் நண்பர் சென் ஆகத்தானிருக்கும். அந்த தயக்கமும் இல்லாத மனிதரவர், ஒரு ஆழ்ந்த கணீரென்ற குரலும், ஒரு கவிஞர்க்குரிய உற்சாகமும்வாய்த்தவர் அவர். லகுவான பாங்கும், சிரிப்பும், உடலசைவுகளும் கொண்ட அவர்

உரையாட விருக்கும் பொருள் குறித்து உற்சாகமடைந்துவிட்டால் போதும் அவருடைய கவர்ச்சி தவிர்க்க முடியாததாகி விடும். 1970கள் முழுவதிலும் ஒரே ஒரு நினைவு நாள் கூட்டத்தில் தான் மாவோகலந்துகொண்டார், அதுசென்னுக்காக நடந்த ஒன்று. மாவோ விரும்பிய மனிதர் அவர்.

நீச்சல் அல்லது நடனம் போன்ற பொது நிகழ்ச்சிகளில் இளைஞர் களுடனிருப்பதை மாவோ விரும்பினார், அவர்கள் எவ்வெளவுக் கெவ்வளவு அதிகமாகவும், உல்லாசமாகவுமிருக்கிறார்களோ அவ்வளவுக் கவ்வளவு நல்லது. அவருடைய தனிப்பட்ட வாழ்க்கையிலிருந்த மாவோவின் நண்பர்களெல்லாம் பெரும்பாலும் வயதானவர்கள், குறிப்பாக, பழைய சீனத்தில் பெரும் அனுபவம் பெற்றவர்களாகவும், கண்ணோட்டதில்பழமை வாதிகளாகவும்- அருங்காட்சியகக் காட்சிப் பொருட்கள் என்று அழைக்கப்படுபவர்கள். அவர்களில் ஜனநாயகத்திற்கு விசுவாசமாக இருந்தவர்கள் என்றறியப் பட்டவர்கள் மீது மாவோ பெரும் மதிப்புக் கொண்டிருந்தார்.

தன்னுடைய தனிப்பட்ட நண்பர்களை மாவோ கண்ணியத்துடன் நடத்துவார். அவர்களுக்கு விசுவாசமாக இருந்தார். புரட்சியின் வெற்றிக்குப்பிறகு விரைவிலேயே, சாங் லான், லீ ஷென்ஜூன்ரு, குவாவோ மோருவோ, கென் சூடோங் உள்ளிட்டதன்னுடைய சில நெருங்கிய நண்பர்களை சூ என்லாய் உடன்வர மாவோ சென்று பார்த்தார். கட்சியிலிருந்தவர்களை எவ்விதம் நடத்தினாரோ அதிலிருந்து முற்றிலும் மாறுபட்ட விதத்தில் அவர்களை நடத்தினார். அவர்களில் யாராவது ஒருவர் - சாங்லீ, ஷென், செனி, ஹே ஷயாங்னின், மா சூலுன், லியூ யாஷி- வந்தாலோ, விடை பெற்றுக் சென்றாலோ மாவோ தன்னுடைய அறையிலிருந்து முற்றிலும் வெளியே வந்து, வரவேற்கவோ, அல்லது வழியனுப்பவோ செய்வார், அவரைக் காருக்குள் அமரவோ அல்லது வெளியே வரவோஅல்லது படிகளில் மேலே றவோ அல்லது இறங்கவோ உதவுவார். அவர்களுடன் காலாற நடக்கும்பொழுது அவர்களுடைய பக்கவாட்டில் மிக அருகிலேயே இருப்பார்.

எல்லா நேரங்களிலும் தன்னைத் தேசத்தின் தலைவராகவே கருதப்படுவதை தான் விரும்பவில்லையென்று மாவோ ஒரு முறை கூறியிருந்தார். ஒரு வயதான பெரியமனிதர் என நினைவுக்கு வருகிறார் ஹுனானைச் சேர்ந்தவரென்பதை செய்தித்தாள்களிலிருந்து தெரிந்து கொண்டேன்-அவர், மாவோவைப் போலவே“சர்வதேசப் புகழ்பெற்ற அறிஞர்,” “வாழ்க்கையில் ஏராளமான ஏற்ற இறக்கங்களைக் கண்டவர்” நவசீனம் நிறுவப்பட்டதற்குப் பிந்தைய முதல் சில வருடங்களில், ஜனநாயக ஆதரவாளர்களென்று நன்கறியப்பட்ட பல பிரபலமானவர் களைப் போலவே மாவோவை அடிக்கடி சந்திப்பவர்களிலொருவர். ஒருமுறை ஷோங்நான் ஹேயிலிருந்து ஏரியின் ஓரத்தில் உலாவிக் கொண்டிருந்தார்கள். அவர் மாவோவுக்குப் பின்னால் ஒரு சிறிய

இடைவெளியைப் பராமரித்துக் கொண்டு,தன்னுடைய உடலை முன் நோக்கி வளைத்துக் கொண்டு நடந்தார். அந்தஉலாவலின் நடுவில் மாவோவின் முன்புறம் கழுத்தை நீட்டி அண்ணாந்தவாறு, தன்னுடைய கட்டைவிரலை உயர்த்திக் கொண்டு சொன்னார், "நீங்கள் உண்மையிலேயே ஒரு மகத்தான மனிதர், தோழர் சேர்மன், உண்மையிலேயே மகத்தானவர்...."

முகம் சுளித்தவாறு மாவோ சொன்னார், "தயவு செய்து இது போலப் போசாதீர்கள். நண்பர்கள் ஒருவருக் கொருவர் பேசிக் கொள்ளும் முறையல்லஇது"

மாவோவின் விமர்சனம்அவரை முகம் சிவக்க வைத்துவிட்டது.

ஆனால் அரசியல் விவகாரம் என்று வந்த பொழுது இதே முதிய பெரிய மனிதர், மாவோவினால் ஏற்றுக் கொள்ள முடியாத தன்னுடைய கண்ணோட்டங்களில் உறுதியாக நிற்குமளவுக்குத் துணிவு கொண்டிருந்தார். எனவே அவர்களிடையே வாதமேற்பட்டது - மாவோ கூர்மையான விமர்சனங்களை அவர் மீது எய்யவும், அவர் அதற்கு விட்டுக் கொடுக்க மறுக்கவும் என-அது ஒரு சூடானவிவாதமாக இருந்தது. மாவோவைப் பொருத்தவரை தத்துவமும், நட்பும் ஒன்றுக்கொன்று அந்நியமானவை, அவர் அடிக்கடி சொல்வார், "தத்துவார்த்த விஷயங்களில் தான் நாம் வாதிடுகிறோம்," தத்துவார்த்தம் குறித்த வாதங்கள் தவிர்க்கக் கூடாதவை'' இவ்விதமாக ஒரு விவாதமென்றால் மாற்றமேயில்லாமல் வெற்றியாளராகவே இருக்கக் கூடிய மாவோ விடாப்பிடியாக முன்னனேறிப் போராடிக் கொண்டே செல்வார்.

ஒரு முறைசாங்லான் இது போன்ற விவாதங்களில்ஒன்றில் குறுக்கிட்டு மத்தியிஸ்தம் செய்யும் விதமாக மாவோ இவ்விதம விடாப்பிடயாக இருககக் கூடாது என்ற ஆலோசனை கூறி கொள்வதன் மூலம் பிரசசனையை மறந்துவிடாமல் என்று றியதாக செய்தித்தாள்களைப் பார்த்து சமீபத்தில தெரிந்து கொண்டேன். ஆனால்மத்தியஸ்தத முயற்சிகளுக்கொல்லாம் அவசியமேற்படாமல் போய்விட்டது, எனெனில் அந்த விவாதத்திற்காக அந்த முதியவர் மீது மாவோவிற்கு மனத்தாங்கல் ஏதும் ஏறபடவில்லை, இந்த முதியபெரிய மனிதரைக்குறித்து மாவோவின் மனோபாரவம் தன் மாறிவிவிட்டதது, அந்த முதியவரின் அரசியல் "நம்பிக்கை" குறித்து இந்த முதியவர் முன் வைக்கும கருத்துக்களை மாவோ மேற்கொண்டகாதில் போடடுக் கொள்வதில்லை. உண்மையில் மாவோ சொன்துபோல, "நான் விவாதத்தில் இறங்கி உறுதிகாட்ட வேண்டியிருந்தது, ஏனென்றால் இந்த வாதம் தத்துவங்களின் வேறுபாடுகளிலிருந்து எழுந்தது என்பதால் தான், தனிப்படட உணர்வுகளினாலல்ல."இது போன்ற வாதங்கள் சர்வசாதாரணமானவைகள் தான், அவற்றிற்கு சமரசம் மூலமாகத் தீர்வு காண முடியும் என்று நான் நினைக்கிறேன்"

கட்சியிலிருப்பவர்களுடனான மாவோவின் தொடர்பு கடசிப் பணி தொடர்பிலரான அளவிலேயே இருக்கும். அதில்சென் யீ மட்டும் தான் விதிவிலக்கு: அவர்கள் கவிதைகளைப் பரிமாறிக் கொள்வார்கள். ஆனால் கட்சி உறுப்பினர்களல்லாத ஜனநாயக ஆதரவாளர்கள் மத்தியில் பல நண்பர்கள்இருந்தார்கள். இந்தத் தொடர்புகளுக்கு மாவோவின் பணிகளுடன் சம்பந்த மேதுமிருக்கவில்லை

சாங் ஷி ஷாவோவுடன் மாவோ நிரந்தரமாக தொடர்பு வைத்திருந்தார். 1949-ல் கோமிங்டாங் அரசு சமாதானப் பேச்சு வார்த்தைகளுக்காக அனுப்பி வைத்திருந்த பிரதிநிதிகள் குழுவில் ஒரு உறுப்பினராக இருந்தவர் சாங், பிற்பாடு தேசிய மக்கள் காங்கிரஸின் நிலைக்குழுவில் உறுப்பினராக இடம் பெற்றார். ஒருநாள் அவரிடமிருந்து வந்திருந்த ஒரு கடிதத்தைப் படித்த பிறகு மாவோ மேஜை மீது தனது விரல்களால் மெதுவாகத் தாளமிட்டார், பிறகு என் பக்கம் திரும்பிச் சொனனார்., " இரண்டு கோழிக் குஞ்சுகளை வாங்கி சாங் ஷிஷாவிடம் கொண்டு சொல். இப்பொழுதே" நான் உடனடியாகப் புறப்பட்டேன். அப்பொழுது மாலை ஏழு அல்லது எட்டு மணியிருக்கும். அந்தக் கோழிக்குஞ்சுகளை வாங்குவதற்கு நான் பல கடைகளில் ஏறியிறங்க வேண்யிடிருந்தது.

ஒரு சுற்றுவேலி முற்றத்தில்அதிர்ச்சியளிக்கக் கூடிய நிலையிலிருந்தஒரு வீட்டில் சாங் வசித்து வந்தார். அவரிடம் கோழிக்குஞ்சுகளை காட்டினேன், "இது சேர்மன் அனுப்பியவை"

"மிக்க நன்றி," பாராட்டும் பாங்கில் தலையை ஆட்டினார் சாங்.

"சேர்மனுக்கு உங்கள் கடிதம் கிடைத்தது"

கோழிக் குஞ்சுகளைப் பற்றிக் கொண்டு சாங் சொன்னார், ஆம் எனக்குத் தெரியும் அதற்கான பதில்தான் இந்தக் குஞ்சுகள். சேர்மன் எப்படியிருக்கிறார்?"

"அவர் நலமாக இருக்கிறார்"

ஒரு பதில் என்கிற முறையில் இந்த இரண்டு கோழிக்குஞ்சுகளுக்கு என்ன பொருள் இருக்க முடியும் என்று வியந்தவாறே அங்கிருந்து புறப்பட்டேன். தன்னுடைய அந்தக் கடிதத்தில் அவர் என்ன கூறியிருந்தார் என்பதை அறிவதற்கு எனக்கு எந்த வழியுமிருக்கவில்லை. அவர் சொன்னதை நான் மாவோவிடம் திருப்பிச் சொன்ன பொழுது, என்றுமே விடை காண முடியாத ஒரு கேள்வியை என்னிடம் விட்டுவிடும் வகையில் மாவோ ஒரு மர்மமான புன்னகையை உதிர்த்தார்.

அது நடந்தது 1955-ல்

அதே வருடம், ஹே சியாங்னின் மாவோவுக்கு ஒரு பரிசை அளித்தார். ஒரு புலி நிற்கும் கட்சியை வண்ணப் படமாகத் தீட்டியிருந்தார் அந்தப் பெண்மணி. அதுஒரு படச்சட்டத்தில் பொருத்தப் பட்டிருந்தது. ஹே

சியாங்னிங் கோமிங்டாங் இடதுசாரிகளின் ஒரு தன்னிகரற்ற உறுப்பினராகவும், மக்கள் அரசாங்கத்தின் ஒரு தலைவராகவும் ஒரு சிறந்த கலைஞராகவும் விளங்கினார். சுவற்றில் அதைத் சார்த்தி நிறுத்திய மாவோ, நீண்டநேரம் அதையே பார்த்துச் சிந்தித்துக் கொண்டிருந்தார், பிறகு என்னிடம் சொன்னார் "இதை என்ன செய்வதென்பதை இப்பொழுது நான் புரிந்து கொண்டேன். இது கிழக்கு அறைக்குப் பொருத்தமானது"

ஆகவே அதை கிழக்கு அறையில் கொண்டுபோய் வைத்தேன், ஆனால் அதுஅங்கு ஏன் போக வேண்டியிருந்தது என்பதற்கான காரணம் எனக்கு என்றுமே தெரியவரவில்லை.

1959-ல் மக்கள் குடியரசின்சேர்மன் பொறுப்பிலிருந்து மாவோ பதவி விலகிவிட்டார், அதன் மூலம் அந்தப் பதவியின் அன்றாடப் பணிகளின் சுமைகளிலிருந்து விடுபட்டார். ஒருவர் தன்னுடைய மனதைப் பண்படுத்துவதில் ஈடுபடுவதைப் போல தன்னுடைய ஓய்வு நேரத்தை ஓவிய எழுத்துவகைகளை எழுதிப்பழகுவதில் மாவோ செலவிட்டார்.இந்தக் காலகட்டத்தில் ஜனநாயகப் புரவலர்களுடனான அவரது தொடர்புகள் அதிகரித்தன.

மற்றுமொரு ஜனநாயகப் புரவலரான ஹுவாங்யான் பெய் தன்னுடைய சேகரிப்பில் வாங் ஷிழியின் ஓவிய எழுத்துக்களின் தொகுப்பு ஆல்பம் ஒன்றை வைத்திருந்தார் வாங் ஷிழி கி.பி. 321-379 (அல்லது கிபி 303-361) கால கட்டத்தில் கிழக்கு ஜின் வம்சத்தில் வாழ்ந்த ஒரு புகழ் பெற்ற ஓவிய எழுத்துக் கலைஞராவார். ஹுவாங்கிடமிருந்த அந்த ஆல்பத்தை மாவோ ஒருமாதகாலத்திற்குப் பிறகுதிருப்பித் தந்துவிடுவதாகக் கூறி இரவல் வாங்கினார். எப்பொழுதெல்லாம் நேரம் கிடைக்கிறதோஅப்பொழுதெல்லாம் அந்த மாதம் முழுவதும் அதைப்பயில்வதில் செலவிடுமளவுக்கு மாவோவிற்கு பிடித்துப் போனது. நான் அவருக்குத் தேநீர் கொண்டு போகும் பொழுதெல்லாம் அதை நுணுகிப் பார்த்துக் கொண்டோ அல்லது பிரதியெடுத்துக்கொண்டோ-வெறுமனே யாந்திரீகமாகவல்ல, தன்னுடைய சொந்தக் கையெழுத்து வடிவத்தை வாங்கினுடைய எழுத்தின் அக அழகின் மூலமாக அலங்கரிக்கும் உண்மையான முயற்சியுடன் பயின்று கொண்டே-இருப்பார். சிலசமயங்களில் உணவுக்காகக் கூட நிறுத்திக் கொள்வதைத் தவிர்த்து விடுமளவுக்கு அதில் மூழ்கியிருப்பார்.

இருந்தபோதிலும், ஹுவாங்கிற்கு அதைத் திரும்பப் பெறுவதில் கவலையேற்பட்டுவிட்டது. ஒருவேளை அது ஒரு அசல் பொருளாக இருந்ததால் அவர்அவ்விதம் கவலைப்பட்டிருக்க வேண்டும். மாவோவிடம் அது இருந்த முதல் வாரத்தில்அவர்பலமுறை மெய்க்காவலர் அலுவலகத்துடன் தொடர்பு கொண்டு சேர்மன் அதைப் படித்து முடித்துவிட்டாரா அல்லது எப்பொழுது முடிப்பார் என்று கேட்பார்.

மெய்க்காவலர் யின்ஜிங் ஷான் இதுபோன்ற அழைப்புகள் வந்த ஒரு சமயம், அவர் மாவோவுக்குத் தேநீர் ஊற்றிக் கொண்டிருந்த பொழுது, "ஹுவாங், மீண்டும் அழைத்தார், தோழர் சேர்மன்," என்று தகவல் சொன்னார்.

"என்னது'?' கண்களை உயர்த்திய மாவோ புருவங்களை நெறித்தார்.

"அவரால்..... காத்திருக்க முடியவில்லை"

"இன்னுமொரு கடன் காரனா! ஒரு மாதம் என்று சொன்னாரா இல்லையா? நான் நாட்களை எண்ணி கொண்டிருக்கிறேன்.'' மாவோதன்னுடைய சிகரெட் தாங்கிக் குழாயை மேஜை மீது விட்டெறிந்தார். அந்த சமயத்தில் சீனா, கடன்களைத் திரும்பிச் செலுத்த வேண்டுமென்று குருஷ்சேவ் நெருக்கிக் கொண்டிருந்தது போலவே தானும் செய்து கொண்டிருப்பது போன்ற எண்ணத்தை ஹுவான் தந்து கொண்டிருந்தார்.

"அவர்நெருக்கவில்லை, தோழர் சேர்மன், வெறுமனே கேட்டுக் கொண்டிருக்கிறார். இன்னும் அது உங்களுக்குத் தேவைப்படுகிறதா என்று தான் கேட்கிறார்"

"ஆமாம், எனக்கு உண்மையிலேயே தேவைப்படுகுறது" அவர் ஒரு மடக்கு தேநீரை உறிஞ்சியபடி மறுபடியும் சிகரெட் குழாயை எடுத்தவர் அமைதியான குரலில் சொன்னார், "நான் வாக்களித்தபடி ஒரு மாதத்திற்குள திருப்பித் தரத் தவறினால் என்பக்கம் தவறிருக்கும், குறிப்பிட்ட காலத்திற்கு முன்னதாகவே அவர் திரும்பப் பெற விரும்பினால் தவறு அவர் பக்கம் இரண்டுமே ஒப்பந்தத்தை மீறுவதாகிவிடும்"

ஆனால் ஹுவாங்கின் அழைப்பு மீண்டும் வந்தது, இம்முறை அவர் நேரடியாக மாவோவிடம் பேசினார். மாவோ பதில் சொன்னார், "ஒரு மாதம் பொறுத்துக் கொள்வது உங்களுக்கு நீண்ட காலமாகத் தெரிகிறதா, ஹுவாங் அவர்களே"

தொடர்பின் மறுபக்கம் என்ன பதில் வந்தது என்பது காதில் விழவில்லை. "எவ்வளவு மட்ட ரகம்!", யின் குறிப்பிட்டார்.

"ஒரு கடன் காரனைப் போல நடந்துகொண்டிராமல் சேர்மனிடம் இன்னும் மரியாதை காட்டியிருக்கலாம்'' என்று நானும் குறிப்பிட்டேன்.

எங்களுடைய இந்த விமர்சனங்களைக் காதில் கேட்ட சேர்மனின் முகத்திலிருந்து எரிச்சல் குறி மறைந்தது. ஒரு புன்னகையுடன் ஹுவாங்கைப் பற்றி மாவோ குறிப்பிட்டார், "நல்ல விதமான நண்பரில்லை யென்றாலும் போதுமான அளவு துணிவு கொண்டவர்"

அந்த ஆல்பத்தைத் திருப்பித் தர வேண்டிய நாள் வந்ததும், மாவோ அதை இரண்டு பலகைகளுக்கிடையில் கவனமாக வைத்து யின் வசம்

தந்தார். "ஹு வாங்கிடம் இதைத் திருப்பி எடுத்துச் செல். கெடு வைத்த நேரத்திற்குள் அது திரும்பிச் சேர்வதை உறுதிப்படுத்து" "ஆனால் இன்னும் சில நாட்களுக்கு இது உங்களுக்குத் தேவைப்பட்டால் வைத்துக் கொள்ளலாம் என்று ஹுவாங் சொன்னாரல்லவா," என்றார் யின். கையை வீசியபடி மாவோ சொன்னார், "இதை அவரிடம் திருப்பிக் கொடுத்துவிடு, நான் ஒரு மாதம் என்று சொல்லியிருக்கறேன். நண்பர்கள் ஒருவருக்கொருவர் நம்பிக்கையைக் காப்பாற்ற வேண்டும்"

மாவோ வற்புறுத்திய, "கடமைக்கும், தனிமனித வாழ்க்கைக்கு மிடையில் எல்லை வகுத்துக் கொள்ள வேண்டும்" என்கிற கோட்பாடு அவருடைய உறவினர்களுக்கும் பொருத்தப்பட்டது.

1950-ன் வசந்தத்தில் ஒருநாள் அவர் தன்னுடைய மகன் மாவோ ஏன்யிங்கிடம் சொன்னார், " நம் ஊரிலிருக்கும் உன்னுடைய தாயாரின் கல்லறைக்கு நீ எனக்குப் பதிலாகச் சென்று வர வேண்டும். உன் பாட்டிக்கு (தாயாரின் தாய்) அவருடைய பிறந்த நாளுக்கு என்னுடைய பரிசாக ஏதேனும் எடுத்துச் செல். உன்னுடைய தாயார்* ஒரு நுண்ணறிவும் இரக்க மனமும் படைத்தவராக விருந்தார். எதிர்காலம் குறித்த பெரும் நோக்குப் படைத்த ரும் கூட. அவர் எனக்குப் பேருதவியாக இருநதார். அவருடைய தந்தை, திரு. யாங், முற்போக்கான அரசியல் கண்ணோட்டங்கள் கொண்டிருந்தார். அவர் எனக்கு ஏராளமான நிதியுதவிகளைச் செய்திருக்கிறார்....," மாவோ சற்று இடைவெளி எடுத்துக் கொண்டார், அவருடைய கண்கள் பனித்தன. ஒரு தாழ்ந்த, கரகரப்பான குரலில் உணர்ச்சி வசப்பட்டவராக மேலும் தொடர்ந்தார், "அவர்களில்லாதது எனக்குப் பேரிழப்பு"

மாவோ திருமதி. யாங்கிற்கு நீண்ட காலமாகத் தவறாமல் ஆதரித்து வந்தார், அவருடைய நண்பர்களும், உறவினர்களும் சிரமத்திலாழ்கிற பொழுதெல்லாம் அவர்களுக்கு தன்னுடைய ஊதியத்திலிருந்தும், எழுத்துக்களுக்காகக் கிடைக்கும் தொகைகளிலிருந்தும் பண உதவி செய்தார். ஆனால் தன்னுடைய பணிகள் சார்ந்த விஷயங்கள் என்று வரும் பொழுதுஅவர்களுக்குச் சலுகை காட்ட மறுத்துவிடுவார். அவர் கோட்பாட்டைக் கடைப்பிடித்தொழுகி வந்ததற்கு அவருடைய உறவினர்களுக்கு அவர் தந்த பதில்களே சிறந்த எடுத்துக் காட்டுகளாகும். தன்னுடைய மச்சினர் யாங் கை ழீ அவர்களுக்கு எழுதிய கடிதத்தில் சொல்கிறார், "இது போன்ற எதையும் செய்யும்படி என்னை எதிர்பார்க்க வேண்டாம் பெய்ஜிங்கிற்கும் வரவேண்டாம்" தனக்கு என்ன தேவையோ

* மாவோவின் முனைவர் யாங்அவர்களின் மகள் யாங் கை ஹுயீ அவர்கள்தான் மாவோவின் முதல் மனைவி ஆவார், சீன உள்நாட்டு யுத்தத்தின் பொழுது மாவோவின் இருப்பிடத்தை சொல்ல மறுத்ததனால் கோமிங்டாங்கின் கைகளால் வீரமரணம் எய்தினார்.

அதை "முறையான வழிமுறைகளில்" பெற்றுக் கொள்ளும்படி அவருக்கு அறிவுறுத்தினார்.

இன்னொரு கடிதத்தில் தன்னுடைய பழைய பள்ளித் தோழர் மாவோ சென் பின் இடம் மாவோ கூறினார், "அரசுப் பணிக்கு உங்களுடைய சேவையை அளிக்க முன்வந்தது பெரிதும் மதிக்கப்படுகிறது, மக்களின் நல் வாழ்வுக்காக உங்களை அர்ப்பணித்துக் கொண்டு அதனால் கிடைக்கப்படுகிற நன்மதிப்பு நிலை நாட்டப்படுவதன் மூலமாக, அதற்கு ஒரு பரிசாக, ஒரு அரசுப் பணியை நீங்கள் இயல்பாகவே பெறுவது நல்லதாக இருக்கும். என்னுடைய பரிந்துரை உங்களுடைய நற்பெயருக்கு ஊறு விளைவிக்கக் கூடும். இந்த விஷயத்தில் என்னுடைய கண்ணோட்டத்தைப் பகிர்ந்து கொள்வீர்களேயானால் நான் மகிழ்வேன்"

மாவோ ஏன்யிங்கின் தாயார் ஹூ கை ஹுயீ, லியூ சிக்சுன் ஆகியோரைப் பற்றிய தன்னுடைய கவிதையின் துவக்க வரியில் யாங், லியூ லியூவின் மனைவி லீசூயி ஆகியோரிடம் தான் கொண்டிருந்த பெரும்பாசத்தை அற்புதமாக வடித்தருக்கிறார் மாவோ. அந்தக் கவிதை ஜியாங் க் விங்கிற்குப் பொறாமையைத் தந்தது. ஜியாங் அதற்காக நடந்து கொண்ட விதத்தைப் பற்றிக்குறிப்பிடுகையில் மாவோ சொன்னார், "ஜியாங் மனோரீதியாக இன்னும் குட்டி முதலாளித்துவ மனப் பாங்குடனேயே இருக்கிறாள். அவளுடைய நாக்கு விஷம் தோய்ந்தது, அவர் கலகத்தை உருவாக்குபவள்" இதைத் தெரிந்து கொண்ட ஜியாங் பல நாட்கள் வரை மாவோவுடன் பேச மறுத்துவிட்டார் . நவ சீனத்தை நிறுவிய பிறகு மாவோ லீ சூயீயுடன் தொடர்ந்து கடிதத் தொடர்பு வைத்திருந்தார். ஆனால் பெய்ஜிங் வந்து படிக்க உதவுமாறு கேட்டுக் கொண்ட பொழுது மாவோ மறுத்துவிட்டார்.

மாவோவுடன் நானிருந்த பதினைந்து வருடங்களில் மவோவுடன் தங்களுக்கிருந்த தொடர்பை அவருடைய உறவினர்களும் நண்பர்களும் தங்களுடைய சொந்த நலன்களுக்காகப் பயன்படுத்துவதை அவர் அனுமதித்ததை நான் என்றுமே கண்டதில்லை அதேமயம் அவர்களுடன் எவ்வளவு அசாதாரணமான அன்புடன் நடந்து கொள்வாரென்பதைப் பலமுறையில் நான் கண்டிருக்கிறேன்.

அதுபோன்ற ஒரு நிகழ்வின் பொழுது ஒரு முதிய பெண்மணி அவரைக் காண வந்திருந்தார். தன்னுடைய சொந்த ஊரில் மாவோ அறிந்திருந்த யாரோ ஒருவர் அவர். தன்னுடைய கிராமத்தைப் பற்றி மாவோவிடம் சொல்ல அவர் வந்திருந்தார். மாவோ அவரை நடத்திய விதம் வழக்கத்திற்கு மாறானது.அவர் இருக்கையில் அமரவும், எழவும் மாவோ உதவினார், படிகளில் ஏறவும், இறங்கவும் அவருக்கு உதவும் பொழுது, பார்த்து, மெதுவாகப் பார்த்து,'' என்றுசொல்லிய படியேயிருந்தார், மாவோ சொன்ன தொனியிலேயே அவரும், "பார்த்து, பார்த்து, நான் வயதானவள், என்னால் சரியாக நடக்க முடியாது,"

என்றுசொல்லிக் கொண்டிருந்தார். என்னைப் பொருத்தவரை அது மறக்க முடியாதவொரு காட்சி, ஏனெனில் அந்த முதிய பெண்மணி தான் மாவோவால் நடத்தப்பட்ட விதத்தை சாதாரணமாக, தனக்குரிய மரியாதையாக எடுத்துக் கொண்டாரென்பது தான்.

மாவோவின் மெய்க்காவலராக நானிருந்த காலம் முழுவதுமே, எங்களில் அவருக்கு நெருக்கமாக இருந்தவர்களிடனிருக்கையில் எங்களிலொருவரைப் போலவேதான் நடந்து கொண்டார்.

1950-களின் துவக்கதிலொரு நாள், சீனாவின் நட்பு நாடுகளிலொன்றின் ஒரு புதிய தூதர் தன்னுடைய பிரமான ஆவணங்களை மாவோவிடம் சமர்ப்பிப்பதாக விருந்தது. நடைமுறை என்னவென்றால், அந்தத் தூதர் தன்னுடைய பிரமான ஆவணங்களை மாவோவிடம் உரக்க வாசித்துக் காட்டும் பொழுதுஅரசாங்கத்தின் சேர்மன் என்கிற வகையில் மாவோ அதை நின்று கொண்டே கேட்க வேண்டும், அதன் பிறகு தன்னுடைய நியமனக் கடிதத்தைத் தூதர் மாவோவிடம் அளிப்பார்.

அந்தத்தூதவரைச் சந்திப்பதற்கு முன்னதாக அதற்கான விரிவான சம்பிரதாய சடங்குகளின்படி மாவோ தலைமுடியை வெட்டிக் கொள்ளவும், முகச் சவரம் செய்து கொள்ளவும் வேண்டியிருந்தது. வழுக்கைத் தலையும், வெண்தாடியும் ஒடுங்கிய முகமும், அளவு பெரிதாகவிருந்த தூரப் பார்வைக்கான கண்ணாடி மூக்கின் மேல் அமர்ந்திருக்கக் காட்சியளித்த முதியவர் வாங் ஹுய்தான் அதற்காக நாவிதர். அவர் தன் வாழ்நாள் முழுதும் மற்றவர்களின் முடியைத் தான் வெட்டிக் கொண்டிருந்தார். இன்னும் சில வருடங்கள் அதே தன் தொழிலைத் தொடரும் நம்பிக்கையுடனிருந்தார்.

ஆனால் மங்கிவரும் அவருடைய கண் பார்வைக்கு அந்தப் பெரிய கண் கண்ணாடிகள் கூட உதவியாக இருகக வில்லை. அந்தக் கண்ணாடிகளுக்குப் பின்னாலிருந்த கண்கள் சிரமத்துடன் வெறித்து நோக்க, அவருடையதலை ஒருபுறம் வளைந்திருக்க,

தான் நன்றாகப் பார்க்கக் கூடிய கோணத்தைக் கண்டுபிடிக்க அவருடைய கழுத்து இங்குமங்கும் நீள, அவருடைய சவரக்கத்தியின் ஒவ்வொரு நடுக்குறும் அசைவுக்கும் வெகுநேரம் பிடித்தது. இந்த சமயத்தில் அவர் வேகமாக இயங்கவில்லை தன்னுடைய இடது கையால் மாவோவின் தலையை அசையாமல் வைத்திருக்க, ஏதோ மாவோவின் கழுத்தையறுப்பதற்காக சவரக் கத்தியை மாவோவின் தலைக்கு மேல் உயரப் பிடித்துக் கொண்டு ஒவ்வொரு தடவையும் குறி பார்த்து மாவோவின் முகத்தில் அதை வைப்பார், ஒவ்வொரு முறையும் ஒரு எட்டுப் பின்னால் சென்று ஏதோவொரு கலை வேலைப்பாட்டை ரசிப்பது போலப் பார்ப்பார். இதுபோல அவர் இயங்கிக் கொண்டிருந்த அவரைப் பார்த்துக் கொண்டிருந்த எங்களுக்குக் கூட பொறுமை குறையத் தொடங்கியது.

மாவோ தன்னுடைய கடிகாரத்தைப்பார்த்தார், “தயவு செய்து, சீக்கிரம்'' “அமைதியியாரு, அமைதியாயிரு,'' என்று முதியவர் முணுமுணுத்தார். மற்றொரு பக்கத்தில் பணி செய்வதற்காக நிலையை மாற்றிக் கொண்டு முன்போலவே கத்தியைத் தலைக்கு மேலே பிடித்துக் கொண்டு நின்றவர், இப்போதும் வேகம் காட்டவில்லை.

“இன்னும் கொஞ்சம் வேகமாக நீங்கள் செய்யமுடியாதா, வாங்” மாவோபொறுமை இழந்து கொண்டிருந்தார். அவர் நாற்காலியில் அசையவும், நாவிதர் அதைத் தடுத்துவிட்டார், அவர் அவசரமில்லாமல் சொன்னார்,''நான் சொன்னபடி அசையாமிலிருக்க முடியாதா? உங்களுக்குத் தாமதமாகாது, நான் உறுதி சொல்லுகிறேன்,”

முகச்சவரத்தை அவர் முடித்தவுடன், மாவோ புருவங்களைத் துடைத்தார், ஒருவேளை அவர்க்கு வியர்த்து விட்டதுபோலும். சேரிலிருந்து இறங்க முற்பட்டார், ஆனால் முதியரின் கை அவருடைய தலையை அழுத்தித் தடுத்துவிட்டது, “நான் சொல்வதை நீங்கள் கேட்க மாட்டேனென்கிறீர்கள். நான் அசையாமல், அமைதியாகவல்லவா இருக்கக் சொன்னேன்....”

“நீங்கள் வேகப்படுத்த வேண்டுமென நான் விரும்புகிறேன்,'' மாவோபலகீனமாகச் சொன்னார். “அப்படியே இருங்கள், நான் சொல்கிறது போலக் கேளுங்கள் நான்இன்னும் முடிக்கவில்லை” இவ்வாறு சொல்லியபடியே ஒரு குழந்தையுடன் தான் நடந்து கொள்வது போல மாவோவின் தலையின் பின்புறம் இரண்டு தட்டுத் தட்டினார். அங்கிருந்த அனைத்து மெய்க்காவலர்களும் ஆடிப் போனோம்.

ஆனால் மாவோ அதைத் தவறாக எடுத்துக் கொள்ளவில்லை; மாவோ அடக்கமாக இருந்ததால் துணிவு பெற்றவரைப் போல வாங் சேர்மனை “கடிந்து கொள்ள ஆரம்பித்தார், கழுத்தின் பின் பக்கம் சவரம் செய்து கொண்டே பேசினார், “நீங்கள் அரசாங்கத்தின் சேர்மன், அதுபோல் நீங்கள் தோன்ற வேண்டும். இதோ பாருங்கள் உங்களுடைய தோற்றம் என் கைவேலைப்பாட்டைக் காட்டுகிறது, என்னுடைய தொழிலைப் பற்றி எனக்கு எதுவும் தெரியாது என்று மக்கள் சொல்வதை நான் கேட்க விரும்பவில்லை. எனக்கு அவமானமாகிவிடும்?”

வாங் ஹுயி ஒருவர்தான் மாவோவின் முன்னிலையில் பெரும் சுய மதிப்புடன் நடந்து கொண்டதுடன் நாட்டின் தலைவரின் அரசியல் தகுதிக்குச் சமமான தகுதி தனக்கும் உண்டு என்பதை வெளிக்காட்ட என்றுமே தவறாத ஒரே மனிதர்.

மற்றவர்கள் மகிழ்ச்சி பெறுவதற்கு உதவுவதில் ஆர்வத்துடனிருக்கும் மனிதர்களுக்கு உலகில் பஞ்சமேயில்லை, மாவோவும் அவர்களிலொருவர்.

ஹான் குயிஷின் மாவோவின் பணியாளர்களில் ஒருத்தியாக இணைந்தபொழுது 18 வயதை எட்டியிருந்தாள். எங்களுடைய பணி

எங்களை அடிக்கடி சந்திக்க வைத்தது, நாங்கள் நண்பர்களாகி ஒருவரையொருவர் விரும்ப ஆரம்பித்தோம், அந்த அளவிலேயே நிறுத்திக் கொண்டோம். வட ஷான்ஷி யுத்த காலத்தின் பொழுது ஒரு நாள் மாவோ என்னிடம் கேட்டார், “ஹானைப்பற்றி நீ என்னை நிகைக்கிறாய்?”

“அவளொரு அருமையான பெண்,” நான் சாதாரணமாகச் சொன்னேன். மர்மமான புன்னகையுடனும், குறிப்புக் காட்டியபடியும் மாவோ என்னைப் பார்த்தார். “உங்களிருவருக்கும் என்ன தேவையென்றால் இன்னும் கூடுதலான சந்திப்புகளும், இன்னும் நல்ல பரஸ்பரப் புரிதலும் தான்”

மாவோவின் சொற்கள் மனதுக்கு இதமாகவிருந்தது, ஆனால் நான் முகம் சிவக்க மௌனமாக தலை குனிந்துகொண்டேன். மாவோவினுள் எனக்கொரு நெருக்கமான நண்பரிருக்கிறார் என்பதைப் புரிந்து கொண்டேன்.

“ஒருவருக்கொருவர் இன்னும் அடிக்கடி பேசிக் கொள்ள வேண்டும்,” ஒரு அன்பு கனிந்த தந்தையைப் போல மாவோ அறிவுறுத்தினார், “ஒருவொருக்கொருவர் இன்னும் அக்கறை காட்ட வேண்டும், இன்னும் அதிகமாக உதவிக் கொள்ள வேண்டும். அதைத்தான் இருவரும் செய்ய வேண்டும்”.

சைபெய்ப்போ பகுதியை அடைந்துவிட்ட பிறகு தொடர்ச்சியாகப் பயணித்துக் கொண்டே இருப்பது முடிவுக்கு வந்துவிட்டது. அப்பொழுது ஹான் உடன் என்னுடைய சந்திப்பு அதிகரித்தது. ஒரு நாள் நானும் மாவோவும் நடந்துலாவிக் கொண்டிருந்த பொழுது மாவோ நெருக்கத்துடன் கேட்டார், “அவளுடன் நெருங்கிப் பழகுகிறாயா?”

வெட்கத்துடன் புன்னகைத்த நான் எதுவும் கேசவில்லை.

“அதில் தவறேதுமில்லை,” தன்னுடைய கையில் என்னுடைய கை வைத்துத் தட்டிக் கொடுத்தபடி ஊக்கமளிக்கும் வகையில் சொன்னார், “என்னுடைய சம்மதம் உனக்கு உண்டு...

உண்மையில் சொல்லப் போனால் நான் கவலையடைந்திருந்தேன், ஏனென்றால் சைபெய் -போவில் பெண்களை விட ஆண்களின் எண்ணிக்கை அதிகமாக இருந்தது, ஆகையால் ஆண்கள் பெண்களின் கவனத்தைக் கவருவதற்காக தங்களுக்குள் போட்டி போட்டார்கள். ஜோடி சேர்த்துவைப்பவர்கள் பலபேர் ஹானை அணுகிக் கொண்டிருந்த பொழுது, அவளிடம் என்னுடைய உணர்வுகளைத் தெரியப்படுத்தவோ அல்லது ஒரு மூன்றாவது* நபரின், உதவியை நாடவோ இயலாதஅளவுக்கு

---

* ஒரு மூன்றாவதுநபர்அல்லது ஜோடி சேர்பவர் என்பதுசீனாவில் திருமணம் ஏற்பாடு செய்வதற்கான ஒரு தூது போகிறவராக” பயன்படுத்தப்படுவது பாரம்பரியம். மேலை நாடுகளிலிருப்பதைப் போல இளவயதினர் ஒருவரை யொருவர் சந்தித்துக் கொள்வதற்கு இன்றைய சீனத்தில் வாய்ப்புக்கள் குறைவு என்பதினால் இன்றும் அந்தப் பாரம்பரியம் புழங்குவதொன்றும் அசாதாரணமல்ல.

நான் கூச்சப்பட்டுக் கொண்டிருந்தேன். பிறகு சந்தர்ப்பம் தானாகவே வந்தது.

எனக்கு ஒரு பெண் பார்த்துவைத்திருப்பதாக என்னுடைய குடும்பத்தாரிடமிருந்து ஒரு கடிதம் வந்தது. அதை மாவோவிடம் காட்டினேன், "நான் என்ன செய்ய வேண்டுமென்று நினைக்கிறீர்கள், தோழர் சேர்மன்,"

அந்தக் கடிதத்தைப் படித்த பிறகு என்னுடைய கேள்விக்குப் பதிலளிப்பதற்கு மாறாக மாவோ கேட்டார், "என்ன செய்ய வேண்டு மென்று நீ என்ன நினைக்கிறாய்?"

நான் மௌனமாகத் தலையைக் குனிந்து கொண்டு நின்றேன்.

மாவோ சிரித்தார், " நீ நிறையவே கூச்சப்படுகிறாய்! நீ ஏன் ஹானிடம் போய் உதவி கேட்கக் கூடாது? உனக்காக அவளை பதிலெழுதச் சொல்; உன்னைவிட அவள் நன்றாக எழுதுகிறாள்"

என்னுடைய முகம் உடனே ஒளிர்ந்தது. இதைவிட நல்ல 'ஐடியா' எதுவுமிருக்க முடியாது.

"இந்தக் கடிதத்தைப் படி ஹான்," அவள் படித்துக் கொண்டிருந்த பொழுதுஅவளுடைய எதிர் வினையாற்றல் எப்படியிருக்கிறதென்பதைக் கவனித்த நான் அவளைச் சோதிப்பதற்காகக் கேட்டேன், "நீ என்ன நினைக்கிறாய்?" நான் வேண்டாமென்று.... சொல்லட்டுமா?

"சொல்... அப்படியே சொல்," பேசப் பேச அவளுடைய சுவாசம் குறுகி, முகம் செவேலென்று சிவந்தது.

இப்பொழுது அந்த வாய்ப்பை நான் பிடித்துக் கொண்டேன், "இதை" குடும்பத்தார்களிடம் தெரிவிப்பதற்காக ஒரு கடிதம் எனக்காக எழுதுவாயா?"

"இது ஒரு கெட்டிக்காரத்தனமான கேள்வி!" அவள் வெட்கத்துடன் முணுமுணுத்தாள், "நீ எவ்வளவு முட்டாளாக இருந்திருக்கிறாய். நான் ஏராளமானவர்களுக்கு மறுப்புத் தெரிவித்தேன் தெரியுமா... நான் காத்துக் கொண்டிருந்தேன்...நீ கேட்டிருந்தால் நான் சம்மதித்திருப்பேன்..."

ஒரு நீண்ட பெருமூச்சு விட்டநான் புன்னகைத்தேன். "சேர்மன் மாத்திரம் எனக்குக் குறிப்புக் காட்டியிருக்காவிட்டால் இன்னும் முட்டாளாகத்தானிருப்பேன். அவர்தான் எனக்காகக் கடிதம் எழுதுமாறு உன்னிடம் கேட்கச் சொன்னார்,"

நான் திரும்பி வந்த பிறகு எனக்கும் ஹானுக்குமிடையில்நடந்தவற்றை மாவோவிடம் கூறினேன். தன்னுடைய நற்செயலுக்குப் பரிசு கிடைத்துவிட்டது போல மிகவும் மகிழ்ச்சியடைந்த அவர் என்னுடைய கையைப்பிடித்துக் கொண்டு, "ஒரு நடைபோடலாம் வா, யின் கியாவோ," என்று சொன்னார். முன் வாசலில் என் கையின் மீது தன்னுடைய கையை வைத்துக் கொண்டு மாவோ மிருதுவாகச் சொன்னார்,

“விடாமுயற்சி செய், யின் கியாவோ, விடா முயற்சிசெய். ஏதோ ஒரு கண்ணுக்குத் தெரியாத கை உங்களை ஒன்று சேர்த்திருப்பது போலத்தோன்றுகிறது- ஒரே இடத்தைச் சேர்ந்தவர்கள், ஒரே மனிதருக்குப் பணிபுரிபவர்கள்....”

1948 டிசம்பரில் எங்களுடைய திருமணத்திற்கு அனுமதி, கோரி ஹானும், நானும் கடிதம்* அனுப்பினோம். இரண்டு நாட்களில் அந்த விண்ணப்பக் கடிதம் எங்களிடம் திரும்பி வந்தது. அது “இந்த இனிய திருமணத்திற்கு முழுமையான அனுமதி “தயக்கமில்லா அனுமதி” இந்தக் கச்சிதமான திருமணத்திற்கு அனுமதி வழங்காமலிருப்பதற்கு எவ்விதக் காரணமுமில்லை,” “கட்சிக்கிளை தன்னுடைய அனுமதியை வழங்குகிறது,” என்கிற என்னுடைய உயரதிகாரிகளின் ஒப்புதல் குறிப்புகளால் நிரப்பப்பட்டிருந்தது. எங்களிடம் திரும்ப வந்த நாளிலிருந்துஅந்த விண்ணபத்தை ஒரு பொக்கிஷமாகக் காத்து வருகின்றோம்.

இந்தத் திருமணத்திற்காக மாவோவுக்குக் கடமைப்பட்டவன் நான் ஒருவன் மட்டுமல்ல. மறறவர்களுக்கும் இதேபோல் அவர் உதவியிருக்கிறார், அவ்வாறு செய்யும்பொழுது அவர் உற்சாகமாகவும், நிதானமாகவும், கொள்கைப் பிடிப்புடனும், யதார்த்தமாகவும் இருப்பார், அதே சமயம் காதலிப்பவரின் மரியாதைக்கு இழப்பு ஏற்படாதவாறும் பார்த்துக் கொள்வார்.

ஒரு நடன நிழ்ச்சியில் ஃபெங் யாவோ சோங் ஒரு பெண்ணைச் சந்தித்தார். அவரிடம் காதல் வயப்பட்டார். வெகு விரைவிலேயே அதிலிருந்து விடுபட்டு விட்டார். அந்தப் பெண் ஒரு ஆடல் பாடல் குழுவின் உறுப்பினராகவிருந்தார். ஒரு பயணத்தின் பொழுது இதையறிந்து கொண்ட மாவோ இந்தக் காதல் தோல்வி விரக்தியிலிருந்து அவரை மீட்க முயற்சித்தார்.

“முதலாவதாக, ஒரு ஆடல் பாடல் குழுப்பெண்ணை நீ விரும்பியிருக்கக் கூடாது. அது போன்ற ஒரு பெண் கவர்ச்சியாகக் காட்சி தருவதையும், வாழ்க்கையை அனுபவிப்பதையும் விரும்புகிறவராகவும் தானிருப்பார். உன்னுடைய நாற்பது யுவான் மாத ஊதியத்தைக் கொண்டு அவரை மகிழ்ச்சியாக வைத்திருக்க முடியாது. நாம் ஒரு கம்யூனிஸ சமுதாயத்தில் வாழ்ந்து கொண்டிருக்கவில்லை, நீ யதார்த்தமாக இருக்க வேண்டும்.”

அவர் இதே போன்ற அறிவுரைகளை இதர மெய்க்காவலர்களுக்கும் வழங்கினார். “ ஒரு மனைவியைத் தேடும் பொழுது யதார்த்தமாக இரு. என்னுடனிருக்கும் தொடர்பைப் பயன்படுத்தாதே; அவ்வாறு

---

* இன்றைய சீனாவில் தாங்கள் பணிபுரியும் நிறுவனங்களிடமிருந்தது, ஒருதம்பதியர் தங்களுடைய திருமணத்திற்கான ஒப்புதல் கடிதங்களைப் பெற வேண்டிய தேவை இன்னும் நடைமுறையிலிருக்கிறது.

செய்தாயானால் நீ துன்பத்தில் சிக்கிக் கொள்வாய். நம்முடைய நாட்டில் இன்னும் நிலவுகிற சமூகச் சூழ்நிலைகளில் இரு தரப்பினரும் யதார்த்தமாக இருக்க வேண்டியது தேவைப்படுகிறது. காதல் மட்டுமே உன்னை எங்கும் கொண்டு சென்றுவிடாது"

ஒரு வேளை, ஃபெங் மீண்டுமொரு முறை முயற்சிக்க எண்ணியிருக்கலாம், அனஹீ யி மாகாணத்திலுள்ள ஹே ஃபெய் பகுதியிலிருந்த ஒரு நடன நிகழ்ச்சியில் மீண்டுமொரு ஆடல் பாடல் குழுப் பெண்ணைச் சந்தித்தார், காதலில் விழுந்தார். அதையறிந்து கொண்ட மாவோ ஃபெங்கிடம் வேடிக்கையாகச் சொன்னார், "நீ தீர்மானகரமான யுத்தம் என்கிற கோட்பாட்டைச் சோதனை செய்து பார்க்கிறாயா?"

அன ஹூயி மாகாணத்தின் கட்சிக் குழுச் செயலாளர்ஷெங் சிஷெங்கும் அவருடைய மனைவியும் மாவோவைக் காண வந்திருந்தபொழுது அவர் இவ்வாறு கூறினார். அந்தப் பெண்ணைப் பற்றி விசாரித்து வருமாறு மாவோ அவர்களிடம் கேட்டுக் கொண்டார். மாலையில்,அந்தப் பெண் ஃ பெங்கை விட மூன்று வயது மூத்தவளாக இருப்பதால் ஃபெங் கிற்கு அவர் பொருந்தி வரமாட்டார் என்று அவர்கள் மாவோவிடம் தெரிவித்தார்கள்.

"அவளுடைய வயது ஒன்றும் பெரிய விஷயமில்லையே, இல்லையா?" மாவோ ஃபெங்கிடம் கேட்டார், "உன்னை விட மூன்று வயது மூத்த பெண்ணை மனைவியாக்கிக் கொண்டால் - ஒரு பழமொழி* சொல்வதைப் போல- ஒரு தங்கச் சுரங்கத்தைப் பெற்றதைப் போல. அதுவுமல்லாமல் அவளுடைய தோற்றம் அவளுடைய வயதைவிட இளமையாகத் தோன்றுகிறது."

"ஆனால் அவள் விவாகரத்துப் பெற்றவள், ஒரு குழந்தையுமிருக்கிறது," என்று மேற்கொண்டும் சொன்னார்கள் ஷெங் தம்பதிகள்.

"என்ன சொல்கிறாய், ஃபெங்" மாவோ ஃபெங்கைப் பார்த்தார், "நீ அந்தக் குழந்தைக்கு வளர்ப்புத் தந்தையாக இருக்க விரும்புகிறாயா? உண்மையைச் சொல்"

ஃபெங் சோகத்துடன் மறுப்பாகத் தலையை ஆட்டினார்.

என்னிடம் பணிபுரியும் இந்த இளைஞர்களெல்லாம் அருமையான பையன்கள், மாவோ ஷெங் தம்பதிக்கு விளக்கினார், "அவர்களுடைய பெண் நணபர்கள் தோற்றத்திலும் இதர அம்சங்களிலும் திருப்திகரமாக

---

* பாரம்பரிய சீனப் பழமொழி சொல்கிறது: "உன்னை விட மூன்று வயது மூத்த ஒரு பெண்ணை மணம் புரிந்து கொள்வாயேயானால் உன் கைகளில் ஒரு தங்கக் கட்டியை ஏந்திக் கொண்டிருக்கிறாய் என்றாகிறது...." ஒரு மூத்த பெண்ணானவள் குடும்பப் பணிகள், தாய்மைக் கடமைகள், குடும்ப நிர்வாகம் ஆகியவற்றிற்கு மிகவும் பொறுப்புள்ளவளாக இருப்பாள் என்று கருதப்படுகிறது.

இருக்க வேண்டும். உங்களுடைய பிரதேசத்தின் இந்த ஆடல்பாடல் பெண்ணுக்காக நான் வருந்துகிறேன்,"

ஷெங் தம்பதியர்கள் சென்ற பிறகு ஃபெங்கின் விலாவில் விரல்கள் குத்தியவாறு மாவோ சொன்னார், "தடாலடி முடிவு' கோட்பாடு, செல்லுபடியாகவில்லை, இல்லையா? தளராதே. நீடித்த யுத்த முறையை முயற்சித்துப் பார்"

லூஷான் மலையில், ஜியாங்ஷி பிரதேசக் கட்சிச் செயலாளராக இருந்த யாங ஷாங்குயீயின் மனைவி சூயி ஜிங்-கினுடைய உதவியை மாவோ நாடினார். விரைவிலேயே ஃபெங்கிற்காக ஒரு நர்ஸ் பெண்ணை சூயி கண்டுபிடித்துவிட்டார். மாவோ பெய்ஜிங் திரும்பிய பிறகு, அந்த நர்சுக்குக் காதல் கடிதங்கள் எழுதுவதில் ஃபெங்கிற்கு உதவி செய்தார். அவர்களுடைய திருமண நாளன்று மாவோக்காக அவர்கள் மிட்டாய்கள்** கொண்டு வந்தார்கள். மணமகள்பிரித்துத் தந்த ஒரு மிட்டாயை வாய்க்குள் போட்டுக் கொண்ட மாவோ ஒரு புன்முறுவலுடன் தன்னுடைய நல்வாழ்த்துக்களைச் சொன்னார், "எனக்கு மிகுந்த மகிழ்ச்சி. உங்களுக்கு ஒரு நீடித்த, மகிழ்ச்சியான மண வாழ்க்கை அமைய நான் வாழ்த்துகிறேன்!"

டியாங் யுன்யூவின் முதலாவது பெண் நண்பரும் ஒரு நடிகை தான். இரண்டு வருடங்கள் நன்றாகப் பழகிக் கொண்டிருந்தவர்கள் பிரிந்து விட்டபிறகு, டியான், அந்தப் பெண்ணுக்கு தான் பரிசாக வழங்கிய ஒரு கைக்கடிகாரம், சில கம்பளி ஆடைகள் ஆகியவற்றை திருப்பித் தருமாறு கேட்டுக் கொண்டிருந்தார். மாவோவுக்கு அது பிடிக்கவில்லை. டியானிடம் அவர் சொன்னார், "இதுபோன்ற ஒரு செயலைச் செய்வது ஆண்மைக்கு அழகல்ல," "அந்தப் பொருட்களைத் திருப்பித் தருமாறு அவளிடம் கேட்காதே. நீங்கள் இருவரும் ஒன்றாகப் பழகி வந்த மகிழ்ச்சியான நாட்களின் நல்ல நினைவுப்பொருட்களாக அவை அமையும் ஒரு முன்னாள் காதல் பெண்ணை எதிரியாகக் காண்பது ஆண்மையாகாது" பின்னாட்களில் மாவோவின் உதவியுடன் டியான் ஒரு மனைவியைப் பெற்றுக் கொண்டார்.

மாவோவின் சிறப்பு ரயிலில் ஒரு உதவிப்பணியாளராக இருந்த யாவோ சூஷியான் என்கிற பெண் பணியின் காரணமாக தன்னுடைய காதலனைச் சந்திக்கத் தவறிவிட்டார். தான் வாக்களித்தபடி தன்னால் வரஇயலாது என்று காதலனுக்குத் தகவல் தரவும் அவளால் முடியவில்லை. இதைக் கேள்விப்பட்ட மாவோ சற்றுக் கவலையடைந்தார். "இது நல்லதல்ல" என்று சொன்னார். "மாலை முழுவதும் உனக்காகக்

** ஒரு தம்பதியரின் திருமண நாளன்று அவர்களுடைய நண்பர்களுக்கும், உற்றார் உறவினர்களுக்கும் மிட்டாய்கள் வழங்குவது சீனாவில் ஒரு பாரம்பரிய வழக்கம்.

காத்திருந்தும் நீ அங்கு செல்லாமலிருந்தால் அவனுக்கு மிகவும் வருத்தமாக இருந்திருக்கும். ஆனால் யாவோ சொன்னாள், “கவலைப் படாதீர்கள். நான் அவருக்கு விளங்க வைத்து விடுவேன்”.

ஆனால் தன் மனதை அமைதிப்படுத்திக் கொள்ள மாவோவால் இயலவில்லை. யாவோ வுக்காக ஒரு கவிதையை எழுதிய அவர் அவளிடம் தத்துகாதலனுக்குக் கொடுத்துவிடுமாறு சொன்னார். யாவோ இன்னும் தன்னிடம் வைத்திருக்கும் அந்தக் கவிதை சொல்கிறது.

“ஊரோரம் எனக்காகக் காத்திருக்கிறாள்.

அந்த எழில் மங்கை,

ஆனால் ஒரு எட்டு வெளியே தான் வைக்காமல்

நாள் முழுதும் என்னைத் தான் ஏங்க வைத்தாள்!”

மாவோவிடம் பணிபுரிந்தவர்களின் பெயர்ப்பட்டியலை மெய்க்காவலர் அலுவலகம் வைத்திருந்தது. மாவோ எங்களிடம் பலமுறை சொல்லியிருக்கிறார், “முனனதாக என்னிடம் பணிபுரிந்தவர்கள் யாராவது என்னைக் காணவந்தால் தவறாமல் எனக்குத் தெரியப்படுத்துங்கள். நான் வேலை எதிலும் ஈடுபடாமலிருந்தால், நான் பார்த்துக் கொள்வேன். ஒருவேளை ஆழ்ந்து வேலை செய்து கொண்டிருந்தால், எனக்குப் பதிலாக நீங்கள் வரவேற்க வேண்டும்”

1954-ன் இலையுதிர்காலத்தில் ஒருநாள் ஷோங்நான் ஹேயின் மேற்கு வாசலில் இருந்த காவல் அறையிலிருந்து ஷாங் சூவோஜுன் என்பவர் சேர்மனைக் காண வந்திருப்பதாகத் தெரிவிக்க ஒரு அழைப்பு வந்தது. அங்கிருந்த பெயர் பட்டியலைப் பார்த்த பொழுது அதில் அந்தப் பெயர் இருந்தது. எனவே நான் மாவோவின் அறைக்குச் சென்றேன். மாவோ வேலை செய்து கொண்டிருந்தார். இந்த வேண்டுகோளைச் சொன்னேன். சரியென்று தலையசைத்த அவர் சொன்னார், “அவரை உனக்குத் தெரியாது. அவர் யேனான் பிரதேசத்துக்காரர். ஒரு செஞ்சேனை அதிகாரியாக இருந்தார், ஒல்லியாக, உயரமாக இருப்பார். அவரை உள்ளே அழைத்து வா”

காவலர் அறையில் அவர் இருந்தார். அவருக்கு நாற்பது வயதிருக்கும், ஒல்லியாக உயரமாக, மாவோ விவரித்த மாதிரியே இருப்பார். அவரை மாவோவின் படிப்பறைக்கு அழைத்துச் சென்றேன்.

ஷாய் உள்ளே நுழைந்தவுடன் மாவோ மேஜைக்குப் பின்னாலிருந்து எழுந்து தன்னுடைய கையை நீட்டினார, ஷாய் சல்யூட் அடித்த பிறகு மாவோவின் கையைக் குலுக்கினார்,

“நல்வரவு” மாவோ அமைதியும் கனிவுமாக இருந்தார், “உட்காருங்கள். நீங்கள் இப்பொழுது என்ன செய்துகொண்டிருக்கிறீர்கள்?”

“நான் விமானப்படையிலிருக்கிறேன்”

“அருமை உட்காருஙகள, உட்காருங்கள், பேசுவோம்”

அவர்களுக்குத் தேநீர் கொண்டு வந்து விட்டு வெளியேறி விட்டேன். மாவோவின் விருந்தாளிகள் தங்களுக்கு எப்பொழுது வந்தாலும் தேநீர் தரப்படுமென்பதை எதிர்பார்க்க முடியும்.

அரை மணி நேரம் கழித்த பின் மெய்க்காவலறையில் அழைப்பு மணி ஒலித்தது. அந்தப் படிப்பறைக்கு நான் திரும்பிய பொழுதுஇன்னும் அவர்கள் பேசிக் கொண்டிருப்பதைக் கண்டேன். மாவோவின் பழக்கங்கள் ஷாங்க்குத் தெரிந்திருக்க வேண்டும், நான் அறையினுள் நுழைந்ததும் அவர் எழுந்தார், “நான் இப்பொழுது புறப்பட வேண்டும் தோழர் சேர்மன், நன்றி”

அவருடன் கதவுவரை மாவோ நடந்து வந்து முன் வாசலுக்குள் எட்டு வைக்காமல் நின்றார். என்னுடன் வந்த ஷாங் நான் ஹேயிலிருந்து ஷாங் புறப்பட்டுச் சென்றார்.

பிற்பாடு ஒருமுறை, மாவோ சூ ஹானில் இருந்த பொழுது ஷாங் மறுடியும் அவரைச் சந்தித்தார், முன்னைப் போலவே ஹேயிலிருந்து ஷாங் புறப்பட்டுச் சென்றார். பிற்பாடு ஒருமுறை, மாவோ சூ ஹானில் இருந்த பொழுது ஷாங் மறுபடியும் அவரைச் சந்தித்தார், முன்னைப் போலவே இப்பொழுதும் ஒரு அரைமணி நேரம் கழிந்த பிறகு விடை பெற்றுச் சென்றார் ஷாங்க்கு மாவோ பல தடவைகள் கடிதங்களெழுதினார்.

ஷாய் போன்ற விருந்தாளிகளை வருடத்தில் பலமுறைகள் மாவோ சந்திப்பார். அவரிடமிருந்து இறுதியாக விடை பெற்றுச் செல்லும் பொழுது தான் அவர்கள் விருந்துக்காகத் தங்குவார்கள், மற்ற சமயங்களில் அவ்வாறிருக்காது. லீ லியான் செங்கும், டியான்யுன்யூவும் மாவோவை விட்டு விடை பெற்றுச் செல்வதற்காக நிலா ஆண்டு விழாநாளில் தங்களுடைய பழைய நண்பர்களையும் உறனர்களையும் போய்ச் சந்திப்பது மரபு. ஆண்டு விடுமுறையின் பொழுது அவரைச் சந்திக்க வந்தார்கள். அவர்களுடன் மாவோ விருந்துண்டார், விருந்தின் போதுஅவர்களுக்கு மதுவளித்து வாழ்த்துக் கூறினார். அவரும் கூட சிறிது மதுவருந்தினார், அது மாவோவின் வழக்கத்திற்கு மாறானது, ஏனெனில் வழக்கமாக அவர் மதுவருந்துவதில்லை. அந்த வைன் மாவோவின் முகத்தை உடனடியாக சிவக்க வைத்துவிட்டது. அவர்களிருவரையும் பாசத்துடன் பார்த்தபடி அவர் சொன்னார், “உங்களால் எவ்வளவு முடியுமோ அவ்வளவு அடிக்கடி என்னை நீங்கள் வந்து பார்க்க வேண்டுமென்று நான் விரும்புகிறேன்,”

அவரிடம் பணிபுரிந்தவர்கள் பண நெருக்கடிக்காளாகும் பொழுது அவர்களுக்கு உதவ மாவோ என்றுமே தயங்கியதில்லை. அவர் சொல்வார், “என்னுடைய பணியில் அவர்கள் எனக்கு உதவி செய்தார்கள், அவர்களுக்குத் தேவை என்று வருகிற பொழுது நான் அவர்களுக்கு முதுகைக் காட்டவே மாட்டேன்”

ஆனால் அவர்களுடைய தகுதிக்கு மீறிய எதையும் அல்லது ஒரு அரசுப் பொறுப்பையும் பெறுவதற்கு அவர் என்றுமே உதவியதில்லை. அவரிடமிருந்து விடை பெற்றுச் செல்பவர்களுக்கு அவர் தரும் அறிவுரை, “உன்னுடைய பணியில் உன்னுடைய மனமிருக்கட்டும்,” எளிமையாகவும், புத்திசாலித்தனமாகவும் நடந்து கொள்” உனக்குக் கஷ்டங்களேற்பட்டால் எனக்குக் கடிதம் எழுது,” என்பவைதான்.

தன் குழந்தைகளை மாவோ வளர்த்த விதம்

சீனாவின் விடுதலைக்கான போராட்டத்தின் பொழுது தன் குடும்பத்தவர்கள் ஆறு பேரை இழந்துவிட்ட மாவோ தன்னுடைய குழந்தைகளிடம் அன்பாக, ஆனால் கண்டிப்புடனிருப்பார்.

மாவோவின் முதலாவது மனைவி யாங்கை ஹுவியின் மூலம் பிறந்த மகன் மாவோ ஏன்யிங் சோவியத் யூனியனில் படிப்பை முடித்து விட்டுத் திரும்பிய பிறகு ஒரு முன்னுதாரணமான விவசாயியிடம் சென்று விவசாயத்தைக் கற்றுக் கொள்வதற்காக ஒட்டுப் போட்ட ஆடைகளுடன் மாவோ அனுப்பி வைத்தாரென்பது சீனாவில் நன்கு அறியப்பட்ட ஒரு செய்தியாகும். தன்னுடைய குழந்தைகளை மாவோ எவ்வாறு நடத்தினார் என்பதைக் குறித்து மேலும் ஒரு சில சம்பவங்களை நான் திரும்பவும் சொல்கிறேன், கேளுங்கள்.

காங்தாவில் (யானானிலிருந்த சீன மக்கள் ஜப்பானிய எதிர்ப்பு ராணுவ மற்றும் அரசியல் கல்லாரியின் ஒரு பெண் மாணவி பெய்ப்பிங்கைச் சேர்ந்த அவள் பெயர் ஃபூ, மிக அழகானவள். தொலை தூரப் பின்புலத்திலிருந்த ஒரு சிறிய நகரமான யானான் நகரத்தின் பெண்கள் எவரும் அவளுடைய பொலிவுக்கு ஈடாக மாட்டார்கள். ஜியாங் க்விங் அவளைக் கண்டு பொழுது அவருக்கு ஒரு எண்ணம் உதித்தது. ஒரு ஞாயிறன்று அந்தப் பெண்ணுக்கும் மாவோ ஏன்யிங்கிற்கும் விருந்தளித்தார். விருந்தின் பொழுதும் உரையாடலின் பொழுதும் ஒருவருடன் ஒருவர் பழகுவதில் அவர்கள் மகிழ்வது போலத் தோன்றியது. அந்தப் பெண் விடை பெற்றுச் சென்ற பிறகு ஜியாங் ஏன்யிங்கிடம் கேட்டார், "உனக்குத் திருமண வயதாகி விட்டது. ஃபூவைப் பற்றி என்ன நினைக்கிறாய்?"

ஒரு சிறிய இடைவெளிக்குப் பிறகு கூச்சத்துடன் ஏன்யிங் சொன்னான்,

"இதைப் பற்றி அப்பா என்ன சொல்லுவாரா?"

"உனக்கு அவளைப் பிடித்திருந்தால் நான் அவரிடம் பேசுகிறேன். அவரிடமிருந்து ஆட்சேபணை வருமென்று நான் எதிர்பார்க்கவில்லை"

ஆனால் ஜியாங்கின் உற்சாகத்தில் நீரூற்றி விட்டார் மாவோ. தலையை ஆட்டி மாவோ சொன்னார், "அவர்கள் ஒரே ஒருமுறை சந்தித்த பிறகு திருமணத்தைப் பற்றிப் பேசுவது சற்று அவசரப்படுவது போலத் தெரியவில்லையா? அந்தச் சின்னப் பையன்தான் காத்திருக்க

முடியாதென்றால் உன்னால் முடியுமே. ஏன்யிங்கிடம் நான் பேச விரும்புவதாகச் சொல்."

"உன்னுடைய அப்பா உன்னைப் பார்க்க விரும்புகிறார்" என்று சொன்ன ஜியாங் மேலும் கூறினார், "இப்பொழுது நீ பேசுவதைப் பொருத்துத்தான் எல்லாம் அமையும்."

"அவள் மிக அருமையான பெண்ணென்று நினைக்கிறேன்" ஏன்யிங் மாவோவிடம் கூச்சத்துடன் சொன்னார்.

"இல்லாவிட்டால் அவள் பால் நீ ஈர்க்கப்பட்டிருக்க மாட்டாயல்லவா," விளையாட்டாகப் புன்னகைத்தபடி மாவோ சொன்னார், "அது எனக்குப் புரிகிறது. எனக்கு என்ன புரியவில்லையென்றால் நீ வெறும் அழகை மட்டமே ஏன் எடுத்துக் கொள்கிறாய் என்பதுதான்.

ஏன்யிங் கூச்சத்துடன் மௌனமாகி விட்டார்.

"அவள் அழகானவள் என்பதைத் தவிர அவளைப் பற்றி உனக்கு ஏதாவது தெரியுமா?" மாவோ இப்பொழுது ஆழ்ந்த சிந்தனையுடன் கேட்டார், "புரட்சியைப் பற்றிய அவளுடைய நம்பிக்கை, தார்மீக குணாம்சம், ஆளுமை ஆகியவை பற்றி உன்னால் எதுவும் சொல்ல முடியுமா? சிறிது காலம் முன்னதாகத் தான் அவள் பெய்ஜிங்கிலிருந்து வந்தாள், அவளைப் பற்றி நமக்கு எதுவும் தெரியாது. உன்னுடைய திருமணம் என்பது தனிமனித விஷயம் மட்டுமல்ல, அதனுடன் புரட்சியும் சம்பந்தப்பட்டிருக்கிறது. நீ மாசேதுங்கின் மகன், அது உன்னுடைய துர் அதிர்ஷ்டம். இந்த விஷயத்தில் உனக்குத் தேவைப்படுவது விவேகம்தான்."

மாவோ சொன்னது சரிதான் என்பது நிரூபணமாகிவிட்டது. யானானில் நிலவிய கடுமையான வாழ்க்கை நிலைமையை அவளால் தாக்குப் பிடிக்க முடியாமல் பெய்ஜிங்கிற்குத் திரும்பிய பின்னர் அவள், செய்தித்தாள்களில் புரட்சியை இகழ்ந்து சொல்ல முயற்சித்தாள்.

தன்னுடைய கனத்த, லயமான ஹூனான் பிரதேச உச்சரிப்புடன் மாவோ இதைப் பற்றிக் குறிப்பிட்டார், "ஒரு கவர்ச்சியான முகம் ஏமாற்றி விடும். ஆனால் புரட்சியில் நம்பிக்கை கொண்டிருக்கும் எவரையும் அது ஏமாற்றாது."

சி பெய்ப்போவுக்கு இடம் பெயர்ந்த பிறகு மாவோ ஏன்யிங் அருகிலிருந்து ஒரு கிராமத்திற்கு அனுப்பி வைக்கப்பட்டார், அவருடன் லியூ சிகி என்கிற இளம் பெண்ணும் நிலச்சீர்திருத்தக் குழுவின் உறுப்பினர் என்கிற முறையில் சென்றார். அவர்களிருவரும் விரைவிலேயே காதலில் விழுந்து விட்டார்கள். சூ என்லாயின் மனைவி டென் யிங்சாவோ, சூடேயின் மனைவி காங்கேக்விங் ஆகியோருடைய உதவியுடன் தங்களுடைய திருமணத்திற்கான வேண்டுகோளுக்கு ஏன்யிங் மாவோவின் ஒப்புதலைப் பெற்று விட்டார்.

ஹான் குயிச்சின்ன் கையை பற்றுவதற்காக மாவோ எனக்கு உதவி செய்து கொண்டிருந்த சமயத்தில் ஒருநாள் மாவோ ஏன்யிங் தன் தந்தையைக் காணச் சென்றார்.

“சிகியையும் என்னையும் பற்றி காங் அத்தை உங்களிடம் கூறியிருக்கிறாரல்லவா?”

“ஆமாம்” தான் படித்துக் கொண்டிருந்த ஆவணத்திலிருந்து கண்களை அகற்றாமலே மாவோ பதில் சொன்னார்.

“நாங்கள் சென்று திருமணத்திற்காகப் பதிவு செய்து கொள்ளலாமா?”

“சிகிக்கு என்ன வயதாகிறது?”

“பதினெட்டு.”

“அது அவளுடைய பெயரளவிலான* வயதா அல்லது முழு வயதா? நேர்மையாகச் சொல்!”

“அது அவளுடைய பெயரளவிலான வயதுதான் ஆனால் ஒரு சில மாதங்களே வித்தியாசமிருக்கிறது.”

“ஒரு நாள் வித்தியாசம் கூட இருக்கக் கூடாது. முடியாது! நான் வேலையிலிருக்கிறேன்.” மிகுந்த நம்பிக்கைகளுடன் வந்த மாவோ ஏன்யிங் மிகுந்த விரக்தியுடன் திரும்பினார். இதற்கு முரணாக என்னுடைய திருமணம் குறித்து மாவோ பெரும் உற்சாகம் காட்டினார், அது என் மனதுக்கு இதமளிக்கவும் செய்தது, குற்றக் குறுகுறுப்பையும் தந்தது.

மாவோ ஏன்யிங் மெய்க்காவலர்களான எங்களைப் போலவே ‘சி’ மெஸ்ல் இருந்தார். நிர்வாக அலுவலகம் அவரை ‘பி’ மெஸ்ஸில் இணைக்க முயன்றது, ஆனால் சேர்மன் மறுத்து விட்டார். ஏன்யிங்கிடம் மாவோ சொன்னார், “உன்னுடைய தங்கை லீ நே குழந்தையாக இருக்கும் பொழுதிலிருந்தே ‘சி’ மெஸ்ஸில் தான் இருந்து வருகிறாள். நான் சொல்லாமலே உனக்கான மெஸ் எதுவென்பதைத் தெரிந்து கொள்கிற வயது உன்னுடையது.”

அன்று வாசலில் நாங்கள் எப்பொழுதும் போலவே குந்த வைத்து உட்கார்ந்து கொண்டு உணவருந்திக் கொண்டிருந்த பொழுது புழுதியைக் கிளப்பிக் கொண்டு ஒரு சேவல் பெடைக் கோழியொன்றைத் துரத்திக் கொண்டு வந்தது. அதன் வழியிலிருந்து நான் விரைவாக விலகிக் கொள்ள எழுந்து விட்டேன், ஆனால் ஏன்யிங் அவ்வாறு செய்யவில்லை. அந்தக் கோழிகளைப் பார்த்துக் கொண்டே அவர் மனக்குறையுடன் முனகினார், “ஒரு சேவலுக்குக் கூட ஒரு பெடைக்

* (பெயரளவிலான வயது என்பது பொதுவாக உண்மையான வயதை விட ஒன்றிரண்டு வருடங்கள் கூடுதலாக இருக்கும்)

கோழி தேவைப்படுகிறது. நானோ வயது இருபத்தியேழாகியும் இன்னும் காத்துக் கொண்டிருக்கிறேன்."

என்னைக் குற்ற உணர்வு கவ்விக் கொண்டது; நானோ இருபத்தியொரு வயதில் திருமணம் செய்து கொள்ள விருக்கிறேன், ஆனால் வயது இருபத்தி ஏழாகியும் காத்துக் கொண்டிருக்கிறார். அவருக்கு என்னுடைய அறிவுரையைக் கூறினேன், "பொறுமையாக இருந்து சேர்மன் நல்ல மனநிலையிலிருக்கும் நேரம் பார்த்து அவரிடம் பேசு."

ஒருநாள் நம்முடைய படைகள் கிழக்குச் சீனாவில் எதிரியின் ஏழு பிரிகேடுகளை அழித்தொழித்து விட்டன எனும் செய்தி எங்களை எட்டிய பொழுது நான் ஏன்யிங்கிடம் சொன்னேன், "சேர்மன் ஓபெரா பாடல்களைப் பாடிக் கொண்டிருக்கிறார். போய் அவரைப் பாருங்கள்" மாவோ நல்ல உற்சாகத்திலிருக்கும் பொழுது அடிக்கடி அந்தப் பாடல்களைப் பாடுவதைக் கேட்கலாம்.

மாவோ ஏன்யிங் உடனடியாக தந்தையின் அலுவலகத்திற்குப் புறப்பட்டுச் சென்றார். "நாளைக்கு நான் திருமணம் செய்து கொள்ளப் போகிறேன், அப்பா" இப்பொழுது தன்னை எதுவும் தடுத்து நிறுத்த முடியாது என்கிற தோற்றத்தை சேர்மனிடம் ஏற்படுத்த அவர் முயன்றார்.

"நான் உன்னிடம் காத்திருக்கும்படி சொன்னேனல்லவா?"

"இது நான் முடிவு செய்ய வேண்டுமென்று நினைக்கிறேன்."

"யாரைத் திருமணம் செய்து கொள்வதென்பதை நீ தீர்மானிக்கலாம், ஆனால் எந்த வயதில் என்பதையல்ல விதிமுறைகள் அதைத் தீர்மானிக்கும்?"

"ஆனால் அவை இருந்தும் கூட அதை மீறி ஏராளமானோர் மணம் முடித்துக் கொள்கிறார்களே..."

"ஆனால் நீ மாசேதுங்கின் மகனல்லவா!" எழுதும் இறகைமைக் கூட்டுக் கல்லின் மீது அறைந்தார் மாவோ, "விதிமுறைகளை* நீ பின்பற்றா விட்டால் பிறகு யார் பின்பற்றுவார்?"

கசப்புணர்வுடன் ஏன்யிங் அங்கிருந்து அகன்றார். கோபத்தில் மேல் மூச்சு வாங்கிய மாவோ தனக்குத் தானே முனகினார், "ஒரு மகிழ்ச்சியான நாள் நாசமாகி விட்டது."

---

* நவ சீனத்தில் திருமணத்திற்கான சட்டரீதியான வயது பெண்களுக்குப் பதினெட்டாகவும், ஆண்களுக்கு இருபதாகவும் இருந்தது. இப்பொழுது இளைஞர்கள் தாமதமாக மணம் புரிந்துகொள்ளுமாறு ஊக்குவிக்கப் படுகிறார்கள், ஆகவே அது இப்பொழுது கிராமப்புறங்களிலும் தொலைதூரப் பகுதிகளிலும் பெண்களுக்கு 20 ஆகவும் 22 ஆகவும் (மக்கள் தொகை அடர்த்தி குறைவாக இருப்பதால்) நகர்ப்புறங்களில் மணமான தம்பதிகளுக்கும், குடும்பங்களுடனிருப்பவர்களும் குடியிருக்க மனைகள் பற்றாக்குறை இருப்பதாலும் பெண் ஆண்களுக்கு முறையே 23, 25 வயதாக இருக்கிறது.

இயலாமையும், கோபமும் பொங்கத் தன்னுடைய அறைக்குத் திரும்பிய ஏன்யிங் படுக்கையில் விழுந்து கசப்புடன் அழுது கொண்டு யாருமே தடுக்க முடியாதபடி ரகளை செய்து கொண்டிருந்தார்.

மெய்க்காவல் படைப் பிளாட்டூன் தலைவர் இதை மாவோவிடம் தெரிவித்த பொழுது ஆத்திரமடைந்த அவர் எழுத்து இறகை மேஜை மீது விசிறியடித்து விட்டு அறையிலிருந்து ஆவேசமாக வெளியே வந்தார். நானும் உடனடியாக அவரைப் பின் தொடர்ந்தேன்; அவருடைய மகனை அவர் அடித்து விடக் கூடாது என்று நான் விரும்பினேன். ஆனால் அவர் ஏன்யிங்கின் அறைக்கு முன்னால் நின்று விட்டார், அங்கு நின்று கொண்டு இடியென முழங்கினார், "நீ என்ன நினைத்துக் கொண்டிருக்கிறாய், மாவோ ஏன்யிங்?"

அவ்வளவுதான். உடனடியாக மாவோ ஏன்யிங் நிறுத்திக் கொண்டார், அறை நிசப்தமானது.

மாவோ அங்கிருந்து திரும்பிச் சென்று விட்டார்; அவர் மேற்கொண்டு எதுவும் சொல்லத் தேவையில்லாமல் போய் விட்டது.

ஒரு சில வாரங்களுக்குப் பிறகு கிராமத்தின் எல்லையில் ஒரு வழக்கமான தனது நடைப் பயிற்சியில் நடைப் பயிற்சியின் பொழுது பக்கத்துக் கிராமத்திலிருந்து ஏன்யிங் திரும்பி வந்து கொண்டிருப்பதை மாவோ பார்த்தார். தந்தைக்கு மரியாதை சொல்லி விட்டு ஏதோவொரு சாக்குப் போக்கு விட்டு அவரிடமிருந்து செல்ல அந்த இளைஞர் முயற்சித்தார். மாவோ அவரைத் தடுத்து நிறுத்தினார். "என்னிடமிருந்து நழுவ முயற்சிக்காதே. என்னிடம் சொல், காத்திருக்காமல் திருமணம் செய்து கொள்ள நீ விரும்புகிறாயா?"

"இனிமேல் அப்படியில்லை" கண்களைத் தாழ்த்தியவாறு சொன்னார் ஏன்யிங், நான்தான் தவறு செய்து விட்டேன்."

"சிகி என்ன சொல்கிறாள்?"

"அவளுக்கு ஆட்சேபணையேதுமில்லை. அடுத்த வருடம் வரை காத்திருக்க நாங்கள் முடிவு செய்திருக்கிறோம்."

"இப்பொழுதுதான் என்னுடைய மகனைப் போலப் பேசுகிறாய்" மாவோ மகிழ்ச்சி அடைந்தார், தன்னுடைய கையை அசைத்து, "வீட்டுக்குப் போ" என்றார்.

மாவோ தன்னுடைய நடைப் பயிற்சியைத் தொடர்ந்தார். நடு வழியில் நின்ற அவர் என்னைப் பார்த்துக் கேட்டார், "நான் யாரிடம் நெருக்கமாக இருக்கிறேன், என் மகனிடமா அல்லது உங்களிடமா?"

சிறிது நேரம் யோசித்த பிறகு நான் சொன்னேன், "நீங்கள் எங்களிடம் நெருக்கமாக உணர்கிறீர்கள்."

மாவோ ஒன்றும் குறிப்பிடவில்லை; சிந்தித்தவாறே அவர் கூறினார், "நானும் என் மகனும் ஒரு சில வருடங்களுக்கு ஒருமுறைதான்

ஒருவரையொருவர் பார்க்கிறோம். நாங்கள் பிரியாமல் இருந்தாலும் கூட வருடத்தில் விரல் விட்டு எண்ணக்கூடிய அளவிற்கு மேல் சந்தித்துக் கொள்வதில்லை. ஆனால் ஒவ்வொரு நாளும் ஒவ்வொரு மணி நேரமும் நீ என்னுடனேயே இருக்கிறாய், என்னுடைய நிழலாகவே ஆகி விட்டாய். என்னுடைய குடும்பத்தில் நடப்பவையெல்லாம் மற்றவர்களுக்கு வேண்டுமானால் ரகசியமாக இருக்கலாம், ஆனால் உனக்கு அப்படியில்லை. ஆனால் நான் உயிருடனிருக்கும் வரை என்னைப் பற்றி எழுதாதே; நான் இறக்கும் வரை காத்திரு, பிறகு நீ எழுதும் பொழுது உண்மையுடன் எழுது"

1958ல் இலக்கியப் படைப்பில்* "தொழிலாளர் விவசாயி படைவீரர்"களின் பங்கேற்பு என்பதற்கான அழைப்பை ஏற்று அவரைப் பற்றி எழுதுவதைப் பற்றி நான் சிந்தித்துக் கொண்டிருப்பதைப் பற்றி அறிந்து கொண்ட மாவோ எனக்கு நினைவுபடுத்தினார், "நான் உயிரோடு இருக்கும் வரை என்னைப் பற்றி எழுதாதே. நான் இறக்கும் வரை காத்திரு."

கொரிய யுத்தத்தில் இணைவதற்காக மாவோ ஏன்யிங்கை அனுப்ப மாவோ முடிவு செய்து விட்டார் என்பதையறிந்து கொண்ட ஜியாங் க்விங்கும் மற்றவர்களும் மாவோ ஏன்யிங் அப்பொழுது செய்து கொண்டிருக்கும் பணி மிக முக்கியமானது தான் என்று கூறி மாவோவின் மனதை மாற்ற முயற்சித்தனர். தன்னுடைய முடிவைக் குறித்து மாவோ அவர்களுக்கு விளக்கினார்; அதற்காக அவர் முன்வைத்த என்னால் மறக்கவே முடியாத ஒரு காரணம், "அவன் மாசேதுங்கின் மகன். அவன் போகாவிட்டால் பின்னர் யார் போவார்?"

கொரியாவில்** மாவோ ஏன்யிங் மரணமடைந்து விட்ட தகவலைத் தந்த தந்திச் செய்தி மாவோவுக்குத் தெரிவிக்கப்படவில்லை. ஜியாங் க்விங், சூ என்லாய், யே சிலோங் ஆகியோர் இந்த சோகமான செய்தியை மாவோவிடமிருந்து ரகசியமாக வைப்பது என்று முடிவு செய்தனர். சில காலம் சென்ற பின்னர்தான் ஜியாங் க்விங்கும், யே சிலோங்கும் அதை மாவோவுக்குத் தெரிவித்தார்கள்.

அன்றைய தினத்திற்கான பணியை முடித்து விட்டு அப்பொழுதுதான் மாவோ சாய்வு நாற்காலியிலமர்ந்து ஓய்வெடுத்துக் கொண்டிருந்தார். இந்த செய்தியைக் கேட்டவுடன் அவர் எதுவும் பேசவில்லை;

முதலில் மாவோ காட்டியது அதிர்ச்சியைத் தான். வெறுமனே ஜியாங்கையும் யேவையும் பார்த்துக் கொண்டிருந்தார். அந்த இருவரும் மௌனமாகக் குனிந்து கொண்டு நின்றார்கள்; அந்தச் செய்தியை

* மாபெரும் முன்னோக்கிய பாய்ச்சல் இயக்க ஆண்டான 1958ல் துவக்கப்பட்ட மற்றுமொரு இயக்கம்.

** நவம்பர் 25, 1950.

திரும்பவும் சொல்லவோ அல்லது தங்களுடைய அனுதாபத்தை அவருக்குத் தெரிவிக்கவோ கூடாது என்பதை நன்றாக அவர்களறிவார்கள்.

பிறகு மாவோ கண்களைச் சிமிட்டிக் கொண்டு அவர்களிடமிருந்து கண்களைத் திருப்பி மேஜை மீதிருந்த சிகரெட் பாக்கட்டைப் பார்த்தார். பாக்கட்டை எடுத்து ஒரு சிகரெட்டை வெளியே எடுக்க முயற்சித்தார், ஆனால் அவரால் முடியவில்லை; மீண்டும் முயற்சித்தார், மீண்டும் இயலவில்லை. நான் விரைந்து சென்று ஒரு சிகரெட்டை எடுத்து அவருக்காகப் பற்ற வைத்தேன். தன்னுடைய பற்களுக்கிடையிலிருந்த சிகரெட்டிலிருந்து புகையை உள்ளே இழுக்கும் பொழுது எழுந்த ஸ்... சத்தத்தைத் தவிர எதுவுமில்லாமல் அறை நிசப்தமாக இருந்தது.

பிறகு, அவருடைய கண்கள் திடீரெனச் சிவந்தன, கண்ணோரங்கள் பனித்தன என்பதைக் கவனித்தேன்; அது ஒரு வேளை ஏதாவது சிகரெட் புகையினாலோ அல்லது கடந்த கால நினைவுகள் மனதில் ஓடியதாலோ ஏற்பட்டிருக்கலாம்.

யே சிலோங் அமைதியாக அறையை விட்டு வெளியேறினார்.

மாவோ மற்றுமொரு சிகரெட்டை முடித்தார். அந்தத் துண்டை சாம்பல் பெட்டியில் அணைத்தார், எவரையும் கண்ணீர் சிந்த வைக்கக் கூடியதான ஒரு உணர்ச்சிப் பெருக்கு கொண்ட ஒரு பெருமூச்சால் அந்த அறையின் நீண்ட மௌனம் கலைந்தது. "அவன் மா சேதுங்கின் மகன், அதுதான் அவனுடைய துர்பாக்கியம்..."

நான் வேறுபக்கம் திரும்பிக் கொண்டு அழுதேன், மாவோ அழவில்லை. இன்னுமொரு சிகரெட்டைப் பற்ற வைத்துக் கொண்டு அந்த சோகம் எவ்வாறு நடந்தது என்று விபரமாகக் கூறியதைக் கேட்டார். எனக்கு அது துண்டு துண்டாகத்தான் காதில் கேட்டது; பகை விமானங்கள் எரிகுண்டுகளை வீசித் தாக்கிய பொழுது அது நடந்தது. விமானத் தாக்கு மறைவிடத்திலிருந்து வெளியே சென்ற மாவோ ஏன்யிங் திரும்பி வரவேயில்லை; அவர் எரிந்து மரணமடைந்தார். அதற்கு மேல் நான் எதுவும் கேட்கவில்லை. மாவோ அப்பொழுதுதான் உதிர்த்த சொற்கள் எனபுனுடைய மனதில் எதிரொலித்துக் கொண்டிருந்தன. "அவன் மாசேதுங்கின் மகன் அதுதான் அவனுடைய துர்பாக்கியம்..."

யாங் கை ஹூயின் மூலம் மாவோவுக்குப் பிறந்த இளைய மகன் மாவோ ஏங்கிங், அவர் மாவோவின் வலுவான சாயலில் இருந்தார். தன்னுடைய குழந்தைப் பருவத்தில் தன்னுடைய தந்தை எங்கோ தொலைவிலிருக்க, தாய் சோமிங்டாங் பிற்போக்கு சக்திகளால் கொலை செய்யப்பட்டுவிட, அத்தகையதொரு வாழ்க்கை ஒரு குழந்தைக்குக் கொண்டு வரக்கூடிய துர்ப்பாக்கியங்களால் அலைந்து, பிச்சையெடுக்க வைத்தது, அவருடைய உடல் நலத்திற்குப் பெரும் கேடு விளைவித்திருந்தது.

இவருடைய விஷயத்தில், மாவோ ஏன்யிங்கிடம் சே கண்டிப்புடன் இருந்த ஒரு தந்தையைப் போலல்லாது, அவருடைய குலைந்து போன உடல்நலத்தைக் குறித்துப் பெரும் அக்கறை கொண்டவராக மாவோ இருந்தார்.

1957 ஆகஸ்டின் துவக்கத்தில் மாவோ ஏங்கிங் உடல்நலம் தேறிக் கொண்டிருந்த ஒரு சானடோரியம் இருந்த இவிங் டாவோவில் இருந்தார். எனக்கு உத்தரவிடப்பட்டபடி ஒருநாள் அவரிடம் மாவோ ஏங்கிங்கை அழைத்து வந்தேன். மாவோ தங்கியிருந்த நகர அரசாங்கத்தின் தொடர்பு அலுவலக அறையில் அவர்கள் பிரியத்துடன் பேசிக் கொண்டிருந்தார்கள். ஏன்யிங்கிடம் பணி, கல்வி, அரசியல் ஆகியவற்றைத் தான் மாவோ விவாதிப்பார், ஏங்கிங்கிடம் கல்வி, அன்றாட வாழ்க்கை, உடல்நலம் ஆகியவற்றைக் குறித்துத்தான் அதிக ஆர்வம் காட்டுவார்.

மாவோ ஏங்கிங்கைக் கவனித்துக் கொண்ட நர்ஸ் அவரிடம் மிகவும் பிரியமாகப் பழகுவார், விரைவிலேயே அவர்களிடையே நட்புணர்வு என்பதையும் தாண்டிய ஏதோ ஒன்று வளர்ந்து விட்டிருந்தது. இதையறிந்து கொண்ட மாவோ மெய்க்காவல் அலுவலகத்திலிருந்து யாரையாவது அனுப்பி அந்தப் பெண்ணைப் பற்றி விசாரிக்கவும், அதே சமயம் ஏங்கிங்கிற்கு எந்த விதமான சிகிச்சையளிக்கப்படுகிறது என்று தெரிநுபுது கொண்டு வருமாறும் கேட்டுக் கொண்டார், அவ்விதமாக மெய்க்காவலக அலுவலகத்தால் அனுப்பி வைக்கப்பட்டவர் தான் சு யோங்ஃபு. சு தன்னுடைய விசாரணையில் துல்லியமாக இருந்தார். சானடோரியத்திலிருந்து திரும்பி வந்த அவர் ஒரு அறிக்கையை மாவோவுக்கு அனுப்பி வைத்தார். அதைக் கவனமாகப் படித்த மாவோ மிகவும் மகிழ்ந்து போய் சுவுக்கு நன்றி சொல்ல டியான் யுன்யூவை அனுப்பி வைத்தார். அவர் டியானிடம் சொன்னார், "போய். அந்த அறிக்கை ஒரு நல்ல அறிக்கையென்று சுவிடம் சொல். அவரிடம் எனக்காக நன்றி சொல் அதை நான் மிகவும் பாராட்டுகிறேனென்றும் அவரிடம் சொல்.

லீ மின், லீ நே ஆகிய மாவோவின் மகள்களுடன் அவருக்கிருந்த பாசம், அவர்களிடம் அவர் என்ன எதிர்பார்த்தாரோ அதற்கு இடையூறாக இருப்பதற்கு அவர் என்றுமே அனுமதித்ததில்லை, தன்னுடைய மகன்களிடம் அவர் எதிர்பார்த்ததில் எவ்வளவு கண்டிப்புக் காட்டினாரோ அதைவிடக் குறைவான கண்டிப்பை மகள்களிடம் காட்டவில்லை.

லீ மின்னின் செல்லப் பெயர் ஜியாவோ, ஜியாவோ (அழகு அழகு). அவள் பிறந்த பொழுது அவளைக் கையில் ஏந்திக் கொண்டிருந்த திருமதி டெங் யிங் சாவோ வாஞ்சையுடன் பார்த்துக் கொண்டு, "எவ்வளவு அழகு, அழகுக் குழந்தை" என்று கொஞ்சிய பொழுது இந்தப் பெயர் குழந்தையை அழைக்கும் பெயராகிப் போனது.

1947ல் அவள் சோவியத் யூனியனிலிருந்து திரும்பி வந்து பள்ளிக்குச் செல்லத் தொடங்கிய பொழுது மாவோ அவளுக்கு லீ மின் என்று பெயரிட்டார்.

அந்த சமயம் லீ டே ஷெங் என்கிற புனைப் பெயரிலிருந்தார். 'நே, மின் ஆகிய பெயர்கள் கன்ஃபுசியஸின் பழமொழியான, "இந்த நல்மனிதர் (நே) மெதுவான வேகத்தில் பேசுவார் ஆனால் (மின்) செயலில் வேகம் காட்டுவார்'' என்பதன் வரிகளிலிருந்து பெறப்பட்டவைகளாகும். தன்னுடைய மகள்கள் அதே போல இருக்க வேண்டுமென்று மாவோ விரும்பினார்.

தங்களுடைய தந்தையுடன் 'ஏ' மெஸ்ஸைப் பகிர்ந்து கொள்ளும் பாக்கியம் இந்த இரண்டு பெண்களுக்கும் கிடைக்கவேயில்லை; மெய்க்காவலர்களான எங்களைப் போலவே அவர்களுக்கும் 'சி' மெஸ்தான். அவர்கள் கல்லூரி மாணவர்களாக இருந்த பொழுது அங்கிருந்த விடுதிகளிலேயே வாழ்ந்தார்கள், இதர மாணவர்களைப் போலவே ஒரு தூங்கும் அறையை ஆறு அல்லது எட்டு அறை நண்பர்களுடன் பகிர்ந்து கொண்டு அடுக்குப் படுக்கைகளில் உறங்கினார்கள், அவர்கள் உண்ணும் எளிய உணவையே உண்டார்கள். சாதாரணமான நீலப் பருத்தி ஜாக்கெட்டுகளையும், காற் சட்டைகளையுமேதான் எப்போதும் அணிந்தார்கள், மற்ற மாணவர்கள் செல்லும் அதே வகுப்பறைகளுக்குத் தான் சென்றார்கள், அவர்களுடன் உடலுழைப்புச் செய்தார்கள், போக வர நடந்தோ, சைக்கிள்களிலோ அல்லது கூட்டம் நிறைந்த பஸ்களிலோ பயணித்தார்கள். அவர்கள் மாவோவின் குழந்தைகள்தான் என்று காட்டுவதற்கு அவர்களிடம் எதுவுமே இருக்கவில்லை.

1956ல் ஒருநாள் ஒரு நடை உலாவின்பொழுது மாவோ என்னிடம் கேட்டார், "அவர்களில் யாரை உனக்கு அதிகம் பிடிக்கும், லீ மின்னா, லீ நேயா?"

''இருவருமே அருமையான பெண்கள்'', நான் சொன்னேன் "இருவருமே மரியாதையுடன் நடந்து கொள்வார்கள். உயரதிகாரிகளுடைய குழந்தைகள் சிலர் எங்களைக் கண்டால் மூக்கைத் தூக்கி வைத்துக் கொள்வார்கள், ஆனால் இவர்கள் அப்படியல்ல. தங்களுக்குத் தாங்களே கறாராக நடந்து கொள்வார்கள், எப்பொழுதுமே செய்வதைச் சிறப்பாகச் செய்ய முயற்சிப்பார்கள்."

"ஆனால் உன்னைப் போல் கடுமையாக முயற்சிப்பதில்லையென்று நான் அஞ்சுகிறேன்" மாவோ மறுத்துத் தலையை ஆட்டினார், "அவர்கள் உன்னைப் போல நம்பிக்கையூட்டக்கூடியவர்களாகவும் தோன்றவில்லை. வாழ்க்கை உங்களுக்குக் கடுமையாக இருப்பதைப் போல அவர்களுக்கு இல்லை. வாழ்க்கையின் கடுமையைக் கண்டு அஞ்சுகிறவர்களுக் கானதல்ல இந்த உலகம்."

"அவர்கள் அனுபவித்த துயரங்கள் போதாதென்று சொல்கிறீர்களா?" நான் கேட்டேன், சாதாரணக் குடும்பங்களின் குழந்தைகள் இந்த வாழ்க்கையினால் அனுபவித்த துன்பங்களை விட அதிகக் கடுமையான துன்பங்களை அவர்கள் அனுபவித்திருக்கிறார்கள்."

“உன்னுடன் நான் உடன்படவில்லை” மாவோ தலையை அசைத்தார், “ஒப்பீடு செய்வதற்குத் தவறான அளவுகோலைப் பயன்படுத்துகிறாய். என்னுடைய மகள்கள் என்பதற்காக அவர்களை இவ்வளவு கஷ்டங்களுக்கு உள்ளாக்கக் கூடாது, இதர எளிய குடும்பங்களின் குழந்தைகளை விட மேம்பட்ட வாழ்க்கை வாழ வேண்டுமென்று செய்ய வருகிறாய். நீ உண்பதைப் போன்ற உணவையே அவர்களும் உண்கிறார்களென்பது உண்மைதான், ஆனால் பெரும்பான்மையான சீன விவசாய மக்கள் உண்கிற உணவை விட ‘சி’ மெஸ்ஸில் உனக்குக் கிடைக்கும் உணவு மேலானதாக இல்லையா?”

“ஆனால் இது நியாயமல்ல”, நான் வாதிட்டேன் “இருப்பதிலேயே கீழ் மட்டத்திலிருக்கும் வாழ்க்கைத் தரத்தை இவர்களுடைய விஷயத்தில் ஒப்பீடு செய்வதற்காக எடுத்துக் கொள்வது நியாயமில்லை. மாணவர்கள் தங்களுடைய பள்ளிக் கேண்டீனில் பெறும் உணவை விட நகர மக்கள் உண்ணும் உணவு ஒன்றும் மோசமானதல்ல என்னைப் பொருத்தவரை ‘சி’ மெஸ் கேண்டீனில் கிடைக்கிற உணவை விட என்னுடைய வீட்டில் நல்ல உணவு கிடைக்கிறது.”

“மக்கள் அதில் தவறேதும் காணவில்லையே” ஒரு புன்முறுவலுடன் மாவோ சொன்னார், “ஏனெனில் புரட்சிக்கு நீங்கள் பங்களிப்பைத் தந்திருக்கிறீர்கள். ஆனால் இவர்களிருவரும் இதுவரை பங்களிப்பேதும் செய்யவில்லை. வாழ்க்கைத் தரமென்று வருகிறபொழுது நம்மை விட மோசமாக இருப்பவர்களை நினைத்துக் கொள்வது பலன் தரும். புரட்சிக்காகவல்லாமல் பொருளியல் சுகத்திற்காக மற்றவர்களுடன் போட்டியிடுகிற ஒருவன் வெறுக்கத்தக்கவன்.”

தன்னுடைய சகோதரி மற்றும் சகோதரர்களுக்கிருந்ததை விட லீ நேவுக்கு அவ்வளவு கடுமையான வாழ்க்கை இருக்க வில்லையென்பது உண்மையே. ஆனால், ஒரு சாதாரணக் குடும்பத்தைச் சேர்ந்த குழந்தையாக அவள் இருந்திருந்தால் அவள் அனுபவிக்க நேரிட்ட பெரும்பாலான துன்பங்களிலிருந்து விடுபட்டிருப்பாள். 1947ல் நான் மாவோவின் மெய்க்காவலனாக ஆன பொழுது அவள் வெறும் ஏழு வயதுக் குழந்தையாகத்தானிருந்தாள். அந்த வருடத்திலிருந்து அவளுடைய வாழ்க்கை எங்களைப் போலவே, இடைவிடாத பயணம், இயற்கைச் சக்திகளினால் துன்பம், எதிரியின் விமானத் தாக்குதல்கள், துப்பாக்கிக் குண்டுகள் காற்றைக் கிழித்துக் கொண்டு வரும் ஊளைச் சத்தம், பீரங்கிகள், துப்பாக்கிகளின் காரப் புகை நெடி ஆகியவை கொண்டதாகவே இருந்தது.

லீ நே ஏழு வயதுடையவளாக இருந்த பொழுது எப்படியிருந்தாள் என்பது எனக்கு நினைவு வருகிறது. ஒரு சிறிய எனாமல் பூசிய பாத்திரத்தைக் கையிலேந்திக் கொண்டு ஒரு பெரிய பானைக்கு முன்னால் வரிசையாக நின்று கொண்டிருக்கும் ஆண்களுடன் நின்று கொண்டிருக்கும் ஒரு சின்னஞ்சிறிய பெண், தன்னுடைய கறுப்பு சோயா

பீன் ரேசன் பாத்திரத்தில் நிரப்பப்பட்டவுடன் ஒரு சுவரோரம் சென்று குந்த வைத்து உட்கார்ந்து கொண்டு தன்னுடைய பிஞ்சு விரல்களைப் பாத்திரத்திற்குள் விட்டு உப்புக் கரிக்கும் வேக வைத்த பீன்களை வாயில் இட்டு மெதுவாக, மிக மெதுவாக மென்று கொண்டிருப்பாள், மற்ற எங்களைப் போலவே அவளுடைய வயிறும் வாயு பெருகி ஊதிக் கொள்ளும்; அதே சிறுமி வீரர்களை போர்களின் இடை நிறுத்தங்களின் பொழுது பெய்ஜிங் ஓபெராக்களிலிருந்து தேர்வு செய்யப்பட்ட பாடல்களை தன்னுடைய இனிய குழந்தைக் குரலில் பாடி மகிழ்விப்பாள்.

தன்னுடைய குழந்தைகளிலேயே லீ நேயைத் தான் மாவோ பெரிதும் நேசித்தார். ஒரு பரபரப்பான வேலைகள் கொண்ட நாளின் முடிவில் அவர் தன்னுடைய கைகளில் தூக்கி வைத்துக் கொண்டு, “கண்மணி, எனதருமைக் குழந்தையே” கொஞ்சுவதையுவு அவள் அவருடைய கழுத்தைக் கைகளால் சுற்றிக் கொண்டு, “அப்பா, என்னருமை அப்பா” என்று மழலை பேசுவதையும் நான் எத்தனை பார்த்திருக்கிறேன் என்பது எனக்கு நினைவில்லை.

லீ நே மீது எவ்வளவோ கனிவான பாசம் வைத்திருந்து பொழுதும் தன்னைப் போலவே அவளையும் ‘ஏ’ மெஸ்ஸில் சேர்த்துக் கொள்வதற்கு மாவோ அனுமதிக்கவேயில்லை நவசீனம் நிறுவப்பட்ட பிறகு லீ நேயின் செவிலி, மாவோ தற்பொழுது அரசாங்கத்தின் சேர்மனாக இருப்பதால் நியாயம் கற்பித்துக் கொண்டு ஒருமுறை அவரிடம் சொன்னாள், “லீ நே உங்களுடன் உணவருந்துவதற்கான நேரம் வந்துவிட்டது” தோழர் சேர்மன். தன்னுடைய கையை வீசி மறுப்பைத் திட்டவட்டமாகத் தெரிவித்த மாவோ பதில் சொன்னார், “கூடாது. அவள் உன்னுடனேயே உண்பது தொடரட்டும். உன்னைப் போலவே அவளும் ‘சி’ மெஸ்ஸில்தான் இருப்பாள்.”

லீ கல்லூரியில் சேர்ந்த பிறகு ஞாயிறு மாலைகளில் தான் வீட்டுக்கு வருவாள். அந்தப் பல்கலைக்கழகம் வெகு தொலைவில் புறநகர்ப் பகுதியிலிருந்தது; சில சமயங்களில் கல்லூரி வளாகத்தில் நடக்கும் நிகழ்ச்சிகளில் பங்கேற்க வேண்டியதால் இருட்டுவதற்கு முன்னதாகப் புறப்பட முடியாது. இரவு நேரத்தில் ஒரு இளம்பெண் தனியாகப் பயணம் செய்வது பாதுகாப்பாக இருக்காது என்று நான் கருதியதால், மாவோவுக்குத் தெரியாமலேயே ஒரு காரில் வீட்டுக்கு அழைத்து வருவது என்று முடிவு செய்தேன்.

கல்லூரி வளாகத்திற்கு வெளியே ஒரு ஒதுக்குப்புறமான இடத்தில் கார் நிறுத்த வைக்கப்படும், நான் வளாகத்திற்குள் நுழைந்து அவளை அழைத்துக் கொண்டு காரில் ஏற்றிக் கொண்டு யாருக்கும் தெரியாமல் வந்து விடுவேன். தவறான மனப்பதிவேற்படுவதைத் தவிர்ப்பதற்காக அவளுடைய சக மாணவர்களின் கவனத்தை ஈர்க்காமல் வெளியே வருவதை நான் உறுதி செய்து கொள்வேன்.

ஆனால் மாவோ கண்டுபிடித்து விட்டார். அதற்காக என்னை ஒரு நல்ல பிடிபிடித்து விட்டார், நான் ஆட்சேபித்தேன், "இரவில் ஒரு பெண் தனியாக நடந்து வீடு வருவது பாதுகாப்பானதல்ல."

"மற்ற பெண்களைப் பற்றி என்ன சொல்கிறாய்" மாவோ என்னை முறைத்துப் பார்த்தார், அவர்களுக்குப் பாதுகாப்பாக இருக்கிறதென்றால் என்னுடைய மகளுக்கு ஏன் பாதுகாப்பாக இருக்காது?"

"அவள் வித்தியாசமானவள், அவள் மாசேதுங்கின் குழந்தை" நான் உரத்த குரலில் சொன்னேன்.

நான் சொன்னதைக் கேட்டு மாவோவுக்குத் தூக்கிவாரிப் போட்டது, அவர் பொறுமை இழப்பதற்கு நேரந்தராமல் மேற்கொண்டு சொன்னேன், மற்றவர்களின் குழந்தைகள் எதிரிகளுக்குப் பொருட்டேயில்லை, உங்களுடைய குழந்தைகள் மீது உறுதியாக அவர்கள் கண் வைத்திருப்பார்கள்."

மாவோவிடம் எழுந்து கொண்டிருந்த கோபத்தினிடத்தில் ஒரு மனநிறைவான உணர்வு தோன்றியது: பிரதான சீனத்தின் மீது ஒரு ராணுவ எதிர்த்தாக்குதல் நடத்த கோமிங்டாங் (அவர்கள் பார்மோசா தீவுக்கு இன்றைய தைவானுக்குத் தப்பியோடிருந்தார்கள்) துடித்துக் கொண்டிருந்த சமயத்தில் நான் விழிப்புடன் இருந்தமைக்காக அவர் மகிழ்ச்சியுற்றிருக்க வேண்டும். ஆனாலும் அவர் தம் நிலைபாட்டில் உறுதியாக நின்றார், "அவளுக்கு இனிமேல் கார் கிடையாது. நான் சொல்கிறபடி செய். அவள் ஒரு சைக்கிளைப் பயன்படுத்திக் கொள்ளட்டும்."

அங்கிருந்த ஜியாங் க்விங்கும் பின்பாட்டுப் பாடினார், "எனக்குப் பத்து வயது கூட இல்லாத பொழுது நானும் இரவில் நடந்துதான் சென்றேன். தன்னைத் தானே கவனித்துக் கொள்ளுமளவிற்கு அவள் பெரியவளாகி விட்டாள். இப்பொழுது நீ போகலாம், சேர்மன் சொல்கிறபடி செய்."

1960ன் குளிர்காலம் கடுமையான ஒன்றாக இருந்தது; நாடு தீவிர பொருளாதார நெருக்கடியிலிருந்தது. பகல் வேளை குறைவாக இருந்ததாலும், தன்னை வீடழைத்துச் செல்லக் கார் இல்லாததாலும், லீநே இரண்டு அல்லது மூன்று வாரங்களுக்கொரு முறைதான் வீடு திரும்ப முடிந்தது. அவளுடைய சகோதரி லீ மின் உடல் நலக்குறைவினால் வீட்டிலேயே இருந்தாள், ஆனால் நே கல்லூரி விடுதியிலேயே இருக்க நேர்ந்தது. ஒருநாள் மெய்க்காவலர்களில் ஒருவரான யின் ஜிங்ஷென்னை அவளைப் பார்த்து வர அனுப்பினேன். அவள் வெளுத்துப் போயிருந்தாள். அவளுக்கு சுகமில்லையாவென்று யின் கேட்ட பொழுது அவள் நீண்டநேரம் தயங்கியபடியிருந்த பிறகு சொல்லியிருக்கிறாள், "உண்மையைச் சொல்ல வேண்டுமானால், யின் மாமா, எனக்குப் பசிக்கிறது."

யின் என்னிடம் இதைச் சொன்ன பொழுது இதற்கு ஏதாவது செய்தாக வேண்டுமென்று முடிவு செய்தேன்.

வட ஷான்ஷியிலிருந்த பொழுது எங்களிடையே ஏற்பட்டிருந்த பாசப் பிணைப்பும், கறுப்பு சோயா பீன்களை விட மேலான எதையும் அவள் உண்ணாமலிருந்ததும், அப்படியிருந்தும் கூட எங்களை மகிழ்விக்க அவள் பெய்ஜிங் ஓபெரா பாடல்களைப் பாடியது எல்லாம் சேர்ந்து அதுபோன்ற சமயத்தில் என்னை அவளுக்கு நெருக்கமாக உணர வைத்திருந்தது. யாருக்கும் தெரியாமல் அவளுக்கு ஒரு மிட்டாய் பொட்டலம் கொண்டு சென்றேன்.

பொட்டலத்தைப் பிரித்த அவள் இங்குமங்கும் கள்ளத்தனமாக நோட்டமிட்டாள். எவர் அவளைக் கவனித்துக் கொண்டிருக்கவில்லை யென்பதை உறுதி செய்து கொண்டவள், இரண்டு மிட்டாய்களை வாயில் திணித்துக் கொண்டு கிட்டத்தட்ட உடனடியாக விழுங்கி விட்டாள். அவளைப் பார்த்துக் கொண்டிருந்த நான் சோகத்திலாழ்ந்து விட்டேன்: ஒரு சில மிட்டாய்கள் தான் இருந்தாலும் அதை அவள் திருட்டுத்தனமாகத் தின்ன வேண்டியிருந்தது. ஒரு மறைவிடத்தில் மிஞ் சியிருந்த மிட்டாய்களைப் பதுக்கி வைத்தாள்; அவை அவளுக்கு அபூர்வமானதாகத் தோன்றியதால் எல்லாவற்றையும் உடனே தின்ன விரும்பவில்லை, எவ்வளவு நாட்களுக்கு அவற்றை நீட்டிக்க முடியுமோ அவ்வளவு நீட்டிக்க விரும்பினாள். நான் சொன்னேன், "ஊம், சாப்பிடு எல்லாவற்றையும் நான் இன்னும் அதிகம் கொண்டு வந்து தருகிறேன்"

இதை ஜியாங் க்விங் கண்டுபிடித்து விட்ட பிறகு என்னை வாட்டியெடுத்து விட்டார், ஆனால் நானும் விடவில்லை, எதிர்த்துப் பேசினேன். கடந்த முறையைப் போல மீண்டும் நான் தகராறு ஏற்படுத்தி விடுவோனோ என்று அச்சமுற்ற அவர், இதுவே இதர மெய்க்காவல்களில் யாராவதொருவராக இருந்திருந்தால் எவ்வளவு கடுமையாக நடந்திருப்பாரோ அவ்வளவு என்னிடம் நடந்து கொள்ளவில்லை, ஆனால் நான் செய்ததை மாவோவிடம் கூறிவிட்டார். மாவோ என்னை உள்ளே அழைத்தார்.

''யாருக்கும் எந்த சிறப்புச் சலுகைகளும் தர எவருக்கும் அனுமதியில்லையென்று எத்தனை முறை உன்னிடம் நான் சொல்ல வேண்டும்" மாவோ கோபமாக இருந்தார்.

"ஆனால் இதர மாணவர்களுக்கு வீடுகளிலிருந்து கூடுதல் உணவு கிடைக்கிறதே... நான் திக்கினேன். ஜியாங் தன்னுடைய முழு ஆத்திரத்தையும் காட்டினாலும் என்னை பயப்பட வைக்க முடியாது, மாவோவினால் முடியும்.

"அவர்களுக்குக் கிடைக்கட்டும், ஆனால் என்னுடைய மகளுக்குக் கிடையாது, ஒரு மிட்டாய் கூடக் கிடையாது!" மேஜையை அறைந்தவர், மேலும் கூறினார் "அவள் மாசேதுங்கின் மகள்!"

இதற்கு மேலும் எதுவும் பேச நான் துணியவில்லை. அப்போதிருந்து லீ நே என்னிடமிருந்து எதையும் பெறவேயில்லை.

அன்று வீடு திரும்பிய நான் என்னுடைய மனைவியிடம் நடந்ததைச் சொல்லி மாவோவிடம் என்னை விமர்சனம் வாங்க வைத்ததற்காக ஜியாங் க்விங்கை குறை கூறினேன். ஆனாலும் ஜியாங் செய்ததுதான் சரி என்பது என் உள்மனதுக்கு ரகசியமாகத் தெரியும்; எது எப்படியிருந்தாலும் லீ நே அவருடைய மகள் தானே.

இந்த நிகழ்வுக்குப் பிறகு வெகு விரைவிலேயே ஒரு சனிக்கிழமை லீ நே வீடு திரும்பி வந்திருந்தாள். மாவோவுக்குத் தேநீர் ஊற்றியபடியே யின் ஜிங்ஷெங் அவரிடம் சொன்னார், "லீ நே வீடு திரும்பியிருக்கிறாள், தோழர் சேர்மன். அவளுடன் நீங்கள் உணவருந்தலாம் அல்லவா? அவள் வீட்டுக்கு வந்து பல வாரங்களாகி விட்டன."

மாவோ கனிவுடனும், பாராட்டுத் துலங்கவும் அவரை நிமிர்ந்து பார்த்தபடி சொன்னார், "இது ஒரு நல்ல யோசனை. சரி."

யின் உடனடியாக ஜியாங்கிடம் சொல்ல விரைந்தார், அவர் சிறிது தயக்கத்திற்குப் பிறகு தாழ்ந்த குரலில் சொன்னார், "சிறிது கூடுதல் அரிசியும், கூடுதல் சமையல் எண்ணையையும் சேர்த்து ஒரு நல்ல உணவாக இருக்கும்படி பார்த்துக் கொள்."

மாவோவின் வீட்டில் சாப்பாட்டு அறை எதுவும் கிடையாது. ஒரு உணவுக் கூடையில் மெய்க்காவலர்கள் கொண்டு வரும் உணவை தன்னுடைய படுக்கையறையிலோ அல்லது அலுவலகத்திலோ தான் உண்ணுவார். அன்றைய உணவு நான்கு வகை உணவுகளும், சூப்பும் இருந்தன; தொட்டுக் கொள்ள வறுத்த சூடான மிளகும், அவரைத் தொக்கும் தட்டுகளில் பரிமாறப்பட்டன. சமையல்காரர் பெருமிதத்துடன் தான் தயாரித்ததைப் பற்றுக் கூறினார், "இந்த உணவை இரண்டு மடங்கு அரிசியைக் கொண்டு தயாரித்தேன்."

லீ நே கல்லூரியில் தன்னுடைய படிப்பைப் பற்றி மாவோவிடம் அவருடைய படுக்கை அறையில் சொல்லிக் கொண்டிருந்தாள். இறுதியாக தன்னுடைய கல்லூரியில் அவளுக்குக் கிடைத்து வந்த உணவைப் பற்றி லேசாக புகார் செய்வதில் போய் நின்றாள், "எனக்கு எப்பொழுதுமே ரேஷன் பற்றாக்குறையாக இருந்து கொண்டிருக்கிறது. வெறும் தண்ணீரும் உப்பும் கொண்டு வேக வைத்த சிறிதளவு பொருட்கள்தான் தொட்டுக் கொள்ளக் கிடைக்கிறது. எங்களுக்கு அனுமதிக்கப்பட்டிருக்கிற சமையல் எண்ணை சமையல்காரர்கள் தங்களுக்காக எடுத்துக் கொள்வதற்குக் கூடக் காணாது. வகுப்பறைக்கு ஒருநாள் கூட நான் வயிறு நிறைந்து போனதில்லை."

"இந்தக் கஷ்டங்களெல்லாம் நீண்ட காலம் நிலைக்காது" மாவோ கனிவுடன் கூறினார், நாட்டிலுள்ள மற்றவர்களைப் போலவே நீயும் பொறுத்துக் கொள். மற்றவர்களுக்கு முன்னுதாரணமாக இரு,

அவர்களுக்கு விளக்கிக் கூறி கம்யூனிஸ்ட் கட்சியிடம் நம்பிக்கையை என்று சொல்" மேலும் வேடிக்கையாகச் சொன்னார், "சமையல்காரர்கள் என்ன செய்ய வேண்டுமென்று நான் அவர்களுக்குச் சொல்ல முடியாதே"

யின் ஜிங்ஷென் திரும்பி வந்தார், உணவு தயார், தோழர் சேர்மன்"

"வா, என்னுடன் சாப்பிடு" தன் மகளின் கையைப் பிடித்துக் கொண்டு உணவு மேஜைக்கு அழைத்து வந்தார்.

லீ நே தன்னுடைய உணவுக்குச்சிகளை எடுத்துக் கொண்டு ஆவி பறக்கும் சூடான உணவை ஆழமாக, நீண்ட நேரம் முகர்ந்தாள். அது சேப்பங்கிழங்கு கலந்த கேசரி வண்ண அரிசிச் சாப்பாடு அது. "எவ்வளவு அருமையாக மணக்கிறது" அவள் வியந்தாள், தன் பெற்றோர்களைப் பார்த்து ஒரு அழகான புன்னகை பூத்தாள்.

அவளைப் பார்த்த ஜியாங் க்விங் மாவோவைப் பார்த்தார். ஏதோ சொல்ல விரும்பியவர் கட்டுப்படுத்திக் கொண்டார்; தான் சொல்வது மேஜையில் பரிமாறிக் கொண்டிருந்த மெய்க்காவலர்களின் காதில் விழுவதை அவர் விரும்பவில்லை. அரை மனதான ஒரு புன்னகையுடன் ஒரு தட்டிலிருந்த உணவை எடுத்து லீ நே யின் தட்டிலிட்டார்.

"வா, சாப்பிடலாம்" மாவோ தனது உணவுக் குச்சிகளால் உணவைச் சுட்டிக்காட்டினார்.

லீ நே உணவை வாய்க்குள் போடக் கொண்டு போனவள் பாதியிலேயே நிறுத்தி விட்டாள்; அவளுடைய கண்களில் கண்ணீர் வர வைக்குமளவுக்கு அது சூடாக இருந்தது. உணவை வாயினால் ஊதி விட்டபிறகு எல்லாச் சோற்றையும் காலி செய்து விட்டாள்.

"மெதுவாக அவசரம் தேவையில்லை" தன்னால் முடிந்த அளவு அமைதியாக லேசாக, ஆனால் இயற்கைக்கு மாறான புன்முறுவலுடன் சொன்னார்.

லீ நே மெய்க்காவலரை லேசாக ஓரப் பார்வை பார்த்தபடி மன்னிப்புக் கோரும் பாவனையுடன் சொன்னாள், "கல்லூரியில் அனைவரும் வேகமாக உண்போம். அது பழக்கமாகி விட்டது."

"ஆனால் இப்பொழுது வீட்டிலல்லவா சாப்பிடுகிறாய்" மாவோவின் குரல் காதில் விழுந்தும் விழாத அளவுக்கு அவ்வளவு சன்னமாக இருந்தது, அவருடைய புன்னகையில் சோகம் தென்பட்டது.

"உன்னால் எவ்வளவு முடியுமோ அவ்வளவு சாப்பிடு", ஜியாங் உணவு வகைகளை எடுத்தெடுத்து லீ நேயின் பாத்திருத்தில் இட்டுக் கொண்டேயிருந்தார். சற்று ஏதோ போலக் காணப்பட்டார். அந்தப் புன்னகை அவருடைய உதடுகளில் ஒட்டித்தானிருந்தது, ஆனால் எந்த விநாடியும் மறைந்து விடும் போல அச்சுறுத்தியது. லீ நேயை அவர் பார்த்த பார்வை ஒரு தாயின் இயல்பு போலவே இருந்தது.

தன்னுடைய பெற்றோர்கள் முன்னிலையில் பெரிதாக லீ நே கூச்சப்படவில்லை. விரைவிலேயே ஒரு பசித்த ஓநாயைப் போல, மெல்வதற்குக் கூடக் காத்திராமல் விழுங்கத் தொடங்கி விட்டாள். அவ்வப்போது பாத்திரங்களில் எவ்வளவு உணவு மிஞ்சியிருக்கிறதென்பதை வேகமாகப் பார்வையை ஓட்டிப் பார்த்துக் கொண்டாள்.

துவக்கத்தில் மாவோ தன்னுடைய மகளுடன் சாவகாசமாகப் பேச்சுக் கொடுத்துக் கொண்டிருந்தார். அவர் மௌனத்தில் ஆழ்வதற்கு நீண்ட நேரமாகவில்லை, அவர் போகப் போக, ஒவ்வொரு கவளம் உணவையும் மென்று உண்பதற்கு நேரம் நிறுத்திக் கொண்டு சிந்தனையுடன் தன் மகளையே பார்த்துக் கொண்டிருந்தார்.

இதற்கு வெகு முன்னதாகவே ஜியாங் க்விங் உண்பதை நிறுத்தியிருந்தார். தன் மகளைப் பார்ப்பார் பிறகு மாவோவைப் பார்ப்பார். காதில் விழுகிற அளவுக்கு பல தடவை நீண்ட மூச்சு விட்ட அவர் தன்னுடைய கணவரின் மீதே கண்களைப் பதித்திருந்தார். சில சமயங்களில் அவர் தன் மனதிலிருப்பதை வாய் திறந்து சொல்ல மாட்டார்; தன் மனதிலுள்ளதை மாவோ படித்துத் தனக்காகச் சொல்ல வேண்டுமென்று விரும்புவார்.

"ஏன் சாப்பிடுவதை நிறுத்தி விட்டீர்கள்," லீ நே விருப்பமில்லாமலேயே தன்னுடைய உணவுப் பாத்திரத்திலிருந்து கண்களை அகற்றியவாறு கேட்டாள்.

"அதுவா," மாவோ வெறுமையான புன்னகையுடன் சொன்னார், "அதிகமாக உண்ண முடியாத அளவுக்கு வயதாகி விட்டது. உன்னைப் போலவே இளமையாக இருக்க வேண்டுமென்று ஏங்குகிறேன்." ஒரு செய்தித்தாளைக் கையெடுத்துக் கொண்டு அவர் தன்னுடைய இருக்கையில் பாதி திரும்பிக் கொண்டு அதை வாசிக்கத் தொடங்கினார்; அதில் இருப்பதைப் படிப்பதில் ஆழ்ந்து விட்டது போல தலையை மெதுவாக ஆட்டிக் கொண்டும், ஏதோ முணுமுணுத்துக் கொண்டுமிருந்தார்.

திடீரென்று, தன்னுடைய நெஞ்சு விம்ம, தன்னுடைய உணவுப் பாத்திரத்தை எடுத்து அதில் மிஞ்சியிருப்பதையெல்லாம் லீ நேயின் பாத்திரத்தில் இட்டுக் காலி செய்துவிட்டு, எழுந்து அறையை விட்டு வெளியேறி விட்டார். அவருடைய கண்களில் கண்ணீர் நிறைந்திருந்தது.

மாவோ இதையெல்லாம் கவனிக்காதது போலிருந்தது. ஆனால் ஜியாங் க்விங் வெளியேறியதும் பேப்பரிலிருந்து நிமிர்ந்து பார்த்துத் தன் மகளிடம் சொன்னார், "பல வருடங்களுக்கு முன்னதாக ஹூனானிலிருந்த ஒரு கிராமப் பகுதியில் ஆய்வு செய்து கொண்டிருந்த பொழுது ஒருமுறை நாள் முழுவதும் பட்டினி கிடந்த நான் ஒரு தட்டு பழைய சோற்றுக்காகப் பிச்சை யெடுத்தேன்..."

லீ நே அதைக் காதில் போட்டுக் கொள்ளவில்லை. மாவோ சொல்லி முடிப்பதற்குள் அவள் சொன்னாள், “நீங்கள் மிச்சம் வைத்திருப்பதை உங்களுக்குப் பரவாயில்லை என்றால் நான் முடித்து விடுகிறேன்.”

“தாராளமாக மாவோ தன் மகள் மீது மின்னல் வெட்டு நேரம் பார்வையைப் படர விட்டவர், இனிமேலும் பார்த்தால் தான் பார்க்க விரும்பாத ஏதோ ஒன்றைப் பார்த்து விடுவோமோ என்று அஞ்சுகிறவர் போல அவள் மீதிருந்த பார்வையை விலக்கிக் கொண்டாள். தன்னுடைய செய்தித் தாளுக்குத் திரும்பிய அவர் மேஜை மீது லேசாகத் தட்டியபடி சொன்னார், “அதை நன்றாகச் செய், எதையும் வீணாக்கி விடாதே.”

சில சமயங்களில் தன்னுடைய தந்தை ஒருநாள் பொழுதை ஒரு தட்டுப் பசலைக் கீரையைத் தவிர வேறு எதுவுமில்லாமல் போக்கினாரென்பதை லீ நே அறிந்திருந்தால் ஒருவேளை இவ்வளவு கருத்தில்லாமல் நடந்து கொண்டிருக்க மாட்டாள் போலும். ஒரு சிறிய நறுக்கிய வெங்காயப் பருக்கை கூட இல்லாமல் தன் பாத்திரத்தைத் துடைத்து விட்டாள். ஆனால் இன்னும் அவள் மேஜையை விட்டு அகல விரும்பவில்லை. காலித் தட்டுகளை இன்னும் ஏக்கத்துடன் பார்த்துக் கொண்டு சொன்னாள், “நான் வளர்ந்து கொண்டிருக்கிறேன், அப்பா நல்ல பசியிருக்கிறது... இவ்வளவு பெரிய சோள ரொட்டிகள் மூன்றை நான் தின்று விடுவேன்”, அவள் தன் கைகளால் காட்டிய அளவு ஒரு அரிசிச் சோற்றுப் பாத்திரமளவுக்கிருந்தது.

மாவோ செய்தித் தாளிலிருந்து கண்களை எடுக்கவில்லை; தன்னுடைய கீழ் உதட்டைக் கடித்துக் கொண்டதுதான் பதிலாகவிருந்தது.

“இது ஒரு அருமையான சாப்பாடுதான், ஆனால்... தன் தந்தையை ஓரக்கண்களால் ஒரு பார்வை பார்த்துவிட்டு யின் ஜிங் ஷென்னைப் பார்த்துத் தந்திரத்துடன் கேட்டாள், “யின் மாமா, ஏதாவது சூப் மிஞ் சியிருக்கிறதா? அதைக் கொண்டு பாத்திரத்தை அலசி விட்டால் எதுவும் விரயமாகாதல்லவா.”

யின் வேறு பக்கம் திரும்பிக் கொண்டார்; அவரால் கண்ணீரை அடக்க இயலவில்லை. நேராகச் சமையலறைக்குச் சென்றார்.

“பாவம், குழந்தை” சமையல்காரர் சொன்னார். கோதுமை, சோள மாவு கலந்து செய்யப்பட்ட இரண்டு ரொட்டிகளைத் தேடியெடுத்தார், அவர் அவற்றை முழுமையாக வாட்டி எடுத்தும் எடுக்காமலும் அவற்றைப் பறித்துக் கொண்டு யின் வெளியேறி விட்டார்.

தன் தந்தையைக் குற்ற உணர்வுடன் நோக்கிய வாறே லீ நே அதில் ஒரு துண்டைப் பிய்த்தெடுத்துத் தட்டுக்களிலொன்றை வட்டமாக வழித்தெடுத்தாள், அதே சமயம் யின் தட்டுக்களை வெந்நீரால் கழுவி அவளுக்கு சூப் தயாரித்துக் கொண்டிருந்தார். சத்தமாக விழுங்கிய மாவோ, எழுந்து மௌனமாக வெளியேறினார். முன் வாசலை நோக்கி நகர்ந்த அவர் திடீரெனத் தன் படுக்கையறை நோக்கித் திரும்பி ஒரு

சில எட்டுகள் நடந்தவர் மறுபடியும் முன் வாசலை நோக்கித் திரும்பி நடந்தார். தான் என்ன செய்ய விரும்புகிறேன் என்பதே அவருக்குப் பிடிபடவில்லை போல் தோன்றியது.

அன்றிரவு மாவோவின் படுக்கையறைக்குச் சென்ற ஜியாங் க்விங் அங்கிருந்த மெய்க்காவலரை வெளியே அனுப்பி விட்டார். அரை மணி நேரம் கழிந்த பின்னர் வெளியே வந்த பொழுது அவருடைய கண்களின் ஓரங்கள் சிவந்திருந்தன; அழுது கொண்டிருந்திருக்க வேண்டும். என்ன நடந்திருக்குமென்பது எங்களுக்குத் தெரியும், எனவே நாங்களனைவரும் மாவோவைக் காணச் சென்றோம்.

“லீ நேவுக்கு இது தாங்க முடியாத அளவு அதிகம், தோழர் சேர்மன், அவளுக்கு ஏதாவது சாத்தியப்படுமா...”

“முடியாது, கிராமப்புற மக்களுக்கு இருக்கிற சிரமங்களை விட இவளுக்கு ஒன்றும் கூடுதல் சிரமம் கிடையாது.” கிராமப்புறத்தில் நிலவரம் எப்படியிருந்தது என்பது மாவோவுக்குத் தெரியும். அந்தக் காலகட்டத்தில் கிராமப்புறங்களில் கிட்டத்தட்ட பட்டினி நிலவியது.

“ஆனாலும்...”

“மேலே எதுவும் பேச வேண்டாம். நீங்கள் நினைப்பது போல நான் இதற்காக மகிழ்ந்து கொண்டிருக்கவில்லை, அவளுடைய தாயும் மகிழவில்லை. ஆனால் நான் அரசாங்கத்தின் ஒரு உறுப்பினர்; விதிமுறைகளின்படி எனக்கு என்ன நிர்ணயிக்கப்பட்டிருக்கிறதோ அது கிடைக்கிறது. லீ நே ஒரு மாணவர், அவளுக்கு என்ன கிடைத்துக் கொண்டிருக்கிறதோ அதற்கு மேல் கிடைக்க விதிமுறைகளில் அனுமதியில்லை.” பிறகு ஆழமாகப் பெருமூச்செறிந்தபடி சற்றுச் சோகமான தொனியில் தொடர்ந்தார், “என்னுடைய மற்ற குழந்தைகளைப் பற்றி நான் என்ன சொன்னேனோ அதுபோல அவள் மாசேதுங்கின் மகள், அதுதான் அவளுடைய துர்பாக்கியம். நாம் நிலைகளில் தெளிவான பார்வை கொண்டிருக்க வேண்டும்; அதுவும் குறிப்பாக இதுபோன்ற நேரத்தில் அதுதான் முக்கியமானது.”

தன்னுடைய குழந்தைகளின் மீது அவர் வைத்திருந்த அன்பையும், அவர்களிடமிருந்த அவருடைய எதிர்பார்ப்புகளையும் தொகுத்துச் சீர்தூக்கிப் பார்ப்பது போல இருந்தது “அவள் மாசேதுங்கின் மகள், அதுதான் அவளுடைய துர்பாக்கியம்” என்று அவர் கூறியது. அது அவ்வளவு சொல்லாற்றலுடன் அது கூறப்பட்டதாகையால் அதை என்றுமே என்னால் மறக்க முடியாது.

1980களின் வாக்கில் நானும் என்னுடைய மனைவியும் லீ நேயுடனான தொடர்பில் முன் போல சுணக்கம் காட்டவில்லை. நால்வர் சதிக் கும்பலின் ஒரு உறுப்பினர் என்பது உறுதிப்படுத்தப்பட்டிருந்த ஜியாங் க்விங் தண்டிக்கப்பட்டு விட்டார்; தன்னுடைய மகனுடன் தனியாக வாழ்ந்து வந்த லீ நேயின் நிலைமை அவ்வளவு நலமாக இருக்கவில்லை.

மீண்டும் திருமணம் செய்து கொள்ளும்படி அவளுக்கு நாங்கள் அறிவுரை கூறிய பொழுது அவள் கேட்டாள், "நால்வர் சதிக் கும்பலின் ஒரு உறுப்பினராக இருந்தவரைத் தயாராகக் கொண்டவளை யார் மணம் செய்து கொள்ள முன் வருவார்கள்?" இது மாவோ தன்னுடைய குழந்தைகளைப் பற்றிக் குறிப்பிட்டதை நினைவுக்குக் கொண்டு வந்தது. எனவே நானும் என் மனைவியும் அவளுடைய தந்தை ஒரு மகத்தான தலைவர் என்பதையும், அவளும் மாசேதுங்கின் மகள்தான் என்பதையும் அவளுக்கு நினைவூட்டினோம்.

பிற்பாடு நானும் என்னுடைய மனைவியும் லீ நேவுக்குப் பொருத்தமான ஒருவரைக் கண்டுபிடித்தோம். மாவோவின் முன்னாள் மெய்க்காவலர்களிலொருவரான அவரது பெயர் வாங் ஜின்கிங். அவர்கள் திருமணம் செய்து கொண்டபொழுது தோழர் யாங் ஷாங்கின் அவர்களுக்குத் திருமணப் பரிசாக ஒரு பெரிய படுக்கை மெத்தைப் போர்வையும்* ஒரு பெட்டி சாக்லேட்களையும் தந்தார். லீ நே சிறு பெண்ணாக இருந்த பொழுது சாக்லேட்கள் அவளுக்குப் பிரியமானதாக இருந்தன. யாங் அனுப்பியிருந்த வாழ்த்து மடலில் அவருடைய குடும்பத்தினர் அனைவரும் கையெழுத்திட்டிருந்தனர்.

லீ நேவுக்கு நானும் என்னுடைய மனைவியும் செய்த உதவிக்கு தோழர் வாங் குவாங் மெய்யின் பாராட்டுதல்கள் கிடைத்தன, அவர் சொன்னார், "நீங்கள் மிக அருமையான காரியத்தைச் செய்திருக்கிறீர்கள். சேர்மனின் மகளான அவளுக்கு உங்களுடைய உதவி பொருத்தமானது"

சமீபத்தில் தான், நானும் என்னுடைய மனைவியும் லீ நேயின் வீட்டுக்குச் சென்றிருந்த பொழுது அவள் எங்களுக்கு விருந்தளித்திருந்தாள். எங்களிடம் அப்போது சொன்னாள், "ஜிங்கிங் தயாரித்த ஒன்றை நான் உங்களுக்குத் தரப் போகிறேன்; அது பீன் கேசரியும்,** காட்டுக் கோதுமைப் பணியாரங்களும் தான்."

நாங்கள் வியப்படைந்தோம், "ஜிங்கிங்கிற்கு பீன் கேசரியும், பணியாரங்களும் செய்யத் தெரியுமா!?"

"அவருடன் வாழ்வது ஒளிமயமாக இருக்கிறது. அவர் மிகத் திறமையான மனிதர், என்னை விட எவ்வளவோ திறமையானவர்."

லீ நேயும் அவளுடைய கணவரும் மகிழ்வுடன் வாழ்க்கை நடத்துகிறார்கள் என்பது எனக்கு மிகுந்த மனநிறைவைத் தந்தது.

---

* ஒரு திருமணத்தின் பொழுது ஒரு மெத்தைப் போர்வையைப் பரிசாக வழங்குவது பாரம்பரியம்; போர்வைகளை ஒன்று சேர்ப்பது என்பது சீனாவில் திருமணத்தை இடக்கரடக்கலாகக் குறிப்பிடப்படுகிற ஒன்று.

** பீன் கேசரி; பீன் சாறு கொண்டு செய்யப்பட்ட கண்ணாடி போன்ற இனிப்புச் சேர்க்கப்பட்ட கேசரி.

மாவோவின் நகைச்சுவையுணர்வு

நான் பழகிய பெருந்தலைவர்கள் அனைவரையும் விட மாவோதான் மிகுந்த நகைச்சுவை உணர்வு படைத்தவர்; இந்தக் குணாம்சத்திற்கு மாவோவின் திரைப்படத் தோற்றம் நியாயம் வழங்குவதில்லை. திரைப்படங்களில் காட்சி தரும் மாவோ ஒன்றிரண்டு ஜோக்குகள் அடிப்பதுண்டு, ஆனால் யதார்த்த வாழ்க்கையில் அவரிடம் இருக்கும் விசேஷமான ஏதோ ஒன்று அதில் எப்பொழுதுமே காணக் கிடைக்காது. எடுத்துக்காட்டாக, அவர் நடக்கும் பொழுது பூங்காங்களில் நாம் பார்க்கிறோமே உடற்பயிற்சி செய்யும் முதியவர்கள் முன்னும் பின்னும் சாய்வது, வளைவது இடுப்பை வட்டமாக நெளிப்பது போலவே செய்வார். எழுது மேஜையில் நீண்ட நேரம் பணி செய்த பிறகு எலும்பு மூட்டுகளை இறுக்கம் தளரச் செய்வதற்கு அவருக்கு இந்த உடற்பயிற்சி தேவைப்பட்டது. நடக்கிற தொலைவு சிறிதாக இருந்தால் கூட அவர் அப்படித்தான் செய்வார். ஷோங்னான ஹெய்யில் இருக்கும் கூட்ட அரங்கம் இவருடைய அலுவலகத்திலிருந்து கல்லெறி தூரத்தில் தானிருக்கும், இருந்தும் அந்தத் தொலைவை வளைந்து, நெளிந்து ஆடிக் கொண்டேதான் கடப்பார், அப்பொழுது அவர் சீரான இடைவெளியில் சுவாசிப்பதைக் கேட்க முடியும்; அவ்வப்போது, “நீங்கள் ஏன் என்னை இப்படிப் பார்க்கிறீர்கள்? உங்களைப் போலவே நானும் ஒரு மனிதன்தானே?” என்று கேட்பதைப் போல மெய்க்காவலர்களைப் பார்ப்பார். ஆனால் கேமரா ஓடிக் கொண்டிருக்கும் பொழுது எப்பொழுதுமே மாவோ கம்பீரமாக ராஜநடை போட்டு வருவதைத் தான் காண முடியும். அப்போது அவர் தோரணையுடன் நடந்து கொள்வார் ஆனால் தனியாக இருக்கும் பொழுது அப்படி இருக்க மாட்டார்.

ஆபத்தின் முகத்தில் மாவோ காட்டுகிற நகைச்சுவையுணர்வு ஒரு தலைவர் என்கிற முறையில் அவருடைய வீரத்தைப் பறை சாற்றுவதுடன், அவரைச் சுற்றியுள்ள வீரர்களுக்கு உத்வேகத்தின் ஊற்றுக் கண்ணாகவும் விளங்கும்.

ஹூ சோங் நானின் துருப்புகள் யானான் மீது தாக்குதல் தொடுத்துக் கொண்டிருந்த பொழுது ஒருநாள், அலையலையாக வந்த எதிரி விமானங்களின் தாக்குல்கள் வாங்ஜியாபிங் பகுதியை அடர்த்தியான புகை மேகங்களால் மூடிவிட்டது. அந்த விமானங்கள் பூமியெல்லாம் போட்ட எரிகுண்டுகள் மாவோவின் குகை அறைக்கு நேரெதிராக விழுந்தன, அவற்றின் சிதறல்களால் நிறைந்து கிடந்தது. குண்டு

வீச்சுக்குப் பிறகு அறைக்குள் ஓடி வந்த மெய்க்காவலர்களிடம் தான் ஆய்ந்து கொண்டிருந்த வரைபடத்திலிருந்து கண்களை அகற்றாமலேயே மாவோ கேட்டார், "விருந்தாளிகள் சென்று விட்டார்களா?"

"விருந்தாளிகளா? உங்களிடம் விருந்தாளிகள் வந்தார்களா?"

"விமானங்கள்" தன் பென்சிலால் வானத்தைச் சுட்டிக் காட்டினார் மாவோ, "இரைச்சலும் கெடுதியும் கொண்ட விருந்தாளிகள்."

மெய்க்காவலர் சிரித்துக் கொண்டு ஆசுவாசமானார்கள.

அவருடைய நகைச்சுவையுணர்வின் தாக்கத்தை உண்மையிலேயே உணர வேண்டுமானால் அதை மாவோ சொல்லக் கேட்க வேண்டும் அந்த உணர்வை அவர் பேசுகிற ஹூனான் பகுதி ஏற்ற இறங்கங்கள் கொண்ட தொனி ஏற்றிக் காட்டும். அவர் இவ்வாறு குறிப்பிட்டதைக் கேட்ட பொழுது எங்களில் எஞ்சியிருந்தவர்களும் எதிரேயிருக்கின்ற ஆபத்தான சூழ்நிலையையும் மறந்து பெருஞ்சிரிப்புப் போட்டு விட்டார்கள்.

வட ஷான்ஷியில் நடந்த யுத்தத்தின் பொழுது ஒருநாள், ஒரு கிராமத்திலிருந்து வெளியேறிச் சென்ற சிறிது நேரத்திலேயே எங்களுடைய வழிகாட்டி வழியை தவறவிட்டு விட்டார். மழை கொட்டிக் கொண்டிருந்தது, கீழே பள்ளத்தில் ஐம்பது, அறுபதாயிரம் எதிரித் துருப்புகள் நடமாடிக் கொண்டிருந்தன, விட்டு விட்டு துப்பாக்கி வெடியோசை கேட்டுக் கொண்டிருந்தது. குளிரும், பசியும், பதுட்டமுமாக இருந்த வீரர்கள் மாவோவைச் சுற்றி நெருங்கி நின்று கொண்டார்கள். அவர்களைப் பார்த்த மாவோ சிரித்துக் கொண்டே சொன்னார், "என்னவொரு வலுவான பாதுகாப்பு அரண் வரிசை! மழையையும், காற்றையும் கூடத் தோற்கடித்து விட்டது."

அது வீரர்களின் மனங்களை அமைதிப்படுத்தியது.

தான் யாருடனோ உரையாடுவதாகக் கற்பனை செய்து கொள்வது மாவோக்குப் பிடிக்கும். அந்த டிராகன் கோயில் குன்றை விட்டு விலகி முன்னால் சென்ற அந்த நாளில் ஒரு வெள்ளம் பொங்கி ஓடிக் கொண்டிருந்த நதி எங்களைத் தடுத்து நிறுத்திவிட்டது. நீந்தத் தெரிந்த வீரர்கள் பாலம் அமைக்கும் பணியில் ஈடுபட்டுக் கொண்டிருந்த பொழுது, அந்தக் கோவிலின் திசையிலிருந்து திடீரென்று பலத்த துப்பாக்கி வெடியோசைகள் கேட்டது, எதிரித் துருப்புகள் எங்களை நெருங்கிக் கொணடுடிருந்தன, எங்களுடைய தலைகளுக்கு மேல் பீரங்கிக் குண்டுகள் வெடித்துச் சிதறின, எந்த நிமிடமும் பெரும் போரொன்று நாங்கள் இருந்த இடத்திலேயே வெடிக்கும் போல இருந்தது. வீரர்கள் ஆற்றங்கரையில் அங்குமிங்கும் பாய்ந்து கொண்டு பதற்றத்துடனிருந்தனர். ஆனால் மாவோ அமைரதியாகவேயிருந்தார். அவர் ஒரு பெரிய பாறை மீது அமர்ந்து கொண்டு ஒரு ராணுவ வரைபடத்தை ஆராய்ந்து கொண்டு பென்சிலால் குறியீடுகள் வரைந்து கொண்டிருந்தார். ஒரு

வரைபடத்தை சதுரங்கப் பலகையாக்கி சியாங்சாய் ஷேக்குடன் சதுரங்க விளையாட்டில் ஈடுபட்டுக் கொண்டிருப்பதைப் போலக் காட்சியளித்தார், ஒவ்வொரு குறியையும் இடும பொழுது தன் எதிரியிடம் இதைச் சொல்வது போலிருந்தது, "இந்தக் காயை இப்படி நகர்த்தியது உனக்குச் சிரமத்தைத் தந்தால், என்னை மன்னித்து விடு நண்பா..."

மழையிலிருந்து அவரைப் பாதுகாப்பதற்கு ஒரு நீர் சுவறாத் துணியை அவருக்கு மேலாகத் தூக்கிப் பிடித்துக் கொண்டு நின்று கொண்டிருந்த மெய்க்காவலர்களான எங்களால் அவர் இதுபோன்று கற்பனையான சதுரங்கம் விளையாடிக் கொண்டும் தனக்குத் தானே முணுமுணுத்துக் கொண்டு மிருந்ததைப் பார்க்கும் பொழுது சிரிக்காமலிருக்க முடியவில்லை.

சோதனையான நேரங்களில் மாவோ காட்டும் நகைச்சுவையுணர்வு ஒடுக்கப்பட முடியாத அவருடைய வெற்றி மனப்பான்மைக்கு ஒரு சான்றாக விளங்கியது.

வட ஷான்ஷி யுத்தத்தின் பொழுது ஒருநாள் டியான்சிவான் என்கிற ஒரு கிராமத்தில் பல டஜன் ஆட்களுடன் ஒரு குகை வீட்டறையை மாவோ பகிர்ந்து கொள்ள நேர்ந்தது. அந்த வீட்டுக்காரப் பெண்மணி, "என்னிடம் பெரிய விசாலமான இடமில்லாமலிருப்பது ஒரு வெட்கக் கேடு. அதற்காக நான் வருந்துகிறேன் ஐயா" என்று கூறி மன்னிப்புக் கேட்டுக் கொண்டார். அந்தப் பெண்மணியின் தொனியிலேயே பதிலளித்த மாவோ சொன்னார்,

"நாங்கள் ஏராளமான பேர்கள் இருக்கிறோம். அதற்காக நான் உங்களிடமல்லவா மன்னிப்புக் கேட்க வேண்டும். அவருடைய பதில் அந்தப் பெண்மணியையும், எங்களனைவரையும் மனம் விட்டுச் சிரிக்க வைத்து விட்டது.

ஹூ சோங்நானுடைய தாக்குதல் எங்களுக்கு உணவுப் பற்றாக்குறையை ஏற்படுத்தி விட்டது. லியாங் கியாச்சாவில் நாங்களிருந்த நாட்களில் துவங்கி எங்களுக்கு உண்பதற்குக் கிடைத்ததெல்லாம் கறுப்பு சோயா பீன்கள்தான். "சீன மக்கள் விடுதலைப் படையின் அறிக்கை" என்பதை வரைவாக்கம் செய்து கொண்டிருந்ததன் நடுவில் ஒருநாள், அந்த சோயா பீன்களால் தனக்கேற்பட்டிருந்த செரிமானக் குறைபாட்டைப் போக்கிக் கொள்வதற்காக ஒரு நடை போடுவதற்கு மாவோ எழுந்தார்.

நடை வாசலில் காவல் பணியிலிருந்த சூ லாவோசியைப் பார்த்தார். சூ ஒரு புகைப்பிடிப்பது அதீதமாக இருந்ததாலிருக்கலாம், அவருடைய பற்கள் மோசமாகக் கறைபடிந்திருந்தன. வேறுவிதமாக இருந்திருந்தால் அது அவ்வளவு வெளியே தெரிந்திருக்காது, ஏனெனில் அவர் தன்னுடைய வாயை மூடி வைப்பதற்கு ஏனோ சிரமப்பட்டுக் கொண்டிருந்தார். அதைக் கவனித்த மாவோ, அதை வேடிக்கையான அக்கறையுடன் பார்த்துக் கொண்டே கேட்டார், "உன்னுடைய பற்கள்

ஏன் இவ்வளவு கறுப்பாக இருக்கின்றன தோழர் லாவோசி?, அது பீன்களால் ஆகியிருக்குமோ?"

தன்னுடைய வாயை மூடிச் சேர்த்துக் கொண்டு ஏதாவது சொல்வதற்கு முன்பாகவே சூ வாயு பிரிந்து விட்டார்.

ஏதோ சூ வின் பதிலைக் காதில் கேட்டு விட்டதைப் போல மாவோ திருப்தியுடன் தலையசைத்தார், "இல்லையா? சரி, இதைக் கேட்டதில் எனக்கு மகிழ்ச்சி."

இதற்கு மேல் சூ வினால் தன்னைக் கட்டுப்படுத்திக் கொள்ள முடியவில்லை. தன்னுடைய பின் கழுத்தைச் சொறிந்தபடி, முகம் சிவந்த அவர் ஒரு குழந்தையின் அப்பாவித் தனத்துடன் சிரித்தார். நாங்களும் கூட வயிற்றைப் பிடித்துக் கொண்டு விழுந்து விழுந்து சிரித்தோம்.

தன்னுடைய சிரிப்பை நிறுத்திய பிறகு மாவோ பேச்சை மாற்றினார்.

"நாம் நீண்ட காலம் கறுப்பு சோயா பீன்களையே உண்டு கொண்டிருக்கப் போவதில்லை. வட ஷான்ஷி ஒரு பெரிய நிலப்பரப்பு கொண்ட பகுதியல்ல விவசாயிகள் ஒவ்வொரு வருடமும் விளைவிப்பது அவர்களுக்கே போதாமலிருக்கிறது. இப்பொழுது பல்லாயிரக்கணக்கான எதிரித் துருப்புகள் அவர்களுடைய பானைகளிலிருந்து தின்று கொண்டும், பயர்களை நாசப்படுத்திக் கொண்டு மிருப்பதால் உணவுப் பஞ்சம் மோசமாகி விட்டது. ஆனாலும் பரவாயில்லை. நாம் செய்ய வேண்டியதெல்லாம் தாக்குப் பிடித்து நிற்க வேண்டியதுதான், இன்னும் சில மாதங்களில் உணவை நாம் இங்கே தேட வேண்டியதிருக்காது, மாறாக எதிரியிடமிருந்து நாம் உணவைப் பெற்று உண்டு கொண்டிருப்போம்." சூ லாவோசியின் பக்கம் திரும்பிக் கோபத்துடன் கேட்டார், "நம்முடைய உணவை நம்மிடமிருந்து எதிரி இப்பொழுது திருடிக் கொண்டிருக்கும் பொழுது, நாமும் ஏன் அவர்களிடமிருந்து நமக்கான உணவை அவர்களிடமிருந்து பெறக் கூடாது?"

இதை ஒப்புக் கொண்டு தலையை அசைத்த சூ, ஒரு வழியாகத் தன் வாயை திறந்தார், "ஏன் கூடாது? அந்த நாசமாகப் போன நாய் மகன்கள்!"

இது மற்றுமொரு மனம் நிறைந்த சிரிப்பை எங்களிடமிருந்து வரவழைத்தது.

1960களின் துவக்க மூன்றாண்டுகளில் நாடு கடும் பொருளாதார நெருக்கடியிலிருந்த பொழுது மாவோ ஏழு மாதங்கள் இறைச்சியைத் தொட மறுத்து விட்டார், அறுவடைக்கு முந்தைய காலங்களில் உணவுப் பற்றாக்குறை மேலும் தீவிரமான பொழுது அவர் பசலைக்கீரை, தண்டுக்கீரை ஆகியவற்றைத் தவிர வேறெதையும் உண்ணவில்லை; அதைவிட மேலான எதையும் அவரை உண்ண வைக்க எவராலும் முடியவில்லை.

அவரை உறங்க வைப்பதற்காக ஒருநாள் நான் மஸாஜ் செய்து கொண்டிருந்த பொழுது அவருடைய கணுக்கால்களில் என்னுடைய கைகள் அழுந்திய பொழுது சதையில் பள்ளம் விழுந்தது. மாவோ நீர்க் கோர்வையினால் பாதிக்கப்பட்டிருந்தார். கவலையடைந்த நான் சொன்னேன், "நீங்கள் சத்துப் பற்றாக்குறையினால் மிகுந்த பாதிப்புக் குள்ளாகியிருக்கிறீர்கள், தோழர் சேர்மன். பாருங்கள்..."

"என்ன சொல்கிறாய் நீ?" மாவோ இடைமறித்தார்", எனக்குக் கணுக்காலைச் சுற்றி எடை கூடிக் கொண்டிருக்கிறது, நீ என்னடாவென்றால் எனக்குச் சத்துக் குறைபாடிருக்கிற தென்கிறாயே!"

ஒரு மகிழ்ச்சி தரும் நிகழ்வின் பொழுது மாவோ தன்னுடைய வேடிக்கையான பேச்சால் அலங்கரிப்பார்.

ஷாஜியாடியன் வெற்றியின் பொழுது மாவோ மகிழ்ச்சியால் துள்ளிக் குதிக்கவில்லை, தன்னுடைய எதிரி ஹூ சோங்நானுக்காக அவர் வருத்தப்படுவது போலத் தோன்றியது, அனுதாபப் பெருமூச்சுகளுடன் அவர் குறிப்பிட்டார், "அவர் என்ன செய்ய வேண்டுமென்று நாம் ஆசைப்பட்டோமோ அதைச் செய்ய விடாமல் தடுக்க நம்மால் இயலவில்லை."

நாங்கள் சிரித்தோம், தன்னுடைய மகிழ்ச்சியை இவ்விதமாகத் தான் எங்களுடன் அவர் பகிர்ந்து கொள்வார். பிறகு தன்னுடைய விரல்களை மடக்கிக் கொண்டு எங்களால் துடைத்தெறியப்பட்ட எதிரித் துருப்புக்களின் எண்ணிக்கையை எண்ணிக் கொண்டே அவர் தொடர்ந்தார், "குவிங் ஹூவா பியான், யாங் மாஹே, பன்லாங், ஷாஜியாடியன்... ஆகிய இடங்களில் நாம் ஆறிலிருந்து ஏழுவரை எதிரி பிரிகேடுகளை இல்லாமல் செய்திருக்கிறோம். ஹூ தன்னிடம் நான்கு ஜெனரல்கள் இருப்பதாகப் பீற்றிக் கொண்டான்; அவர்கள் தன்னுடைய துருப்புச் சீட்டுகள் என்று சொன்னான். ஆனால், சற்று இடை நிறுத்திய மாவோ பிறகு தலையை ஆட்டிக் கொண்டு தொடர்ந்தார், "அவர்கள் நான்கு மண் மேடுகளை விடவும் மேலானவர்களல்ல, விவசாயிகளின் புறக் கடைகளில் இருக்கும் குப்பை மேடுகளுக்குப் போய்ச் சேர வேண்டியவர்கள்."

நாங்கள் பலமாகச் சிரித்தோம்.

"அந்த நான்கு துருப்புச் சீட்டுகளில் மூன்று, ஹே குவி, லியூ சிக்குலி, லீ குன் கோப் ஆகியவை இப்பொழுது வரலாறாகிப் போய் விட்டன. ஒருவர்தான் அவர்களில் எஞ்சியிருப்பவர், அவர்..."

இந்தப் பொதுவான உணர்ச்சி பொங்கும் சூழலில் கூட்டத்திலிருந்த ஒருவர் கத்தியது கேட்டது, "லீ ரைஜி!"

"ஆம், லீ ரை ஜி," மாவோ தன்னுடைய கீழுதட்டைக் கடித்தார், "அல்லது லீ எர்ஜி (இருமுறை அதிர்ஷ்டசாலி) இந்த முறை அவர் அதிர்ஷ்டசாலிதான்; நம்மால் அவனைப் போட்டுத் தள்ள முடியவில்லை.

அடுத்த முறை கூட அவர் அதிர்ஷ்டசாலியாக இருக்கலாம். ஆனால் மூன்றாவது முறை நாம் அவளை முடித்துக் கட்டி விடுவோம்."

இதைக் கேட்டதும் நாங்கள் மீண்டும் மனமாற வெடித்துச் சிரித்தோம். ஆனால் மாவோ ஒரு நல்ல நகைச்சுவையாளரைப் போல முகத்தை உணர்ச்சியற்று வைத்துக் கொண்டார், அது எங்களை இன்னும் மனதாரச் சிரிக்க வைத்தது.

நான்ஜிங் விடுவிக்கப்பட்ட செய்தியைத் தாங்கி வந்த ஒரு செய்தித்தாளைப் படித்தவாறு மாவோ ஒரு விளையாட்டு மைதானத்தின் பார்வையாளர்கள் அரங்கத்தில் அமர்ந்திருக்கும் படத்தை சீனாவில் ஏராளமானவர்கள் பார்த்திருந்தார்கள். அந்தப் புகைப்படும் எடுக்கப்படும் பொழுது மாவோவிடம் பணிபுரிந்து கொண்டிருந்த அனைவரும் அங்கே இருந்தோம். அந்த மகிழ்ச்சியான தருணத்தில் நாங்களுமம மாவோவுடன் சேர்த்த படம் எடுத்துக் கொள்ள ஆசைப்பட்டோம், ஆனால் நாங்கள் அதைச் சொல்ல மிகுந்த கூச்சப்பட்டோம்.

இருந்த போதிலும் எங்களுடைய எண்ணங்களை மாவோ படித்து விட்டார். அவர் புகைப்படக்காரரிடம் கேட்டார், "என்னுடைய புகைப்படத்தை எதற்காக எடுத்தீர்கள்?"

"இது ஒரு மகத்தான நாள்; நான்ஜிங் விடுவிக்கப்பட்ட நாள்!"

"அப்படியானால் ஒரு மகத்தான நாளுக்குப் படம் எடுத்துக் கொள்ள வேண்டியது அவசியப்படுகிறது" எங்கள் பக்கம் திரும்பிய மாவோ கேட்டார், "இது ஒரு மகத்தான நாள் என்று நீங்கள் நினைக்கிறீர்களா?"

"நாங்கள் உறுதியாக நினைக்கின்றோம்!" சேர்மனுடன் படம் எடுத்துக் கொள்ளலாம், வாருங்கள்!"

இவ்வாறாக அரங்கத்தை விட்டு எங்களுடைய மகிழ்ச்சியான குரல்கள் தொடர வெளியே வந்த மாவோ எங்களுடன் படம் எடுத்துக் கொண்டார்.

1950களில் ஒருமுறை ஒரு கடற்படை அணிவகுப்பை மாவோ பார்வையிட்டார். அதிகாரிகளும் வீரர்களும் அணிவரிசையாக, கப்பலின் மேல் தளத்தில், மிக உயர்தர ராணுவ மிடுக்குடன் நின்று கொண்டு மாவோவுக்கு வரவேற்பளித்தார்கள். வீரர்கள் கிளர்ச்சியுடனும், படபடப்புடனும் குத்தீட்டி போல நேராக நின்று கொண்டு, கம்யூனிஸ்ட் கட்சி, மக்கள் குடியரசு, கட்சியின் மத்தியக் குழுவின் ராணுவக் கமிஷன் ஆகியவற்றின் சேர்மன் என்கிற முறையில் மாவோ தன்னுடைய அகண்ட முன் பாதங்களைக் கொண்ட பழுப்பு நிறக் காலணியில் அவர்களைக் கடந்து நடந்து செல்லும் பொழுது அவருக்குத் தங்களுடைய கண்களால் சல்யூட் அளித்தார்கள்.

சட்டென்று மாவோ நின்றார். அவர்களில் ஒரு வெகு ஒல்லியான, சதைப் பற்றற்ற ஒரு வீரனை அன்புடன் பார்த்தார். உடனடியாக,

மாவோ ஏதோ ஒரு முக்கியமான உரையாற்றவோ அல்லது ஏதாவது ஒரு முக்கியமான விஷயத்தை வீரர்களுக்குச் சொல்லப் போகிறாரென்று அனுமானித்துக் கொண்ட பத்திரிக்கையாளர்களும், அதிகாரிகளும் உஷாரானார்கள். மாவோ தங்களிடம் பேசப் போகிறார் என்று வீரர்கள் பெருமிதம் கொண்டார்கள். அந்த ஒல்லியான வீரர் தன் மார்பு லேசாக விம்ம சேர்மன் மாவோ ஏதாவது கேட்டால் உரக்கப் பதிலளிக்கத் தயாரானார்.

ஆனால் இதிலெதையும் மாவோ செய்யவில்லை, மாறாக அந்த ஒல்லியான இளைஞரிடம் மிருதுவான குரலில் கேட்டார், “உனக்குப் போதுமான அளவுக்கு உணவு கிடைக்கிறதா?”

மாவோ புன்னகைத்தார், ஆனால் அந்த இளம் கடற்படை வீரர் கல்லாகச் சமைந்து போனார். பிறகு, தன்னுடைய ஒல்லியான தேகக் கட்டு பற்றி அதற்குமேல் பொருட்படுத்தாத அந்த வீரரும் புன்னகைத்தார், மாவோ சொன்னதைக் காதில் கேட்ட வீரர்களும் மிருதுவாகச் சிரித்தார்கள். உடனடியாக அந்த சடங்கு சம்பிரதாயத் தன்மையினிடத்தில் ஒரு சாவதானம் குடி கொண்டது.

தன்னுடைய மெய்க் காவலர்கள் பாதுகாவலர்களின் மத்தியில் மாவோ இன்னும் சுதந்திரமாக வேடிக்கை பேசுவார். ஒருமுறை யாங்சே நதியில் நீந்துவதற்காக மாவோவுக்கு நீச்சல் உடுப்பைப் போட்டுக் கொள்ள உதவிய பிறகு, நான் என்னுடைய நீச்சல் உடுப்புக்கு மாறிக் கொண்டிருந்த பொழுது மாவோ என்னைப் பார்த்துக் கொண்டிருப்பதை கவனித்தேன்.

“நீ ஒரு பெரிய மனிதனாகிக் கொண்டிருக்கிறாய், யின் கியாவோ,” உண்மையான கரிசனத்துடன் மாவோ சொன்னார், “இப்படியே போனால் நீ என்னையும் மிஞ்சி விடுவாய் போலிருக்கிறது.”

அவர் சொன்னதைக் கேட்டு எனக்குக் குழப்பம் ஏற்பட்டதுடன் கவலையையும் தந்தது. “இது பெரிதாகிக் கொண்டே போகிறது,” என்னுடைய அடிவயிற்றைத் தட்டிக் கொடுத்தபடி மாவோ தொடர்ந்தார், “என்னுடன் போட்டியும் போடுகிறது.”

நான் புன்முறுவலுடன் வயிற்றை எக்கிக் கொண்டேன்.

பிறகு அவர் என்னுடைய தோளைத் தட்டிக் கொடுத்தார், “நெஞ்சை நிமிர்த்து. நீ என்னைப் போலவே தோற்றமளிக்கத் தொடங்கி விட்டாய்”

மாவோவைப் போலவே நானும் சற்றுக் கூன் போட ஆரம்பித்து விட்டேன். “வயது என்னையறியாமலேயே ஏறிக் கொண்டிருக்கிறது. ஆனால் நீங்கள் சாதித்த அளவுக்கு என்னால் சாதிக்க முடியுமென்று நான் நினைக்கவில்லை,” என்று சொல்லிக் கொண்டே அவர் சொன்னதைச் செய்தேன்.

"உனக்கு இப்பொழுதுதான் வயது முப்பதாகிறது, அதற்குள் எவ்வாறு தோல்வியடைந்து விட்ட ஒரு மனிதனைப் போல உன்னால் பேச முடிகிறது? நான் ஒரு வயதான மனிதன் ஆனால் எதிர்காலம் உனக்குப் பெரும் வாய்ப்புகளுடன் காத்திருக்கிறது" இவ்விதமாகச் சொல்லிக் கொண்டே மாவோ நடந்து வெளியேறினார்.

பணிச் சுமை மாவோவை அவருடைய எழுத்து மேஜையிலேயே பல மணி நேரங்கள் பிடித்து வைத்துக் கொள்ளும் பொழுது, அவரை நிறுத்தச் சொல்லி ஒரு நடை போடும்படி செய்வதற்கு நிறையத் தடவைகள் நினைவூட்டிக் கொண்டேயிருக்க வேண்டும், ஒரு வழியாக வேலையை அவ்வாறு நிறுத்தும் பொழுது சொல்லுவார், "நேரத்தைப் பார்த்துக் கொள். பத்து நிமிடங்கள்"

அவருக்குப் பத்து நிமிடங்களுக்கு மேலாக நேரமளிப்பதற்கு நான் நேரத்தைப் பற்றிப் பொய் சொல்லுவேன். ஆனால் மாவோ, ஏதோ உடம்புக்குள்ளேயே ஏதோ ஒரு கடிகாரம் கட்டியிருப்பது போல பத்து நிமிடம் முடிந்தவுடன் கேட்பார், "நேரம் முடிந்து விட்டதா?"

"இன்னும் இரண்டு நிமிடங்கள் இருக்கிறது" என்பேன் நான்.

"கோட்பாடு விஷயங்களில் உன்னுடைய கடிகாரமானது எப்பொழுதுமே தவறிழைத்துக் கொண்டிருக்கிறது" என்று மாவோ குறை கூறுவார், பிறகு என்னைக் கண்டு கொள்ளாமல் தன்னுடைய அலுவலகத்திற்குச் செல்வதற்குத் தேவையான நூறு தப்படிகளைப் போட்டுக் கொண்டு உள்ளே சென்றுவிடுவார்.

ஒருமுறை மாவோ நடைப் பயிற்சி செய்யப் போயிருந்த பொழுது அவருடைய படிப்பறையிலிருந்த ஒரு சாய்வு நாற்காலியை வேறொரு அறைக்குக் கொண்டு செல்வதற்காக மெய்க்காவலர்கள் சிலரை அழைத்தேன். அதை வெளியே கொண்டு செல்ல பலமுறை முயற்சித்தோம், ஆனால் எங்களால் முடியவில்லை. அப்படியே விட்டுவிட்டோம்.

திரும்பி வந்துவிட்ட மாவோ அந்த நாற்காலி இன்னும் படிப்பறையிலேயே கிடப்பதைப் பார்த்து விட்டுக் கேட்டார், "வேறு அறைக்கு அதை ஏன் நீங்கள் எடுத்துச் செல்லவில்லை?"

"கதவு மிகவும் குறுகலாக இருக்கிறது" என்று ஃபெங் யாவோ சாங் சொன்னார், "எங்களால் அதை கதவுக்குள் நுழைக்க முடியவில்லை. இதை இங்கேயே விட்டு விடலாமா?"

மாவோ எங்களைப் பார்த்தார், பிறகு நாற்காலியைப் பார்த்தார், ஏதோ ஆழ்ந்து சிந்திப்பவர் போன்ற பாவனையுடன் குறிப்பிட்டார், "எனக்கு விளங்காத ஒரு விஷயமிருக்கிறது."

நிபுணர்களுடன் அல்லது கட்சியின் உயர் மட்ட உறுப்பினர்களுடனோ ஒரு முக்கியமான விஷயம் குறித்து விவாதம் நடத்திக் கொண்டிருக்கும் பொழுது குறுக்கிடும் பழக்கம் மாவோவுக்கிருந்தது, அவ்வாறு குறுக்கிட்டு விட்டு அவருடன் அப்பொழுது கூட இருக்கும்

மெய்க்காவலர்களிடம் அந்த விவாதப் பொருள் குறித்து கருத்துக் கேட்பார், அவர் அவ்வாறு கேட்கும் பொழுது அவர்கள் மிகுந்த மகிழ்ச்சியுடன் தங்களுடைய கருத்துக்களைத் தெரிவிப்பார்கள்.

ஆகவே அவர் நாங்கள் எதைப் பற்றிக் கூற வேண்டுமென்று அவரிடம் கேட்போம். குழப்பத்திலிருப்பது போல மாவோ கேட்டார், “இந்த நாற்காலி முன்பிருந்தே இங்கே இருந்ததா அல்லது இந்த வீடு கட்டப்பட்டபின் வந்ததா, எனக்குச் சொல்லுங்களேன்?”

அனைவரும் முகம் சிவந்தோம். மாவோ அதற்கும் மேல் எதையும் சொல்ல வேண்டிய தேவையேற்படவில்லை. நாங்கள் இறுதியாக அந்தக் கதவினூடாக நாற்காலியை வெளியே எடுத்து வந்து விட்டோம்.

மாவோவின் வேடிக்கை வெடிகளில் இவையெல்லாம் கொஞ்சம்தான். மாவோ வேடிக்கை செய்ய எண்ணி ஏதாவது நகைச்சுவை சொல்கிறாரென்றால், அதை வெறும் நகைச்சுவையாகவோ அல்லது சூழ்நிலையை உயிரோட்டமுள்ளதாக ஆக்குவதற்காகச் சொல்லப்பட்ட ஒரு ஜோக்கை மட்டுமோ எடுத்துக் கொள்ளக் கூடாது, ஏனென்றால் அவருடைய விகடங்களிலிருந்து ஒருவர் நம்பிக்கை, மகிழ்ச்சி, ஞானம், அறிவு அல்லது வலிமை ஆகியவற்றைப் பெற முடியும்.

புத்தக ஆர்வலர் மாவோ

மாவோவின் மெய்க்காவலனாக இருந்து முதல் சில வருடங்கள் ஆரம்பக் கல்வி வகுப்புகளில் நான் பங்கேற்கவும், புத்தகங்கள் வாசிக்கவும் அவர் பணிப்பார். அவருக்குக் கீழ் பணிபுரியும் ஊழியர்களுக்காக ஆரம்பக் கல்வி வகுப்புகளுக்கான ஏற்பாடுகளைச் செய்ய மாவோ உதவி செய்வது குறித்து செய்தித்தாள்களிலும் இதர இதழ்களிலும் வந்த செய்திகள் யாவும் உண்மையே. இங்கு புத்தகங்கள், கல்வி ஆகியவை குறித்த மாவோவின் மனப்பாங்கு குறித்த என்னுடைய நினைவுகளையும் அவற்றுடன் இணைத்துக் கூற நான் விழைகிறேன்.

மற்றவர்களிடம் மாவோ அரிதாகவே உதவிகளை நாடுவார் என்கிற போதிலும் வட ஷான்ஷி யுத்தத்தின் பொழுது உதவி நாடினார், அவர் கேட்டதெல்லாம் புத்தகங்கள்தான். எதிரியின் துப்பாக்கி வெடியோசை காதில் படும் தொலைவை அவர்கள் நெருங்கும் வரை மத்தியக் குழு சாவோலின் கூவிலிருந்து வெளியேறவில்லை. அப்பொழுதுதான், குதிரையில் ஏறிய மாவோ மீண்டும் கீழே இறங்கினார். பாதுகாவலர்களில் ஒருவரான மா ஹன்ரோங் பக்கம் சென்றவர் அவரிடம் கேட்டார், "நீங்கள் சுயீடே யிலிருந்த வந்தவரல்லவா, தோழர் ஹன்ரோங்?"

"ஆமாம், தோழர் சேர்மன்," புதிதாக பணிக்கு வந்திருந்த மா, அட்டென்ஷனில் பதில் சொன்னார்.

"இங்கிருந்து சுயீ டே எத்தனை லீ தொலைவிருக்கும்?"

"எனக்கு உறுதியாகத் தெரியவில்லை, ஆனால் ஒரு அரை நாள் நடைத் தொலைவிற்குள் தானிருக்கும்."

மாவோ சிறிது நேரம் யோசித்தார், பிறகு தன்னுடைய புத்தகங்களை வைத்திருந்த பெட்டிகளை நோக்கியவாறு சொன்னார், "உங்களிடம் நான் ஒரு உதவி கேட்க விரும்புகிறேன். உங்களால்..."

"என்னவென்று சொன்னால் போதும், தோழர் சேர்மன்."

"என்னிடம் புத்தகங்கள் நிறைந்த சில பெட்டிகளிருக்கின்றன. அவற்றை உங்களுடைய வீட்டில் நான் விட்டுச் செல்ல முடியுமா?"

"நிச்சயமாக. எந்தப் பிரச்சனையுமில்லை."

"ஆனால்... அதனால் உங்கள் குடும்பத்திற்குத் தொந்தரவு எதுவும் ஏற்பட்டு விடுமா? உதாரணமாக, அவர்கள் சிக்கலெதிலும் மாட்டிக் கொள்வார்களா?"

"இல்லை. சுயீடேயிலிருந்து கிழக்கிலிருக்கும் ஒரு ஆழமான பள்ளத்தில் என் குடும்பத்தார்கள் வசிக்கிறார்கள். அது பிரதான

நெடுஞ்சாலையிலிருந்து தொலைவில் இருக்கிறது, அங்கே எதிரித் துருப்புகள் காலடி வைக்க மாட்டார்கள். அப்படியே சிக்கலில் சிக்கினாலும் என்ன செய்ய வேண்டுமென்பது என் குடும்பத்தாருக்குத் தெரியும்."

"நன்றி, மிக்க நன்றி! அப்படியானால் நீங்கள் அந்தப் பயணத்தை மேற்கொள்ள வேண்டி வரும்."

மாவோவின் பாதுகாப்புக் குறித்து நாங்கள் கவலைப்பட்டுக் கொண்டிருக்கும் பொழுது தன்னுடைய புத்தகங்களைப் பற்றிக் கவலைப்பட்டுத் தன் புருவங்களை அவர் நெறித்துக் கொண்டிருந்தார். புத்தகங்களுடன் மா புறப்பட்டுச் சென்ற பிறகு அவருடைய நெறித்த புருவங்கள் சற்று லகுவாகின. இரண்டு நாட்களுக்குப் பிறகு எங்களை எட்டிப் பிடித்து விட்ட மா, மாவோவின் புத்தகங்களெல்லாம் வீட்டினுள்ளிருந்த ஒரு ரகசிய குறையறைக்குள் வைக்கப்பட்டு விட்டன, அந்த இடத்தைக் கொள்ளையர்களாலேயே கண்டுபிடிக்க முடியாதென்கிற பொழுது, கோமிங்டாங் துருப்புகளால் கண்டுபிடிக்கப்படுவதென்பது மேலும் கடினமானது என்பதை அவரிடம் சொன்னார். அதன் பிறகுதான் மாவோவின் முகம் பிரகாசித்தது, மா விடம், "நன்றி, நன்றி, நன்றி, உங்களுடைய உதவிக்கு மிக, மிக நன்றி" என்று நன்றி கூறினார்.

யுத்த கால வருடங்களில் எங்களுடைய சுமைகளை குறைத்துக் கொண்டே இருப்போம். எதை வேண்டுமானாலும் மாவோ கழித்துக் கட்டி விடுவார், புத்தகங்களைத் தவிர; ஏதாவது எழுதப்பட்டிருக்கும் துண்டுப் பேப்பரைக் கூட அவர் எறிந்து விட மாட்டார்.

ஒரு முறை டோங் பிவூ குறிப்பிட்டார், "மாசேதுங் ஒரு புத்தக ஆர்வலர், அவ்வாறிருந்ததால் கட்சிக்குப் பெரும் சேவை புரிந்திருக்கிறார். மத்தியக் குழு அலுவலகம் வைத்திருக்க இயலாததால் கட்சிக்குப் பெரும் சேவை புரிந்திருக்கிறார். பெரும் ஆவணத் தொகுப்புகளையும் வரலாற்று மதிப்பு மிக்க அச்சடிக்கப்பட்ட விஷயங்களையும் அவர் பாதுகாத்து விட்டார். அவைகளெல்லாம் கட்சியின் முக்கியமான சொத்துக்கள்."

ஒரு சேனை பயணம் தொடங்குவதற்கு முன்னதாக உணவுகளையும், தீவணங்களையும் அனுப்பி வைத்து விடுகின்ற வழமையான ஞானத்திற்கு முரணாக மாவோ முதலில் தன்னுடைய புத்தகங்களை அனுப்பி வைத்து விடுவார். குறிப்பேடுகள், இலக்கிய நூல்கள், அரசியல் விஞ்ஞானம், இதர ஆவணங்கள், அச்சடித்த சமாச்சாரங்கள் ஆகியவற்றை அவர் வைத்திருக்கும் ஒரு சதுர மீட்டர் கொள்ளளவு கொண்ட இரண்டு மரப்பெட்டிகள் உடன் வராமல் அவர் பயணம் மேற்கொள்வதைப் பார்த்ததேயில்லை. ஓரிரு நாட்களிலேயே அவர் திரும்பி வருவதாக இருந்தால் கூடத் தன்னுடன் அவற்றை எடுத்துச் செல்வார். ஒரு ஆய்வுப் பயணத்தை அவர் மேற்கொள்ளும் பொழுது கூட, அவருடைய சிறப்பு ரயிலுக்கு அது புறப்பட ஒரு மணி நேரமிருக்கும் பொழுதே நாங்கள்

அந்தப் புத்தகங்களைக் கொண்டு சேர்த்து வீட்டில் எவ்வாறு வைக்கப் பட்டிருந்தனவோ அதே போல, படுக்கையில் அல்லது மேஜையில் அவர் படித்துக் கொண்டிருந்த அல்லது படிக்க எண்ணியிருந்த வரிசையில் வைத்து விடுவோம். ரயிலில் ஏறிய பிறகு முகத்தைத் துடைத்துக் கொண்டவுடன் அவர் செய்யும் முதல் காரியம் ஒரு புத்தகத்தை எடுத்து வாசிப்பதுதான். மாவோ உண்மையிலேயே ஒரு பேரார்வமிக்க வாசகர்.

1947ன் அக்டோபர் இறுதியில் மஞ்சள் நதியின் கிழக்குப் புறத்திலிருந்து லீ நேவை ஜியாங் க்விங் திரும்ப அழைத்து வந்த பொழுது அவளுக்கு நர்ஸாக ஹான் குயிக்சின்ஐ வைத்துக் கொண்டார். மாவோ குறிப்பிட்டார், “லீ நேவுக்கு இப்பொழுது ஏழு வயது ஆகிவிட்டது, ஆனால் தற்போதைய சூழலில் அவள் பள்ளிக்குச் செல்ல முடியாது. நாம் என்ன செய்யலாம்?” ஹான் துவக்கப் பள்ளிக் கல்வியை முடித்திருந்தாள். லீ நேவுக்கு அவள் படிக்கவும் எழுதவும் கற்றுத் தர முடியும்.

லீ நேவுக்கு ஹான் அறிமுகப்படுத்தப்பட்ட நாளன்று அவள் தன் தந்தையிடம் உறுதி கூறினாள், “நான் ஆழ்ந்து கற்பேன், குறும்பு செய்ய மாட்டேன்...”

“நீ நன்றாகப் படிக்கப் போவதாகச் சொல்வதைக் கேட்க எனக்கு மகிழ்ச்சிதான்” மாவோ புன்முறுவலுடன் சொன்னார், “ஆனால் ‘குறும்பு செய்யாமலிருப்பது’ என்பதை வரையறை செய்து கொள்ள வேண்டும். வரம்புக்குட்பட்ட குறும்புத்தனம் சகித்துக் கொள்ளப்பட வேண்டிய ஒன்று. குழந்தை புத்திசாலி, ஆரோக்கியமானது என்பதன் அடையாளம் அது.”

என்னுடைய கருத்துப்படி, இந்த வார்த்தைகளை வழமையான அறிவுரையென்பதற்கும் மேலாக எடுத்துக் கொள்ள வேண்டும்.

ஒருமுறை, “நான் உனக்கு அறிவுறுத்தியதைப் போல ஒரு கல்வி கற்றுக் கொள்ள மறுப்பது அறிவீனம்,” என்று கூறி மாவோ என்னை விமர்சித்தார்.

மாவோவின் முன்னாள் பணியாளர்களிலொருவரான ஷேங் பாவோஜின் ஒருவரைத் தான், அவர் சந்திக்க வரும்பொழுது வேலையில் ஆழ்ந்திருந்தாலும் கூட மாவோ சந்திப்பார். அவருடன் உரையாடுவதை மாவோ ரசிப்பார், ஏனெனில் ஷேங் கல்லூரிக் கல்வி கற்ற ஒரு அறிவுஜீவி.

ஷேங் கல்லூரி செல்வதற்கு முன்னதாக மாவோவின் மெய்க் காவலராகவிருந்தார். மாவோ ஒருமுறை அவரை பல மணி நேரம் நிற்க வைத்துத் தண்டித்தார், ஏனெனில், அப்பொழுது தான் தூங்க ஆரம்பித்திருந்த மாவோவை, ஷேங் விறகு வெட்டிய பொழுது எழுப்பிய அளவுக்கு மீறிய ஓசை எழுப்பிவிட்டது. மற்ற மெய்க்காவலர்களுடன்

ஒப்பிடும் பொழுது ஷேங் அவ்வளவாக மாவோவினால் விரும்பப் பட்டவரல்ல. ஆனால் ஷேங் கல்லூரி நுழைவுத் தேர்வில் தேர்ச்சி பெற்ற பொழுதும், தேர்வுகளில் அதிகபட்ச மதிப்பெண்கள் பெற்ற பொழுதும் அவரைக் குறித்து மாவோ மிகுந்த பெருமிதம் கொண்டார். அவரைப் பற்றிப் பேசும் பொழுதெல்லாம் பெரிதும் புகழ்வார். அவர் சொல்வார், “ஷேங் பாவோஜின் எப்பொழுதுமே இன்னும் நன்றாகச் செய்ய வேண்டுமென்று முயற்சிப்பார். உங்களைப் போலவே மெய்க்காவலராக இருந்த அவர் கல்வி கற்க ஆர்வமாக இருந்தார். ஒருமுறை கல்லூரித் தேர்வில் அதிகபட்ச மதிப்பெண்களைப் பெற்றார்.

இப்பொழுது அவர் மேலும் நன்றாகப் படித்து விட்டு விஷயங்களைக் கையாளுவதில் நல்ல அனுபவம் பெற்றிருப்பதால் என்னுடைய மதிப்பில் உயர்ந்து விட்டார்.”

மாவோவிடம் பணிபுரிந்தவர்களில் சந்தேகத்திற்கிடமின்றி டாக்டர் சூ டாவோ ஒரு அறிவு ஜீவிதான்; ஒரு புகழ்பெற்ற பல்கலைக்கழகத்தில் பட்டம் பெற்றவரான அவரை மாவோ மிகவும் உயர்வாக மதித்தார். அவருடன் உரையாடுவதையும், அறிவுசார் விஷயங்களில் வாதிடுவதையும் மாவோ மிகவும் விரும்பினார்; ஆனால் டாக்டரிடம் உரையாடும் பொழுது தன் குரலை உயர்த்துவதைக் கேட்டதேயில்லை.

டாக்டர் சூ விடம் ஒருமுறை மாவோ சொன்னார், “பள்ளிக்கூடத்தில் இயற்கை அறிவியலை விட சமூக அறிவியலைத்தான் நான் பெரிதும் விரும்பினேன். ஆகவே நான் கற்றுக் கொண்டதெல்லாம் சமச்சீரற்றது. நான் தவிர விட்டதையெல்லாம் பெற இது தான் தருணம்.

“அது எனக்கு வேறு மாதிரியானது”, மாவோவின் மருத்துவர் பதில் சொன்னார், “நானும் கூட சிலவற்றைச் சரி செய்ய வேண்டியதிருக்கிறது”

அவர்களுடைய உரையாடலில் தத்துவம், அரசியல், இலக்கியம், கனிம வளம், உலோகவியல், இயந்திரங்கள், வேதியல் போன்ற பரந்து விரிந்த விஷயங்கள் நிறைந்திருந்தன: ஒரு நடப்ப நவீன சீனச் சொல்லாடலின்படி “உயர்ரக விஷயங்கள்.”

இருந்த போதிலும், விவசாயிகள் அல்லது உழைக்கும் வர்க்கப் பின்னணியிலிருந்து வந்துள்ள ஊழியர்களிடம் அறிவுஜீவிகள் மட்டம் தட்டுவது போல நடந்து கொண்டால், எளிய பின்னணியிலிருந்து உதித்த மகத்தான வரலாற்று நாயகர்களைப் பற்றி எடுத்துக் கூறி அவர் தவறு செய்கிறார் என்று சொல்வார், அதே சமயம் அந்த எளிய பின்னணி ஊழியர்கள் தாழ்வு மனப்பான்மைக்குப் பலியாகி விட கூடாதென்று எச்சரிப்பார். அவர்கள் எதையுமே கற்றுக் கொள்வதில் தன்னம்பிக்கை யற்றவர்களாகவும், கல்வி கற்பதில் ஆர்வம் காட்டாமலுமிருந்தால், மனமொடிந்து போக வேண்டாமென்றும் சீனாவின் வரலாற்று நாயகர்கள் படைத்த உதாரணங்களை எடுத்துக் கூறி அவற்றைப்

பின்பற்றி விடாப்பிடியாக முயற்சிக்க வேண்டுமென்றும் சொல்வார். அது போன்ற வெற்றி நாயகர்களின் கதையை மெய்க்காவலர்களில் டியான்யுள்யூ, லீ, லியான்செங், ஃபெங் யாவோசாங், ஷேங் ஸியான் பெங் மற்றும் எனக்கும் மாவோ எடுத்துக் கூறுவார். மாவோவின் விடாப்பிடியான ஊக்கம் பொறுமையான தூண்டுதல்களின் விளைவாக டியான் யின்யூ, லீ லியான்செங் ஆகியோர் இறுதியாக கல்லூரி முன் தயாரிப்புப் பள்ளிக்குத் தேர்வு பெற்று விட்டார்கள். கல்லூரியில் அவர்களிருந்த வருடங்கள் பூராவும் அவர்கள் மாவோவிடமிருந்து புத்தகங்களையும், உணவும் பெற்று வந்தார்கள், சில சமயங்களில் அவர்களுடைய கல்லூரி வாழ்க்கை படிப்பு ஆகியவற்றைப் பற்றி அவர்கள் சொல்வதைக் கேட்பதற்காக நேரமொதுக்குவார். அவர்கள் பட்டம் பெற்றதும் அவர்களை விருந்துக் கழைத்து வாழ்த்தினார்.

ஷோங் நான் ஹேயில் ஒரு ஓய்வு நேரப் பள்ளியை அமைத்த மாவோ தானே ஆசிரியர்களைத் தேர்வு செய்தார். அந்தப் பள்ளியில் அவருடைய முதலாம் மெய்க்காவல் கம்பெனி வீரர்களும், முறையான கல்வி பெறாமல் ஷோங் நான் ஹேயில் இருந்த காவலர்களனைவரும் மாணவர்களாக இருந்தனர். பாடத் திட்டம் ஆறு பாடங்களைக் கொண்டதாக இருந்தது: சீனமொழி, கணிதம், அரசியல் விஞ்ஞானம், வரலாறு புவியியல், பௌதீகம். மாவோவின் குடியிருப்பின் முற்றத்தில் மேற்கில் இருந்த கட்டிடங்களிலோ அல்லது முதலாம் மெய்க்காவல் கம்பெனியின் சுற்றுச் சுவர்களுக்குள்ளிருந்த இடத்திலோ வகுப்பறைகளிருந்தன. ஒவ்வொரு மாணவருக்கும் புத்தகப் பை, பாடப் புத்தகங்கள், பயிற்சி நோட்டுகள், பேனா பென்சில் போன்ற எழுது பொருட்கள், இணைகரக் கம்பங்கள், கை எடைகள் (தம்பெல்ஸ்), மார்பு விரிவாக்கிகள், சுருள் கம்பி தம்பெல்கள் போன்ற உடலைக் கட்டாக வைத்திருக்கத் தேவையான உடற்பயிற்சிக் கருவிகள் ஆகியவற்றை வாங்கி வர என்னிடம் கூறி அவைகளுக்கெல்லாம் அவரே தன்னுடைய நூல்களுக்காகக் கிடைக்கும் சன்மானத்திலிருந்து பணமும் தந்தார்.

வேலை காரணமாக வெளியூர் செல்ல நேர்ந்தால் அவருடன் செல்லும் மெய்க்காவலர்கள் தங்களுடைய பாடப் புத்தகங்களை உடனெடுத்துச் செல்வார்கள், அவர்களுடைய ஆசிரியர்களும் உடன் செல்லுவார்கள். அவர்களுடைய கல்வி முன்னேற்றம் குறித்து தொடர்ச்சியாகத் தெரிந்து வைத்திருப்பதற்கு மாவோ அவ்வப்போது கேட்டு வைத்துக் கொள்வார்; அவ்வப்போது அவரே அவர்களுக்கு கல்வி கற்பிப்பார்.

எங்களில் ஒவ்வொரு நாளும் அவருடனேயே இருப்பவர்கள் இன்னும் கூடுதல் உதவி பெறுவோம். 1960களின் பொழுது நாங்கள் அடிப்படையில் மேல் உயர்நிலைப் பள்ளிக் கல்விப் பட்டம் பெற்று விட்டோம், அதற்காகமாவோ மேற்கொண்ட முயற்சிகளுக்கு நன்றி சொல்ல வேண்டும். ஷோங்நான் ஹேயில் இந்த வகையிலான ஒரு பள்ளியை அமைத்தது அவர் ஒருவர்தான். அந்தப் பள்ளியில் தான்

கற்றுக் கொண்டதைக் குறித்து ஃபெங் யாவோ சாங் நினைவுகூர்ந்த பொழுது எங்களுக்கும் சேர்த்துத்தான் சொன்னார்: “மாவோ எனக்கு ஏழு பாடங்களைக் கற்றுத் தந்தார், அது ஆசிரியர்கள் கற்றுத் தந்ததை விட ஒரு பாடம் கூடுதலாகும். மேலே முன்னரபு கூறிய ஆறு பாடங்களுடன், ஒரு சமூக ஆய்வை எவ்வாறு நடத்துவது, அதில் அறிய வருவதை எவ்விதம் முன் வைப்பது என்பதையும் கற்றுத் தந்தார்.”

பாதுகாவலர்களும், மெய்க்காவலர்களும் எழுதி, மாவோ திருத்திய வீட்டுப் பாடங்களும், அவர்கள் விடுமுறையிலிருந்த பொழுது எழுதி மாவோ சரிபார்த்த சமூக ஆய்வறிக்கைகளும் இன்று ராணுவ அருங்காட்சியகத்தில் பாதுகாக்கப்பட்டுக் காட்சிக்கு வைக்கப்பட்டுள்ளன.

“கலாச்சாரப் புரட்சியின்” பொழுது சிறிது காலம் மாவோ எழுதிய நூல்களைத் தவிர வேறு நூல்களைப் படிக்கத் தடை விதிக்கப்பட்டிருந்தது. ராணுவத்தில் நாங்கள் படிக்க வேண்டிய நூல்களாக சேர்மன் மாவோ எழுதிய நூல்கள் மட்டுமே இருந்தன, மார்க்ஸ், லெனின் ஆகியோருடைய படைப்புகள் கூடத் தடை செய்யப்பட்டிருந்தன. அது நடைபெறுவதைப் பார்க்க மாவோ என்றுமே விரும்பியதில்லை.

1950களில் பெய் பெய்ஹேயில் ஒருமுறை, ஒரு வேலை நேர இடைவேளையின் மாவோ நடைப் பயிற்சி செய்து கொண்டிருந்த பொழுது ஒரு மெய்க்காவலர் ஒரு புத்தகத்தில் ஆழ்ந்திருப்பதைக் கண்டார். அவர் அருகில் சென்று பார்த்த பொழுது அந்தக் காவலர் படித்துக் கொண்டிருந்த புத்தகம் சியாவோ கேன் எழுதிய “தன் இளமைப் பருவத்தில் மாசேதுங்” என்பதைக் கண்டார். அந்தப் புத்தகத்தைக் கையிலெடுத்துப் புரட்டிப் பார்த்தார் மாவோ குறிப்பிட்டார், “இந்தப் புத்தகம் சொல்வது பொதுவாக உண்மைதான், பொதுவாக” பிறகு பேச்சை மாற்றிய அவர் சொன்னார், “உனக்கு இதுபோன்ற புத்தத்தை நான் பரிந்துரைக்க மாட்டேன். உங்களுடைய தலைமுறையைச் சார்ந்தவர்கள் எங்களுடைய தலைமுறையைச் சார்ந்தவர்களை விடச் சிறப்பாகச் செய்ய வேண்டும். இதைச் சாதிப்பது எவ்வாறு? வேறு வகைப் புத்தகங்களைப் படிப்பது இன்னும் சிறப்பாகச் சாதிப்பதற்கு உங்களுக்கு உதவும். என்னைப் பற்றிய புத்தகங்களைப் படிப்பதற்காக அதிக நேரம் செலவழிக்காதே, மற்றவர்களைப் பற்றியவற்றைப் படி. சமூகம், இயற்கை ஆகியவற்றைப் பற்றி நீ இன்னும் விரிவாகப் படிக்க வேண்டும்.”

1960களில் ஒருநாள் ஷோங்நான் ஹேயிலிருந்த கூட்ட வளாகத்திலிருந்து புறப்பட்டு வந்து கொண்டிருந்த பொழுது, அங்கு பணியிலிருந்த ஒருவர் தன் கையில் ஒரு புத்தகம் செருகியிருந்த குழாயுடன்* விறுவிறுவென நடந்து வந்து கொண்டிருப்பதைப் பார்த்தார்.

---

* ஒரு துணிச்சுருளில் மை இறகு கொண்டு கையினால் புத்தகம் எழுதப்படுகிறது. அது நான் சீனாவின் பாரம்பரிய எழுதுமுறை. அந்தத் துணிச் சுருள்கள் சுருட்டப்பட்டு அட்டையினாலான குழாய்களில் செருகி வைக்கப்பட்டு பாதுகாக்கப்படும்

அவரிடம் மாவோ சாதாரணமாகக் கேட்டார், “உன் கையிலிருக்கும் புத்தகம், எது, ஹூ?” என்று கேட்டார்.

“முரண்பாடுகள் குறித்து” ஹூ நின்று விட்டார்.

அப்புத்தகத்தைப் புரட்டிப் பார்த்த மாவோ சொன்னார், “என்னுடைய இந்தப் புத்தகம் எனக்குத் திருப்தியளிக்க வில்லை, திருத்தி எழுத விரும்புகிறேன். இது படிக்கத் தகுதியானது என்று கருதுகிறீர்களா?” பின்னர் அவருடனிருந்த எங்களிடம் திரும்பிக் குறிப்பிட்டார், எனக்கு தத்துவம் பிடிக்கும், சில தலைப்புகளில் எழுதியுமிருக்கிறேன், ஆனால் அவற்றில் இரண்டு மட்டுமே (நடைமுறை பற்றி, முரண்பாடுகள் குறித்து) பிரசுரிக்கப்பட்டுள்ளன என்னைப் பொருத்தவரை அந்த இரண்டுமே கூட நன்றாக எழுதப்படவில்லை. நான் எழுதிய புத்தகங்களையோ அல்லது என்னைப் பற்றி எழுதப்பட்ட புத்தகங்களையோ படிப்பதில் அதிக நேரம் செலவிட வேண்டாம், மாறாக மற்றவர்கள் எழுதிய மற்றவர்களைப் பற்றிய புத்தகங்களைப் படியுங்கள். நீங்கள் படிக்க வேண்டிய புத்தகங்களின் பட்டியலில் மார்க்ஸ், லெனின் ஆகியோருடைய புத்தகங்களிருக்க வேண்டும்”

மாவோவைச் சந்தித்தவர்களெல்லாம் அவர் தீவிர ஆர்வத்துடன் வாசிப்பவரென்பதில் உடன்படுவார்கள். உண்மையில், சீனாவின் தேசிய கௌரவத்தையும், நலன்களையும் உறுதியாகப் பாதுகாத்து நிற்பவர் என்று எதிரிகள் கூட அங்கீகரிக்கப்படுகிற ஒரு மனிதரான மாவோ அறிவாற்றலைப் புறக்கணிப்பவராக எவ்வாறு இருக்க முடியும்? அவரைப் பின்பற்றுகிற, விவசாய, உழைக்கும் வர்க்கப் பின்னணி கொண்ட பெரியவர்கள் அறிவுஜீவிகளை அலட்சியமாகப் பார்க்கும் வேளையில் அறிவுஜீவிகளுக்கு ஆதரவாகப் பேசுவார், “ஒரு பண்படாத ராணுவம், மந்த புத்தி கொண்ட ராணுவமாகத் தானிருக்குமென்று” அவர் நினைவூட்டுவார். அந்த விவசாய உழைக்கும் வர்க்கப் பின்னணி கொண்டவர்களுக்கு கல்வி கிடைக்கத் தேவையான வாய்ப்புகளை உருவாக்கினார், சீனாவிலுள்ள அனைவருக்கும் அறிவியலிலும் இதர அறிவுசார் துறைகளிலும் சிறந்த கல்வி கிடைக்கச் செய்ய வேண்டுமென்கிற அவருடைய லட்சியத்தில் அது ஒரு அங்கமாகும்.

சீனாவைத் திறந்து விட வழிகளை நாடும் மாவோ

1947, மே 2 அன்று கோடை கால அரண்மனையில் லியூ யாஷியைச் சந்திப்பதற்காக நறுமண மலைகளிலிருந்த தன்னுடைய குடியிருப்பை விட்டு மாவோ புறப்பட்டார். தன்னுடைய கார் அரண்மனையின் கிழக்கு வாயிலில் நின்று பொழுது அவருக்காக லியூ காத்திருப்பதைக் கண்டார்.

மற்ற பிரபலமான ஜனநாயக வாதப் பெரிய மனிதர்களைப் போலவே மாவோவின் கைகளைக் குலுக்கியவாறு அறிவித்தார், "கம்யூனிஸ்ட் கட்சி மதத்தானது, அதை போலவே தான் சேர்மன் மாவோவும், மக்கள் விடுதலைப் படையும்."

இதுபோன்ற புகழ்ச்சியால் சங்கடத்திற்குள்ளான மாவோ லியூவிடம் சொன்னார், "இதுபோன்று பெருமைப்படுத்துவது நண்பர்களுக்கிடையில் தேவையில்லாத ஒன்று, அது நம்மிடையில் திரையெழுப்பி விடுவதைத் தான் செய்யும்" என்று சொன்னவர் மேலும் தொடர்ந்தார், "யாராவது மகத்தானவர்களென்றால் அது மக்கள்தான், அதில் நானும் நீங்களும் அடக்கம்."

முன்னாள் சாம்ராஜ்யப் பூங்காவில், அதன் விட்டங்களில் இருந்த ஓவிய வேலைப்பாடுகளைப் பார்வையிட்டுக் கொண்டே விரிப்புகளால் மூடப்பட்டிருந்த பாதையில் அவர்கள் உலவினார்கள். இந்தக் கால கட்டத்தில் லியூ போன்றவர்களிடம் உரையாடும் பொழுது மாவோ அடிக்கடி குறிப்பிடுவது சியாங்காய் ஷேக்கைத் தான், அவர்கள் அவனை 'துரோகி', 'கறை படிந்த அரசியல்வாதி', 'தேசத்தின் சாபக் கேடு' என்று குறிப்பிடுவார்கள். இப்பொழுது, பூங்காவைச் சுற்றிப் பார்த்துக் கொண்டிருந்த லியூவின் சிந்தனைகள் குவிங் வம்ச சக்ரவர்த்தினி டோவாகர் பக்கம் திரும்பியது. "பேரழிவுகளினிடையில் நாம் பிறக்க நேர்ந்த துர்பாக்கியம் நமக்குக் கிடைத்தது" என்று லியூ குறிப்பிட்டார். "அந்தக் கேடு கெட்ட திடபுத்தியற்ற சக்ரவர்த்தினி டோவாகர், சீனாவின் வெளியுலகத்திற்கான கதவை மூடி விட்டு அதன் தனி ஆட்சியாளராக நாட்டை ஆண்டு கொண்டே செல்லலாம் என்று நினைத்தாள், ஆனால் அதற்கு ஏகாதிபத்தியவாதிகள் முடியாதென்று கூறிவிட்டார்கள். அவர்கள் தங்களுடைய போர்க் கப்பல்களை அனுப்பி வைத்த பொழுது

சமமற்ற அனைத்து* உடன்படிக்கைகளிலும் கையெழுத்திடுமளவுக்கு அவள் அரண்டு விட்டாள், நம்மக்களை அவமானத்திலும், சொல்லவொண்ணாத துயரங்களிலும் அதன் மூலம் ஆழ்த்தி விட்டாள். இந்தப் பூங்காவை **கடற்படையின் நிதியைக் கொண்டு கட்டி விட்டாள், மக்களிடமிருந்து கசக்கிப் பிழிந்தெடுத்த அத்தனை பணத்தையும் ஏகாதிபத்திய வாதிகளுக்குத் தந்து விட்டாள். எப்படிப்பட்ட ஒரு துரோகியவள், என்றென்றைக்குமாக சபிக்கப்படக்கூடிய துரோகியாகி விட்டாள்!"

பிறகு அவர்களுடைய விவாதம் "அபினி யுத்தத்திற்கும்",*** "தேச விடுதலைக்காகவும் வளர்த்திற்காகவும் அப்போதிருந்து போராடி வீர மரணமடைந்த முன்னோடிப் புரட்சியாளர்களைக் குறித்தும் மாறியது. தன் கட்டை விரலை உயர்த்திய லியூ உண்மையான முழு உணர்வுடன் சொன்னார், "நம்மை வெற்றியை நோக்கி அழைத்துச் செல்லக் கம்யூனிஸ்ட் கட்சியாலும் உங்களாலும் தான் முடியும் என்பதை வரலாறு நிரூபித்து விட்டது."

"நம்முடைய முன்னோர்கள் செதுக்கிய பாதையை நாம் பின்பற்றினோம். அவர்கள் சிந்திய ரத்தத்திலிருந்து வந்ததுதான் நம்முடைய அறிவும் அனுபவமும்," மாவோ நின்று விரிப்புகளால் மூடப்பட்டிருந்த அந்த நடை பாதையின் கூரையை நிமிர்ந்து நோக்கியபடி ஒரு ஆழ்ந்த மூச்சை எடுத்துக் கொண்டபடியே மேலும் தொடர்ந்தார், "நம்முடைய தோழர்கள் பிரான்ஸ், ஜெர்மனி, ஜப்பான், சோவியத் யூனியன் ஆகிய நாடுகளுக்குச் சென்றார்கள்... ஆனால் நம்மைத் தவிர வேறு எவரையும் கணக்கில் எடுத்துக் கொள்ள முடியாதென்பதையும், போராட்டத்தை வென்றெடுக்க நாம் கொண்டிருக்கும் தளராத நம்பிக்கையைத் தான் நாம் சார்ந்திருக்க வேண்டுமென்பதையும் நாம் உணர்ந்து கொண்டோம். வெளியிலிருந்து ஆதரவை வென்றெடுக்க நாம் முயற்சி செய்வோம், ஆனால் அனைத்தும்

---

* சீனாவிற்கெதிராகப் பிரிட்டன் தொடுத்த அபினி யுத்தத்தில் தோற்கடிக்கப்பட்ட பிறகு 1842ல் நான்ஜிங் சீன பிரிட்டிஷ் உடன்படிக்கையில் கையெழுத்திடுமாறு குவிங் அரசு நிர்பந்திக்கப்பட்டது. 1844ல் அமெரிக்காவும் பிரான்சும் குவிங் அரசை முறையே வாங்ஜியா சீன அமெரிக்க ஒப்பந்தத்திலும், ஹூ வாங்பு சீனபிரெஞ்ச் ஒப்பந்தத்திலும் கையெழுத்திடும்படி நிர்பந்தித்தன. இதைத் தொடர்ந்து 1858ல் ரஷ்யா அமெரிக்கா பிரிட்டன், பிரான்ஸ் ஆகியவற்றுடன் செய்து கொண்ட டியான்ஜின் ஒப்பந்தம் 1860ல் செய்து கொண்ட பெய்ஜிங் சீன ரஷ்ய ஒப்பந்தம் 1895ன் ஷமோனோஸ்கி ஒப்பந்தம் போன்ற சமமற்ற ஒப்பந்தங்களில் குவிங் அரசு கையெழுத்திட்டது.

** கோடைக் கால அரண்மனையின் குன்மிங் ஏரியிலுள்ள சலவைக் கல் படகு.

*** அபினி யுத்தம் (1840-42)

அதை நம்பியே இருக்குமாறு நடந்து கொள்ள மாட்டோம், சியாங்காய் ஷேக் செய்ததைப் போலவும் செய்ய மாட்டோம். அந்த யுத்தப் பிரபுக்கள் ஏகாதிபத்திய நாடுகளிடமிருந்த அனைத்து விதமான உதவிகளையும் பெற்றார்கள்; அதையெல்லாம் நாட்டை அவர்களுக்கு விற்றதன் மூலம் பெற்றார்கள். அவர்களும் சக்ரவர்த்தினி டோவாகரும் ஒரு குட்டையில் ஊறிய மட்டைகள். நாட்டின் நலன்களைப் பற்றியெல்லாம் அவர்களுக்கு ஆர்வமில்லை; அவர்களின் ஆர்வமெல்லாம் தங்களுக்கென ஒரு சொர்க்க லோகத்தை உருவாக்கிக் கொண்டு எளிய மக்களை நரகத்தில் தள்ளி விடுவதுதான். மக்களால் அவர்கள் கவிழ்க்கப்பட்டதில் வியப்பேதுமில்லை."

ஒரு அயல்நாட்டிலிருந்து சக்ரவர்த்தினி டோவாகர் விலைக்கு வாங்கிய அந்த நீராவிப் படகை அவர்கள் எட்டிய பொழுது, ஒரு நீராவிப் படகு போன்று சாதாரணப் பொருள் கூட ஒரு அதிசயமாக அவளுக்குத் தோன்றியிருக்க வேண்டுமென்று லியூ குறிப்பிட்டார்.

"அயல் நாட்டிலிருந்து அவள் வாங்கிய சில பொருட்களின் மதிப்பை விட மிக அதிகமாக பணம் செலுத்தியிருக்கிறாள்," மாவோ குறிப்பிட்டார், "தன் நிறைவு பெற முயற்சிக்காத ஒரு நாட்டுக்குத் தரமானதும் பரஸ்பரமானதுமான நலன்கள் கிடைக்காது. அந்தப் பழமொழியை நினைத்துப் பாருங்கள்: பிச்சையெடுத்த உணவு நஞ்சுக்குச் சமம்."

கோடைக் கால அரண்மனைக்குச் சென்று வந்ததிற்குப் பிறகு மாவோ வெகு தீவிரமாகப் பணியில் ஈடுபட்டிருந்தார். வெகுஜனஸ்தாபனங்களின் பிரதிநிதிகளைச் சந்தித்ததுடன் புதிய அரசியல் கலந்தாய்வு மாநாடு குறித்து பிரபலமான பெரிய மனிதர்கள், ஜனநாயகக் கட்சிகளின் தலைவர்கள் ஆகியோரிடம் கலந்தாய்வைத் தொடர்ந்த மாவோ இரவு முழுவதும், அடுத்த நாள் காலை வரையிலும் பணி செய்வதைத் தொடர்ந்தார். புதிய அரசியல் கலந்தாய்வு மாநாட்டைக் கூட்டுவதற்கான தயாரிப்புக் கமிட்டியில் ஜூன் 15 அன்று நிகழ்த்திய உரையில் மாவோ கம்பீரமாகப் பிரகடனம் செய்தார்:

"சமத்துவம், பரஸ்பர நலன், பரஸ்பர நாட்டு ஒருமைப்பாடு, இறையாண்மை ஆகியவற்றினடிப்படையில் தூதரக உறவை எந்தவொரு அயல்நாட்டு அரசாங்கத்துடனும் நிறுவ நாம் பேச்சு வார்த்தை நடத்தத் தயாராக நாம் இருக்கிறோம், அதற்கு அந்த நாடு சீனப் பிற்போக்கு சக்திகளுடனான* அனைத்துத் தொடர்புகளையும் துண்டித்துக் கொள்வது அவசியம், அத்துடன் அவர்களுடன் ரகசிய உறவோ அல்லது அவர்களுக்கு உதவவோ கூடாது, சீன மக்களிடம் காட்டுகிற நட்புணர்வு போலியானதாக இல்லாமல் உண்மையானதாக இருக்க வேண்டும். உற்பத்தியை மேம்படுத்தவும், பொருளாதாரம் வளர்ச்சி

---

* தைவானிலிருக்கும் கோமிங்டாங்

பெறவும் சர்வதேச வர்த்தகத்தைத் திரும்பவும் நிறுவி வளர்த்தெடுப்பதற்கு உலகின் அனைத்து நாட்டு மக்களுடனும் ஒத்துழைக்கச் சீன மக்கள் தயாராக இருக்கின்றனர்."

மக்கள் குடியரசு நிறுவப்பட்ட நாளன்று சீன மக்களின் பெரும் வலிமையில் கொண்டிருந்த நம்பிக்கையுடன் மாவோ மக்களின் மத்திய அரசாங்கம் நிறுவப்படுவதாக அறிவித்த பொழுது சீன மக்களைப் பிரதித்துவப்படுத்துகிற ஒரே சட்டப்பூர்வமான அரசு மக்களின் மத்திய அரசாங்கம் தான் என்றும், அது சமத்துவம் பரஸ்பர நலன் மற்றும் ஒருவருக்கொருவர் மற்றவருடைய நாட்டு ஒருமைப்பாடு, இறையாண்மை ஆகியவற்றிற்கான பரஸ்பர மரியாதை ஆகிய கோட்பாடுகளினடிப்படையில் எந்தவொரு அயல் அரசாங்கத்துடனும் தூதரக உறவை ஏற்படுத்திக் கொள்ளத் தயாராக இருக்கிறது என்பதை உலகுக்குப் பிரகடனப்படுத்தினார்.

ஆனால் நடந்ததென்ன? எங்களுடைய மக்கள் சோஷலிஸத்தின் கீழ் வாழ்வதைப் பார்த்து ஏகாதிபத்திய நாடுகள் வெறுத்தன; சமத்துவம், பரஸ்பர நலன் ஆகிய கோட்பாடுகளை இகழ்ந்தார்கள்; எங்களுடைய நாட்டின் ஒருமைப்பாட்டிற்கும், இறையாண்மைக்கும் எந்த மரியாதையும் தரவில்லை; எங்களுடைய அரசாங்கத்தை அங்கீகரிக்க மறுத்தார்கள், ஒரு பொருளாதார முற்றுகையின் மூலம் எங்கள் குரல் வளையை நசுக்க வெளிப்படையாக அச்சுறுத்தினார்கள். தாக்குப் பிடித்து வாழக்கூடிய எங்களுடைய திறனை சோவியத்யூனியன் கூடச் சந்தேகித்தது; யாங்சு நதியை எங்களுடைய சேனை கடப்பதைத் தடுக்கக் கூடச் சந்தேகித்தது; யாங்சு நதியை எங்களுடைய சேனை கடப்பதைத் தடுக்கக் கூட முயற்சித்தது. நான்ஜிங் விடுவிக்கப்பட்டதற்குச் சற்று முன்னதாகப் பின்வாங்கி ஓடிக் கொண்டிருந்த கோமிங்டாங் அரசுடன் தன்னுடைய தூதரகத்தைக் குவாங்சு*விற்குக் கொண்டு சென்றது நடந்தது அதுதான்.

நவசீனம் நிறுவப்பட்ட பிறகு வந்த முதல் சில ஆண்டுகள் மாவோ வெகு தீவிரமாகப் பணிகளில் மூழ்கியிருந்தார், ஆனாலும் சோவியத் யூனியன் செல்வதற்கு நேரம் ஒதுக்கினார். எதற்காக? கடன்களையும் உதவிகளையும் நாடுவதற்காக. சிரமங்களை அவர் எதிர்நோக்கினார். அந்தப் பயணத்திற்காக அவருடைய பொருட்களை நான் அடுக்கி நிரப்பிக் கொண்டிருந்த பொழுது தன்னுடைய கட்டை விரல், சுட்டு விரல் நடுவிரல் மூன்றையும் மடக்கிக் காட்டி தான் சோவியத் யூனியனில் தங்கியிருக்கப் போகிற வாரங்களைத் தெரிவித்த வாறே சொன்னார், "அதை விடக் கூட அதிகமாக, பல வாரங்கள், ஒரு மாதம் கூட ஆகலாம்" அது பின்னர் 10 வாரங்களாக மாறிவிட்டது. சீன மக்களின் நலன்களுக்காகவும், நாட்டின் பொருளாதாரத்திற்குப் புத்துயிரூட்டவும்

* முன்னதாக காண்டன் என்றறியப்பட்ட, தென் சீனத்திலிருக்கும் குவாங்டாங் பிரதேசம்

தன்னுடைய விருப்பத்திற்கெதிராக மாவோ சிறிது விட்டுக் கொடுத்தார்; அதற்கு கைமாறாக 5 வருடங்களுக்கு 60 மில்லியன் அமெரிக்க டாலர்கள் ஒரு வருடத்திற்கென்று கடன் வழங்குவதாக சோவியத் யூனியன் உறுதியளித்தது.

வெறும் 60 மில்லியன் டாலர்கள்! கிழக்கு ஐரோப்பிய நாடுகளில் எந்த ஒரு நாடும் பெற்றுக் கொண்டிருந்ததை விடவும் மிகவும் குறைவானது; பரப்பளவிலோ, மக்கள் தொகையிலோ அவைகள் சீனாவை விட மிகவும் சிறியவை.

இருந்தாலும், "நீ செய்த உதவிக்குக் கைமாறாக 10 ஆயிரம் மடங்கு திருப்பிச் செய்வோம்" என்கிற உணர்வுடன் மாவோ அவற்றை, "நீண்ட கால, பரந்த அளவிலான மேன்மையான தன்னலமற்ற உதவி" என்றழைத்தார். ஸ்டாலின் மறைந்துவிட்ட செய்தி அவரை எட்டிய பொழுது தூங்க முடியவில்லை அவரால்; தூக்க மாத்திரைகள் கூட அவரைத் தூங்க வைக்க முடியவில்லை. "யாவற்றையும் விட மகத்தான நட்புறவு" என்கிற தன்னுடைய கட்டுரையில் புரட்சிக்கும் சீனாவில் சோஷலிஸத்தைக் கட்டமைப்பதற்கும் ஸ்டாலின் அளித்த ஆதரவுக்கும், உதவிக்கும் தன்னுடைய இதயம் கனிந்த நன்றியை மாவோ வெளிப்படுத்தினார்.

ஏற்கெனவே குறிப்பிட்டுள்ளதைப் போல சமத்துவம், பரஸ்பர நலன், பரஸ்பர மரியாதை ஆகியவற்றினடிப்படையில் "எந்த ஒரு அயல்நாட்டு அரசாங்கத்துடனும்" தூதரக உறவை ஏற்படுத்திக் கொள்ளச் சீனா தயாராக இருக்கிறது என்கிற மாவோவின் பிரகடனத்தில் வருகிற "எந்த ஒரு அயல்நாட்டு அரசாங்கம்" எனும் வாக்கியத்தில் அமெரிக்க அரசும் அடக்கம்.

இருந்த போதிலும் கொரிய யுத்தம் தொடங்கிய இரண்டு நாட்களில், தைவான் தீவை மக்கள் விடுதலை ராணுவம் விடுவிப்பதைத் தடுக்கும் முயற்சியில் தைவான் கடல் சந்தியை யுத்த நடுநிலைப் பகுதியாக அறிவித்து ஜனாதிபதி ட்ரூமன் உத்தரவிட்டார். அமெரிக்க அரசின் தரப்பிலிருந்த ஆணவத்தையும், பகைமையையும், அது சீனாவின் உள் விவகாரத்தில் குறுகிட்டதையும் கண்டு மாவோ எவ்வளவு கொதித்துப் போயிருப்பார் என்பதைக் கற்பனை செய்து பார்ப்பது ஒன்றும் கடினமல்ல.

1950ன் ஜுன், ஜூலை, ஆகஸ்ட் ஆகிய மூன்று மாதங்கள் மாவோ பதட்டமாகவும், கிளர்ச்சியுடனும், கோபமாகவும், கவலையுடனும், சில சமயங்களில் பொறுமையற்றும் கூட இருந்தார். நான் கவனித்தபடி, இதற்கு முன்னதாக மாவோவின் கவனத்தைக் கோரியவை. இன்னும் விடுவிக்கப்பட வேண்டிய திபெத் போன்ற தொலைதூரப் பிரதேசங்களும், தைவானுக்குத் தப்பியோடியிருந்த சியாங்காய் ஷேக்கும்தான். அத்துடன் நிலச்சீர்திருத்தம், பணவீக்கத்தைத் தடுப்பது, பொருளாதாரப் புத்துயிர்ப்பு மற்றும் வளர்ச்சி ஆகியவற்றையும் கவனிக்க வேண்டியிருந்தது.

அவருடன் தொடர்புடனிருந்த எனக்குத் தெரிந்தவரை அப்பொழுது அவர் கௌரிய யுத்தத்தில் இறங்க வேண்டுமென்ற எண்ணம் கொண்டிருக்கவில்லை; நாட்டிற்குள்ளேயே அவருடைய கவனத்தை வேண்டிக் கூவிக் கொண்டிருந்த விஷயங்கள் ஏராளமிருந்தன. இன்சோனில் தரையிறங்கிய பின்னர் யாலு நதிவரை மிக அருகில் யுத்தத்தை அபாயகரமான அளவுக்கு அமெரிக்கர்கள் கொண்டு வந்த பிறகுதான் கொரியாவின் பக்கம் மாவோவின் கவனம் திரும்பியது. அதன்பிறகு தொடர்ந்ததென்றால் தூக்கமற்ற பல இரவுகள், அப்பொழுதெல்லாம் கிட்டத்தட்ட இரண்டு மணி நேரத்திற்கொருமுறை சிகரெட் சாம்பல் தட்டைக் காலி செய்ய வேண்டி வந்தது.

நம்முடைய ஆட்களை கொரியாவுக்கு வேண்டியது பற்றிய முடிவை எடுக்க வேண்டிய வேளை நெருங்கிய நாளில் மாவோவினால் காலையில் உறங்க முடியவில்லை, மூன்று டோஸ் தூக்க மாத்திரைகள் எடுத்துக் கொண்ட பின்னரும் முடியவில்லை. படுக்கையிலிருந்து எழுந்து கொண்டே அவர் தனக்குத் தானே கனமான குரலில் சொல்லிக் கொண்டார், "வேறு வழியிருப்பதாகத் தெரியவில்லை. என்ன நேரிட்டாலும் அதை நாம் செய்து தானாக வேண்டும், இந்த யுத்தத்தை நாம் கடக்கும் வரை இதர அனைத்தும் காத்திருந்து தானாக வேண்டும்"

மாவோவின் இருப்பிடத்தில் கிழக்குக் கோடி அறையில் கூட்டம் இரவு முழுவதும் நீடித்தது; தீப்பிடித்து எரிகிறதோவென்று எண்ணுகிற வகையில் அந்த அறை முழுவதும் அந்த அறை முழுவதும் அவ்வளவு சிகரெட் புகை நிறைந்திருந்தது. நம்முடைய ஆட்கள் கொரியாவுக்கு அனுப்பப்பட்ட பிறகு முதல் சில நாட்கள் தூக்கம் வராமல் மாவோ மீண்டும் அவதிப்பட்டார். 1949லிருந்து 1950ன் துவக்கம் வரை மாவோ சந்தித்தவர்களெல்லாம் பிரதானமாக அரசியல், பொருளாதார விவகாரங்களுடன் சம்பந்தப்பட்ட அதிகாரிகளாகத் தான் இருந்தார்கள்; ஆனால் 1950ன் பிற்பகுதியில் தொடங்கி அவர்களெல்லாம் பெரும்பாலும் ராணுவத் தலைவர்களாகத் தானிருந்தார்கள். அப்பொழுது தலைமைத் தளபதியாக இருந்த நியே ரோங்ஷென் அவர்களிலொருவர். கௌரிய யுத்தம் முடிவுக்கு வரும் வரை நியே தான் மாவோவை அடிக்கடி சந்திக்கும் விருந்தாளி.

1953ல் கௌரிய யுத்த நிறுத்தம் கையெழுத்திடப்பட்ட நாளன்று தன் அறையை விட்டு வெளியே வந்த மாவோ ஒரு பெய்ஜிங் ஓபெராவின் பாடல் வரிகளைப் பாடினார். தன்னுடைய மகிழ்ச்சியை எங்களனைவருடனும் பகிர்ந்து கொள்ள மாவோ விரும்பியது போல எங்களுக்குத் தோன்றியது.

அந்த வருடத்திலிருந்து தொடங்கி வருடமொரு முறை மாவோ கடற்கரைக்குச் செல்லத் தொடங்கினார். அவர் அங்கு எதற்காகச் செல்கிறாரென்பது எங்களுக்குத் தெரியும், கடல் அலைகளைக் காண நீரின் விரிந்து பரந்த பரப்பைப் பார்க்கும் பொழுது ஆர்ப்பரிக்கும்

கடலலைகளின் தாள லயத்திற்கேற்ப அவருடைய மார்பு விம்மும், அவருடைய கண்களில் உணர்ச்சியொளி வீசும். அதுபோன்ற தருணங்களில் அவர் மனதில் என்ன இருந்தது? ஒருநாள், நடந்தது இதுதான். கடலும் வானமும் சந்தித்த தொடுவானத்தை நீண்ட நேரம் நிலைத்து உற்றுப் பார்த்துக் கொண்டிருந்த பிறகு ஒரு மெய்காவலரிடம் மாவோ கேட்டார், "உயர்ந்த, தாழ்ந்த அலைகளை ஏற்படக் காரணமாக இருப்பது எது?"

"நிலவின் ஈர்ப்பு" பதிலளித்தார் சாங்.

"ஈர்ப்பு விசை என்று சொல். நிலவின் ஈர்ப்பு விசை" மறுபடியும் கேள்விகள்: "வெப்ப நீரோட்டமென்பது என்ன? குளிர்ந்த நீரோட்டமென்பது என்ன?"

"வெப்ப நீரோட்டத்தைப் பற்றி எனக்கு உறுதியாகத் தெரியாது. குளிர்ந்த நீரோட்டத்தைப் பொருத்தவரை சைபீரியாவிலிருந்து வரும் குளிர்ச்சியாக இருக்க வேண்டும்."

மாவோ முறுவலித்தார், "அது தெற்கு நோக்கி வீசும் குளிர்காற்று. நான் கேட்டது கடல் நீரோட்டத்தைப் பற்றி. அதைப் பற்றி ஏதாவது உனக்குத் தெரியுமா?"

"இல்லை, எனக்குத் தெரியாது" சாங் தலையை ஆட்டினார்.

"இரண்டு பிரதான வெப்பக் கடல் நீரோட்டங்களிருக்கின்றன. ஒன்று மெக்சிகோ வளைகுடாவிலிருந்து ஓடி வருகிறது. மற்றொன்று தைவானிலிருந்து வரும் வெப்ப நீரோட்டம்."

மாவோவின் பார்வை கடலின் பக்கம் திரும்பியது, அதைப் பார்த்தபடியே அடிவானத்தைச் சுட்டிக்காட்டி, "தைவான்" என்று சொன்னார். "அந்தத் தீயை நாம் இன்னும் விடுவிக்க வேண்டியிருக்கிறது"

1954ல் இந்தியாவுடன் சீனா செய்து கொண்ட ஒப்பந்தம் சமாதான சக வாழ்வின் பஞ்சசீலக் கொள்கைகளின் அடிப்படையிலமைந்தது. என்னுடைய கருத்தின்படி, அது மாவோவின் மூளையில் ஜனித்த சிசு; அந்த ஒப்பந்தத்தில் சேர்க்கப்பட்ட இரண்டு கோட்பாடுகள், முன்னதாக 1949ல் புதிய அரசியல் கலந்தாய்வு மாநாட்டில் அயல்நாடுகளுடனான சீனாவின் உறவுகளை வழிநடத்திச் செல்லக்கூடிய கொள்கைகளை மாவோ முன் வைத்தவைகளின் அதே அச்சாக இருந்தன.

1955ல் இந்தோனீசிய ஜனாதிபதி சுகர்னோவை விமான நிலையத்தில் வழியனுப்பி வைத்து விட்டுத் திரும்பும் வழியில் இறைச்சியும் ரொட்டியும் பரிமாறிய உணவு விடுதிக்கு விஜயம் செய்துவிட்டுச் செல்கிற பொழுது ஒரு ஜப்பானிய தொழிற்துறைக் காட்சியகம் இருந்த சோவியத் கண்காட்சி மையத்தில் நிறுத்துமாறு ஓட்டுநரிடம் மாவோ கூறினார். அந்தக் கண்காட்சியில் ஆர்வத்துடன் மாவோ சுற்றிப் பார்த்தார், அவருக்கு ஜப்பானியர்கள் ஒரு டிரான்சிஸ்டர் ரேடியோவைப்

பரிசாகத் தந்தார்கள் அப்பொழுது சைனா அதை உள்நாட்டிலேயே தயாரிக்க முடியாத ஒன்றாக இருந்தது. இந்தச் சந்திப்பின் பொழுது அந்த காட்சியகத்தை நடத்திய ஜப்பானியர்களிடம் உரையாடும் பொழுது இரண்டு அரசாங்கங்களினிடையில் தூதரக உறவுகளில்லாத நிலையில், மக்களுக்கு மக்கள் தொடர்பு அதிகரிக்கப்பட வேண்டுமென்று, நட்புறவு நாடி அவர்களிடம் மாவோ திரும்பத் திரும்பக் கேட்டுக் கொண்டார். அவர் கண்காட்சியைப் பற்றி உயர்வாகப் பேசினார், இரண்டு நாடுகளுக்குமிடையில் இன்னும் கூடுதல் வர்த்தகம் நடைபெற வேண்டுமென்றும், சீனா ஜப்பான்களுக்கிடையில் பொருளாதார உறவுகளை விரிவாக்கம் செய்ய மேலும் கூடுதல் முயற்சிகள் மேற்கொள்ளப் படுமென்று எதிர்பார்ப்பதாகவும் கூறினார். ஜப்பானியர்களுடனான மாவோவின் உரையாடல், சீனாவின் மீது விதிக்கப்பட்டிருந்த பொருளாதார முற்றுகைத் தடையைத் தோற்கடிப்பதற்குச் சாத்தியமுள்ள எல்லாவிதமான வழிகளையும் கண்டறியவும் ஒரு அந்நிய அரசாங்கத்துடனான தூதரக உறவு மேற்கொள்வது இயலாமலிருக்கும் பொழுது மக்களுக்கு மக்கள் ஏற்படும் தொடர்புகள் மூலம் வெளியுலகுடன் பொருளாதாரத் தொடர்புகளை ஏற்படுத்திக் கொள்வதற்கான சாத்தியமுள்ள ஒவ்வொரு வழியையும் கண்டுபிடிப்பதற்கு அவர் முயற்சிக்கிறார் என்கிற மனப்பதிவை எனக்கு ஏற்படுத்தியது.

1970களில் விஷயங்களில் வியக்கத்தக்க திருப்பங்களேற்பட்டன. முன்னதாக எந்த ஒரு அந்நிய நாட்டுடனும் உறவுகளை மேம்படுத்துவதற்கும் முன்னதாக கொள்கை சம்பந்தப்பட்ட அனைத்து விஷயங்களுக்கும் தீர்வு காணப்பட வேண்டுமென்று மாவோ வலியுறுத்தி வந்தார். ஆனால் இப்பொழுது, சூழ்நிலைமைகளில் மாற்றம் ஏற்பட்டிருக்கும் பொழுது "பிங்பாங் ராஜ தந்திரம்" என்று இன்று அறியப்படுகிற கொள்கையை மாவோ துவக்கி வைத்தார். ஒரு சகாப்தம் முடிந்து மற்றொன்று தொடங்குகிறது என்பதை முன்னனுமானித்தவர் மாவோதான் என்று கூறலாம்; மோதல் போக்கு, பேச்சு வார்த்தைக்கு வழிவிட்டாக வேண்டுமென்பதை அவர் அறிந்திருந்தார்.

1972ல் சீனாவையும் அமெரிக்காவையும் பிரிந்திருந்த

பனிக்கதவை, மெச்சத்தக்க துணிவுடனும் தொலை நோக்குடனும், மாசேதுங்கும், ரிச்சார்டு நிக்சனும் உடைத்துத் திறந்தார்கள் ஒருவரையொருவர் சந்தித்துக் கொண்டார்கள். அந்த இரு மனிதர்களும் ஒருவர், ஒரு மகத்தான மார்க்சியவாதி, ஆசான், பாட்டாளி வர்க்கப் புரட்சி நாயகன், மற்றொருவர், உலகிலேயே மிகப்பெரிய முதலாளித்துவ நாட்டின் ஜனாதிபதி, முதலாளித்துவ வர்க்கத்தின் தலைமைப் பிரதிநிதி ஒருவரையொருவர் கைகுலுக்கிக் கொண்டு, இருபதாண்டு கால மோதலுக்குப் பிறகு பேச்சு வார்த்தையைத் தொடங்கி வைத்தார்கள்.

இந்தச் சந்திப்பு, வெளியுலகத்திற்கான சீனாவின் கதவை மீண்டும் திறந்து வைத்தது.

மாவோவினால் சாதிக்கவே இயலாமல் போன காரியம்

மாவோ முயன்றும் சாதிக்க முடியாமல் ஆற்றாமையடைய நேரிட்டு அதைப் பார்க்க எனக்குக் கிடைத்த வாய்ப்பு அவர் மஞ்சள் நதியில் நீந்த முயன்றதுதான்.

யீச்சுவான் வெற்றிக்குப் பிறகு இரண்டு நாட்கள் சென்ற பின்னர் எல்லா அதிகாரிகளிடமும் சூ என்லாய் அறிவித்தார், “தோழர்களே, மத்தியக் குழுவும் சேர்மன் மாவோவும் மஞ்சள் நதியின் மறுகரைக்கு, வடசீனத்திற்குச் செல்வது என்று முடிவு செய்துள்ளார்கள்.”

அந்த முடிவைக் கேட்டு நாங்களெல்லாம் மகிழ்ச்சியில் துள்ளிக் குதித்தோம், ஏனென்றால் அதன் பொருள் நாங்கள் ஹூ சோங் நானைத் தோற்கடித்து விட்டோம், விடுதலை யுத்தம் ஒரு திருப்புமுனையை எட்டிவிட்டது என்பதுதான்.

1949 மார்ச் 23அன்று நாங்கள் சுவான் சூ வந்தடைந்தோம், அங்கிருந்து தான் மஞ்சள் நதியை நாங்கள் கடக்க வேண்டியிருந்தது. நதிக்கரையும் மலை ஓரங்களும் எங்களை வழியனுப்பி வைக்க வந்த மக்களால் நிறைந்திருந்தது. வலிமை மிக்க கட்டுமஸ்தான உடற்கட்டு வாய்ந்த இளைஞர்களால் செலுத்தப்படும் துடுப்புகள் நிறைந்த நீண்ட படகுகள் டஜனுக்கும் மேற்பட்டவை நதியில் காத்திருந்தன. முதல் படகில் மாவோவும், இரண்டாவது படகில் சூ என்லாய், ரென் பைஷியும் மூன்றாவதில் லூ டிங்யீ, ஹூ கியாவோ மூ ஆகியோரும் ஏறினார்கள்.

எங்களுடைய படகு கரையிலிருந்து மெதுவாக நகரத் தொடங்கியது, மாவோவைச் சுற்றி பல மெய்காவலர்கள் நின்றிருந்தார்கள், அவர் உட்கார மறுத்துவிட்டு கரையிலிருந்த மக்களிடமிருந்து விடை பெறுவதற்காக கையசைத்துக் கொண்டிருந்தார்.

நதிக்குள் மேலும் உள்ளே நகர்த்த படகு ஆடத் தொடங்கியது, படகின் பக்கவாடுகளில் அலைகள் மோதும் ஓசை எங்களுக்குக் கேட்டது. மாவோவின் மீது கைகளை வைத்திருந்த நான், “உட்காருங்கள், தயவு செய்து தோழர் சேர்மன்” என்றேன்.

என்னுடைய கைகளை மாவோ ஒதுக்கி விட்டார். கலங்கலடைந்த வெள்ளத்தை அவர் பார்த்தார், பிறகு பின் வாங்கிக் கொண்டிருந்த கரையையும், மக்களையும் பார்த்தார். அவ்வாறு செய்தபடி, காதில்

விழுகிறபடி சுவாசிக்கத் தொடங்கினார், அவருடைய கண்கள் பிரகாசித்தன, இவைகளெல்லாம் அவர் உணர்ச்சிக் கொந்தளிப்படைந்து கொண்டிருக்கிறார் என்பதன் அறிகுறிகள். திடீரென்று, படைப் பிரிவின் தலைமை அலுவலக அதிகாரியே ஷலாங் பக்கம் திரும்பினார். “வட ஷான்ஷியை பின்புலமாகக் கொண்டு மஞ்சள் நதியின் மீது நின்று கொண்டிருக்கிறோம். அதைப் பற்றி என்ன நினைக்கிறாய்? என்னைப் புகைப்படம் எடு.”

“நிச்சயமாக. இது புகைப்படம் எடுக்கத் தகுதியான தருணம்” தன்னுடைய கேமராவையே உடனே வெளியில் எடுத்தார்.

அதன்பின் மாவோ புன்னகைக்காமல் படகில் தன்னை நிலைப்படுத்திக் கொண்டு கம்பீரமாக நின்றார். அவர் தயாரான உடன் கேமராவை கிளிக் செய்தார்.

“அருமை” புன்னகைத்த மாவோ மனநிறைவுடன் சொன்னார், “வட ஷான்ஷி பீடபூமியின் மக்கள், மஞ்சள் நதி, எல்லாம் ஒரே படத்தில் நினைவில் வைத்திருக்கத்தக்க ஒன்று.”

நதியின் நடுப் பகுதியைப் படகு அடைந்த பொழுது நதியின் கொந்தளிப்பு அதிகரித்தது. அது பனிக்கட்டிகள் மிதந்து வருகின்ற பருவ காலம். செக்குக் கல்லளவு பனிப்பாறைகள் பெரும் அலைகள் மீது சவாரி செய்து கொண்டு நதியின் கீழ்நோக்கி மின்னல் வேகத்தில் இடி போல ஆர்ப்பரித்துக் கொண்டு சென்றன. பொங்கி வரும் அலைகளில் சிக்கிய எங்களுடைய சிறு படகு ஒரு கணம் ஏதோ பறப்பது போல அலைகளோடு மேலே எழுப்பி மறுகணம் அலைகள் கீழே விழும் பொழுது, மேலே ஒரு துண்டு வானம் மட்டுமே தெரிகிற ஆழம் காண முடியாத ஒரு கிணற்றுக்குள் விழுவது போல அதுவும் வீழும். இது நிகழ்ந்து கொண்டிருக்கிற நேரம் முழுவதும் பனிப் பாறைகளால் இடியுண்ட படகு ஆக்ரோஷத்துடன் குலுங்கியது. ஆனால், நீண்ட உந்து கழிகளுடனிருந்த படகோட்டிகள் தங்களுடைய ஆன்மாவைக் கிளர்ந்தெழ வைக்கும் “யோஹோ, யோஹோ” என்கிற படகோட்டும் தெம்மாங்குப் பாடலுடன் துடுப்பு வலித்தும், உந்தியும் படகை முன்நோக்கிப் பாய வைத்துக் கொண்டிருந்தனர்.

கண்களுக்குத் தெரிகிறபடி மாவோ கிளர்ச்சியடைந்திருந்தார். ஏதோ ஒரு சிந்தனை அவருக்குள் உருவெடுத்துக் கொண்டிருந்தது போலவும், அவரால் அதை வெளிக் கொணரக் காத்திருக்க முடியவில்லை போலவும் தோன்றியது. அவருடைய மார்பு விம்மியது, பிறகு நீண்ட மூச்சை உள்வாங்கிய அவர் தன்னுடைய மெய்க்காவலர்கள் பக்கம் பார்க்கத் திரும்பினார். “இந்த நதியில் நீந்துவதற்குத் துணிந்தவர் உங்களில் யாரிருக்கிறார்?” என்று கேட்டார்.

மெய்க்காவலர்களில் நன்றாக நீந்தக் கூடியவர்கள் பலர் இருந்தார்கள். யாரோ ஒருவர் தன்னுடைய பரிந்துரையைச் சொன்னார், “மா ஹேன்ரோங்கினால் முடியும். மஞ்சள் நதியில் வெள்ளம்

பெருக்கெடுத்திருந்த பொழுது ஜெனரல் பெங்கிற்கு ஒரு செய்தியைக் கொண்டு சேர்க்க அதில் நீந்திக் கடந்தார்."

"வெள்ளப் பெருக்கு இருந்த பொழுது ஒருமுறை நான் யான்ஹே நதியில் நீந்தியிருக்கிறேன்" என்றார் ஷீ குயாவோருயி.

"வறட்சிப் பருவத்தில் ஒருமுறை நான் இதில் நீந்தியிருக்கிறேன்" வழக்கமாகப் பேசா மடந்தையாக இருக்கும் சன்யோங் சன்னமான குரலில் சொன்னார், "மீண்டும் ஒருமுறை என்னால் முடியக் கூடும்."

"நல்ல யோசனை" கிளர்ச்சியிலிருந்த மாவோ சன்யோங் முன் வந்ததைப் பிடித்துக் கொண்டார்" படகில் இருந்து குதித்துக் கரைக்கு நீந்திச் செல்லலாம் வாருங்கள். கிளம்புங்கள்."

மாவோ சொன்னதைக் கேட்டு அதிர்ந்து போன நான் கிட்டத்தட்ட என்னுடைய ஆட்சேபணையைக் கத்தியிருப்பேன். அதிர்ஷ்டவசமாக அதைப் போல எதையும் நான் சொல்லவில்லை; அதுபோன்ற ஒரு நேரத்தில் எழும் எந்தவொரு மறுதலிப்பும் அவருடைய உறுதியை மேலும் வலுப்படுத்தியிருக்கும் அவ்வாறு நிகழ்ந்திருந்தால் பின் விளைவு நாசகரமாக இருந்திருக்கும்.

ஒரு சங்கடமான அமைதியைப் படகிலிருந்த அனைவரும் உணர்ந்தார்கள். பிறகு யாரோ ஒருவர் மெதுவான குரலில் சொன்னது கேட்டது, "இன்றைய நாள் வேண்டாம். இது பனிப் பாறைப் பருவ காலம்."

"வேண்டாம், இன்று வேண்டாம்" அதைத் தொடர்ந்து உடனடியாக சன் சொன்னார், "அதில் பனி மிதந்து கொண்டிருக்கும் பொழுது வேண்டாம்."

"அதைச் செய்ய முடியாதா? ஹா, ஹா!" மாவோ சிரித்தார், "நீங்கள் பயந்து விட்டீர்கள், அவ்வளவுதான்." மஞ்சள் நதியின் மங்கலும், கலங்கலுமான நீரைப் பார்த்துக் கண்களைத் திருப்பினார், ஆர்ப்பரித்துக் கொண்டு நுங்கும் நுரையுமாக, சுழன்றோடும் வெள்ளத்தைப் பார்த்தார். ஏதோ ஒன்றை மனதில் அளந்து, எடைப் போட்டுக் கொண்டிருப்பதைப் போலக் காட்சியளித்தார். இறுதியில், ஏதோ தனக்குத் தானேவோ அல்லது படகிலிருந்த எங்களிடமோ கூறுவதைப் போல, ஒரு நீண்ட பெருமூச்சு விட்டுக் கொண்டு சொன்னார், "எதைப் பற்றியாவது மட்டமாக எடுத்துக் கொள்ளக் கூடாதென்றால், அது மஞ்சள் நதியைத் தான். மஞ்சள் நதியைப் பழிப்பது நம் நாட்டைப் பழிப்பதற்குச் சமம்"

நதியின் பாதிக்கும் மேல் நாங்கள் சென்ற பிறகு நதியின் மேல் பக்கமாக தொலைதூரம் மாவோ பார்த்தார். சூரியனின் தங்கக் கதிர்களில் நதி ஜொலித்துக் கொண்டிருந்தது. "கண்களில் ஏந்திக் கொள்! மஞ்சள் நதி வானத்திலிருந்து கீழே இறங்கிக் கொண்டிருக்கிறது..." மகத்தான டாங் வம்சக் கவிஞன் லீ பாய்ன் கவிதையை மாவோ

நினைவுகூர்ந்து கொண்டிருந்தார். பிறகு அவர் முணுமுணுத்தார், "எங்கிருந்து இது தோன்றுகிறது, வியக்கிறேன் நான்?"

ஒரு மணல் திட்டுத் தீவைச் சுற்றிக் கொண்டு நதியின் கிழக்கு கரையை எங்களுடைய படகு நெருங்கிக் கொண்டிருந்தது. கரையிலிருந்த மக்களை நாங்கள் பார்த்துக் கொண்டிருந்தது போல மாவோ பார்க்கவில்லை, அவர் தன் தோளுக்கு மேலாக மஞ்சள் நதியாகப் பார்த்துக் கொண்டிருந்தார். பிறகு ஒரு பெருமூச்சுடன் சொன்னார், "என்னவொரு சோகம்."

நான் புரிந்து கொண்டது போல, அவரால் அந்த நதியில் நீந்த முடியாமல் போனது தான் அந்த 'சோகம்.'

நவசீனம் நிறுவப்பட்ட பிறகு எந்த ஒரு நதியையுமோ அல்லது ஏரியையோ விட்டு, அதில் நீந்தாமல் அகன்றதில்லை. ஒரு சவாலை ஏற்றுக் கொள்பவர் போலத் தண்ணீரில் குதிப்பார், ஒரு பகைவனை வென்றுவிட்ட மன நிறைவுடன் அதிலிருந்து வெளியேறுவார். ஆனால் மஞ்சள் நதியுடன் அவ்வாறு என்றுமே நடந்து கொண்டதில்லை. அந்த நதியோரம் இருந்த பகுதிகளுக்கு அவர் ஆய்வுப் பயணம் மேற்கொள்ளும் பொழுதெல்லாம் அவர் அதை மிகுந்த கவனமான சிந்தனையுடன், அளவெடுத்து எடை போட்டு மரியாதையுடன் பார்ப்பார், பிறகு அதை விட்டு விலகி ஏமாற்றத்துடன் சென்று விடுவார்.

மஞ்சள் நதியில் மாவோவினால் நீந்தவே இயலாமல் போய்விட்டது. வயது ஏறிக் கொண்டே போனதால் அந்த மாபெரும் நதியில் நீந்த வேண்டுமென்கிற சிந்தனையைக் கைவிட்டு விட்டார். ஆன மனமில்லாமல் தான் அவ்வாறு செய்தார்; காவோ காவோவின் (கிபி 155220) ஒரு கவிதையில், ஒரு குதிரை தன் இளமையில் சாகஸம் புரிந்தது போலவே முதுமையிலும் செய்ய விருப்பம் கொண்டிருக்கும், மாவோ அந்தக் குதிரையை ஒத்தவராக இருந்தார்.

1962, ஏப்ரல் 19 அன்று மாவோவின் அந்தரங்கச் செயலாளராக இருந்து வந்த காவோ ஷி, ஷான்ஷிப் பிரதேசத்திலிருந்த ஷயான் பகுதியில் ஒரு புதிய பணியில் இணைவதற்காக மாவோ விட்டுப் புறப்பட்டுக் கொண்டிருந்தார். வட ஷான்ஷி யுத்தத்தின் பொழுது காவோ மாவோவுடனிருந்தார், மஞ்சள் நதியை அவருடன் தான் கடந்தார்.

"நீ என்னிடம் நீண்ட காலம் பணிபுரிந்திருக்கிறாய்" காவோவிடம் மாவோ உணர்ச்சிப்பெருக்குடன் சொன்னார், "நாம் மிக நெருக்கமான நண்பர்களாகி விட்டோம். இப்பொழுது என்னை விட்டு நீ போகிறாய், நீ எங்கேயிருந்தாலும் எனக்காகச் சில வேலைகளைச் செய்ய மறக்க மாட்டாய் என்று நம்புகிறேன். உன்னுடைய உதவி எனக்குத் தேவை. ""நான் செய்வேன், தோழர் சேர்மன். நீங்கள் என்ன சொன்னாலும் என்னால் எவ்வளவு சிறப்பாகச் செய்ய முடியுமோ, செய்வேன்" காவோ உணர்ச்சி வசப்பட்டுச் சொன்னார்.

இரண்டொரு முறை சிகரெட்டை உறிஞ்சிய மாவோ மெதுவாகச் சொன்னார், “மஞ்சள் நதியைக் கடந்து நாம் சென்ற படகுப் பயணம் உனக்கு நினைவிருக்கிறதல்லவா? என்னுடைய கறுப்புக் குதிரை படகிலிருந்து நதியில் விழுந்து விட்டது, ஆனால் அது நீந்திக் கரை சேர்ந்து விட்டது.” ஒரு சிறிய இடைவேளைக்குப் பிறகு அவர் தொடர்ந்தார், “வட ஷான்ஷியில் நாம் போர் புரிந்து கொண்டிருந்த பொழுது, நீ அடிக்கடி முன்கூட்டியே முன் செல்கிற படைப் பிரிவுடன் சென்று தங்குமிடங்களைக் குறித்து வைப்பாய். இப்பொழுது, ஷான்ஷியில் அதே போல முன்கூட்டியே செல்கிற பிரிவாக நீ எனக்காகச் செல்ல வேண்டுமென்று நான் விரும்புகிறேன். அங்கே நான் வரும்பொழுது மஞ்சள் நதியோரமாக குதிரை மீதேறி ஒரு பயணம் செய்யப் போகிறேன். நான் அங்கு செல்வேன்...”

அந்த சமயத்தில் காவோவின் மனைவி குழந்தை பிரசவிக்கிற நிலையிலிருந்தார். ஆனால் அதற்காக அவர் புறப்படுவதைத் தாமதப்படுத்த விரும்பவில்லை. விமானப் படையின் துணைத் தளபதி ஹே டிங்யீன் அனுமதியுடன் ஷியான் நகருக்குத் திருப்பி விடப்பட்ட ஒரு விமானப் படை விமானத்தில் அவருடைய மனைவியை அனுப்பி வைக்கப்பட்டார். ஷியான் பகுதியை அடைந்தவுடனேயே காவோ மஞ்சள் நதியை ஆய்வு செய்யும் பணியிலிறங்கி விட்டார், மாவோ எந்த நாளிலும் அங்கு வரக் கூடும் என்று கருதிய அவர் அதற்காகக் காத்திருந்தார். மாவோவுடன் நீண்ட நாட்கள் பணிபுரிந்த அனைவரையும் போலவே அவரும் அந்தப் பிரிவுக்குப் பழகிக் கொள்ள முடியவில்லை. மாவோவைப் பிரிந்ததில் எந்த அளவுக்குத் தவித்தாரென்றால் தனக்கு வரும் கனவுகளில், “தோழர் சேர்மன், தோழர் சேர்மன்” என்று கூவுவார். பிறகு விழித்துக் கொண்டு சலனமற்ற இரவு மட்டும் உடனிருப்பது கண்டு முகத்தில் கண்ணீர் வழிந்தோட இருப்பார்.

ஆகையால், காவோ காத்திருந்தார், நாட்களை எண்ணிக் கொண்டு, காதபுதுக் கொண்டே இருந்தார், 1965 வரை. ஆனால் மாவோ வரவேயில்லை.

இருந்த போதிலும் மாவோவின் வேண்டுகோளை காவோ மறக்கவேயில்லை. 1965ல் இந்தோனேசியாவுக்குப் புறப்படுவதற்கு முன்னதாக சியானிலிருந்து பெய்ஜிங் செல்கிற வழியில் மஞ்சள் ஆற்றை ஆய்வு செய்த பயணத்தின் போது கண்டவற்றை விபரமாகப் பதிவு செய்தார், அதில் மலைகள், கால்வாய்கள், நீரோடைப் பாலங்கள், அவற்றில் மிக நீண்டவை, பயணம் செய்யக் கடினமாக இருந்த ரோடுகள், மாவோ ஓய்வெடுக்கப் பொருத்தமான இடங்கள்... போன்றவற்றின் பெண்களுமிருந்தன.

காவோ பெய்ஜிங்கில் மாவோவைச் சந்தித்த பொழுது தன்னுடைய குடும்பம், பணி, படிப்பு ஆகியவற்றைக் குறித்து அவரிடம் சொன்னார்.

"உங்களிடம் நான் தந்த கல்வித் திட்டத்தில் முன் வைத்திருந்தவற்றை யெல்லாம் என்னால் நிறைவேற்ற இயலவில்லை. அது மிக அதிகமான ஆசை கொண்டதாக இருந்தது. ஏராளமான பணிகளுக்கிடையில் அதைத் தொடர முடியவில்லை" என்று மாவோவிடம் சொன்னார் காவோ.

சியானிலிருந்து பெய்ஜிங் வரை வருகிற வழியில் காவோ கண்டதைப் பற்றியெல்லாம் விபரமாகக் கேட்டறிந்த மாவோ சொன்னார், "மஞ்சள் நதி வழிக நெடுக ஒரு குதிரைப் பயணம் மேற்கொள்ள நான் போட்டிருந்த திட்டமும் ஒரு பேராசையானதுதான். அந்தப் பயணத் திற்குத் தான் என்னால் நேரம் எடுத்துக் கொள்ள முடியாமல் போய் விட்டதே... வட ஷான்ஷியை நான் நேசிக்கிறேன். ஜியாங்ஷியில் நான் வாழ்ந்ததென்னவோ குறுகிய காலம்தான், ஆனால் யானானில் நான் நீண்ட காலம் செலவிட்டேன். அங்கு இன்னுமொரு முறை செல்ல விரும்புகிறேன், அங்கு விளையும் தினையை உண்ணவும், மஞ்சள் நதியோரம் பயணம் செய்யவும் விரும்புகிறேன்."

அந்தக் கனவு நனவாகவேயில்லை.

ஆனால் தினையை என்னவோ உண்டு விட்டார்: காவோ வட ஷான்ஷியிலிருந்து அதை அவருக்கு அனுப்பி வைத்திருந்தார், மாவோ அதற்காக நன்றியும் தெரிவித்தார். ஆனால் அவரால் என்று அந்தப் பயணத்தை மேற்கொள்ள முடியவில்லை, அது மாவோவுக்கு எப்பொழுதுமே ஒரு வருத்தமாக இருந்து வந்தது.

ஆனால் மாவோ மிகப்பெரிதும் வருந்திய ஒரு விஷயம் நாட்டுடன் தைவான் தீவு மீண்டும் இணைக்கப்படுவதைப் பார்க்க முடியாமல் போனதுதான்.

மக்களின் ஆதரவுடன் மக்கள் சீனக் குடியரசை தான் நிறுவியதையும், தன்னுடைய இறுதி ஆண்டுகளில் "கலாச்சாரப் புரட்சியை"த் தொடங்கியதையும் அவர் குறிப்பிடும் பொழுது மாவோ தன் வாழ்நாளில் சாதித்ததைத் தொகுத்தளித்து விடுகிறார். ஆனால் தைவான் இன்னும் விடுவிக்கப்படாமலிருந்தது அவருடைய வாழ்நாளின் முடிச்சுப் போட முடியாத ஒரு கண்ணியாக இருந்தது, அது அவருக்கு எவ்வளவு ஏமாற்றத்தை அளித்திருக்கும் என்பதை கற்பனை செய்து பார்ப்பது ஒன்றும் கடினமல்ல.

நான் முன்னரே கூறியிருந்தது போல 1953ல் தொடங்கி வருடந்தோறும் கடற்கரைக்குப் போவது மாவோவின் வழக்கம். கடலில் வெகு தொலைவில் உற்று நோக்கியபடி சொல்வார், "நாம் தைவானை விடுவிக்க வேண்டும்." வேறு என்னவெல்லாம் சொன்னார் என்பது எனக்குச் சரியாக நினைவில்லை, ஆனால் 'சுதந்திரத் தைவான்' வாதிகள் சியாங்காய் ஷேக்கை விட அவருடைய ஆத்திரத்திற்குள்ளாவார்கள். ஏனெனில் தைவான் சீனாவின் பிரிக்க முடியாத பகுதி என்று ஷேக்

வலியுறுத்தினார். ஒவ்வொரு சீனக் குடிமகளின் பாராட்டையும் உடனடியாக ஈர்ப்பது சீனாவின் கௌரவத்தையும் சீன நாட்டின் நலன்களையும் பாதுகாக்க மாவோ காட்டிய தளராத உறுதிதான்.

1972ல் நிக்சன் சீனப் பயணம் மேற்கொண்டது குறித்த ஒரு ஆவணத்தின் மூலம் நான் அறிந்து கொண்டது போல: சீன அமெரிக்கக் கூட்டறிக்கை இறுதிப்படுத்தப்பட்டுக் கொண்டிருந்த பொழுது அமெரிக்க அரசுத் துறை அதிகாரிகள், "எங்களுக்கு இது பிடிக்கவில்லை" "எங்களுக்கு அது பிடிக்கவில்லை'' என்று அந்த ஆவணத்தைக் குறித்து ஆட்சேபணைகளை எழுப்பிக் கொண்டிருந்தார்கள். சூ என் லாய் இந்த விஷயத்தை மாவோவிடம் எழுப்பிய பொழுது, மாவோ திட்டவட்டமாகக் கூறினார், "இந்த அறிக்கையை மேற்கொண்டும் பேச்சு வார்த்தை நடத்துவதற்காக நாங்கள் திறந்து வைத்திருக்க வாய்ப்பு இருக்கிறது, ஆனால் தைவானைப் பற்றிய பகுதி அப்படியானதல்ல என்று நிக்சனிடம் சொல்லுங்கள்." சற்று இடைவெளி விட்டு மிகவும் அழுத்தத்துடன் சொன்னார், "தைவானைப் பற்றிய பிரிவில் மாற்றங்கள் செய்ய எடுக்கும் எந்த முயற்சியும் நாளை அறிக்கை வெளியிடப்படக் கூடியதற்கான சாத்தியக் கூறுக்கு எதிர்மறையான விளைவை உருவாக்கி விடும்."

அந்த ஆவணம் எனக்கு உண்மையாகத் தான் பட்டது: மாவோ அவ்வாறுதான் செய்வார். 1949லிருந்து தைவான் விவகாரம் மாவோவின் கவனத்தை பெரிதும் ஆட்கொண்டிருந்தது, சீனஅமெரிக்க உறவு சீரடைவதற்குப் பிரதானத் தடையாக இருந்தது.

நவசீனம் நிறுவப்பட்டதிற்குப் பின்னர் வூ சுஜுன் என்கிற பெண்மணி மாவோவின் தலைமை நர்ஸ் ஆனார். என்னைப் போலவே அவரும் மாவோவிடம் நீண்ட நாள் பணியாற்றினார், நான் மாவோவை விட்டு வந்த பிறகும் அவர் அங்கேயே தொடர்ந்து பணியாற்றி வந்தார். 1976ன் நிலவுப் புது ஆண்டு நாளன்று அவர் மாவோவின் விருந்தாளியாக வந்திருந்தார். விருந்துக்கு முன்னர் அவர்கள் ஒரு திரைப்படம் பார்த்தார்கள். அதன் பெயர் "நினைவில் வைத்திருக்க வேண்டிய ஒரு போராட்டம்." மாவோ திரைப்படங்களை அவ்வளவாக விரும்புவதில்லை, ஆனால் அதற்கு அன்று விதிவிலக்களித்திருந்தார். மாவோ தன்னுடைய இறுதி ஆண்டுகளில், மக்கள் சீனக் குடியரசு நிறுவப்படுவதற்கு முன்னர் சீனாவிற்குள் ஒரு உலகைக் குலுக்கும் வீர காவியப் போராட்டம் நடந்து கொண்டிருந்த நாட்களின் இனிய ஏக்கம் ததும்பும் நினைவுகளில் ஆழ்ந்திருந்தார். திரைப்படம் பார்த்துக் கொண்டிருந்த மாவோ மௌனமாக அழுதார். மக்களின் எழுச்சி மிக்க வரவேற்பைத் தந்த ஒரு நகரத்திற்குள் மக்கள் விடுதலை ராணுவம் நுழைகிற கட்டத்தைத் திரைப்படம் எட்டியபொழுது வூவிடம் மாவோ கேட்டார், "அந்த மக்கள் திரள்களுக்குள்ளிருந்த மாணவர்களுடன் நீயும் இருந்தாயா?"

வூ ஷாங்காய் பள்ளிக்கூடத்துக்குச் சென்று கொண்டிருந்தாள் என்பமை மாவோ அறிந்திருந்தார், வரவேற்கும் மக்களுடன் வூவும்

கலந்து கொண்டிருந்தார். ஆனால் அவர் தலையை மட்டும் அசைத்து 'ஆம்' என்று பதிலளித்தார், ஏனெனில் அவரும் அழுது கொண்டிருந்தார்.

வூ இவ்விதம் செய்தது மாவோவின் கண்களிலிருந்து கண்ணீர் அருவயை வரவழைத்தது, படம் பார்த்துக் கொண்டிருந்த அனைவரும் அழுதார்கள். உடனடியாக நர்ஸ்கள் மாவோவை அங்கிருந்து அழைத்துச் சென்று விட்டனர்.

அன்றைய நாளில் மாவோவை அழவைத்த பல காரணங்களில் தைவானின் விடுதலையைப் பார்க்க தாம் உயிரோடு இருக்க மாட்டோம் என்கிற வேதனை நிறைந்த எண்ணமும் ஒன்றாக இருந்திருக்குமோ?

எழுதாமலும், படிக்காமலும் மாவோ தன் நேரத்தை ஒரு போதுமே போக விட்டதில்லை. எனக்குத் தெரிந்தவரை, மேலும் சில நூல்களைப் பிரசுரிக்க மாவோ திட்டம் வைத்திருந்தார், அதில் சில பிரசுரமாகாமலே இருந்து விட்டன, அதுவும் அவருடைய ஏமாற்றத்திற்கான ஒரு காரணியாக இருந்திருக்கலாம்.

1954ல் பெய்டோய் ஹேவில் நானும் அவருடனிருந்தேன். அவர் கடற்கரையில் உலவிக் கொண்டிருக்கும் பொழுதோ அல்லது கண்களால் கடலைத் துருவிப் பார்த்தபடி நின்று கொண்டிருந்தாலோ கவிதைகளைப் பாடிக் கொண்டிருப்பதைக் கேட்க முடியும்.

ஒருநாள் ஆர்வத்தால் உந்தப்பட்ட அவருடைய மருத்துவர், டாக்டர் சூ அவரிடம் கேட்டார், "யாருடைய கவிதைகளை நீங்கள் பாடிக் கொண்டிருக்கிறீர்கள், தோழர் சேர்மன்?"

"உங்களுக்கு அது எவ்வாறு படுகிறது?" மாவோ திருப்பிக் கேட்டார்.

"மிக அற்புதமான கவிதை மிகவும் அழகு"

"கடலைப் பார்த்துக் கொண்டிருக்கையில்" என்கிற காவோ காவோவின் கவிதை. "கோடைக்கால அரண்மனை வாயிலுக்கு வெளியே கால்நடையாக ஒரு பயணம்" என்கிற ஒரு நீள் கவிதையின் முதல் பகுதி"

"என்னது, காவோ காவோ ஒரு கவிஞரா?"

"அது உங்களுக்கு வியப்பளிக்கிறதா? அவர் மிகப்பெரிய ராஜதந்திரி, பெரும் வீரர், மகத்தான கவிஞன்."

நாங்கள் அதிர்ந்து விட்டோம். காவோ காவோவைப் பற்றி மக்களின் மனதில் பதிந்திருந்த சித்திரத்தை மாற்றும் விதமாக குவூவோ மோருவோ எழுதுவதற்கு வெகு காலத்திற்கு முன்னரே மாவோ இவ்வாறு கூறினார். அந்த மனிதரின் துரோகம், நம்பிக்கை மோசடி குறித்துக் காலம் காலமாக வெறுக்கப்பட்டு வந்தது, மாவோ இப்பொழுது அவரை ஒரு மாமனிதர் என்றல்லா அழைக்கிறார்! ஒருவேளை அதே பெயரைக்

கொண்ட வேற்று மனிதர் ஒருவரை மாவோ குறிப்பிடுகிறாரோ என்னவோ.

"காவோ, காவோ?", டாக்டர் சூவுக்கு விளங்கவில்லை, "கோர முகம் கொண்ட அந்தக் கெட்ட மனிதனைக் குறிப்பிடுகிறீர்கள், அல்லவா?"

"மடத்தனம்!" மாவோ வெடித்தார், "காவோ, காவோ சீனாவின் வட பகுதியை ஒன்றிணைத்து, சீனாவின் மிக முக்கியமான பிரதேசமான மஞ்சள் நதிப் பள்ளத்தாக்கில் வெயீ ராஜ்யத்தை நிறுவியவர். ஹன் வம்சத்தின் (கி.பி. 25220) தவறான கொள்கைகளைச் சீர்திருத்தி, சக்தி வாய்ந்த குடும்பங்களின் சிறகுகளை வெட்டியவர், உற்பத்தியைப் பெருக்கியவர், விவசாயப் பணிகளில் கொத்தளத் துருப்புகளை முதல் முதலாக இறக்கியவர். அவர் விவசாயிகளிடம் தரிசு நிலங்களைப் பண்படுத்தச் சொன்னவர், சட்டத்தின் ஆட்சியை வலுப்படுத்திச் சிக்கனத்தை ஊக்குவித்தவர். இவற்றையெல்லாம் செய்து, போர்களால் நாசமாகிக் கிடந்த நாட்டை நிலைப்படுத்தி அதன் சொந்தக் கால்களில் நிற்க வைத்து முன்னேற்றப் பாதையில் செலுத்தியவர். அதை மகத்தானதென்று அழைக்க மாட்டீர்களா? ஒரு கோர முகம் கொண்ட நயவஞ்சகன் என்று சித்திரித்த நூல்களும், நாடகங்களும் மக்களை அவ்வாறு நம்ப வைத்து விட்டன. ஆனால் அவைகளெல்லாமே, நிலப்பிரபுத்துவ பழைமை வாதக் கண்ணோட்டம் கொண்ட சிறந்த எழுத்தாளர்களால் ஜோடிக்கப்பட்ட பொய்மைகள். எழுதுகோல் அபாயகரமான ஆயுதமாகவும் மாறும், அதுபோன்ற மனிதர்கள் பேனாவின் செல்வாக்கை ஏக போகமாக்கி மக்கள் மத்தியில் பொய்களை விதைத்து விட்டார்கள். காவோ காவோ பற்றிய உண்மைகளை நாம் மக்களுக்கு எடுத்துச் சொல்லியாக வேண்டும்."

அன்றைய தினம் ''பழங்கால மனிதர்களுக்காக'' அவ்வளவு கிளர்ச்சியையும், கரிசனத்தையும் மாவோ வெளிப்படுத்தியதைப் போல எப்பொழுதுமே வெளிப்படுத்தியதில்லை. காவோ குறித்த மாவோவின் கருத்துக்கள் ஒரு குறிப்பிட்ட வரலாற்று மனிதரோடு மட்டும் நின்று விடவில்லை என்று தோன்றியது; மக்களிடம் நீண்ட காலமாக ஆழமாக ஊன்றியிருந்த பாரபட்சமான கருத்துக்களிலிருந்து அவர்களை விடுவிக்க வேண்டுமென்பதை அது பிரதிநிதித்துவப்படுத்தியது.

ஆனால் காவோவின் மகத்துவத்திற்கு மறு வாழ்வளிக்கும் விதமாக எதையும் எழுதுவதற்கு மாவோவுக்குச் சாத்தியப்படவேயில்லை. அதை குவூவோ மோருவோ செய்தார். அவருடைய கட்டுரை நாடு முழுவதும் தீவிரமான விவாதத்தைக் கிளறிவிட்டது, அது சீனாவின் பெரும்பான்மையான மக்கள் குவூவோவின் கண்ணோட்டங்களை ஏற்றுக் கொள்ளுமாறு செய்துவிட்டது.

காவோவைக் குறித்த உரையாடல் நடந்த அன்றிரவு படுக்கைக்குப் போகும் முன்பு சிந்தித்தவாறே மாவோ எங்களிடம் கூறினார், "இப்போதைய நாட்களில் இளைஞர்களின் மனதில் என்ன இருக்கிறது

என்பதை அறிய நான் மிகவும் விரும்புகிறேன். இப்பொழுதெல்லாம் வேலை, திருமணம் ஆகியவற்றைக் குறித்து இளைஞர்களின் மனப்பாங்கு பற்றித்தான் எழுத்தாளர்கள் ஆர்வம் காட்டுவது போலத் தோன்றுகிறது. ஆனால் வரலாற்றையும், உலகத்தையும் குறித்து அவர்களுடைய புரிதல் பற்றி என்ன நினைப்பது?"

இதைச் சொன்னபிறகு ஒருநாள் மாவோ டியான் யுன்யூவிடம் கேட்டார், "சமீபத்தில் நீ என்ன வாசித்துக் கொண்டிருக்கிறாய்?"

"நான் வரலாறு, தத்துவம் ஆகியவை குறித்து ஆர்வமாக இருக்கிறேன்"

"ஒரு புத்தகத்தை நீ படிக்க வேண்டுமென்று விரும்புகிறேன். அது ஃபெங்க்வி எழுதிய 'உலகத்தை அறிந்து கொள்' என்றழைக்கப்படும் புத்தகம். அது ஒரு நல்ல புத்தகம்."

ஒரு சில நாட்கள் சென்ற பின்னர், மார்க்சியத்தின் அடிப்படைக் கோட்பாடுகளைக் கற்குமாறு டியானை ஊக்குவித்ததுடன் வரலாற்றுப் பொருள் முதல் வாதத்திற்கு வகுப்பெடுத்தார். பிறகு தான் முன்னதாகக் கூறியிருந்ததையே திரும்பவும் கூறினார், "இளைஞர்களுக்காக இளைஞர்களைப் பற்றி ஒரு புத்தகம் எழுத இருக்கிறேன். இந்த உலகம் இளைஞர்களுக்கானது, அதில் மாற்றமேற்படப் போவதில்லை."

முன்னதாக, 1935ல் ஒரு புகழ்பெற்ற வரியை மாவோ எழுதியிருந்தார், "நாம் பெருஞ்சுவரை எட்ட இயலாது போனால் ஆண்களாக இருக்க மாட்டோம்" மஞ்சள் நதியில் அவரால் நீந்த முடியாமல் போனாலும் அந்தச் சுவருக்குப் பல முறைகள் சென்றிருக்கிறார். அங்கு செல்லும் ஒவ்வொரு முறையும் சீனாவை ஆட்சி புரிந்த (கி.மு. 246209) க்வின் வம்சத்தைச் சேர்ந்த ஷைஹூவாங்டி (முதலாம் சக்ரவர்த்தி) பற்றிப் பேசுவார் காவோ, காவோவின் விவகாரத்தைப் போலவே, சீன தேசத்திற்கு சக்ரவர்த்தி ஆற்றிய பங்களிப்புகள் குறித்த மாவோவின் கருத்துக்கள், பாரம்பரியமான கருத்துக்களுக்கு நேரெதிராக இருந்தன. அந்தச் சக்ரவர்த்தியின் செய்த பல காரியங்கள் மக்களுக்குத் துன்பமாகிப் போனதுதென்னவோ உண்மைதானென்றாலும் அவருடைய சாதனைகள் போற்றுதலுக்குரியவை; அவை சீன நாட்டுக்கு நன்மைகள் பயந்தன, நாட்டை ஒருங்கிணைப்பதற்கு இட்டுச் சென்றன. இரண்டாயிரம் ஆண்டுகளுக்கும் மேலாக, வம்சங்கள் பல மாறியது அரங்கேறினாலும் ஷை ஹூவாங்டி உருவாக்கிய அரசு நிர்வாக முறை மாறவேயில்லை, தொடர்ந்த நடைமுறையிலேயேயிருந்தது. அவர் சீன எழுத்துகளை ஒருங்கிணைத்தார், வாகனங்களின் அகலத்தை நிர்ணயித்தார், நாட்டுப்புறங்களையும் தேசத்தையும் ஒரே உருவாக ஒருங்கிணைத்த நாடு முழுவதுமே பின்பற்ற வேண்டிய நிர்வாக நன்னடத்தைகளை வகுத்துத் தந்தார்.

காவோ காவோ, ஷைஹூவாங்டி ஆகியோர் பற்றிய பாரம்பரியத்திற்குச் சவால் விட்ட முதல் மனிதர் மாவோ தான். நவசீனத்தின் தலைவர் களையும், அந்தச் சக்ரவர்த்தியையும் ஒப்பீடு செய்பவர்களிடம் மாவோ

கூறுவார், "நீங்கள் தவறு செய்கிறீர்கள். ஷைஹூவாங்டியை விட நாம் ஆயிரம் மடங்கு செம்மையாக இருக்கிறோம்." ஒரு கொடுங்கோலன் என்கிற முறையில் சக்ரவர்த்தியை அவர் குறிப்பிடவில்லை; நாம் சீனத்திற்கும் அதன் மக்களுக்கும் தந்த பங்களிப்புகளை ஷைஹூவாங்டியின் பங்களிப்புகளுடன் அவர் ஒப்பீடு செய்தார்.

ஒருமுறை மாவோ என்னிடம் சொன்னார், "சேர்மன் ஒன்றும் சக்ரவர்த்தியல்ல, அவர் மக்களின் சேவகர்."

1960களின் துவக்கத்திலொரு நாள், ஹூனானுக்குச் சென்று கொண்டிருந்த அவருடைய சிறப்பு ரயிலில் அவருக்காகப் பணிபுரிந்து கொண்டிருந்த எங்களிடம் மாவோ பேசிக் கொண்டிருந்தார். ஒரு கட்டத்தில் லீ மின், மாவோவுக்காக அவருடைய குடும்பத்தாரின் சமாதிகளிருந்த வளாகத்திற்குச் சென்றிருந்த பொழுது தான் கண்ட அதிர்ஷ்டக் குறி சொல்லிகளைப் பற்றிக் கூறினாள். ஒரு புன்முறுவலுடன் மாவோ அவளிடம் கேட்டார், "அவர்களில் ஒருவரிடம் நீ ஏன் குறி கேட்கவில்லை? கேட்டிருந்தால் அந்த ஆள் சொன்னது சரியா இல்லையாவென்று உன்னால் சொல்லியிருக்க முடியுமே."

பிறகு லீ மின் சில பேர் மாவோ மீது பழி கூறிக் கொண்டிருந்தார்களென்று சொன்னாள். லீ மின் விவரித்துக் கொண்டிருப்பதை அந்த ரயில் பெட்டிக்குள் நுழைந்து கொண்டிருந்த ரயில் உதவியாளர் யாவோ சூ ஷியான் காதில் கேட்டு அதிர்ச்சியடைந்து கிட்டத்தட்ட அனிச்சையாக, "அவர்கள் வர்க்க எதிரிகளாக இருக்க வேண்டும்" என்று கத்தி விட்டார்.

இன்னும் புன்முறுவலுடனிருந்த மாவோ மறுத்துத் தலையசைத்து விட்டுச் சொன்னார், "மோசமான வார்த்தைகளில் மக்கள் உன்னைத் தாக்குவதொன்றும் வழக்கத்திற்கு மாறானதல்ல; அவ்வாறில்லாதிருப்பது தான் வழக்கத்திற்கு மாறானது. என்னை வசைபாடுகிற ஒவ்வொருவருமே கெட்ட மனிதரல்ல. நான் தவறே செய்ய முடியாதவனல்ல." சிறிது இடைவெளி எடுத்துக் கொண்டபிறகு அவர் மெதுவாகவும், சிந்தனையுடனும் தொடர்ந்தார்.

"என்னுடைய குடும்பத்தாரின் சமாதிகளை சியாங்காய் ஷேக் நாசம் செய்தான், கம்யூனிஸ்ட் கட்சி என்னை ஓரங்கட்டியது, கட்சிப் பணி செய்ய என்னை அனுமதிக்கவில்லை.

புரட்சியென்பது ஒரு எளிய காரியமல்ல; பல தியாகங்கள் செய்ய வேண்டி வரும். என் மீது சாபம் விழ வேண்டுமென்பதற்காக என் குடும்பக் கல்லறைகளை நாசம் செய்தார்கள். எனக்கு எதுவும் ஏற்படவில்லை; அதெல்லாம் வெறும் மூடநம்பிக்கை. இப்பொழுது அந்தக் கல்லறைகளை மக்கள் புனரமைத்து விட்டார்கள். இப்பொழுதும் எனக்கு மிகவும் நேரவில்லை. உங்களைப் போலவே வெறும் மனிதன்தான் நானும்; மாசேதுங் ஒரு மனித உயிர் எல்லா மனிதர்களையும் போலவே

நானும் ஒருநாள் மடிவேன். என்னைத் தொலை நோக்குள்ளவன் என்கிறார்கள்; அது வெறும் பிதற்றல. நான் என்ன செய்தேனோ அதற்காக என் மரணத்திற்குப் பிறகு தாக்குதல் வருமென்று எதிர்பார்க்கிறேன்; நான் செய்த சில காரியங்கள் தவறாகக் கூடப் போய்விடலாம். நானும் ஒரு மனித உயிர்தான், தவறு செய்வது மனித இயல்பு. ஆனால் எனக்கென்று நம்பிக்கைகள் இருக்கின்றன; நான் புரட்சிக்கு என்றுமே உண்மையுள்ளவனாக இருப்பேன், அது என்ன பெயர் கொண்டு என்னை அழைத்தாலும் சரி."

புரட்சியின் வெற்றிக்குப் பிறகு மாவோவுக்கு இருப்பதிலேயே பெருங் கவலையளிப்பதாக இருந்தது, மக்களின் அணி வரிசைகளின் மத்தியில் புரட்சிகர உத்வேகம் வடிந்து விடக்கூடிய சாத்தியப்பாடுதான். ஒரு வகையில், பொருளியல் உலகை மாற்றுவதை விடவும் மனிதர்களின் சிந்தனையில் மாற்றம் கொண்டு வருவதில்தான் மாவோ கூடுதல் ஆர்வம் கொண்டிருந்தார் எனலாம். "ஓராயிரம் ஆண்டுகள் மிக நெடியது இந்த மணி நேரத்தை இந்த நாளைப் பற்றிக் கொள்" என்று பாடிய ஒரு கவிஞனின் மனவோட்டத்தைப் போல சீனா தயாராக இல்லாமலிருந்த பல விஷயங்களை செய்ய அவர் முயற்சித்தார், 'மாபெரும் முன்னோக்கிய பாய்ச்சல்' 'கிராம மக்களின் 1958ல் கம்யூன்களுக்கான இயக்கம்' ஆகியவை அவைகளிலொன்று.

'கலாச்சாரப் புரட்சியைத் துவக்குவது என்கிற மாவோவின் தவறான முடிவுக்கு இட்டுச் சென்ற வேறு பல காரணிகளுடன், என்னுடைய கருத்தின்படி, இன்னும் ஒரு காரணியை முன்வைக்க இந்த வாய்ப்பைப் பயன்படுத்திக் கொள்ள விழைகிறேன். கலாச்சாரப் புரட்சியின் பொழுது என்ன நடந்ததென்பதை நாட்டின் மீது அது ஏற்படுத்திய நாசகர விளைவு எடுத்துக்காட்டி விட்டது, தன்னுடைய புரட்சிகர வாழ்க்கையில் மாவோ செய்த மிகப்பெரிய தவறு அதுதான். இருந்த போதிலும் மாவோ செய்தது ஒரு தவறு என்கிற பொழுது, நால்வர் சதிக் கும்பல் குற்றங்களைப் புரிந்தது, அது தவறான நிர்ணயம் என்பதிலிருந்து முற்றிலும் மாறுபட்டது. கலாச்சாரப் புரட்சிக்கான மாவோவின் நோக்கங்கள் போற்றுதலுக்குறியவை; இதர விஷயங்களுடன் அதிகார வர்க்கப் போக்குகள், ஊழல் ஆகியவற்றிலிருந்து கம்யூனிஸ்ட் கட்சியை விடுவிக்க அவர் விரும்பினார்.

அதிகார வர்க்கப் போக்கு, ஊழல் ஆகியவற்றின் பரம எதிரி மாவோ. நான் முன்னர் குறிப்பிட்டுள்ளதைப் போல, அதிகார வர்க்கப் போக்கு, ஊழல், விரயம் ஆகியவற்றிற்கெதிரான 1950களின் இயக்கத்தின் பொழுது ஒரு கடுமையான குரலில் பலமுறை அவர் என்னிடம் கேட்டிருக்கிறார், "அரசாங்கப் பணத்தை நீ பாக்கெட்டில் போட்டுக் கொண்டதுண்டா?" என்றும் "நீ கடந்த காலத்தில் இல்லாவிட்டாலும், வருங்காலத்தைப் பற்றி என்ன சொல்கிறாய்?" என்றும் கேட்பார். "சர்க்கரை தடவிய தோட்டா உன்னைத் துளைத்து விடாமல் பார்த்துக்

கொள். நீ என்னிடம் பணிபுரிகிறாய், உன்னிடம் ஏற்படும் சலனங்களைத் தடுக்க அது ஒரு மிக முக்கியமான காரணமாக இருக்கிறது. அவற்றிற்கு நீ என்றுமே பலியாகி விடக் கூடாது; நாம் மிக நெருங்கிய நண்பர்களாக இருக்கிறோம், ஆனால், நீ ஊழலில் ஈடுபட்டால் என்னுடைய எதிரியாகி விடுவாய்; பதவியில் கீழே இருந்தாலும் அந்தஸ்தில் உயர்ந்த என்னுடைய மெய்க்காவலனாக இருக்கிறாய். இந்த அந்தஸ்து, தனிப்பட்ட சலுகைகளை நாட உனக்கு அபாயகரமான முறையில் எளிதாக்கி விடும். ஆகையால் கவனமாக இரு, எளிமையாக இரு; நீ ஊழலில் ஈடுபடாமலிருந்தாலும் ஏதாவது வீணடித்திருக்கிறாயா? விரயமும் தீங்கானது; அதுதான் ஊழலை நோக்கிய முதல் அடி; சிக்கனமாக இரு, அதைப் பழக்கமாக ஆக்கிக் கொள்" என்று அவர் திரும்பத் திரும்ப எனக்கு நினைவூட்டிக் கொண்டேயிருப்பார்.

மாவோவுக்கு ஒரு அந்தரங்கச் செயலாளர் இருந்தார், அவர் ஒரு டஜன் வருடங்களுக்கும் கூடுதலாக அவரிடம் பணிபுரிந்து விட்டு விடை பெற்றுச் சென்றார். அவர் புறப்பட்ட நாளன்று அவருடைய உடைமைகளை எடுத்துச் செல்லத் தேவைப்பட்டது ஒரு ஜீப் மட்டும்தான். அவர் தூய்மை எப்படியிருக்குமோ அவ்வளவு தூய்மையானவர். அவருடனும் அவருடைய குடும்பத்துடனும் மாவோ புகைப்படம் எடுத்துக் கொண்டார். அவர்கள் கைகுலுக்கிக் கொண்ட பொழுது மாவோ சொன்னார்" நீங்கள் ஒரு நேர்மையான மனிதர். உங்களுடைய பிரிவு என்னை வாட்டும்."

மூன்று வருடங்கள் நீடித்த பொருளாதார நெருக்கடிக்குப் பின்னர் விரைவிலேயே எங்களுடன் இணைந்து கொண்ட ஒரு புதிய மெய்க்காவலர், தான் மாவோவின் மெய்க்காவலராக இருந்து கொண்டு என்ன பெறப் போகிறார் என்று எதிர்பார்த்ததைப் பற்றி மற்றவர்களிடம் சொன்னார், “சேர்மனின் மெய்க்காவலராக ஆனபிறகு நான் விரும்பியதையெல்லாம் தின்னலாம் என்று முன்பு நினைத்துக் கொண்டிருந்தேன்."

மாவோ எங்களிடம் சொல்வார், “என்னிடம் வேலை பார்ப்பதால் பெரிய அரசு அதிகாரிகளாகி ஏராளமாகச் சம்பாதிக்கலாமென்று எதிர்பார்க்க வேண்டாம். உங்களுடைய பணி உங்களிடமிருந்து இன்னும் கூடுதல் தியாகங்களைக் கோருகிறது." தன்னுடைய தனிப்பட்ட அலுவலர்களுடன் இணைபவர்களிடம் மாவோ எப்பொழுதுமே கேட்பார்,

“எனக்காக வேலை செய்வதற்கு உனக்கு விருப்பமிருக்கிறதா?"

தான் மற்றவர்களிடமிருந்து என்ன எதிர்பார்க்கிறாரோ அதற்கான சிறந்த உதாரணமாக மாவோ திகழ்ந்தார். மாவோவிடம் நீண்ட காலம் பணிபுரிந்து விட்டு அவரிடமிருந்து விடைபெற்றுச் செல்பவர்கள் அனைவருமே மாற்றமேயில்லாமல் சமூக ரீதியாக, அப்பொழுதுதான் பள்ளிப் படிப்பை முடித்து விட்டு வந்த குழந்தைகள் போல

அப்பாவிகளாக இருப்பார்கள், சமூகத்தின் சிக்கலான சூழல்களைச் சமாளிக்க முடியாமல் தவிப்பார்கள், அவ்விதம் ஆற்றாமை அடைவார்கள் அல்லது சமூக விபத்திற்கும் கூட ஆளாகி விடுவார்கள்.

இந்தச் சிக்கல்களை மாவோ அறிந்திராதவரல்ல. அவருடைய மெய்க்காவலர்கள் எப்பொழுதெல்லாம் அவரைப் பிரிந்து செல்வார்களோ அப்பொழுது அவர்களுக்கு மாவோ இரண்டு விஷயங்களை நினைவூட்டுவார்: "எளிமையாக இரு, உன்னுடைய ஊக்கத்தை இழந்து விடாமலும், தளர்ந்து விடாமலும் புரட்சிக்கு உண்மையானவனாக இரு."

கம்யூனிஸ்ட் கட்சியையோ அல்லது நான் நிறுவிய தேசத்தையோ குறித்த எல்லா விஷயங்களுமோ மாவோ தன்னுடைய மனநிறைவுக்குகந்தாகக் காணவில்லை. "அவைகளை நெறிப்படுத்த" ஏதாவது செய்ய எப்பொழுதுமே முயன்று கொண்டிருப்பார். என்னுடைய கருத்துப்படி அவர் "கலாச்சாரப் புரட்சியை"த் துவக்கியது ஏன் என்பதற்கான காரணங்களில் இதுவும் ஒன்று. சீன நாட்டின் துர்அதிர்ஷ்டம் அவர் செய்த "ஏதோ ஒன்று" ஒரு பத்து வருட கால பேரழிவை ஏற்படுத்திய ஒரு தவறாகிப் போனது.

இதுதான் மாவோவின் உச்சகட்ட சோகம், வரலாற்றின் சோகமும் அதுதான்.

■

மாவோ தனது நூலகத்தில்

லியின்குயாவோ மற்றும் அவரது குடும்பத்தினருடன் மாவோ

மாவோவும் அவரது மகள் லிநியும்

தனது உறவினர்களுடன் மாவோ

www.ingramcontent.com/pod-product-compliance
Lightning Source LLC
LaVergne TN
LVHW101406051026
849519LV00005BC/1680
* 9 7 8 9 3 8 1 9 0 8 3 7 2 *